ગુપ્તયુગ નવલકથાવલિ [illegible]

નગરી વૈશાલી

ધૂમકેતુ

ગૂર્જર ગ્રંથરત્ન કાર્યાલય

રતનપોળનાકા સામે, ગાંધીમાર્ગ, અમદાવાદ ૩૮૦ ૦૦૧

| London Borough | Of Barnet |
| Star Books Inv. No. 12321 | 24/10/11 |

કિંમત : રૂ. 190

પુનર્મુદ્રણ : જૂન 2011
પહેલી આવૃત્તિ : માર્ચ 1954
પુનર્મુદ્રણ : 1957, 1969, 1978, 1991, 2002

NAGARI VAISHALI :
a historical novel in Gujarati by Dhoomketu
Published by Gurjar Grantharatna Karyalaya,
Gandhi Road, Ahmedabad 380 001 (India)

© ધૂમકેતુ

પૃષ્ઠ : 8+292

ISBN : 978-81-8480-551-2

નકલ : 750

■ પ્રકાશક : અમરભાઈ ઠાકોરલાલ શાહ ગૂર્જર ગ્રંથરત્ન કાર્યાલય રતનપોળનાકા સામે, ગાંધીમાર્ગ, અમદાવાદ-380 001. ફોન : 079-22144663. e-mail : goorjar@yahoo.com ■ ટાઇપસેટિંગ : વિક્રમ કમ્પ્યુટર સેન્ટર એ-1, વિક્રમ એપાર્ટમેન્ટ, શ્રેયસ ક્રૉસિંગની પાસે, આંબાવાડી, અમદાવાદ-380 015 ■ મુદ્રક : ભગવતી ઑફસેટ સી/16, બંસીધર એસ્ટેટ, બારડોલપુરા, અમદાવાદ-380 004

પ્રસ્તાવના
[પહેલી–બીજી આવૃત્તિ]

ગુપ્તયુગ ભારતવર્ષનો ભવ્ય સુવર્ણયુગ છે. યુગની તોલે આવે એવો કોઈ યુગ ભારતવર્ષમાં આવ્યો નથી, આવવાનો પણ નથી. કાલિદાસ બે જન્મતા નથી.

એ ઐતિહાસિક યુગની મહત્તામાં રાચનારા અણસમજુ હશે; પણ એ યુગની સજીવનતા, અત્યારના યુગબળને પણ અભિનવ સંદેશ આપી શકે, એટલી પ્રાણવાન તો છે. યુગધર્મ સમજવા મથતા સર્જકો માટે પણ એ જેવો-તેવો વિષય નથી. માનવમહત્તાનું એમાં સાતત્ય રહ્યું છે અને મહાન માનવો વિના તો કોઈ દેશને કોઈએ મહાન થયો જાણ્યો નથી.

આ નવલકથાઓ એકબીજાના અનુસંધાનમાં છે ને પોતે પોતાની રીતે સંપૂર્ણ પણ છે. એક પાત્ર ક્યારેક તેની પાછળની નવલકથાઓમાં વધારે ઉલ્લેખ પામતું હોય, એટલે જાણમાં રહે, તો આગળપાછળનો સંબંધ યાદ રાખવામાં ઠીક પડે. આના પછી **મગધપતિ.**

*
બીજી આવૃત્તિ પ્રસંગે

વૈશાલી બીજી આવૃત્તિમાં પ્રવેશ પામે છે. આ માળામાં મગધપતિ, મહાઅમાત્ય ચાણક્ય, ચંદ્રગુપ્ત મૌર્ય વગેરે પ્રગટ થઈ ગયાં છે. સમ્રાટ ચંદ્રગુપ્ત પ્રગટ થવાની તૈયારીમાં છે.

૨૩, કર્ણાવતી નિવાસ,   **– ધૂમકેતુ**
સૌરાષ્ટ્ર સોસાયટી, **અમદાવાદ-૭.**

નવલકથાકાર ધૂમકેતુ

એક ધૂમકેતુ ગગનમાં અને બીજા ધૂમકેતુ ગુજરાતી સાહિત્યમાં. બંને અવિચળ બંને તેજસ્વી.

તમે કોઈને ગૌરીશંકર ગોવર્ધનરામ જોશી (૧૨-૧૨-૧૮૯૨ – ૧૧-૩-૧૯૬૫) નામ કહો તો એને કદાચ અપરિચિત લાગે, પરંતુ જો 'ધૂમકેતુ' ઉપનામ કહો તો તરત એનું મસ્તક આદરથી ઝૂકી જાય !

ગુજરાતી ગદ્યસાહિત્યમાં લગભગ તમામ સ્વરૂપોમાં વ્યાપક અને વિશિષ્ટ સર્જન કર્યું હોવા છતાં, 'ધૂમકેતુ' નવલિકાકાર તરીકે અધિક ઓળખાયા. અડધી સદીનો એમનો સર્જનકાળ ગુજરાતી સાહિત્યનો સુવર્ણકાળ બની રહ્યો. ગુજરાતી નવલિકાના એ સર્વશ્રેષ્ઠ સર્જક છે. પ્રબુદ્ધ વાચકો અને વિવેચકો જાણે જ છે કે ધૂમકેતુએ ઉત્કૃષ્ટ નવલકથાઓ પણ લખી છે.

નવલિકાક્ષેત્રે ધૂમકેતુના અનન્ય પ્રદાનને કારણે, ક્યારેક એમની ગણના માત્ર નવલિકાકાર તરીકે જ થાય છે. હકીકતમાં, નવલકથાકાર તરીકેનું એમનું પાસું પણ એવું જ પ્રભાવક છે. ધૂમકેતુએ ઐતિહાસિક યુગોની જે નવલકથાશ્રેણીઓ આપી એટલી અન્ય કોઈ લેખકે આપી નથી ! એમણે ગુજરાતના સુવર્ણયુગ સમા ચૌલુક્યયુગને નિરૂપતી સોળ નવલકથાઓ અને દેશના સુવર્ણયુગ સમા ગુપ્તયુગને નિરૂપતી તેર નવલકથાઓ આપી છે. આ નવલકથાશ્રેણીઓ માત્ર કદથી જ નહિ, ગુણવત્તાથી પણ ધ્યાન ખેંચી રહે છે.

ધૂમકેતુએ શું શું નિરૂપ્યું છે આ શ્રેણીઓમાં ? ચૌલુક્યયુગ નવલકથાવલિ ગુજરાતના ઇતિહાસના ગૌરવયુગને પુનઃ જીવંત બનાવે છે. શ્રેણીના પ્રથમ પુસ્તક 'પરાધીન ગુજરાત'માં લેખકે ચાવડા વંશના ઉદયની, ગુજરાત પર રાષ્ટ્રકૂટોના આક્રમણની, પંચાસરના રાજા જયશિખરીના બહાદુર પણ નિષ્ફળ મુકાબલાની અને એના પુત્ર વનરાજના ઉછેર, વિકાસ તથા જીવનની કથા નિરૂપી છે. ચાવડાઓ પછી ગુજરાતમાં ચૌલુક્યો અથવા

સોલંકીઓનું શાસન આવ્યું એના આદિ પુરુષની કથા 'ગૂર્જરપતિ મૂળરાજદેવ'ના બે ભાગોમાં ધૂમકેતુએ આલેખી છે. મૂળરાજે પૂર્વજીવનમાં રાજ્યને દઢમૂળ બનાવવા કેટલાંક ક્રૂર પગલાંઓ ભર્યાં અને ઉત્તરજીવનમાં સંન્યાસ લઈને અંતે પોતાનો દેહ અગ્નિને અર્પણ કરીને પૂર્વનાં પાપોનું પ્રાયશ્ચિત્ત કર્યું. મૂળરાજ પછી પરાક્રમી સોલંકીઓ પાક્યા : ભીમદેવ, જયસિંહ સિદ્ધરાજ અને કુમારપાળ. એમાં પણ સૌથી પ્રસિદ્ધ પુરુષ જયસિંહ છે. કર્ણદેવ અને મીનળદેવીના આ પુત્રે માળવા, લાટ અને સોરઠ સહિત અનેક વિજયો મેળવ્યા. એના સમયમાં ગુજરાતની સમૃદ્ધિ, સંસ્કાર અને સામર્થ્ય ટોચે પહોંચ્યાં. ધૂમકેતુએ તેની યશસ્વી કારકિર્દીને ત્રણ નવલકથાઓમાં આલેખી છે.

ચૌલુક્યયુગની વિશેષતા એ છે કે એણે કેટલાંય નારીરત્નોને જન્મ આપ્યો. મૂળરાજ પછી વળી ડોલવા લાગેલા રાજ્યાસનને સ્થિરતા બક્ષનાર વાચિનીદેવી, ગુજરાતની નર્તકી – રાજ્ઞી ચૌલાદેવી, જયસિંહને ઘડનાર માતા મીનળદેવી, પૃથ્વીરાજ ચૌહાણને ખતમ કરનાર શહાબુદ્દીન ઘોરીના આક્રમણને પાછું ઠેલનારી નાયિકાદેવી વગેરેને આ ઐતિહાસિક નવલકથાઓમાં અગ્રપદે સ્થાપીને ધૂમકેતુએ નારીગૌરવ પણ કર્યું છે.

ચૌલુક્યયુગ નવલકથાવલિ એકંદરે એક મહાન યુગને પુનઃ સજીવ કરતી મહાનવલ છે. પચાસ-સાઠના દાયકાઓમાં જ્યારે નવો નવો આઝાદ થયેલો દેશ એક સ્વપ્નદ્રષ્ટા લોકનેતા પંડિત નહેરુની આગેવાની હેઠળ પુનઃ ગૌરવ હાંસલ કરવાનાં સપનાં જોવા લાગ્યો હતો ત્યારે ધૂમકેતુએ ગુપ્તયુગને પુનઃ જીવંત કરીને એક આદર્શ, એક ઉન્મેષ પેશ કરવાનો ઉદ્યમ કર્યો. ચૌલુક્યયુગની કથા વનરાજ ચાવડાથી શરૂ થાય છે, તો ગુપ્તયુગની મહાકથા વૈશાલીના ગણરાજ્ય અને લિચ્છવીઓની નગરવધૂ આમ્રપાલીથી શરૂ થાય છે. તે પછી અજાતશત્રુ વગેરેના સમયને સ્પર્શીને તેઓ મૌર્યવંશ પર આવે છે. અહીં એમને ભગવાન ચાણક્ય, ચંદ્રગુપ્ત મૌર્ય, સમ્રાટ અશોક જેવાં પાત્રો મળે છે. એ પછી મગધના શુંગ, કણ્વ અને નંદ વંશોને આલેખતા તેઓ ભારતના ઇતિહાસના પ્રથમ સુવર્ણયુગ સુધી પહોંચીને એ યુગની મહાન વિભૂતિઓને પુનર્જીવિત કરે છે. એ યુગ એટલે ગુપ્તયુગ. એ શ્રેણીનું નામ ગુપ્તયુગ નવલકથાવલિ છે. આ નવલકથાઓમાં મુખ્યત્વે ગુપ્ત સમ્રાટ ચંદ્રગુપ્ત,

લિચ્છવીની યુવતીમાંથી મહારાજ્ઞી બનેલી કુમારદેવી, ભારત સમ્રાટ સમુદ્રગુપ્ત, રાણી ધ્રુવદેવી જેવાં પાત્રો અને આનુષંગિક મહાન વિભૂતિઓનું નિરૂપણ છે.

આમાંથી છેલ્લી (૧૩મી) નવલકથા ધ્રુવદેવી સાથે ગુજરાતી સાહિત્યના ઇતિહાસની પણ એક નાની સરખી ઘટના સંકળાયેલી છે. સ્વ. ધૂમકેતુ આ નવલકથા પૂરી કરી શક્યા નહોતા. એમની અધૂરી કથા સંપન્ન કરવા વિખ્યાત નવલકથાકાર ગુણવંતરાય આચાર્યે હાથ ધરી. એમણે બે-ત્રણ પ્રકરણ લખ્યાં અને એમનોય દેહાંત થયો. આખરે આ કથા જેટલી આલેખાઈ હતી, તેટલી જ પ્રકાશિત કરવામાં આવી.

આ બે દીર્ઘ નવલકથાવલિઓ ઉપરાંત ધૂમકેતુએ સાત અન્ય નવલકથાઓ લખી છે. એમણે સૌ પ્રથમ નવલકથા 'રાજમુગટ' ત્રીશીના દાયકાના પ્રથમાર્ધમાં 'સૌરાષ્ટ્ર' પત્ર માટે ધારાવાહી સ્વરૂપે લખી હતી. એ જ સમયગાળામાં 'નવચેતન' માટે ધારાવાહી 'અજિતા' લખી. છેલ્લે, ૧૯૬૩-૬૪માં દૈનિક 'જનસત્તા' માટે 'મંજિલ, નહિ કિનારા' લખી. આ ત્રણ અને અન્ય ચાર મળીને કુલ સાત નવલકથાઓ એમણે સામાજિક કથાસંદર્ભ ધરાવતી લખી છે. એમની નવલકથા 'રુદ્રશરણ' તો યોગ, હિપ્નોટિઝમ, તાંત્રિક વિદ્યા, અભેદમાર્ગ જેવા ગૂઢ વિષયોને સાંકળીને અગમ્ય દુનિયાનો સ્પર્શ કરાવતી નવલકથા છે.

ધૂમકેતુ સુસજ્જ સર્જક હતા. ઐતિહાસિક નવલકથામાં અધિકૃત ઇતિહાસ આપવાનો એમનો આગ્રહ રહેતો. કલ્પનાવિલાસમાં તેઓ રાચતા નહિ. આથી તેમની ઐતિહાસિક નવલકથાઓમાં રોમેન્ટિસિઝમ અને ફેન્ટેસી (કલ્પનાતરંગ) નથી. પાત્રો, ઘટનાઓ, અર્થઘટનો, બધું ઇતિહાસના તથ્યને વફાદાર રહે એવી એમની સતત કોશિશ રહી છે. અલબત્ત, આથી એમની કૃતિઓની કલાત્મકતા નંદવાતી નથી. તેમની 'ચૌલાદેવી' વગેરે નવલકથાઓ યુનિવર્સિટી કક્ષાએ પાઠ્યપુસ્તકો તરીકે પસંદ થઈ છે.

રસ અને પ્રેરણા ધૂમકેતુની કલમમાંથી અનરાધાર વરસ્યાં છે. ભવિષ્યની પેઢીને પણ ઉત્કૃષ્ટ ગુજરાતી સાહિત્ય વાંચવાની ઉત્કંઠા સંતોષવા માટે ધૂમકેતુએ લખેલી કથાઓ વાંચવી જ પડશે.

– પ્રકાશક

અનુક્રમ

*

ધૂમકેતુની નવલકથાઓ

<u>ઐતિહાસિક નવલકથાઓ</u>

ચૌલુક્ય ગ્રંથાવલિ પુ. ૧૬

પરાધીન ગુજરાત
ગૂર્જરપતિ મૂળરાજદેવ - ૧
ગૂર્જરપતિ મૂળરાજદેવ - ૨
વાચિનીદેવી
અજિત ભીમદેવ
ચૌલાદેવી
રાજસંન્યાસી
કર્ણાવતી
રાજકન્યા
બર્બરકજિષ્ણુ : જયસિંહ
સિદ્ધરાજ
ત્રિભુવનગંડ : જયસિંહ
સિદ્ધરાજ
અવંતીનાથ : જયસિંહ
સિદ્ધરાજ
ગૂર્જરેશ્વર કુમારપાળ
રાજર્ષિ કુમારપાળ
નાયિકાદેવી
રાય કરણઘેલો

ગુપ્તયુગ ગ્રંથાવલિ પુ. ૧૩

આમ્રપાલી
નગરી વૈશાલી
મગધપતિ
મહાઅમાત્ય ચાણક્ય
ચંદ્રગુપ્ત મૌર્ય
સમ્રાટ ચંદ્રગુપ્ત
પ્રિયદર્શી અશોક
પ્રિયદર્શી સમ્રાટ અશોક
મગધસેનાપતિ પુષ્યમિત્ર
મહારાજ્ઞી કુમારદેવી
ભારતસમ્રાટ સમુદ્રગુપ્ત - ૧
ભારતસમ્રાટ સમુદ્રગુપ્ત - ૨
ધ્રુવદેવી

<u>સામાજિક નવલકથાઓ</u>

રુદ્રશરણ
રાજમુગટ
પૃથ્વીશ
અજિતા
પરાજય
મંજિલ નહીં કિનારા

ગુપ્તયુગ નવલકથાવલિ [૨]

નગરી વૈશાલી

['આમ્રપાલી' પછીની બીજી નવલકથા]

•

ધૂમકેતુ

પ્રવેશ

આમ્રપાલીના કુમાર અભયકુમારને રાજગૃહ તરફ મોકલવામાં આવ્યો એ વાત ઉપર ઠીક ઠીક સમય વીતી ગયો હતો.

તે દરમ્યાન અભયકુમાર તક્ષશિલા જઈ આવ્યો – સ્થવિદ્યાનો નિષ્ણાત થઈ આવ્યો – ત્યાંનો મહા યશસ્વી ધનુર્ધર બનીને પાછો રાજગૃહમાં આવી ગયો. એની વિદ્યા અને રાજનીતિ બંનેની પ્રશંસા થતી હતી. રાજના કૈંક કૂટ પ્રશ્નોનો એ સરળતાથી ઉકેલ આણી દેતો.

એટલે મગધદેશમાં એના નામની પાછળ કોઈ જુદા જ પ્રકારની હવા ફેલાવા માંડી. એના જેવો રાજકુમાર મગધમાં કોઈ થયો નથી અને કોઈ થશે નહિ, એવી લોકમાન્યતા ઘેર ઘેર પહોંચી ગઈ. અભયકુમાર એટલે અભયકુમાર – એ કોઈનાથી ભય પામે નહિ, એના ધનુષ તોલે કોઈનું ધનુષ નહિ, એના બળ સમાન કોઈનું બળ નહિ, એની વિદ્વત્તા જેવી કોઈની વિદ્વત્તા નહિ અને એની પ્રેમહવા જેવી કોઈની પાસે પ્રેમહવા પણ નહિ. એ જાણે બધાનો આત્મીયજન. સૌને લાગે કે અભયકુમાર એમનો સ્વજન છે. જુવાન વયનો છતાં એ, વૃદ્ધોનો પણ વૃદ્ધ હોય એવો મહા અનુભવી. એની સમક્ષ કૂટમાં કૂટ પ્રશ્ન સરળ બની જાય. એવી એની હૈયાઉકલત.

રાજા બિંબિસાર માટે તો એ જમણા હાથ સમો બની ગયો. એના ઉપર રાજાના પણ ચારે હાથ. પણ એણે પ્રાપ્ત કરેલા આ અનોખા સ્થાને, મગધના યુવરાજકુમાર અજાતશત્રુ માટે અને બ્રાહ્મણ મહામંત્રી વર્ષકાર માટે, એક નવી ચિંતા ઊભી કરી દીધી. મગધના રાજકારણ માટે એ એક કોયડો બની ગયો.

ગોપાલ મરણ પામ્યો હતો – પણ એ મગધમાં કરવાનું કરતો ગયો હતો. એ અભયકુમારનો કોયડો મૂકતો ગયો. આ અભયકુમારની પડખોપડખ, એના જેવો એક બીજો કુમાર પણ હતો. એનું નામ જીવકકુમાર. એ જીવક કૌમારભૃત્ય તરીકે ઓળખાતો. એ પણ તક્ષશિલામાં વિદ્યા ભણી આવ્યો હતો. એના હાથમાં કોણ જાણે ક્યાંથી અમૃતનો સ્રોત આવીને બેઠો હતો. તક્ષશિલાના મહાન ભિષગ્વર આચાર્ય આત્રેયનો એ શિષ્ય હતો. વનસ્પતિઓ એને વાતો કહેતી. ઔષધો એની સમક્ષ દિલ ખોલતાં. જ્યાં તમામે હાથ ખંખેરી નાખ્યા હોય – એવા રોગીને ત્યાં જીવક ભિષગ્વર જાય અને યમરાજને આંગણે ગયેલો એ રોગી પાછો ફરે. યમદેવને પણ એની સામે પરાજ્ય સ્વીકારવો પડે. એની નામના દૂર દૂર સુધી ફેલાઈ ગઈ હતી. એ રાજચિકિત્સક હતો. એની લોકપ્રિયતાની તોલે તો કોઈની લોકપ્રિયતા ન આવે. એને ભારતભરમાંથી આમંત્રણો આવે. એણે પોતાની મેળે પોતાનું કાર્ય શોધી લીધું હતું. એનો જીવનમંત્ર આ હતો : 'હું ભિષગ. મારું કામ, માણસને જિવાડવાનું. એમાં કોઈ માટે ભેદ નહિ. એ માટે કોઈને ના નહિ !'

આ બંને રાજકુમારો રાજગૃહમાં ને મગધમાં અનોખું જ સ્થાન ધરાવતા હતા. મહારાજ બિંબિસાર એમને પૂછીને પાણી પીતા. એ બંને કોઈક દિવસ મગધમાં એમનું જ અનોખા પ્રકારનું રાજતંત્ર જમાવી દે, એવી પરિસ્થિતિ પણ જન્મે.

જ્યારે આ તરફ, મહાઅમાત્ય વર્ષકારને વૈશાલીના આક્રમણના ભણકારા સંભળાઈ રહ્યા હતા. બીજાં રાજ્યો, જેવાં કે, વત્સ, કાશી – કોશલ, અવંતી, શાક્ય, એ પોતપોતાના એક કે બીજા પ્રશ્નમાં ગૂંચવાઈ ગયાં હતાં, ત્યારે હવે રણક્ષેત્રમાં, વૈશાલી અને મગધ જ સામસામાં આવી ગયાં હતાં. એમનું યુદ્ધ જાણે અનિવાર્ય જણાતું હતું. પણ જો સેનાપતિ સુનિધના શસ્ત્રરચનાના પ્રયત્નો ફળે, તો એ યુદ્ધની ભયંકરતા માનવને માનવ ન રહેવા દે તેવી આવવાની હતી. એ જે આવે તે, પણ બ્રાહ્મણ મહાઅમાત્ય, એની રાહ જોતો હતો. સુનિધનાં પેલાં બે ગુપ્ત શસ્ત્રો તૈયાર થઈ રહે, એટલી જ

યુદ્ધને વાર હતી, પણ હજી એ પ્રયોગદશામાં હતાં, એટલે ઢીલ થતી હતી. પરિસ્થિતિ આવી હતી.

દરમ્યાન પાટલીપુત્રની દુર્ગસ્થાપનાનું કાર્ય વેગથી આગળ વધી રહ્યું હતું. બીજી યુદ્ધતૈયારીઓ પણ ચાલતી હતી. અન્નભંડાર સંઘરાતા હતા. એકબીજાના ઉપર બારીક નજર રખાતી હતી. કાશી – કોશલને કાં ખાઈ જવા ને કાં મેળવી લેવા, આકાશપાતળ એક થતાં હતાં. મહાવિચક્ષણ બ્રાહ્મણ મહાઅમાત્ય વર્ષકાર સમજી ગયો હતો કે, આ શ્રમણ ગૌતમ ને બધા, ભલે અહિંસાની વાતો કરે, પણ મહાન યુદ્ધ અનિવાર્ય હતું. ઘેલા આદર્શવાદીઓ, પૃથ્વીના જન્મથી અહિંસાની વાતો કર્યા કરે છે, ને લડનારા લડ્યા કરે છે. એને પ્રતીતિ થતી જતી હતી કે એક સહસ્ર વર્ષ સુધી ટકે એવા કોઈ મહા બળવાન એકચક્રી શાસન વિના, ભારતવર્ષ હવે ભારતવર્ષ રહેવાનું નથી. એ છિન્નભિન્ન થઈ જવાનું છે. જે વખતે પાર્શવ શાસાનુશાસ, ભારતવર્ષને પોતાનું ખંડિયું રાજ બનાવવા બળવાન સેના સાથે આવશે, ત્યારે એની સામે સેના હશે, બળ હશે, શસ્ત્રો હશે, વ્યવસ્થા હશે, લડાયક રચના હશે, તો ટકાશે. શસ્ત્રધારી આતતાયીની સામે જ્યારે કોઈ રાજ, સાધુવાદની વાતો કરે છે, ત્યારે દુનિયા એની મૂર્ખાઈને હસે છે. શ્રમણ ગૌતમના સાધુવાદની ગમે તેટલી વાતો એને કરવામાં આવે, એથી એ પાછો ના ફરે !

વર્ષકારના મનમાં એક અત્યંત બળવાન દૃઢ આત્મશ્રદ્ધા બેઠી હતી. માત્ર એ અને એ એકલો જ, ભારતવર્ષને બળવાન બનાવી શકે, બચાવી શકે. આસપાસનાં રાજ્યો એક પછી એક જાણે વિદાયપંથે પળવાની તૈયારી કરી રહ્યાં હતાં. મગધના મહાન સામ્રાજ્યની સ્થાપના જ, ભારતવર્ષને ઉગારી શકે. કોશલના પ્રસેનજિતનું કોકડું ગૂંચવાયેલું હતું, વધારે ગૂંચવાતું જતું હતું. એ વૃદ્ધ હતો. શ્રમણપંથે પળ્યો હતો. એની પાછળના વારસામાં અવ્યવસ્થા, યુદ્ધ અને ઘર્ષણ એ સ્પષ્ટપણે જોઈ રહ્યો હતો. અજાતશત્રુએ એને બે વખત તો હરાવ્યો હતો. પણ હજી તો દૂધ જેના મોંમાંથી સુકાયું ન હતું, એવા નાનકડા ભાણેજના હાથે મળેલી આ હાર, રાજાને હાડોહાડ લાગી ગઈ હતી. એટલે તે ત્રીજું યુદ્ધ ખેલી લેવાની તૈયારીઓ કરી રહ્યો હતો. પણ કોશલ જાય, કાશી

જાય, શાક્યો જાય, વત્સ દેશ જાય – પછી તો વૈશાલી ને મગધ બે, ખરેખરા અર્થમાં સામસામે આવી જતાં હતાં. એ ન લડતાં હોય તો પણ, લડાઈ કરતાં હોય એવી ઠંડા યુદ્ધની સ્થિતિ સરજાતી હતી. પણ એ બે જણાં લડે, તો એનો લાભ ઉઠાવવાની પ્રતીક્ષા, પેલો અવંતીનાથ ચંડપ્રદ્યોત દૂર બેઠો બેઠો કરી રહ્યો હતો ! એટલે વૈશાલીથી એ પણ કોઈ રીતે ઓછો ભયંકર ન હતો.

પોતાની અને મગધની વચ્ચેથી જેવું વૈશાલી ખસે, કે તરત જ એ મગધ ઉપર દોડવાનો ! એનો મોટો રાજકુમાર ગોપાલ, સાધુપંથે પળવાની વૃત્તિ બતાવી રહ્યો હતો, પણ નાનો પાલક, મહત્ત્વાકાંક્ષી હતો. એટલે અવંતીનો ભય જેવો તેવો ન હતો. એ પાછો વત્સરાજ ઉદયનનો સગો તો ખરો જ. એ બંને ભેગા થાય તો મગધને ભારે પડી જાય. એક દિવસમાં પચાસ જોજન કાપનારી હાથણી ભદ્દવતી જ્યારે રણમાં ઊતરે, ત્યારે એક સૈન્ય જેવી એ બળવાન હતી !

એ તો સારું હતું કે સદ્ભાગ્યે વત્સ દેશના ઉદયન સાથે એને બહુ પ્રીત ન હતી. વચ્ચે વૈશાલી પડ્યું હતું. નહિતર તો એ બે મળીને મગધને પીંખવા માંડે તો વર્ષકારની મનની મનમાં રહી જાય. આમ વ્યૂહરચના અટપટી હતી. પણ એક શુભ સમાચાર હતા. વત્સદેશમાં ઉદયનનો રાજકુમાર બોધી જુદે પંથે વળ્યો હતો. વત્સદેશ પણ કોશલની પેઠે જ, રણક્ષેત્રમાંથી વિદાય લઈ લેશે એવી એ વાત હતી. આસપાસનાં રાજતંત્રોની આવી હવા હતી.

ઉદયનનો આ બોધિરાજકુમાર, ભગ્ગદેશ સાચવી રહ્યો હતો. ત્યાં સુંસુમારગિરિ નગરીમાં એણે એક એવો તો ભવ્ય પ્રાસાદ બંધાવ્યો હતો કે મયદાનવ એને જોઈને નવાઈ પામે !

આખા ભારતવર્ષમાં એ પ્રાસાદની તોલે કોઈ જ પ્રાસાદ ન આવે. પણ બન્યું હતું એવું કે એ પ્રાસાદે જ, આ રાજકુમારને જુદે પંથે વાળ્યો અને એ બંને રાજ્યો એક થઈને આક્રમણ કરશે, એવો મગધનો ભય તત્કાળ પૂરતો તો ગયો.

મગધને અકસ્માત આ લાભ થઈ ગયો.

એવું એ પ્રાસાદ વિષે શું બન્યું હતું ? રાજકુમારે આ પ્રાસાદ વત્સદેશના કીર્તિસ્તંભ સમો ઊભો કર્યો હતો. આખા ભારતવર્ષના સાર્થવાહો કહેતા કે એ પ્રાસાદની તોલે કોઈ કલાકારીગરી ક્યાંય મળે નહિ.

શ્રાવસ્તી, વૈશાલી, રાજગૃહ, કાશી, તામ્રલિપ્તિ, બધાં એની પાસે ફિક્કાં.

કહેવાતું હતું કે શરદપૂનમની ચાંદની રાતે જો કોઈ એ પ્રાસાદને એક વખત નિહાળે, તો જીવનભર રૂપઘેલછાની શોધનો એ ગાંડો મુસાફર બની જાય ! એવી અનુપમ એની રૂપસૃષ્ટિ હતી, એવી અદ્ભુત એની સૌંદર્યલીલા હતી !

એના સ્ફટિકનિર્મળ **દેહમાં જ્યારે** આકાશના તારાઓ પોતાનાં મોં જોવા માટે ઊતરી **આવતા, ત્યારે તો** એ રાજમહાલય રાજમહાલય ન રહેતો. ભાગીરથી જળમાં **કોઈ ઘેલા કવિએ** પોતાનું ગુલાબી સ્વપ્નું સંતાડી દીધું હોય એવો એ રૂપભંડાર બની જતો !

બોધિરાજકુમારનો શું એ કોકનાદ મહાલય હતો ? જાણે કોઈ મહાકવિનું સ્વપ્નું પૃથ્વીમાં ફરવા નીકળ્યું, ને ફરતાં ફરતાં એ આંહીં ભૂલું પડીને સ્થિર થઈ ગયું.

પણ એ મહાલય વિષે લોકમાં એક બીજી વાત પણ ચાલતી હતી. કોઈક સમયે જ્યારે અનોખા પ્રકારની અંધારઘેરી રજની હોય, ભયંકર નીરવતા રેલાતી હોય, ચારે તરફ નિઃશબ્દતા વ્યાપી ગઈ હોય ત્યારે કોણ જાણે ક્યાંથી, હવામાંથી, ગગનમાંથી, ધરતીમાંથી કે ધૂલિકણમાંથી, પણ પ્રાસાદની ભીતરમાંથી જાણે એક એવું કરુણ રુદન ઊઠતું કે સાંભળનારા એ સાંભળીને ધ્રૂજી જાય. એમનાં હૈયાં હાથ ન રહે. એ જાણે ઊભા ઊભા થીજી જાય. ન ચાલી શકે, ન હાલી શકે, ન બોલી શકે, ન એ કાંઈ જોઈ શકે ! આની પાછળના ભેદની જેને ખબર હતી તે કહેતા કે 'ભૈ ! રાજા કોનો ગોઠિયો ?' એ ઉક્તિની સો એ સો વસા ખાતરી કરવી હોય તો ખાતરી આ મહાલયમાં હતી. ભયંકર વિશ્વાસઘાતનો એ મહા ભયંકર નિઃશ્વાસ હતો.

કહેવાતું કે મહાલય જ્યારે પૂરો થયો અને બોધિરાજકુમારે પહેલી વખત સાંગોપાંગ એને નિહાળ્યો, ત્યારે એને લાગ્યું કે, પોતે કોઈ મહાલયને નહિ,

પણ સ્વર્ગની અપ્સરાને જ જાણે નિહાળી રહ્યો છે. ભવ્ય છતાં નાનો, નાજુક, ઊડતી પરી સમો, એ અત્યંત સુંદર દેખાતો હતો, લાગે કે જાણે કોઈ ગગનપરી ત્યાં ઊડી રહી છે !

એના રચનારા શિલ્પી મહાનદ તરફ રાજકુમાર અત્યંત માનથી જોઈ રહ્યો. એણે ભવ્યતા ને સુંદરતા – એ બે ભાગ્યે જ સાથે રહેનારાં કલાતત્ત્વોને આંહીં ભેગાં કર્યાં હતાં.

પણ બીજી જ ક્ષણે કોણ જાણે ક્યાંથી એના મનમાં એક વિચિત્ર ભૂતાવળ પ્રગટી – એને વિચાર આવ્યો કે,

'મહાનદ શિલ્પી તો આને ટક્કર મારે તેવો પ્રાસાદ ગમે ત્યારે ગમે ત્યાં ખડો કરી દે. એના જેવા અદ્દ્ભુત શિલ્પી માટે એ રમત વાત હતી.'

'આવતી કાલે એ વૈશાલી નગરીમાં આવો પ્રાસાદ ખડો કરે. શ્રાવસ્તીમાં ખડો કરે. રાજગૃહમાં રચી કાઢે. તામ્રલિપ્તિમાં સરજે. એને તો એ હાથનો ઉદ્યોગ હતો. કોઈક હિરણ્ય ખર્ચે એટલી જ વાર. એનો તો એ મનોવૈભવ હતો.'

'પણ એ વખતે પોતાનો આ પ્રાસાદ એક કોડીનો બની જાય !'

'શ્રાવસ્તીની એક વિશાખા, વૈશાલીની એક આમ્રપાલી, રાજગૃહની એક શીલવતી કે અવંતીની એક પદ્માવતી, કરોડો હિરણ્ય ખરચવાની શક્તિ ધરાવતી હતી અને આ મહાન નગરીની આ મહાન નારીઓ ધારે ત્યારે આ મહાલયને ઘડીના છઠ્ઠા ભાગમાં એક નિર્માલ્ય ઝૂંપડી સમો બનાવી દે.'

'તો પછી આ અનુપમ પ્રાસાદ અનુપમ ક્યાંથી રહે ? એ અદ્વિતીય શી રીતે રહે ? વત્સદેશનો અપ્રતિમ કીર્તિસ્તંભ એ શી રીતે કહેવાય ?'

'માત્ર એક જ રીતે. મહાશિલ્પી મહાનદ જો હાથમાં હવે ટાંકણું ન લે તો. એ કામ ન કરે તો. એ કાંઈ ન જુએ તો.'

'એટલે એ મૃત્યુ પામે તો !'

પણ બોધિરાજકુમારને પોતાને પણ આ કલ્પના કરતાં કમકમાં આવી ગયાં. છતાં હવે તો વત્સદેશ જેવા વત્સદેશની કીર્તિધજાને ન નમવા દેવાનો

આ મહાન પ્રશ્ન બન્યો હતો. પ્રાસાદ ન હતો ત્યાં સુધી કાંઈ ન હતું : પણ હવે એની આ વિશિષ્ટતાનો ધ્વજ નમે, એટલે તો દેશ આખો નમે. બીજાને શરણે ગયા જેવી એ નામોશી ગણાય. બોધિ રાજકુમારનો કોકનાદ રાજમહાલય અદ્વિતીય છે, એ જાણ થતાં અનેક એને પાછો પાડવા મથશે : પણ એ જેવો અદ્વિતીય છે તેવો અદ્વિતીય રહેવો જ જોઈએ.

જુવાન રાજકુમાર આ તરંગે ચડી ગયો. એ તરંગમાં ને તરંગમાં એણે મહાનદ શિલ્પીની આંખોને ખોટી કરી નાખી. એ મહાનદ શિલ્પીને રાજકુમાર તરફથી અંધજીવન મળ્યું. બોધિ રાજકુમારે શિલ્પી માટે સુખસાધનોનો વરસાદ વરસાવ્યો, એ મહાલયમાં એને રાખ્યો, પણ શિલ્પીએ આંખો ખોઈ તે ખોઈ. એ પોતાની કૃતિને ફરીને નિહાળી શક્યો નહિ. એવી કોઈ બીજી કૃતિ ક્યાંય કરી શક્યો નહિ અને થોડા વખત પછી તો એ મરી ગયો. એનું આ એક અમર સર્જન પાછળ રહી ગયું. પણ લોકવાયકા હતી કે કોકનાદ પ્રાસાદમાંથી કોઈક અંધારઘેરી રાતે રસળતું જે રુદન બહાર નીકળે છે, તે આ શિલ્પીનું કરુણ રુદન છે !

એ જે હોય તે. પણ રાજકુમારને પોતાને આ બનાવ પછી હૃદયમાં ક્યાંય શાંતિ મળી નહિ. સૂતાં, ઊઠતાં, બેસતાં, ચાલતાં, હસતાં, ફરતાં, જાગતાં, એને શિલ્પી યાદ આવ્યા કરે. એનો સાદ સંભળાયા કરે. એની મૂર્તિ નજર સામે તર્યા કરે. જાણે એ કહેતો હોય કે મારી કલાનો તેં મને આ બદલો આપ્યો ? આવો ક્રૂર વિશ્વાસભંગ ? આવી ભયંકરતા ?

બોધિ રાજકુમારને છેવટે લાગ્યું કે એણે પ્રાયશ્ચિત્ત કરવું જોઈએ. એણે રાજવૈભવમાંથી મન લઈ લીધું. ભગવાન તથાગતને પંથે એ વળી ગયો. આ ફેરફાર રાજા ઉદયન પણ જોઈ રહ્યો. એ જોઈને એની મહત્ત્વાકાંક્ષા પણ ઠરી ગઈ. મગધને માટે આ લાભમાં હતું. સ્પર્ધાના ક્ષેત્રમાંથી વત્સદેશ પણ વિદાય લેશે, એની આ આગાહી હતી.

વર્ષકારે જોઈ લીધું કે વત્સદેશ પડતો હતો. ભગ્ગદેશ પડતો હતો. કોશલનો પ્રસેનજિત વિદાયની ઘડીઓ ગણતો હતો. એટલે વૈશાલી પડે તો અવંતી અને મગધ – ઉજ્જૈન કે પાટલીપુત્ર કોને ત્યાં ભારતવર્ષનું સ્વામીત્વ રહેશે, એવો મહા પ્રશ્ન ઊભો થાય. એ મહાપ્રશ્નનો ઉકેલ બે-પાંચ વરસ માટે

કરવાનો કોઈ અર્થ ન હતો. એક સહસ્ર – ઓછામાં ઓછાં એક સહસ્ર વર્ષ, રાજતંત્રે સ્થિર થવું જોઈએ. ગણતંત્રે જવું જોઈએ.

પણ વૈશાલી પડે – ? વૈશાલી કોઈ દિવસ પડે ? કોઈએ વિંધ્યને નમતાં જોયો છે ? કોઈએ હિમાચળને ડગતાં જોયો છે ? સમુદ્રને સુકાતો દીઠો છે ? વૈશાલી ન ખસે, તે ન જ ખસે.

પણ એને ચિંતા હતી – કે મહાન યુદ્ધ થાય તો યુદ્ધદેવી કંઈ બાજુ વિજયમાળા આરોપશે એ કોણ કહી શકે ? વૈશાલીનું ગણતંત્ર અમાપ બળ ધરાવતું હતું. જ્યાં દરેક માણસ પોતાને કેવળ વૈશાલીની મહત્તાના પ્રતીક સમાન ગણતો, ત્યાં એક જ આશા હતી. પેલા બે ભયંકર ગુપ્ત શસ્ત્રો. એણે એ તૈયાર કરવા માંડ્યાં હતાં. તૈયાર થવાની અણી ઉપર એ હતાં. એ જો કામ આપે, તો વૈશાલી પડે !

પણ એટલામાં એક નવી વાત હવામાં સંભળાવા માંડી. કહેવાતું હતું કે અવંતીનો ચંડપ્રદ્યોત માંદો હતો. જો એ રાજકીય માંદગી ન હોય, તો તો એને ભયંકર જીવલેણ વ્યાધિ હતો. એને ન ખસે તેવો પાંડુરોગ લાગુ પડ્યો હતો. એના દિવસો ગણાઈ રહ્યા હતા.

ચંડપ્રદ્યોત ઢળે – તો ક્ષેત્ર વધારે ખુલ્લું થાય. પછી વૈશાલી પણ ઢળે. તો મગધ ચક્રવર્તી, એકશાસની મહાસામ્રાજ્ય બને. પોતાનું જીવનસ્વપ્ન ફળે. મહાભારતનો જમાનો ફરીને આવે.

આ બધી કલ્પનાઓ કરતો અને ચિંતાઓ વહેતો વર્ષકાર મહાઅમાત્ય એક દિવસ પ્રભાતે પોતાની વાટિકામાં ફરી રહ્યો હતો, ત્યાં દ્વારપાલે આવીને ખબર આપ્યા કે અવંતીનો એક રાજમંત્રી આવ્યો છે અને એ તત્કાલ મહાઅમાત્યને મળવા માગે છે. એનું કામ ઘણી ઉતાવળનું છે.

વર્ષકારને નવાઈ લાગી. અવંતીનો રાજમંત્રી આંહીં શું કરવા આવ્યો હોય ? અને તે પણ એને ત્યાં રાજાની જીવલેણ માંદગી હતી ત્યારે ? એક પળભર એને થયું કે ચંડપ્રદ્યોતની માંદગી ખોટી હોવી જોઈએ.

રાજકુમાર અજાતશત્રુના ઉદ્ધત માર્ગની જાતમાહિતી મેળવવા માટે જ એ આવ્યો હોય તો નવાઈ નહિ. રાજા બિંબિસારની ભયંકર માંદગીના સમાચાર

બધે ફેલાયા હતા. પણ રાજકુમાર અજાતશત્રુએ એને ખરી રીતે નજરકેદ જેવો રાખ્યો છે ને એટલા માટે આ માંદગીનું તો બહાનું ફેલાવ્યું છે, એ વાત ત્યાં પહોંચી હોવી જોઈએ. એમાં સત્ય શું છે, એ જાણવા માટે આ આવ્યો હોય ! કે પછી વૈશાલી – મગધના યુદ્ધ વિષે જાણવા માટે આવ્યો હોય. જે હોય તે. એણે પોતે રાજકુમાર અજાતશત્રુના પિતા પ્રત્યેના વલણને ફેરવવા પ્રયત્ન માંડ્યો હતો. પણ અજાતશત્રુને શંકા પડી ગઈ હતી. રાજા, કાં અભયકુમારને કાં હલ્લ – વિહલ્લને રાજ આપી દેશે. પણ મગધના રાજકુમાર અજાતશત્રુની નાનામાં નાની હિલચાલનો કેવો મોટો પડઘો પડે છે, એ આ ઉપરથી સિદ્ધ થતું હતું. એના રાજમાં ત્રીજી કોઈ વાત એકદમ આવી નહિ. એનાથી ચેતીને ચાલવા જેવું લાગ્યું.

એણે દ્વારપાલને પૂછ્યું : ‘આવનાર શું નામ બતાવે છે ? એનો કેવો દેખાવ છે ? નામ પૂછ્યું છે તેં ?’

‘હા પ્રભુ ! દેખાવે એ ઉચ્ચ અધિકારી જેવો જણાય છે.’ દ્વારપાલે બે હાથ જોડ્યા. ‘અને રાજમંત્રી કાક’ એવું પોતાનું નામ આપે છે.’

‘કાક ? રાજમંત્રી ! એ પોતે આવ્યો છે ?’

‘હા પ્રભુ ! એણે એ નામ બતાવ્યું. એ ઘણી ઉતાવળમાં લાગે છે !’

કાક તો રાજા ચંડપ્રદ્યોતના જમણા બાહુ સમો અત્યંત વિશ્વાસપાત્ર મિત્ર જેવો માણસ ગણાતો હતો. રાજાને જે કામમાં કોઈનો વિશ્વાસ ન પડે, તે કામમાં એને કાક વિશ્વાસપાત્ર લાગે, એવી એની નામના વર્ષકારે સાંભળી હતી. ઘણાં મુશ્કેલ ને વિશ્વાસ માગે તેવાં કામમાં એની યોજના થતી એણે સાંભળી હતી.

કાકને રાજાએ આંહીં મોકલ્યો હતો. એનો અર્થ એ હોઈ શકે કે કાં તો રાજા મરવા પડ્યો હોય, ન કાં એ છુપાવવા માટે જ એ યુદ્ધનું આહ્‌વાન લાવ્યો હોય ! પોતાને આંગણે ગમે તેમ વર્તવા આ રાજાઓ બીજાની નયનીતિ વિષે ઘણી સંભાળ રાખતા હતા. સંભવિત છે કે અજાતશત્રુએ રાજા બિંબિસારને લગભગ નજરકેદી જેવી અવસ્થામાં રાખ્યો છે, એ વાતનો પ્રતિકાર કરવા માટે અવંતીનાથનો સંદેશવાહક બધાં રાજ્યો તરફથી આવતો હોય ! યુદ્ધ-આહ્‌વાન માટે આવો આશ્રય લેવાની પ્રથા બહુ જાણીતી હતી. પણ એ સમજતો હતો

કે જે હોય તે, પણ આ અવંતીનાથ પોતે ભારે ભયંકર હતો. મરતાં મરતાં પણ એ પોતાનો રંગ બતાવતો જવાનો ! એની દરેક વાતથી ચેતવાનું હતું. એની નાનામાં નાની ક્રિયાથી ડરવાનું હતું. *ઉદયન જેવા ઉદયનને જેણે જીવતો પકડી લીધો હતો – એ માયા હતી !

વર્ષકારે દ્વારપાલને કહ્યું : 'આંહીં આવવા દે એને. ×તું ત્યાં દ્વાર ઉપર નજર રાખજે. બીજું કોઈ હમણાં આંહીં આવે નહિ.'

દ્વારપાલ નમીને ગયો.

---

* વત્સદેશના ઉદયનને કૃત્રિમ ગજરાજ પ્રત્યે આકર્ષીને પ્રદ્યોતે પકડેલો.

x 'કાક' તે વખતનું, અવંતીપતિના મંત્રીનું ઐતિહાસિક નામ છે.

૧. રાજમંત્રી કાક

વર્ષકાર મહાઅમાત્ય ત્યાં આગંતુકની પ્રતીક્ષા કરતો ઊભો રહ્યો. એના આવવાને કાંઈક વાર થતી લાગી. વર્ષકારની રસળતી દૃષ્ટિ ચારે તરફની ડુંગરમાળાઓને નીરખી રહી. એને સંતોષ થયો લાગ્યો. ગિરિવ્રજની ડુંગરમાળાઓ ખરેખર અભેદ્ય હતી. એટલામાં એણે સામેથી એક આધેડ વયનો પ્રતાપી પુરુષ આવતો જોયો. એ સમજી ગયો.

એ જ રાજમંત્રી કાક હોવો જોઈએ. વર્ષકાર તેને આવતો જોઈ રહ્યો.

પણ રાજમંત્રી કાકના ચહેરા ઉપર એણે ચિંતાની સ્પષ્ટ રેખાઓ દીઠી. તેણે ઘણી જ ઝડપથી મુસાફરી કર્યાનાં ચિહ્નો હજી એના શરીર ઉપર જણાતાં હતાં. એનું ઉત્તરીય રજોટાયેલું હતું. કેશમાં ધૂલિકણ હતાં. તે પાતળો, ગોરો, ઊંચો સશક્ત આદમી હતો. એના ચહેરામાં યોદ્ધાની કડકાઈ ન હતી. પણ ગમે તેવી સ્થિતિમાં ગમે તે રમત આસાનીથી રમી લેવાની એની શક્તિ, એની ઝીણી, પાતળી, તીવ્ર, વેધક આંખોમાંથી જણાઈ આવતી હતી. વર્ષકારને લાગ્યું કે ચોક્કસ કોઈક રમત રમવા માટે જ આ આવ્યો હોવો જોઈએ. પોતાની ચિંતા છુપાવવા માટે એ ઘણો પ્રયત્ન કરતો જણાયો. છતાં એની ચિંતા ચહેરા ઉપર દેખાઈ આવતી હતી. પણ એ ચિંતા એ ખોટી રીતે તો દેખાડતો નહિ હોય ? રાજદ્વારીઓનું ભલું પૂછવું અને એમાં આ તો અવંતીનો – મહાધૂર્ત.

હવે વર્ષકારને અચાનક સાંભર્યું. આ રાજમંત્રી ડૂબતો તરણાંને શોધે એ ન્યાયે આંહીં દોડી આવ્યો હોવો જોઈએ. તો તો એ ચોક્કસ, બીજા કોઈને માટે નહિ, કૌમારભૃત્ય જીવક માટે જ આવેલો હોવો જોઈએ.

વર્ષકારનું અનુમાન તદ્દન સાચું હતું. રાજમંત્રી કાક એટલા માટે જ અવંતીથી આંહીં દોડ્યો આવ્યો હતો. પણ એણે ત્યાં અવંતીમાં ઊડતી વાત સાંભળી હતી અને આંહીં રસ્તામાં આવતાં એને વધુ ખાતરી થઈ ગઈ હતી. એ રસ્તામાંથી જ પામી ગયો હતો. રાજા બિબિંસારની માંદગી એ કેવળ રાજકીય માંદગી હતી. બાકી સઘળી સત્તા અત્યારે યુવરાજકુમાર અજાતશત્રુ પાસે હતી. એની આજ્ઞા વિના મગધમાં એક ચકલું પણ ફરકે તેમ ન હતું. રાજા પોતાને ક્યાં રાખ્યો હતો તેની વાત કહેતાં પણ પ્રજાજનો ધ્રૂજતા હતા !

અત્યારે જ્યારે એવો સમય હતો, અવંતી વત્સરાજ સાથે મળીને મગધની જડ ઉખેડી નાખી શકે. બરાબર એ જ વખતે, અવંતીનાથની જીવલેણ માંદગી આવી પડી હતી.

એટલે એણે આંહીં, મગધ અને અવંતી વચ્ચે, લેશ પણ વિરોધની ગંધ હવે ભવિષ્યમાં નહિ રહે, એવી હવા સરજવાની હતી. અવંતીની મહત્ત્વાકાંક્ષાની રાખોડી થઈ ગઈ છે એ બતાવવાનું હતું. અવંતીનાથ ઊગરી જાય તો એ મગધને ઘણો ઘણો ઉપયોગી થાય તેમ હતો – કેવળ એ જીવે છે એટલી જ વાત, વૈશાલીને મગધ તરફ આક્રમણકારી પગલું લેતાં અટકાવવા માટે બસ હતી.

રાજમંત્રી કાકના મનમાં આવી અનેક વાતો આવી રહી હતી. પણ એ સમજતો હતો કે જીવક ભિષગ્વરને આંહીંથી લઈ જવો એ ઘણું વિકટ કામ હતું. રાજકુમાર અજાતશત્રુના હાથનો જો આ પ્રશ્ન હશે, તો તો એને માત્ર અપમાન જ મળશે. એવું અપમાન મળે તો તે સહી લેવા માટે એ પોતાની જાતને તૈયાર કરી રહ્યો હતો. એણે તો ગમે તે રીતે ભિષગ્વરને ત્યાં લઈ જવાનો હતો.

વર્ષકારને જોતાં જ એણે બે હાથ જોડ્યા. અત્યંત વિનમ્રતાથી અભિવાદન કર્યું. એક અમૂલ્ય હીરક મહાઅમાત્યને ભેટ ધરવા એ આગળ વધ્યો. મહાઅમાત્યને ચરણે એણે નીચા નમીને એ ભેટ ધર્યો. ને પછી એ હીરક પોતાના હાથખોબામાં રાખી મસ્તક નમાવી મહા અમાત્યના હાથમાં મૂક્યો.

મહાઅમાત્ય વર્ષકાર એની આ બધી ક્રિયાને રસથી નિહાળી રહ્યો હતો. આંહીંથી આ ખરેખર શું લઈ જવા માગે છે એનું માપ એ કાઢી રહ્યો હતો.

એને એક નવો વિચાર આવ્યો. ક્યાંક પેલાં ભયંકર શસ્ત્રો વિષેની માહિતી માટે આ આવ્યો હોય નહિ ?

પણ જેવી એણે હીરક તરફ દૃષ્ટિ કરી અને એ ચમકી ગયો.

હથેળીમાં રહેલો હીરક જાણે એટલી ભૂમિના બધા ભાગને સોંસરવો વીંધી નાખતો હોય, તેમ એ બધો ભાગ પારદર્શક જેવો દેખાતો હતો. લોહી, લોહીનું વહન, હાડકાં, નસો બધું જ જાણે નરી આંખે જોઈ શકાતું હતું !

વર્ષકાર એવો હીરક જોતાં ચમકી ગયો, તે કોઈ નવી નવાઈની આ વાત હતી એટલા માટે નહિ, એણે આવા હીરક વિષે સાંભળ્યું હતું, એવો એકાદ વિરલ હીરક એણે જોયો પણ હતો. એટલે એ વાતની એને નવાઈ ન હતી.

પણ એને નવાઈ આ વાતની લાગી હતી. જીવક કૌમારભૃત્ય આવો કોઈ મહામૂલ્યવાન વધારે બળવાળો હીરક શોધી રહ્યો હતો, કે જે શરીર સામે મુકાતાં જ, શરીર આખાને વાંચી બતાવે. આવો હીરક મેળવવા એ આકાશપાતાળ એક કરતો હતો. આ રાજમંત્રીને ત્યાં બેઠાં બેઠાં આ વાતની ખબર હોવી જોઈએ ! વર્ષકારને નવાઈ એ વાતની લાગી.

હજી એવો બળવાન હીરક* જીવકને જડ્યો ન હતો. આ રાજમંત્રી રાજગૃહની આવી નાનકડી બાબત વિષે ત્યાં બેઠાં આટલું ધ્યાન રાખી રહ્યો હોય તો એ વાત ચમકાવી દે તેવી હતી. પછી તો એને કઈ વાતની જાણ નહિ હોય એ કહેવું મુશ્કેલ હતું. એ જીવક કૌમારભૃત્ય માટે આવ્યો હતો. જીવક કૌમારભૃત્યને ત્યાં આવવાનું આકર્ષણ થાય એવી ભેટ – વસ્તુ લાવ્યો હતો.

વર્ષકારને રાજમંત્રી કાક, ઘણો જ સમર્થ રાજદ્વારી જણાયો. તેની સાથેની વાતમાં કોઈ અસાવધ શબ્દ બહાર આવી ન બેસે, એ ધ્યાન રાખવાનું હતું.

---

* આવો એક હીરક જીવક કૌમારભૃત્ય પાસે હોવાનો ઉલ્લેખ Tibetan Dulvaમાં છે. એ ઘણું કામ આપતો હોય તો નવાઈ નહિ. આંખનું કણું જીભથી કાઢવાની વાતને આજથી દસ વર્ષ પછી આપણે જ દંતકથા ગણવાના એવી આ વાત છે. એક 'વનસ્પતિ હીરો' આ લેખકે જોયો હતો ઘણો મૂલ્યવાન, એમાં એક દૃષ્ટિથી જોતાં, એક સુંદર વન લહેરાઈ રહેલું નજરે પડતું હતું !

રાજા બિંબિસારની સત્તાવિહીનતા, અજાતશત્રુની ઉચ્છ્રૃંખલ વૃત્તિ, પેલાં બે ભયંકર શસ્ત્રો – આ માણસ શું નહિ જાણતો હોય, શું જાણવા નહિ આવ્યો હોય, એ કહેવું મુશ્કેલ હતું. એટલામાં કાક બે હાથ જોડીને બોલ્યો :

'મહામંત્રીશ્વર ! અવંતી ઉપર દૈવી આપત્તિ આવી પડી છે. એ આપત્તિમાં તમારી સહાય માટે હું આવ્યો છું. દૈવ તો શું તમારે ત્યાં કે અમારે ત્યાં, બધે જ સરખું છે. આજે તમે મદદ કરશો તો અવંતીનાથ એ ઉપકાર આંહીં રાખશે !' કાકે પોતાની છાતી ઉપર હાથ મૂક્યો : 'એ વાતને અવંતીપતિ કોઈ દિવસ ભૂલશે નહિ –'

'શી વાત છે રાજમંત્રીજી ? સિંધુસૌવીરનું કાંઈ તોફાન છે ? કોઈ સંદેશો આવ્યો છે ?'

'પ્રભુ ! એનાથી વધુ ભયંકર વાત છે. અવંતીનાથ મરણશય્યા ઉપર પડ્યા છે.'

'હેં ? શું કહો છો ? અવંતીનાથ મરણશય્યા ઉપર ? હોય નહિ. આટલે સુધી વાત છે ને તમે અમને ખબર નથી આપ્યા ? તમને તો જાણમાં હશે નાં ? આંહીં મહારાજ બિંબિસારની પણ એ જ દશા છે !'

'અરે !' કાક ચમકી ગયો લાગ્યો.

બિંબિસારની શી દશા હતી તે કાકથી કાંઈ અજાણ્યું ન હતું. બિંબિસાર રાજા નજરકેદી જેવી અવસ્થામાં પડ્યો હતો. અજાતશત્રુ સત્તાધીશ હતો. પણ અજાતશત્રુની આ પિતૃવિરોધી હિલચાલના પ્રત્યાઘાતરૂપ કોઈ મોટું બળવાન રાજજૂથ મગધની સામે ખડું થઈ ન બેસે, માટે એની ભયંકર માંદગીના હેવાલો, અવારનવાર સાર્થવાહો પણ ફેલાવતા જતા હતા. કાકને આ ખબર હતી. પણ અત્યારે એને એવી સ્પષ્ટતાનું કાંઈ કામ ન હતું. પોતે બીજું કાંઈ સમજતો નથી એમ જ રાખવાનું હતું. જીવક કૌમારભૃત્યને કોઈ રીતે આ ત્યાં આવવાની હા પાડે એટલું જ એને તો જોવાનું હતું. જીવક કૌમારભૃત્યને એ સીધો મળે તો તો વાત વેડફાઈ જાય. માટે તો એ આંહીં આવ્યો હતો.

'મહાઅમાત્યજી ! તો તો આ દૈવી કોપ ભગવાને જ મોકલ્યો છે એમ જાણો. ધરતી ઉપરથી રાજવંશનું નામોનિશાન ટાળીને એ જંપશે. ત્યાં

અવંતીનાથ માંદા છે, આંહીં મહારાજ મગધરાજ માંદા છે. વત્સરાજ રાજકાજને તિલાંજલિ આપીને બેઠા છે. બાકી કોણ રહ્યું ? એક ડોસા રહ્યા – કોશલરાજ પ્રસેનજિત. તે હજી ખેંચે છે. પણ એ ય કેટલા દી ? મને લાગે છે પ્રભુ ! રાજતંત્રો હવે ધરતી ઉપરથી વિદાય લે છે. ગણતંત્રો સર્વોપરી થાય છે. આપણા દિવસો પૂરા થવાની આ નિશાની છે – નહિતર એકી સાથે ચાર ચાર રાજવંશી આમ ઝપટમાં ન આવી જાય. ઠીક, આપણે પ્રયત્ન કરી છૂટીએ. કોઈ રીતે રાજતંત્રો જીવે તો ! હું કૌમારભૃત્ય જીવકકુમારની કીર્તિ સાંભળીને આંહીં દોડ્યો આવ્યો છું. મારે મહારાજ બિંબિસારને મળવું છે. મહાભિષગ્વર જીવકકુમારને ત્યાં અવંતી લઈ જવાની મહારાજ રજા આપે; જરૂર કરતાં એક પળ વધુ એમને અમે નહિ રોકીએ.'

જીવકકુમારને એકદમ લઈ જવા માટે આ આવ્યો છે; એટલે વિખ્યાત હાથણી ભદ્દવતીને લઈને એ આવેલો હોવો જોઈએ. પચાસ જોજન જનારી એ હાથણીને તદ્દન પાસેથી જોઈ લેવાની આ તક હતી. વર્ષકારને એ વિચાર આવ્યો.

'તમે ગમે તેટલી ત્વરા કરો, રાજમંત્રીજી ! અવંતી કાંઈ આંહીં પડ્યું છે ?'

કાકે એનો મર્મ પકડી લીધો. આને ભદ્દવતી હાથણી જોવી હતી. પણ એવી હાથણીને લઈને એ એકલો, આંહીં સિંહની ગુફામાં દોડ્યો આવે એવો ઘેલો ન હતો. એવી ભારતવિખ્યાત હાથણીને લઈને એ આંહીં આવે. પછી તો એ પોતે કે હાથણી, બેમાંથી એકે પાછાં ફરે ખરાં ? અને તે પણ, અજાતશત્રુ જેવાની ડુંગરમાળામાંથી ? પણ આને તદ્દન નિરાશ કરવાથી વખતે કામ માર્યું જાય. તેણે બે હાથ જોડ્યા :

'હું આવ્યો છું રથમાં. પણ એ જોડી કામ્બોજ અશ્વની છે. પવનવેગી છે. પ્રભુ ! અને પાછા જીવકકુમારને મૂકવા માટે તો હું પોતે વિખ્યાત ભદ્દવતીને લઈને આવીશ. એક પળ પણ, એમને વધારે નહિ રોકીએ !'

વર્ષકારને એની વાતમાંથી રસ ઊડી ગયો. ભવિષ્યની એની વાતમાં શ્રદ્ધા ન બેઠી. એ ઘણો કાબેલ જણાયો. ભદ્દવતીને એ લાવ્યો ન હતો. ને

પછી તો એને લાવે ત્યારે ! એને લાગ્યું કે ચંડપ્રદ્યોત જેવા ભયંકર અરિને, હાથે કરીને પાછા તૈયાર થવાની તક આપવી – એ ઉદારતાભરેલી મૂર્ખાઈ મગધને મોંઘી પડી જાશે.

તેણે શાંતિથી જવાબ વાળ્યો : 'મંત્રીજી ! તમે ઉદ્યાનમાં આરામ લ્યો. જરા સ્વસ્થ બનો. હું તમને મહારાજનો પ્રત્યુત્તર સાંજે જ આપી દઉં. તમારે ખોટી થવું નહિ પડે. તમારી ઉતાવળ એ અમારી ઉતાવળ છે.'

કાક આને માટે તૈયાર ન હતો. છેલ્લા શબ્દો સાંભળીને એને લાગ્યું કે એ દરિયામાં – અંતવિનાના પાણીમાં – ધકેલાઈ ગયો છે. તમારી ઉતાવળ એ અમારી ઉતાવળ છે એટલે શું ? એના તો કેટલાય અર્થ થાય. ચંડપ્રદ્યોત ઢળે તો અમે દોડીએ એવો અર્થ થાય. બંને રાજાને સરખી માંદગી છે એવો અર્થ થાય. અનેક અર્થ થાય.

પણ એને તો કોઈ રીતે કામ પાર પાડવાનું હતું. ગણતંત્રો રહેશે ને રાજતંત્રો જશે એ વાતની આને અસર થઈ ન હતી. ભદ્રવતી હોત તો કદાચ એ ભદ્રવતી માટે જીવકને મોકલવાનું કબૂલ કરત. એટલે કહોને કે અવંતીદેશને સાટે.

હવે શું ઉપાય ? કાક વિચાર કરી રહ્યો. રાજા બિંબિસાર પોતે ઉદાર હતો, મહાનુભાવ હતો, અરિની સાથે અરિની રીતે વર્તવાની એની અનોખી રીત હતી – પણ એ તો પરાધીન હતો –

'મને મહારાજની પાસે જવાની છૂટ મળે ?' તેણે મહાઅમાત્યને પૂછ્યું. 'મારી પાસે મહારાજ બિંબિસારને પોતાને જ આપવાનો, અવંતીનાથનો એક છેલ્લો સંદેશો છે. એ એમનો મૃત્યુસંદેશ છે. ગણતંત્રો વિજય મેળવે એ અવંતીનાથે જીવનમાં ક્યારે ય ઇચ્છ્યું ન હતું. મને ન મળ્યું એ ભલે મારા પાડોશીને, મારા મિત્રને, મારી સાથે કદમ ભરનારને મળો, એવી ઉદાર એમની રાજનીતિ હતી. મહાઅમાત્યથી એ ક્યાં અજાણ્યું છે ?'

વર્ષકાર વિચારમાં પડી ગયો. અવંતીનો આ બ્રાહ્મણ રાજમંત્રી ઓછો ભયંકર ન હતો. એ હજાર રમતનો રમનારો હતો. એણે રાજા બિંબિસારની ઉદારતા ઉપર મદાર બાંધ્યો હતો. આ માગણી એ માટે હતી.

કાકે જોયું, આ માણસ જેટલો વધારે વખત, પોતાના મન સાથે ગાળે, તેટલો એ વધુ ભયંકર થાય, પોતાના સંદેશાની વાત તો એણે એક કાને સાંભળીને બીજે કાને કાઢી નાખી હતી.

એણે જીવક કૌમારભૃત્યને મળવાનો મનમાં નિર્ણય લઈ લીધો. એના વિષે એણે ઘણું સાંભળ્યું હતું. તે દેવપુત્ર સમાન પવિત્ર અને નિર્ભય હતો. એની પાસે એક જ વાત હતી. 'હું ભિષગ છું. મારું કામ માનવને જીવન આપવાનું.'

એને મળવાથી સીધું કામ થાય. વખતે આ ખંધા બ્રાહ્મણને એક બાજુ જ રાખી દેવાય. મગધમાં ડુંભારણું પણ મૂકતા જવાય.

તેણે વિનમ્રતાથી બે હાથ જોડ્યા : 'તો ભલે પ્રભુ !....હું પછી...'

'રહો,' વર્ષકારે એક તાળી પાડી. તરત એક પરિચારક હાજર થયો :

'દેવક ! રાજમંત્રીજીને ઉદ્યાનના આરામવત્થુમાં લઈ જા. જોજે એમને કોઈ વાતની ખામી ન આવે. તું ત્યાં જ રહેજે..... અને જો.... એમને..... બે ઘટિકા દિવસ રહે ત્યારે આંહીં લાવજે. તમે આરામ કરો રાજમંત્રીજી ! ત્યાં હું મહારાજને પુછાવી લઉં છું.'

હવે તો દેવકની સાથે, કાક આરામવત્થુ તરફ ચાલ્યો, પણ એનું મન તો જીવક પાસે હતું.

૨. માન આગારમાં*

કાક વિચાર કરી રહ્યો. વર્ષકારે એના ઉપર પળેપળનો જાગૃત પહેરેગીર જ મૂક્યો હતો. એને ધાપ આપ્યા વિના પોતે પોતાનું કામ પતાવી શકે. રાજગૃહમાં શ્રમણ ગૌતમની ઠીક ઠીક અસર એણે જોઈ. એક જ સ્થળ એવું હતું કે જ્યાં નગરીની વાતો મળે અને વળી આ જે લપ વળગી છે તેનાથી છુટકારો થાય. તેણે પોતાની પાછળ આવી રહેલા દેવકને બોલાવ્યો : 'દેવક ! આપણે ક્યાં જઈએ છીએ ?'

દેવકમાં રહેલો ધર્મ જીવડો કોણ જાણે કેમ સળવળી ઊઠ્યો. સીધીસાદી વાત કહેવાને બદલે તે બોલી ગયો : 'ભન્તે રાજમંત્રીજી ! આપણે આરામવત્થુમાં આરામ લેવા જઈએ છીએ. ત્યાં બધો જ પ્રબંધ હશે. નહાવાનો, ભોજનનો, આરામનો, પર્યટનનો, બધો.'

'તો તો પછી એ બતાવીને તમારે જવું હોય તો તમે જઈ શકો. ઘેર જઈને, સાંજે આ બાજુ આવી જશો તો ય ચાલશે.'

દેવક એ સાંભળીને જવાબ આપવાને બદલે હસી પડ્યો.

'કેમ હસ્યા ?'

'કાંઈ નહિ. એ તો અમસ્તો !'

'ના ના, તો પણ ?'

'હું તો મંત્રીજી ! એકલો આદમી છું. ને શ્રમણ ગૌતમના ઉપદેશમાં ઘણી વખત જાઉં છું.'

---

* માન આગાર = શરાબઘર, મદ્યઘર

'એમ ? ત્યારે તો તમને પણ રંગ લાગ્યો લાગે છે. શ્રમણ ગૌતમ વિષે મેં પણ બહુ સાંભળ્યું છે.'

'સાંભળ્યું એમાં કાંઈ નહિ; એમની છાયામાં બે પળ બેસો, ત્યારે ખબર પડે. જીવનમાં એક પ્રકારની શાંતિ વ્યાપી જાય. દૃષ્ટિ જ ફરી જાય. રાજકુમાર જીવકકુમાર જેવા પણ એ પંથે છે. મહારાજ તો છે જ. ન માનવામાં તો અમારે ત્યાં માત્ર બે !'

'બે એટલે ? કોણ કોણ ?'

'એક તો અમારા મહાઅમાત્યજી. બીજા યુવરાજ કુમાર !'

'એમ ? પણ એમની વાત સાચી છે. એમને સંગ્રામોની દુનિયામાં રહેવાનું છે. ત્યારે તો તમે મદ્યઘરમાં પણ જતા નહિ હો !' કાકે અચાનક વાતને બીજે રસ્તે વાળી દીધી. એને ઉતાવળે કામ પતાવવાનું હતું.

'માન આગારમાં જવાનું મારે ? શાંતં પાપમ્ શાંતં પાપમ્, એ શું બોલ્યા ? છેલ્લાં સાત વર્ષથી એ રસ્તાની ધૂળ પણ કોણે દીઠી છે ? માન આગારમાં હું જાઉં ? એના કરતાં તો રૌરવ નરક સારું. કાલે જવું જ પડ્યું હતું, એટલે ગયો હતો.'

'કેમ કહો છો જવું જ પડ્યું હતું ? કોઈ અપરાધી ત્યાં પેસી ગયો હશે ?'

'ના ના. એવું તો કાંઈ ન હતું. માન આગારમાં રાજકુમાર કૌમારભૃત્ય જીવકકુમારના કામે ગયો હતો. આંહીં પાસે જ છે.'

કાક એને સાંભળી રહ્યો. એને આ સાધુપંથી માણસ ઉપયોગી લાગ્યો. તે સીધો, સાદો ને સાચો હતો. એ મદ્યઘર તરફ કદાપિ પગ દેવાનો નહિ. એને એ વાત ગમી ગઈ. એને એ વાતનું જ કામ હતું. 'રાજકુમાર જીવકકુમારનું કામ હતું એટલે ગયા હતા, એમ તમે કહ્યું ?'

'હા. આ રાજકુમારની બધી જ વાત બધાથી ન્યારી છે. એક ભારાવાળો આ તરફ જતો હશે. રાજકુમાર રસ્તે એને મળ્યા. ભારાવાળાના દેહને જ નિહાળી રહ્યા. કોણ જાણે શું એમાં એમણે જોયું હશે, પણ ત્યાર પછી એ ભારાવાળાની પાછળ જ ફરે છે !'

'કોણ છે એ ભારાવાળો ?'

'ભારાવાળો વળી કોણ હોય ? ભારાવાળો એટલે ભારાવાળો. લાકડાં લાવે, વેચે ને ગુજારો કરે, એ ભારાવાળો. ક્યારેક એ આ માન આગારમાં આવે છે. એને જોવા માટે હું ત્યાં ગયો હતો. પણ એ મળ્યો નહિ.'

'ત્યારે તો ધરમધક્કો થયો. મારે પણ દેવકજી ! મદ્યની જરાતરા પ્રીતિ ખરી હો ! તમે તો લેતા નથી. એટલે શી રીતે તમને કહું કે સાથે ચાલો. પણ એની યે એક અનોખી સૃષ્ટિ છે ! માન આગારમાં જઈએ ત્યારે લાગે કે દુનિયા આખી ભ્રમ છે. પણ એમાં જો કોઈ સૌથી સુંદર સુખદ ભ્રમ હોય, તો માન આગાર !'

'તે હશે; હું તો એની લલચામણી વાતોમાં પગ દેતો નથી.'

'એ તો બરાબર, અમારા જેવા પાપી જીવડાને તો થાક લાગે ત્યારે પગ એ તરફ જ વળે. રાજગૃહ અને ઉજ્જૈન વચ્ચે નહિ નહિ તો સો જોજનનું છેટું હશે. રથમાં અશ્વો તો અસલ કમ્બોજના હતા, પણ રસ્તાના ખાડાખડિયાએ શરીર આખું ભાંગી નાખ્યું છે. તમને આવવાનું કહી શકતો નથી, પણ હું તો જરા મદ્ય લઈ આવીશ તો ઠીક રહેશે. તમે મારા રથની સંભાળ લેજો. અશ્વોને પણ નિરાંતે જરા મુક્તપણે ફરવા દેજો. ત્યાં હું જરા જઈ આવું. આ આવ્યો જાણો. કઈ દિશા તમે કહી ?'

દેવકને કાંઈ ધ્યાન રહ્યું નહિ. એને લાગ્યું કે અતિથિને થાક લાગ્યો હોવો જોઈએ. આંહીં કોઈ પાનની વ્યવસ્થા પોતે કરી શકે તેમ છે નહિ. તો ભલેને આ જરા લટાર લઈ આવે. એનો રથ, અશ્વો એ બધું તો આંહીં છે.

એણે સામે ડુંગરમાળા તરફ દૃષ્ટિ કરી. 'પેલી વનકુંજ આંહીંથી દેખાય એ જોઈ ? આપણે ઊભા છીએ ત્યાંથી સીધેસીધી રેખામાં જુઓ.'

'હા, પેલી દેખાય છે તે ?'

'બસ એ જ. એ જ માન આગાર. પણ પાછા જલદી આવશો કે ? આંહીં તમે આવશો ત્યાં બધું તૈયાર હશે.'

'ગયો તેવો જ આવ્યો સમજોને.'

કાકે તરત ચારે તરફ ચપળ દૃષ્ટિ ફેરવી લીધી. આસપાસમાં કોઈ જણાયું નહિ. વાટિકાના દ્વાર પાસેથી એ સીધો માન આગાર તરફ ગયો. એના મનમાં

ઉત્સાહ આવી ગયો હતો કે એણે વર્ષકારની પળ પળની ચોકીને તો એક કોડીની બનાવી દીધી હતી. સદ્‌ભાગ્યે દેવક મદ્યથી ધ્રૂજે તેવો નીકળ્યો. નહિતર તો એ પણ સાથે આવત. એને જોઈતી વાત, કોઈ ને કોઈ મદ્યનો લાલ માન આગારમાં આપી દેશે અને વળી હસતો હસતો આપશે.

૩. રાજકુમાર જીવક કૌમારભૃત્ય

કેટલાક જીવનમાં જીત મેળવે છે. કેટલાક મૃત્યુમાં જીત મેળવે છે. બંનેમાં જીત મેળવનારા વિરલ હોય છે. એવા વિરલ પુરુષોમાં જીવક કૌમારભૃત્યની ગણના થઈ શકે. એ મૃત્યુને જીતીને જીવ્યો હતો અને જીવન મેળવીને મૃત્યુને વશ કરી શક્યો હતો. એની મા કોણ હતી એ એને ખબર ન હતી. એની માએ એને જન્મ આપીને તજી દીધો હતો, એટલી જ વાત તેને કહેવામાં આવતી હતી. એનો પિતા કોણ હતો એ પણ એની જાણમાં ન હતું. એની મગધના રાજદરબારમાં, ખરી રીતે શી પરિસ્થિતિ હતી, એની પણ એને સાચી ખબર ન હતી. એ રાજકુમાર હતો કે ન હતો, એ વાત પણ અંધારામાં હતી. એ રાજાનો વારસ ગણાય કે ન ગણાય. એ વિષે એને કોઈએ કોઈ દિવસ કાંઈ કહ્યું ન હતું. એનું માન રાજકુમાર જેવું હતું. જ્યારે એનો અધિકાર ચિકિત્સક જેવો હતો. સૌ એને રાજકુમાર ગણતા, તો રાજકુમારો એને એક ચિકિત્સક* માનતા.

દેશવિદેશમાં એની કીર્તિ હતી, જ્યારે મગધમાં એની રાજચિકિત્સક તરીકેની ગણના હતી. બીજે એ સહસ્રોને હિસાબે કાર્ષાપણ મેળવતો, તો મગધમાં એના મેળવેલા કાર્ષાપણમાંથી પણ, રાજ અરધો ભાગ લઈ લેતું. એ સ્વતંત્ર ગણાતો. ને પાણી પીવું હોય તો સૌને પૂછવા માટે એને દોડવું પડતું. રાજકીય દૃષ્ટિએ એ શું હતો એની એને પોતાને જ જાણ ન હતી. ઘણી વખત એને થતું કે એ મગધમાં છે, મગધનો છે, કે મગધનો નથી, એ એક મોટો

---

* એ વખતે 'વૈદ' કે 'વૈદવિદ્યા' જેવો શબ્દ નથી જણાતો. 'ભૈષજ્યવિદ્યા' ને 'ચિકિત્સક' એ શબ્દો વપરાતા લાગે છે.

કોયડો છે. બીજા રાજકુમારો મૂલ્યવાન હાથીઓ રાખતા. રાજશાહી ઠાઠમાઠ રાખતા. એ માન મુકાવતા. રાજદરબારમાં એમની પ્રતિષ્ઠા હતી. અજાતશત્રુ જેવા રાજવારસને પણ એમનો ભય લાગતો. એ વહેલેમોડે રાજમાં ભાગ મુકાવે તેવા બળવાન હતા. હલ્લ – વિહલ્લ જેવા તો મગધનો સર્વોત્તમમાં સર્વોત્તમ સેચનક જેવો ગજેન્દ્ર પોતાનો જ હોય તેમ એને છૂટથી લઈને ફરતા. અઢાર સેરની મૌક્તિક માળા પહેરીને રાજગૃહના રસ્તામાં એ દેખાતા. રાજા બિંબિસારની પોતાની એમને મળેલી એ ભેટ હતી. અજાતશત્રુ એ જોઈને ઈર્ષા દાખવતો, પણ મહાઅમાત્યે, એને હજી શાંતિ રાખવાનું કહ્યું હતું. બીજા રાજકુમારો આવી મહત્તા મેળવતા. જ્યારે રાજકુમાર અભયકુમારનો તો, અજાતશત્રુને પોતાને પણ ખરેખરો ભય લાગતો હતો. એની પાછળ વૈશાલીની લાખોની સેના ખડી હતી – એ તો ઠીક, પણ એ પોતે મહારથી હતો. રાજાનો જમણો બાહુ થઈ પડ્યો હતો. પ્રજાજનોમાં પ્રિય હતો. એ ધારે ત્યારે સિંહાસન એનું હતું. કોઈક વખત એ મગધરાજ થઈ પડે ને અજાતશત્રુ પણ રખડતો રહે ! એવો એ બળવાન હતો. એ આંગળી ઊંચી કરે એટલી વાર. બીજા રાજકુમારની આવી વાત હતી. ત્યારે રાજકુમાર ગણાવા છતાં, જીવકનો કોઈને ભય ન હતો. અજાતશત્રુને પણ નહિ.

એટલે આ જીવક કૌમારભૃત્ય રાજગૃહમાં એક કોયડા જેવો હતો. એને પોતાને પણ લાગતું કે એનું જીવન એક કોયડા સમાન છે !

પણ એણે જે અદ્‌ભુત સિદ્ધિ મેળવી હતી, તેની યશગાથા ધીમે ધીમે તક્ષશિલાથી તામ્રલિપ્તિ સુધી, અને ચંપાથી વિંધ્યાટવી સુધી ફેલાઈ ગઈ હતી. ભારતભરમાં ભિષગ્વર એક જ, અને તે જીવક કૌમારભૃત્ય. બીજા અનેક હતા. પણ આની તોલે કોઈ નહિ. એની પાસે એની જ કહેવાય તેવી અનોખી શૈલી હતી. બીજા જ્યાં એક ગૂમડા માટે છ-બાર મહિના સુધી લેપ લગાવ્યા જ કરે, ત્યાં રાજકુમાર જીવક, ધડ દઈને દર્દીને એક લપાટ લગાવી દે અને દર્દી ક્રોધમાં રાતોતાતો એની પાછળ દોડે, ને ત્યાં તો એનું ગૂમડું જ ફૂટી જાય. એની દવા થઈ ગઈ. એની શસ્ત્રક્રિયા પણ થઈ ગઈ. બીજે દિવસે તો આખી રાજગૃહ નગરીમાં લોકો હસી હસીને ભિષગ્વરની આ દંતકથા એકબીજાને કહેતા હોય !

એવો આ જીવક કૌમારભૃત્ય ભિષગ્વર હતો. એ પોતાના જીવતાં પોતાની દંતકથાઓ સાંભળવાનું યશોગાનનું જીવન જીવી રહ્યો હતો. એને મન ભિષગ્વરનું જીવન એ સર્વોત્તમ જીવન હતું. એ તમામને જીવનની ભેટ આપવા માટે જાણે નીકળ્યો હતો. મૃત્યુ ક્યારે માપવું એ માણસે પોતે નક્કી કરવાનું હતું. જ્યારે લાગે કે શરીરના માળખામાં હવે નવજીવન આવે તેમ નથી, ત્યારે માણસ પોતે લૂગડું ઉતારે તેમ એ શરીરને એક બાજુ છોડી દે. મૃત્યુ માણસને અધીન હતું, માણસ મૃત્યુને અધીન ન હતો. એનો એ સિદ્ધાંત હતો. રાય હોય કે રંક, ગરીબ હોય કે શ્રેષ્ઠી, પ્રધાન હોય કે પહેરેગીર, ગમે તે હોય, વૃદ્ધ, જુવાન, બાળક, સ્ત્રી ગમે તે હોય, જે જીવકને શરણે ગયો, તે જીવી ગયો. યમની દાઢમાંથી દર્દીને પાછા લાવવાની એને શ્રદ્ધા હતી. રાજા બિંબિસાર જેવાનું મહા ભયંકર ભગંદરનું દર્દ એણે વગર શસ્ત્રકાપે મટાડી દીધું હતું. ત્યાર પછી તો એ રાજચિકિત્સકનું મહામાન પામ્યો હતો. એ પોતાની આમ્રવાટિકામાં રહેતો. એ સ્થળ ડુંગરમાળાની પાસે હતું. આખો દિવસ વનસ્પતિઓ સાથે એ વાતો કરતો જ હોય ! રાત પડે અને તારાઓને, નક્ષત્રોને, ચંદ્રને, ગ્રહોને એ બોલાવે ! આખી દુનિયા એને માટે ચેતનથી ભરેલી. જ્યારે જુઓ ત્યારે એની પરિષદ ભરાયેલી જ હોય ! દર્દીઓ એક પછી એક આવતા હોય. અને જ્યારે કોઈ ન હોય, ત્યારે વનસ્પતિઓનો દરબાર બેઠો હોય. જીવક કૌમારભૃત્યને એકલો કોઈ દિવસ કોઈએ જોયો ન હતો.

કોઈ સાથે ન હોય, ઔષધીઓએ પણ વિદાય લીધી હોય, તો છેવટે જીવકના મનમાંથી અનેક વાતો ઊભી થતી હોય – પણ એ એકલો તો ક્યારેય ન હોય. મૃત્યુને દુનિયામાંથી મિટાવી દેવાની કલ્પનાઓ એને આવતી.

રાજગૃહનો આવો આ મહાસમર્થ ભિષગ્વર માત્ર એક વાતમાં બાળક જેવો હતો. પોતાને જે લાગતું તે જ એ કરતો. તે જ એ ધડ દઈને કહી દેતો. પછી એનું પરિણામ ભલે તાત્કાલિક મૃત્યુ હો. વ્યવહારુ બાંધછોડ કરવાની શક્તિ એનામાં ન જ હતી. સત્ય એટલે સત્ય. નર્યું અગ્નિશુદ્ધ કાંચન જેવું. એ એની જીવનપ્રણાલિકા થઈ ગઈ હતી. જીવક રાજકુમારની એવી કીર્તિ દેશવિદેશમાં પણ ફેલાઈ ગઈ હતી.

કાકે જીવકને મળવામાં એની આ કીર્તિ પર મદાર બાંધ્યો હતો. માન આગારમાંથી જીવકના મહાલયે શી રીતે પહોંચી જવું એ એક જ વિચાર અત્યારે એના મનમાં ઘોળાતો હતો. પછી તો કાંઈ ને કાંઈ રસ્તો ત્યાં થઈ જશે, એવી એની નેમ હતી.

માન આગારમાં એ પહોંચ્યો. ત્યાં મદ્યભક્તોની ઠીક ઠીક ભીડ જામેલી એણે જોઈ. ત્યાં બધા રાજાની જેમ વર્તતા હતા. ત્યાં કોઈ રંક દેખાતો ન હતો. બધા ય રાજાઓ, સમ્રાટો. સમ્રાટોના સમ્રાટો ત્યાં બેઠા હતા. એ દરબાર જ અનોખો હતો.

કાક આ લીલા જોઈ રહ્યો.

આ અનેક રાજાઓમાંથી કયો રાજા પોતાના કામને માટે યોગ્ય છે તે જોવા માટે કાકે ચારે તરફ દૃષ્ટિ કરી. ત્યાં છેક દૂરના ખૂણામાં એક એવા માણસને એણે બેઠેલો જોયો કે એને જોતાં જ એ નવાઈ પામી ગયો.

માણસ ન હોય, પણ જાણે નર્યું હાડકાંનું માળખું બેઠું હોય તેવો એ જણાતો હતો.

આવું હાડકાંનું માળખું શી રીતે ટકી શકતું હશે એ વાત એની કલ્પનામાં જ ઊતરી નહિ ! કેવળ હાડકાંને કોઈએ ગોઠવીને બેસાડી દીધાં હોય એવો એ માણસ આંહીં શા માટે આવ્યો હશે એ પણ એક કોયડો હતો !

એ જો મદ્ય પીવા આવ્યો હોય તો મદ્યપાત્ર પકડી રાખવા જેટલું જોર પણ એના હાથમાં ન હતું !

એનું એકેએક હાડકું સ્પષ્ટ જોઈ શકાતું હતું. લોહી, માંસ, ચામડી બીજું કાંઈ જ દેખાતું ન હતું. બધાં જ હાડકાં ગણી શકાય તેમ દેખાતાં હતાં ! કાકને ઘડીભર તો લાગ્યું કે પોતે જે જુએ છે તે કોઈક ભ્રમ હોવો જોઈએ.

પણ આંહીં તો બધો રાજાઓનો મેળો હતો અને સૌ પોતપોતાના રાજ્યમાં ફરવા નીકળી પડ્યા હતા, એટલે કોઈનું એના તરફ ધ્યાન ખેંચાય તેવું ન હતું. નહિતર આ નવી નવાઈ જેવા હાડકાંના બનેલા માણસને જોવા માટે મેળો જામે તેમ હતું. કાક એ માણસ તરફ જોઈ જ રહ્યો.

એટલામાં એણે પાછળના દ્વારથી એક રૂપાળા, તેજસ્વી, પ્રતાપી જુવાન પુરુષને આ માણસની તરફ જ આવતો જોયો. એને નવાઈ લાગી. આ આવનાર પ્રતાપી પુરુષ કોણ હોઈ શકે તે જાણવાની કાકને તાલાવેલી લાગી. એની આસપાસ ચારે તરફ વગર મુગટના રાજાઓ બેઠા હતા. તેમાં કોઈ કોઈને જવાબ આપે તેમ ન હતું. કોઈ રાણી સાથે ઉદ્યાનમાં ફરતા હતા. કોઈ મહારાણી સાથે ગજેન્દ્ર ઉપર નીકળ્યા હતા. આ ધરતીનો હોય એવો કોઈ જ માનવી ત્યાં ન હતો !

પણ એવામાં આસવનું પાત્ર લઈને પોતાના તરફ આવતી એક સુંદર સ્ત્રી મદ્યદાસી એણે જોઈ. તે તેની પાસે આવીને ઊભી રહી. એણે કાકની સામે આસવનું પાત્ર ધર્યું. કાકે એ પાત્ર લીધું. તેના હાથમાં કાર્ષાપણ મૂક્યા. તેણે તેને પૂછ્યું : 'પેલા ખૂણામાં એક પુરુષ હમણાં આવીને ઊભો રહ્યો, તે કોણ છે ?'

પેલી સ્ત્રીએ તે તરફ જોયા વિના જ જવાબ વાળ્યો : 'તમે આંહીંના નથી કે શું ?' અને તે તેના તરફ આશ્ચર્યથી જોઈ રહી. પછી તેણે ધીમેથી ઉમેર્યું : 'મહાભિષગ્વર રાજચિકિત્સક જીવક કૌમારભૃત્યને ન ઓળખે એવો આંહીંનો તો કોઈ હોય નહિ !' અને તે મીઠું હસી ને તેને વધારે બારીકીથી જોઈ રહી. કાકને તો આ વાત ઈશ્વર મળ્યા જેવી થઈ પડી. એને જીવકકુમારને જ મળવું હતું અને ત્યાં એ જ આંહીં આવ્યો હતો. તે તેની તરફ જોઈ રહ્યો. પણ એટલામાં તો આસવ આપીને પેલી સ્ત્રી ક્યારની ચાલી ગઈ હતી એનું એને ધ્યાન ન રહ્યું. એ સ્ત્રીનું હસવું એને ભેદી લાગ્યું હતું. વળી પોતાની જાત એની પાસે પ્રગટ થઈ ગઈ હતી. કુમાર અજાતશત્રુના સિંહપાદ સૈનિકોનો એને ડર હતો. એમનાથી એક તણખલું વગર નિહાળ્યું જતું નહિ એમ એણે સાંભળ્યું હતું. પણ અત્યારે એ વાતનો વિચાર થાય તેમ ન હતું. એને જીવકકુમારમાં રસ લાગ્યો હતો.

રાજકુમાર જીવકનો ચહેરો પ્રતાપી હતો. તેનો દેહ ઉત્તુંગ, રૂપાળો સશક્ત, એકદમ નજર આકર્ષી લે તેવો પ્રભાવશાળી હતો. સુવર્ણ દીપિકાઓના પ્રકાશમાં એની મુખમુદ્રા કાકને સ્પષ્ટ દેખાતી હતી. કાક એ મુખમુદ્રાને જોઈ રહ્યો.

એ મુખમુદ્રામાં રાજકુમારનું અસલી રૂપ હતું. તો વિદ્યાપતિની ઉપાસનાનું તેજ પણ ત્યાં હતું. પરંતુ તે ઉપરાંત કાંઈક એવું જણાતું હતું કે જેને જોતાં માણસ છક્ક થઈ જાય.

એ ચહેરામાં બારીક નજરે જોનારને નર્યું શુદ્ધ કંચન સમું સત્ય રેલાઈ રહેલું નજરે પડે. એનાં રૂપ, તેજ, પ્રતાપ, પ્રભાવ, વિદ્યાની ઉપાસનાશક્તિ પણ, આ સત્યની પાસે જાણે ઝાંખાં ઝાંખાં લાગે. એને જોતાં તરત જ પહેલો ખ્યાલ એ આવે કે આ માણસ એકલો, આખી દુનિયા સામે ઊભા રહેવાની શક્તિ ધરાવનારો, તદ્દન જુદી જ સૃષ્ટિનો આદમી છે !

એવી તીવ્ર, તેજસ્વી, પ્રતાપી, કાંચનતપ્ત એક રૂપછાયા, ત્યાં મુખમુદ્રા ઉપર ઢળી ગઈ હતી.

કાકને નવાઈ લાગી. એ આંહીં કેમ આવ્યો હશે ?

એને દેવકે કહેલી વાત સાંભરી આવી. જે ભારાવાળાની શોધમાં દેવક આંહીં આવ્યો હતો એમ એણે કહ્યું હતું, એ જ પેલો ભારાવાળો હોવો જોઈએ; પણ જે હાડકાંનું માળખું મદ્યપાત્ર ઉપાડી શકે તેવું રહ્યું ન હતું, તે લાકડાનો ભારો શી રીતે ઉપાડતું હશે ?

કાકને કંઈ સમજાયું નહિ.

પણ એટલામાં રાજકુમાર જીવકને એણે ત્યાં ભારવાળાની સામે પડેલા એક સુંદર આસન પર બેસતો જોયો. રાજકુમાર રસથી કાંઈક નિહાળી રહેલો દેખાયો.

કાકને લાગ્યું કે એને મળવાની આ સુંદરમાં સુંદર તક સાંપડી હતી. તે તરત એ બાજુ ચાલ્યો.

જીવક કૌમારભૃત્યને નજરમાં રાખીને કાક થોડે દૂર થોભી ગયો. ત્યાં એક આસન પડ્યું હતું. એણે પોતાની આસપાસ જોયું. આ મદ્યઘરમાં સૌ પોતાપોતાના તાનમાં મસ્ત હતા. એને ભય માત્ર પેલી ભેદી હાસ્યમુખીનો જણાતો હતો. એને જોવા એણે એક દૃષ્ટિ ચારે તરફ ફેરવી. પણ એ ક્યાંય જણાતી ન હતી. પડશે તેવા દેવાશે કરીને એ ત્યાં બેઠો. ત્યાંથી કૌમારભૃત્યની વાત સાંભળી શકાતી હતી. એ આનંદમાં આવી ગયો.

જીવક કૌમારભૃત્ય, પેલા ભારાવાળાનું પગથી માથા સુધી બહુ ઝીણવટ ભરેલી રીતે નિરીક્ષણ કરી રહ્યો હતો. તે તેના નખ જોઈ રહ્યો હતો. આંખ ઉપર દૃષ્ટિ ફેરવી રહ્યો હતો. આંખ ઉપરથી એની નજર ફરતી ફરતી છેક તેના પગ સુધી પહોંચી ગઈ.

અને ત્યાં એણે કાંઈક જોયું અને એ ચમકી ગયો લાગ્યો. કાકને કાંઈ સમજણ પડી નહિ, પણ એટલામાં એણે જીવક કૌમારભૃત્યને નીચે વળતો જોયો. ભારાવાળાના આસન પાસે નીચે ધરતી ઉપર એણે મૂકેલી, એક વાંકી, ત્રાંસી, ઠરડી, ઢંગધડા વિનાની જેષ્ટિકા તરફ એની દૃષ્ટિ થંભી ગયેલી જણાઈ. એની અનુપમ કહેવાતી ચિકિત્સિક દૃષ્ટિનો કાકને પ્રત્યક્ષ અનુભવ થયો.

એટલામાં જીવકના પગ તરફ એથી નજર ગઈ. જીવકે ધીમેથી પોતાનો પગ લાંબો કર્યો હતો. પેલા ભારાવાળાને શંકા ન પડે માટે તે તેની સાથે વાતોએ વળગ્યો હતો. કયા જંગલમાં એ જાય છે, યષ્ટિ-વનમાં શું શું વનસ્પતિઓ છે, ને એવી વાત થતી હતી. પણ એ બધો વખત એનો પગ લંબાતો જતો હતો. કાકની ચપળ દૃષ્ટિ આસન નીચે ચાલી રહેલી એની પગની હિલચાલ નીરખી રહી. રાજકુમારે પગ લાંબો કરીને, ધીમેથી અવાજ ન થાય તેમ, પેલી કઢંગી જેષ્ટિકાને જરાક આઘે કાઢી હતી !

કાકને રાજકુમારની આ હિલચાલમાં કાંઈ સમજણ પડી નહિ. પણ જ્યાં એની દૃષ્ટિ ભારાવાળા ઉપર પડી, અને એ ચમકી ગયો. સ્તબ્ધ બનીને મંત્રમુગ્ધની જેમ એની તરફ એ જોઈ જ રહ્યો ! એ સમજી ન શક્યો કે શું થયું હતું, પણ ભારાવાળાના હાડકાના માળખાના શરીરને બદલે એણે ત્યાં, એક સશક્ત, જાડો, ધીંગો, કદાવર, માંસચામથી તૂટું તૂટું થઈ રહેલી કાયાવાળો, નર્યો લોહીનો બન્યો હોય તેવો એક આદમી જોયો !

કાક તો આ ફેરફાર જોઈને પોતાની જાત ગાંડી થઈ ગઈ છે કે શું એવા ભ્રમમાં પડી ગયો.

એટલામાં જીવક કૌમારભૃત્ય ભારાવાળાને કહેતો સંભળાયો : 'તું મિત્ર ! મારું એક કામ ન કરે ?'

'શું કામ કરવાનું છે ?' ભારાવાળાને સામે કોણ બેઠું છે એની પરવા હોય તેમ ન લાગ્યું.

'તારી આ કઢંગી જેષ્ટિકા છે. એવી જ એક કઢંગી જેષ્ટિકા મને લાવી ન દે ?'

'અરે ! આ જ લઈ જાવને. હું બીજું ઠરડું કાપી લઈશ. મારે તો આવું હાથ હથિયાર કાંઈક રાખવું પડે. એ તો જંગલ કહેવાય. તમે આ લઈ જાઓ. હું બીજું ઠરડું ભાંગી લઈશ. ત્યાં ક્યાં ઠરડાંની કમી છે ?'

'પણ આ ઠરડું તેં જે ઝાડમાંથી કાપ્યું તે ઝાડ મને બતાવ. મારે એ ઝાડ જોવું છે !'

'અરે ! ત્યાં જંગલમાં લાખો મોઢે ઝાડવાં ઊભાં છે, એમાં તે કાંઈ નેઠો રહે ? કોણ જાણે ક્યાંથી આ મળી હશે.....' એમ બોલીને ભારાવાળાએ નીચા નમીને પોતાની જેષ્ટિકા સંભાળી. એ સરખી મુકાતાં, બરાબર એની સામે જ એ આવી ગઈ અને કાકે ફરીને ત્યાં કેવળ હાડકાનું માળખું બેઠેલું દીઠું !

કાક સમજી ગયો. પેલી જેષ્ટિકા માટે જ આ રાજકુમાર આંહીં બેઠો હતો. એ જેષ્ટિકામાં રત્ન હશે.

જે ભારાવાળાની શોધમાં કુમાર ફરતો હતો, તે જ આ ભારાવાળો હોવો જોઈએ એ સ્પષ્ટ હતું અને આ જેષ્ટિકામાં કોઈક એવું રત્ન હતું. જે શરીરની સામે મૂકતાં, શરીર આખાને હાડકાના માળખા જેવું બનાવી દેતું હતું, એટલે હાડકે હાડકું સ્પષ્ટ દેખાતું હતું !

જીવક કૌમારભૃત્યની અદ્‌ભુત લોકસંપર્કી વિદ્યાપ્રાપ્તિની આ ઉપાસનાને કાક અંતરથી પ્રણમી રહ્યો.

ક્યાં મગધનો રાજકુમાર – અને ક્યાં આ લઘરવઘર ભારાવાળો ? છતાં એ એની સામે બેઠો હતો એ તો ઠીક – એને માટે ને પોતાને માટે મદ્ય મંગાવી રહ્યો હતો.

જીવકકુમારની બારીક દૃષ્ટિ બીજી જેષ્ટિકા તરફ હતી. નજર કરીને એ એને નિહાળી રહ્યો હતો.

૪. રાજકુમારની સત્યની પ્રતિષ્ઠા

'ભણે કાષ્ઠહારક ! તારું નામ શું ?' જીવકકુમારે ભારાવાળાને પૂછ્યું.

'ભન્તે મહાપુરુષ !' ભારાવાળાને હવે ભાન આવતું જણાયું કે એની સામે બેઠેલો કોઈક મહાન માણસ છે : 'મારું નામ ફલક !'

'ભણે ફલક ! તારી આ જેષ્ટિકા મારે મફત જોઈતી નથી. એનું તું મૂલ્યાંકન લે તો હું એ રાખું !'

કુમારની વાત સાંભળીને કાક હવે ખરેખરો ચમકી ગયો. સત્યની જ પ્રતિષ્ઠા જેના જીવનમાં વણાઈ હતી એમ કહેવાતું હતું, એ રાજકુમાર પણ છેવટે વ્યવહારમાં તો સામાન્યની જેમ જ વર્તી રહ્યો હોય તેમ એને લાગ્યું. આ શું કહેવાય ? એની કોઈ સ્વપ્નસૃષ્ટિ જાણે ભાંગી પડતી હોય તેવું દુ:ખ એને થયું. ભારાવાળો આનું મૂલ્યાંકન આંકી આંકીને શું આંકવાનો હતો ? બહુ બહુ તો પાંચ કાર્ષાપણ કે દસ કાર્ષાપણ !

એટલામાં ફલક હસીને બોલ્યો : 'અરે ! આવા ઠરડાનું તે વળી શું મૂલ્યાંકન હોય ? મદ્યપાનનું એક પાત્ર, બસ.'

'એ તો મળશે જ ભણે ફલક ! પણ આ ઠરડું તારે નિરુપયોગી છે. મારે એ અત્યંત કામનું છે. પણ ભણે કાષ્ઠહારક ! મારું નામ તું જાણે છે ?'

'ના ભન્તે મહાપુરુષ ! એ ભાગ્ય મને મળ્યું નથી. એક હાથી મેં બહાર જોયો હતો. લાગે છે કે તમે કોઈક રાજઅધિકારી હશો !'

'ત્યારે ભણે કાષ્ઠહારક ! હું કોઈ રાજઅધિકારી નથી, પણ રાજચિકિત્સક જીવકકુમારનું નામ તો તેં સાંભળ્યું છે નાં ?'

ભારાવાળો નામ સાંભળતાં જ બે હાથ જોડીને બેઠો થઈ ગયો : 'અરે મારા ભગવાન ! એ નામ સાંભળ્યું ન હોય એવો કોણ અભાગી રાજગૃહમાં હોઈ શકે ? મારે હવે આ જેષ્ટિકાનું કાંઈ લેવું નથી. એ તમને આપી.'

'પણ તને ખબર નથી ભણે કાષ્ઠવાહક ! કે તું શું આપી દે છે ! એ જેષ્ટિકા તો મહામૂલ્યવાન છે. એમાં કોઈક એવું રત્ન છે. મારે એ ઉપયોગી છે. તારે નકામી છે. તારી પાસે હોય તોપણ તું એનો બીજો કોઈ ઉપયોગ કરી શકે તેમ નથી. એટલી જ વાત છે છતાં એ ઘણી મૂલ્યવાન તો છે જ. પણ બોલ, તું કહે, કેટલા કાર્ષાપણ આપું ?'

'હું કહું છું એક પણ નહિ ને છતાં આપવા જ હોય તો એક શત આપો, ભન્તે કુમાર !'

'એક શત કાંઈ અપાય !'

ભારાવાળાને થયું કે ઘણું વધારે બોલાયું લાગે છે. 'તો અર્ધ શત આપો ભન્તે કુમાર !' તે બોલ્યો.

જીવકકુમાર મોટેથી ખડખડાટ હસી પડ્યો : 'અરે ગાંડાભાઈ ! હું તો એમ કહેતો હતો કે એના એક સહસ્ર કે એક લક્ષ કાર્ષાપણ પણ ઓછા ગણાય. શત બે શતની ક્યાં વાત છે ? હું તને દસ સહસ્ર કાર્ષાપણ આપું. મારે માટે એ વસ્તુ ખરેખર ઉપયોગી છે. ને તારે ખરેખર નિરુપયોગી છે ! આ વસ્તુનું મહત્ત્વ જ એમાં છે. તારે નકામી, મારે કામની. છતાં મેં કહ્યું એટલું મૂલ્યાંકન બરાબર ગણાય.'

કાકના અંતરમાં આનંદ આનંદ થઈ ગયો. સત્યને સત્યરૂપે જ જાણનારો એક મહાપુરુષ આંહીં હતો. એને ખાતરી થઈ ગઈ કે એ એની પાસે વાત મૂકશે, તો એ ભિષગ્વર પોતાનો ધર્મ શું એટલું જ જોશે, બીજી આડીઅવળી વાતમાં નહિ પડે.

'ભન્તે રાજકુમાર ! એ તો બહુ થાય અને હું એટલા બધા સાચવું ક્યાં ? મફતનું મને મારીને કોઈક ઉપાડી જાય. એટલા કાર્ષાપણ મારી ઝૂંપડીમાં લઈ જાઉં એટલે મારા મૃત્યુનું પોટલું બાંધીને લઈ જાઉં છું એવો જ અર્થ થાય.'

'તો તું એમ કર, ભણે કાષ્ઠવાહક ! જો, ડુંગરમાળાની પાસે મારી આમ્રવાટિકા છે. ત્યાં તું આવજે. ત્યાં તું રહેજે.'

'અને પછી મારું જંગલ ? એને હું ભૂલી જાઉં ? જે જંગલે મને જાળવ્યો એનો હું દ્રોહ કરું ? જે જંગલે મને નભાવ્યો, એને હું તજી દઉં ? તમારી આમ્રકુંજ માટે મારું જંગલ હું વિસારું ? ના ના, એ કદાપિ ન બને. જંગલ વિના હું ક્યાંય રહી ન શકું ભન્તે કુમાર ! યષ્ટિવન તો મારી મા છે. મા વિના બાળક ક્યાંય રહી શકે ?'

'તો તું એમ કર, ભણે કાષ્ઠહારક ! જ્યારે જ્યારે, તારે જે જે વસ્તુનો ખપ પડે, તે મારે ત્યાંથી લઈ જાજે.'

'ભન્તે રાજકુમાર !' કાષ્ઠહારક બે હાથ જોડીને બોલ્યો : 'તમને ખબર નથી, પણ મેં મારી વનમાતાનો સ્નેહ જોયો છે. એણે મને કોઈ દિવસ ભૂખ્યો – તરસ્યો રાખ્યો નથી. ભન્તે રાજકુમાર ! કાર્ષાપણ તમારી પાસે ભલે રહ્યા. ને આ તમારી ઉપયોગની ચીજ તમે રાખો.' કાષ્ઠહારકે જીવક રાજકુમારના હાથમાં પેલી ઠરડી કઢંગી જેષ્ટિકા આપી દીધી.

થોડી વારમાં જ પેલી મદ્યદાસી આવતી જણાઈ. તેની પાસે સોનાનું પાત્ર હતું. એમાં ઊંચા ઊંચા પ્રકારનો મદ્ય હતો. તે જીવકકુમારને અભિવાદન કરતી ત્યાં ઊભી રહી.

જીવકકુમારે પેલું કનકનું મદ્યપાત્ર લઈને કાષ્ઠહારકના હાથમાં આપી દીધું. મદ્યદાસી તો એ જોઈને આભી બની ગઈ. કાક પણ નિહાળી રહ્યો. એટલામાં તો જીવકકુમારે કાષ્ઠવાહકને કહ્યું : 'મિત્ર ! જંગલની વનસ્પતિઓએ મને કેવી કેવી વાત કરી છે, પણ તેમાંથી કોઈ વાત, તને આ ઠૂંઠાએ કહી તેવી નથી ! આવી વાત તો એણે કોઈને કોઈ દિવસ કહી નહિ હોય. તું મહા બડભાગી છો. કાષ્ઠહારક ! વર્ષોની તારી અખંડ ઉપાસનાનું ફળ વનદેવતાએ પોતે તને આપ્યું છે. ભણે કાષ્ઠહારક ! હવે જે જે દર્દી માટે, આ તારા ઠૂંઠાનો મારે ઉપયોગ કરવો પડે, તે તે પુણ્યફળ તારું હો, મારું નહિ !'

મદ્યદાસીને જીવક રાજકુમારે કહ્યું : 'દાસી ! મદ્યપાન નહિ, મને ફારૂસક* પાન દે !'

---

* ફાલ્સાનું પાન, 'ફાલ્સે.....ફાલ્સા' ઘણા જૂના વખતથી પ્રસિદ્ધ જણાય છે.

મદ્યદાસી તરત નમીને ત્યાંથી ચાલી ગઈ. પણ પોતાની તરફ જોઈને ત્રીજી વખત હસતી આ નારી પ્રત્યે હવે કાકને શંકા ગઈ. એને લાગ્યું કે એ કદાચ જીવકકુમારને પછી મળી શકશે જ નહિ. આ મદ્યદાસી પોતાને ઓળખી ગઈ લાગે છે. તે આવી પહોંચે તે પહેલાં જ એણે જીવકકુમારને મળી લેવું જોઈએ, એના સ્મિતમાં ઊંડો ભેદ રહ્યો હતો એ સ્પષ્ટ હતું. તે તરત ઊઠ્યો.

૫. હું મિત્ર, રોગી માત્રનો

રાજકુમાર જીવક પાસે આવીને કાકે અભિવાદન કર્યાં. નમ્રતાથી એ હાથ જોડીને ત્યાં સામે ઊભો રહ્યો.

જીવકને રસ્તામાં હાલતાં ને ચાલતાં માણસો મળી જતાં. એને દર્દીને જોઈને દિલમાં કાંઈનું કાંઈ થઈ જતું. ત્યાંથી તપાસ કર્યા વિના એક પગલું આગળ જવું એ એને જીવનદ્રોહ જણાતો. રાજગૃહમાં એના હાથીની સોનેરી ઘંટાને એક નાનું પાંચ વર્ષનું છોકરું પણ ઓળખી ગયું હતું. એ ઘંટા વાગે ને ઘેરઘેરથી માણસો ઊભરાય. કોઈ માથું પકડીને ઊભા હોય. કોઈ પેટ દબાવતા હોય. કોઈની આંખો ચકળવકળ થતી હોય. કોઈ મરવા વાંકે જીવતા હોય ! કોઈએ છોકરાં તેડ્યાં હોય. કોઈને છોકરાંએ ટેકો દીધો હોય. કોઈ હાંફતા હોય. કોઈ રોતા હોય. કોઈ દીવાનાની માફક હસતા પણ હોય !

જીવકને તમામ પ્રકારના દર્દી માણસો પ્રત્યે અદ્‌ભુત સહાનુભૂતિ હતી. એ દરેકની પાસે થોભતો. દરેકની વાત જાણતો. દરેકને આશ્વાસન આપતો. દરેકને ઘરગથ્થુ તદ્દન સાદો ઉપાય બતાવતો. કોઈને નાસ લેવાનું કહેતો. કોઈને વિરેચન આપતો. કોઈને યવાગૂ બતાવતો. કોઈને રાજગૃહની ટેકરી ઉપર જવાનું કહેતો. કોઈને તપોદારામમાં નહાવાનું જણાવતો.

એનો ગજેન્દ્ર જ્યારે નીકળે ત્યારે ભાતભાતના લોકથી એ વીંટળાઈ ગયો હોય. એને એમ વીંટળાઈ જવામાં આનંદ આવતો.

ગજેન્દ્ર પણ એના સ્વામીની આ વાતને ટેવાઈ ગયો હતો. એ કોઈ છોકરાને ખીજવતો, કોઈ ઉપર પાણી રેડતો, કોઈને ખોટું ડરાવતો, તો કોઈના માથા ઉપર હેતથી સૂંઢ પણ ફેરવતો. એ પણ એના સ્વામીની જેમ તોફાની

ભૂલકાંઓનો ભિષગ બની ગયો હતો. એ ભૂલકાંઓમાં પણ કોણ કેટલામાં છે, એની જાણે એને ખબર પડી ગઈ હતી.

જીવક કૌમારભૃત્યનો ગજરાજ પરમબલ એ ઘરઘરનો જાણીતો ગજરાજ થઈ પડ્યો હતો. એ જ પ્રમાણે એનો સ્વામી પણ.

એટલે જીવક માટે આમ અચાનક કોઈ આવી ચડે, તે નવાઈની વાત ન હતી. કોઈક દર્દી એને શોધતો શોધતો આંહીં આવ્યો હોવો જોઈએ. તેણે પ્રેમથી કાકની તરફ જોયું. માણસ તો તંદુરસ્ત લાગ્યો.

'ભણે નાગરિક ! શું છે ?' તેણે તરત પૂછ્યું.

'ભન્તે રાજકુમાર ! મારું નામ કાક. હું મહારાજ પ્રદ્યોતનો રાજમંત્રી છું. હું અવંતીથી આવું છું. તમને શોધતો આંહીં આવ્યો છું.'

જીવક કુમાર આશ્ચર્યમાં ડૂબી ગયો. હજી સુધી અવંતી જેટલે દૂરથી ભાગ્યે જ આ પ્રમાણે કોઈ આવ્યું હતું.

'તમે અવંતીથી આવો છો ? એટલે દૂરથી ?'

'હા પ્રભુ ! છેક અવંતીથી.'

ઉજ્જૈનનો ચંડપ્રદ્યોત રાજગૃહનો ભયંકર દુશ્મન હતો, એ વાત ભિષગ્વરને યાદ જ ન આવી. માત્ર પ્રદ્યોત માંદો હતો, એ વાત એણે સાંભળી હતી અને એને એ જ યાદ આવી ગઈ.

'કેમ છે અવંતીનાથને ?'

'ભન્તે રાજકુમાર ! એટલા માટે જ હું આંહીં તમારી પાસે દોડતો આવ્યો છું. તમે જીવન આપો તો એ જીવે, એવી વાત છે !'

દર્દ, દર્દી, ઔષધ, વનસ્પતિ, શસ્ત્રક્રિયા, જંતુ, જંતુવિદ્યા, જીવકના મગજનાં સેંકડો ખાનાંમાં આ જ વાત રાત ને દિવસ ઘોળાતી હતી. તેને અવંતીપતિ અને મગધપતિના સંબંધની કોઈ બીજી વાત અત્યારે યાદ જ ન રહી.

'પણ એમને છે શું ? ભુવનપતિ શું કહે છે ?'

ભુવનપતિ અવંતીનો રાજભિષગ હતો. તે પણ વિખ્યાત હતો. જીવક એને નામથી જાણતો હતો.

'પાંડુરોગ !'

'પણ પાંડુરોગ ભાતભાતના થાય છે ભણે રાજમંત્રી ! આ કેવો પાંડુરોગ છે ?'

'લોહીના કણમાં ક્યાંય રતાશ નથી. ભન્તે રાજકુમાર ! એવો મહા ભયંકર પાંડુ છે. આધાર માત્ર તમારા ઉપર છે. તમે જિવાડો તો અવંતીપતિ જીવે. તમે આવો તો એ ઊગરે. તમે વાત હાથમાં લ્યો, તો બચે.' કાક બોલતાં બોલતાં ગળગળો થઈ ગયો : 'અવંતી જેવી અવંતી નગરીના પતિ માટે, બીજી કોઈ આશા નથી ભન્તે રાજકુમાર !'

'અવંતીપતિ ચંડપ્રદ્યોત જેવાની આ દશા ? હું આ શું સાંભળું છું ?'

'પ્રભુ ! અત્યારે તો એ દીનના પણ દીન છે. બે હાથ જોડીને અભિવંદવા યોગ્યને અભિવાદન કરતાં પણ, એમને થાક લાગે છે. તમને હું લઈ જવા માટે જ આવ્યો છું. ત્રણ ત્રણ રાજકુમારો પિતાને વીંટળાઈને બેઠા છે. તે તમારી રાહ જુએ છે. રાણી અંગારવતી રાત–દિવસ તમારું નામ ઝંખે છે. હું કામ્બોજના અશ્વોનો ઘડિયાં જોજન રથ લઈને આવ્યો છું.'

'આવું હતું ત્યારે તો રાજમંત્રી ! તમારે ત્યાંની પેલી વિખ્યાત હાથિણી છે ને – પચાસ જોજન જાય છે એક દીમાં – એ જ લાવવી હતી ને ?'

'આ અશ્વો પણ મહારાજ આંહીંથી ઊપડ્યા, અવંતી આરામ કરે તેવા છે.'

'ભદ્દવતી આંહીં લાવીને પછી મારે ક્યાં રહેવું ?' એ મનમાં બોલી ગયો. તે સમજતો હતો. વર્ષકારે હાથણી વિષે કહ્યું હતું. તેમાં ને આણે કહ્યું તેમાં ઘણો ફેર હતો. આને તો જલદી પહોંચવાની વાત હતી. જીવકની વાત સાંભળીને તેનો પ્રત્યુત્તર સાંભળવા તે થોભ્યો.

'પણ મારી વાત ન્યારી છે ભણે કાકમંત્રી !' જીવકકુમાર ધીમા, પણ સ્પષ્ટ શબ્દોમાં બોલ્યો : 'મારે તો ઔષધો લેવા જંગલમાં ગમે ત્યારે દોડવું પડે. કોઈક પ્રભાતે લાવવા જેવાં હોય. કોઈક મધરાતે. કોઈક વખત વહેલે પ્રભાતે, કોઈક વખત મોડી રાતે, એમ ઔષધો લેવા દોડવું પડે. મહાન ગવૈયાની પેઠે ઔષધીઓને પણ પોતાની પળ પળની ખુમારી હોય છે. તમારે ત્યાં બંધ-

હોય તો હું વિજય પણ ન મેળવું, ને મારી વિદ્યાનો દ્રોહ કરી બેસું એ વધારામાં, હું નિષ્ફળ પાછો ફરું એ મને મૃત્યુ કરતાં પણ વધારે આકરું લાગે !'

'પ્રભુ ! અવંતીનાથ તમને તમામ પ્રકારની સગવડતા આપશે. જંગલો બધાં તમારે માટે ખુલ્લાં રહેશે. નગરદ્વારો તમારે માટે ખુલ્લાં રહેશે. હાથણી ભદ્રવતિકા ચોવીસે ઘટિકા તમારી હાજરીમાં ઊભી હશે. અન્ય હાથીઓ, વામનિક,* ઉચ્ચકલારિક, ઉચ્ચ કાણેરૂક જેવા ફાલતુ કામ માટે ત્યાં ખડા હશે. એક છદંત+ હાથી પણ મહારાજ અવંતીનાથ પાસે છે. પણ અવંતીનાથને ઉગારી લ્યો – પ્રભુ ! એના જેવો વીરનર, અવંતી અને ભારત જ્યારે દેખે ત્યારે. એ તમારે શરણે છે એમ માનજો.' કાક વધુ બોલી શક્યો નહિ. એની આંખમાં ઝળઝળિયાં આવી ગયાં હતાં.

'ભલે, તો હું આવું. હું તો રોગીઓ માટે જ છું, હું મિત્ર રોગી માત્રનો.'

'આવું એમ નહિ, મારા પ્રભુ ! ચાલો.'

'ભણે મંત્રી ! આંહીં કેટલાક દર્દી છે તેમને જોઈ લેવા જોઈએ. કાલે પ્રભાતે નીકળીએ.'

'ચોક્કસ ?'

'વિધિના નિર્માણ જેટલું. હું તો ભિષગ છું રાજમંત્રી ! ગમે તે હોય. ગમે ત્યાં હોય, ગમે તેવી સ્થિતિમાં હોય, પણ દર્દી મારે શરણે આવ્યો, એટલે ત્યાં જવું એ મારો ભિષગધર્મ છે. એટલે હું તમને ના શી રીતે પાડી શકું ? ગુરુ આત્રેયને આપેલી એ તો ગુરુદક્ષિણા છે. આ તો અવંતીનાથ છે, પણ આવો કાષ્ઠહારક હોય તોપણ, હું દોડું. મારાથી ના ન જ પડાય. હું આવીશ. ન આવું તો મારો ભિષગધર્મ લાજે. પણ મારે મહારાજને કાને વાત નાખવી પડે. આપણે કાલે વહેલી પ્રભાતે નીકળીએ.'

કાક ચમકી ગયો. આ રજા લેવા જાય, મહારાજ બિંબિસાર હા પાડે, પણ અજાતશત્રુ ના પાડે તો ? હજી આવવાનું અધ્ધર ટીંગાતું હતું. છતાં એણે જીવકકુમારના નિશ્ચયની પાકી ખાતરી કરી લેવામાં પોતાનું હિત જોયું.

* વામનિક = નાનો હાથી. ઉચ્ચકલારિક = મોટો. + છદંત = છ દાંતવાળો.

'તમારો આવવાનો નિર્ણય હોય તો અવંતીનાથ જીવી ગયા એ ચોક્કસ, ભન્તે રાજકુમાર ! આમાં ફેરફાર તો નહિ થાય નાં ? એક એક પળ કીમતી છે, એટલે કહું છું.' કાક બે હાથ જોડીને નમી રહ્યો.

'ફેરફાર એમાં ? કોઈ કાળે નહિ, ભિષગ કાળક્ષેપ કરી શકતો નથી.'

બરાબર એ જ વખતે કાકને પોતાના ખભા ઉપર પાછળથી કોઈનો હાથ પડતો લાગ્યો. તે ચમકી ગયો. તેણે ત્વરાથી પાછળથી જોયું. પાછળ એક પ્રચંડ જોદ્ધા જેવો માણસ ઊભો હતો. તેની છાતી ઉપર સિંહનો સોનેરી પંજો લટકતો હતો. તેણે પોતાના લાંબા કેશને એક કૌશેય પટ્ટીથી બાંધી લીધા હતા. એના બંને હાથમાં સોનાના બાજુબંધ હતા. ડોકમાં મોતીની માળા હતી. તેણે એક વસ્ત્ર પહેર્યું હતું. કેડ ઉપર એક વસ્ત્રને મજબૂત ગ્રંથિથી બાંધ્યું હતું. ઉપરી વસ્ત્રને બદલે એનું સ્નાયુબદ્ધ શરીર ખુલ્લું હતું. કાકે તેની તરફ જોયું અને એ વાત પામી ગયો. અજાતશત્રુના સિંહપાદ જોદ્ધાઓ વિષે તેણે ત્યાં અવંતીમાં ઘણું સાંભળ્યું હતું. તેમાંનો કોઈક આ હોવો જોઈએ. તેના એક હાથમાં એક પ્રચંડ ભાલો હતો. તેની કેડે એવી જ ભયંકર સમશેર લટકતી હતી. તેની મુખમુદ્રા કડક હતી. જાણે કે એ માત્ર આજ્ઞા ઉઠાવવાને, આજ્ઞા આપવાને અને પોતાની આજ્ઞાનું પાલન થતું જોવાને જ ટેવાયેલી હોય.

કાકને પેલી મદ્યદાસીનું સ્મિત સાંભરી આવ્યું. એનો ભેદ એને હવે સમજાયો. એણે જ આ સિંહપાદ સૈનિકને ખબર આપી હોવી જોઈએ. રાજગૃહમાં પ્રવેશેલો માણસ, યુવરાજકુમાર અજાતશત્રુના સિંહપાદ સૈનિકથી ભાગ્યે જ બે પળ મુક્ત રહી શકતો, એ લોકવાતનો એને પ્રત્યક્ષ અનુભવ થઈ ગયો. તેને એનું અપમાન ભયંકર જણાયું.

એ શા માટે આવ્યો હશે એની એના મનમાં ગડભાંગ થઈ રહી.

એટલામાં સિંહપાદ સૈનિક જ બોલ્યો : 'અવંતીના રાજમંત્રી કહે છે તે તમે ?'

'હા ભણે સૈનિક ! તમારું અનુમાન બરાબર છે. હું અવંતીથી આવ્યો છું !'

'કેમ આવવું થયું છે મંત્રીરાજ ?'

'ભણે સૈનિક ! મગધના મહાઅમાત્યને જણાવવા માટેનો એ વિષય છે. હું અવંતીનો રાજમંત્રી છું. મહાઅમાત્યને હું મળ્યો છું. બીજું કાંઈ કામ છે તમારે ? મારે રાજકુમાર જીવકકુમાર સાથે તત્કાલ ઉપયોગી એવી ઘણી વાતો કરવાની છે. એક એક પળ કીમતી છે.'

'પણ ભન્તે રાજકુમાર !' સિંહપાદ સૈનિકે જીવકને નમીને અચાનક કહ્યું : 'હું તમને જ શોધતો આંહીં આવ્યો છું. તમને મહારાજ યુવરાજકુમાર યાદ કરી રહ્યા છે !'

'કોણ, યુવરાજકુમાર ? મને યાદ કરે છે ?' જીવકને આશ્ચર્ય થયું. અજાતશત્રુ માંદો હોય તોપણ એને યાદ ન કરે. એને સિંહપાદ સૈનિકનો અવિનય પણ ખૂંચ્યો હતો. તે તેની સામે જોઈ રહ્યો.

'હા. ત્યાં રાજકુમાર અભયદેવના નિવાસસ્થાને તમારી તપાસ માટે હું જઈ આવ્યો. ત્યાં તમે ન હતા.' સિંહપાદ સૈનિકે કહ્યું.

'પણ તું કોના કહેવાથી આ બધી વાત મારી સમક્ષ કરે છે ?' જીવકકુમાર કાંઈક કડક થઈ ગયો : 'શું મહારાજ બિંબિસારની આ વાત છે ? કોઈ દર્દીની વાત છે ? કોઈ ઔષધની વાત છે ? યુવરાજકુમારને તો કોઈ માંદગી જાણી નથી.'

'ના, એવી કોઈ વાત નથી ભન્તે રાજકુમાર ! પણ મહાઅમાત્ય વર્ષકારને ત્યાં, અવંતીના આ રાજમંત્રી આવેલ છે એ જાણ્યું અને યુવરાજકુમારે તમને યાદ કર્યા છે.'

'અવંતીના રાજમંત્રી આવ્યા છે, એ મહાઅમાત્યને ખબર છે. એ આંહીં છે એ તમે જાણ્યું. પણ એમાં યુવરાજકુમારને મારું શું કામ પડ્યું ? તમારે એનું કામ હતું. તમે એને એ કીધું. હવે તમારે એને સાથે લઈ જવા હોય તો લઈ જાઓ. એમણે એમનો સંદેશો મને આપવાનો આપી દીધો છે. મારું શું કામ છે ત્યાં ? કોઈ માંદું હોય રાજમહાલયમાં, તો મને કહો, એટલે હું અડવાણે પગે દોડ્યો આવું. કોઈ માંદું છે યુવરાજ કુમારને ત્યાં ? રાણી પદ્માવતીને તો કાંઈ નથી નાં ?'

'ના, કોઈ માંદું નથી ભન્તે રાજકુમાર ! પણ યુવરાજકુમારે મને આજ્ઞા કરી છે. તમને યુવરાજકુમાર અજાતશત્રુ યાદ કરે છે, હમણાં ને હમણાં.'

'હું કોઈનો દાસ નથી, ભણે સૈનિક ! યુવરાજકુમારને કહેજે. ને અત્યારે તો મારે કેટલાક દર્દીઓને જોઈ લેવા પડે તેમ છે. કાલે પ્રભાતે આ રાજમંત્રી સાથે મારે અવંતી જવાનું છે.'

'અવંતી ? શું તમે કહ્યું ભન્તે રાજકુમાર ? અવંતી જવાનું છે ?'

'હા, અવંતી. કેમ, અવંતીનું નામ તેં કોઈ દિવસ સાંભળ્યું નથી કે શું ? ત્યાં અવંતીપતિ માંદા છે. મારે શરણે આવેલા છે. મારે ત્યાં જવાનું છે !'

'અરે ! પણ ભન્તે રાજકુમાર ! રાજકુમાર ! ભન્તે કૌમારભૃત્ય જીવકકુમાર !' સિંહપાદ સૈનિક ઉતાવળે બોલવા માંડ્યો : 'એ વાત માટે તો હું તમારી પાસે દોડતો આવ્યો છું. તમે યુવરાજકુમારને મળ્યા વિના અવંતી જઈ શકતા નથી !'

'શું કહે છે તું ભણે સૈનિક ? તું કોની સામે ઊભો છે એ તને ખબર લાગતી નથી. હું રાજકુમાર છું, હું રાજભિષગ પણ છું ! મહારાજ બિંબિસાર સિવાય બીજા પાસેથી આજ્ઞા મેળવવાને હું ટેવાયેલો નથી.'

'હું તો યુવરાજકુમારની આજ્ઞા લાવ્યો છું ભન્તે રાજકુમાર ! જે આજ્ઞા મને મળી, તે મારે તમને કહેવાની છે. તે કહેવા માટે હું આવ્યો છું.'

'શું આજ્ઞા છે ?'

'તે તમારે એકને માટે છે ભન્તે રાજકુમાર !' સિંહપાદ સૈનિક બોલ્યો.

'પણ આંહીં બીજું કોણ છે ?'

'રાજકુમાર ! રાજ્યો આમ ન ચાલે. આંહીં આ અવંતીના રાજમંત્રી ઊભેલ છે. આ કાષ્ઠહારક છે. આ મદ્યઘર છે. અલ્યા ! તું હવે આંહીં શું બેઠો છે ? તું તો જા !' સૈનિકે કાષ્ઠહારકને તતડાવ્યો.

પણ જીવકકુમારે તરત કહ્યું, 'એ જઈ શકતો નથી. મારે એની પાસેથી જંગલની ઘણી ઘણી વાતો લેવાની છે.'

સિંહપાદ સૈનિકને રાજકુમાર જીવકકુમારનું વર્તન ગમ્યું નહિ. પણ તે બીજું કાંઈ કરી શકે તેમ ન હતો. એને માત્ર જીવકકુમારને આજ્ઞા આપવાની

હતી. એથી વિશેષ વાત માટે અવકાશ ન હતો. તે ગર્વથી કંઈક વધુ ટટ્ટાર ઊભો રહ્યો. તેણે પોતાનો ભાલો જમીન ઉપર વધારે સ્થિર કર્યો. તેણે આજ્ઞાવાહી કડક સ્વરમાં મોટેથી કહ્યું : 'ભન્તે રાજકુમાર ! યુવરાજકુમાર અજાતશત્રુનો મોકલ્યો હું આવ્યો છું. હું તમને એમની આજ્ઞા સંભળાવું છું. પછીની જવાબદારી મારી નથી. મહારાજ અજાતશત્રુએ સ્પષ્ટ શબ્દોમાં આજ્ઞા ફરમાવી છે. એમની અનુજ્ઞા વિના રાજભિષગ કે કોઈ ભિષગ રાજગૃહ છોડી શકતા નથી. તમે અવંતી જઈ શકતા નથી ભન્તે રાજકુમાર !'

'અને મારે જવું જ પડે તેમ હોય તો ?'

'તો તમે યુવરાજકુમારને મળો !'

કાકને પોતાનો ભય ખરો પડતો લાગ્યો. તેને વાત વણસી જતી લાગી. એનું કામ ઉતાવળનું હતું. એણે જીવકકુમાર માટે ધાર્યું હતું તેમજ થતું હતું. એ નમતું આપે તેમ ન હતો એ ખરું, પણ જે પળ જતી હતી તે દરેક પળ પ્રદ્યોતરાજના મૃત્યુને પાસે લાવી રહી હતી. તેણે બે હાથ જોડ્યા : 'ભન્તે રાજકુમાર ! હું પોતે મહારાજ બિંબિસારને મળીને અવંતીપતિનો સંદેશો આપી દઉં. એનાથી કામ સરળ થશે. અત્યારે પળ પળનો હિસાબ છે.'

'તું યુવરાજકુમારને કહેજે ભણે સૈનિક ! મહારાજ બિંબિસારની રજા હું લેવાનો છું. મહારાજની મને આજ્ઞા છે. દર્દીને જોવા હું ગમે ત્યારે, ગમે ત્યાં જઈ શકું છું. અવંતીમાં એક દર્દી છે. હું ત્યાં જવાનો છું. ભણે રાજમંત્રી ! તમતમારે જઈને તમારો રથ તૈયાર કરો. હું મહારાજને મળીને આ આવ્યો. આપણે અત્યારે જ જવું જોઈએ. પ્રભાતની રાહ જોવાની નથી. કાષ્ઠહારક ! તું મારે ત્યાં પછી આવજે. મારે ઘણી પૂછપરછ કરવાની બાકી રહી છે. પણ રહે, અત્યારે તું તારી આજીવિકા સરળપણે....'

જીવકકુમારે કાષ્ઠહારકને એક શત કાર્ષાપણથી ભરેલી થેલી આપી. 'ભણે કાષ્ઠહારક ! હમણાં આ લઈ જા. પછી મને મળજે. યષ્ટિવનને આપણે બોલતું કરવું છે.'

અને એ અજાતશત્રુના સૈનિક તરફ જોવાની પણ દરકાર કર્યા વિના, પોતાના ગજરાજ તરફ જવા માટે ઊભો થઈ ગયો અને તરત ચાલતો થયો.

સિંહપાદ સૈનિક ત્વરાથી પાછળ દોડ્યો : 'ભન્તે રાજકુમાર ! યુવરાજકુમારને હું શું જવાબ આપું ?'

'મેં કહ્યો તે.' જીવકે ચાલતાં ચાલતાં જ કહ્યું : 'યુવરાજકુમારને કહેજે, રાજભિષગ જીવક કૌમારભૃત્ય તમામ રોગીઓનો મિત્ર છે. અવંતીમાં એનો એક રોગી છે. એણે ત્યાં જવું જોઈએ અને એ ત્યાં જવાના છે.'

'અરે ! પણ ભન્તે રાજકુમાર ! તમે મૂળ વસ્તુ ભૂલી જતા લાગો છો. યુવરાજકુમાર તમારા ભિષગધર્મ આડે આવવા માગતા નથી. પણ અવંતીનાથ તો આપણો દુશ્મન છે પ્રભુ ! તેનું શું ? તમને આ ધ્યાન રહ્યું લાગતું નથી. માંડ એ આ ધરતી પરથી ટળે તેવું લાગે છે. આપણે હાથે કરીને આવા એક ભયંકર દુશ્મનને ઊભો રહેવા દેવો ? વાત આ છે રાજકુમાર !'

'હું તો ભિષગ છું ભણે સૈનિક ! તમારો એ દુશ્મન હશે. મારે કોઈ દુશ્મન નથી. મારે માટે રોગી અને નિરોગી એવા બે જ વર્ગ છે. મારો એ દર્દી છે. એ મારે શરણે આવ્યો છે. આ એનો રાજમંત્રી બોલાવવા આવ્યો છે, હું તત્કાળ ત્યાં જવાનો છું, યુવરાજકુમારને એ કહેજે.'

જીવકકુમાર બધાને આશ્ચર્યમાં મૂકીને ત્યાંથી ચાલી નીકળ્યો.

સિંહપાદ સૈનિક એને જતો જોઈ રહ્યો. અવંતીના રાજમંત્રી પાસેથી કાંઈક વધુ હકીકત મેળવવા માટે એ એના તરફ ફર્યો.

પરંતુ એ પણ બહાર નીકળી ગયો લાગ્યો. મહાઅમાત્યના આરામવત્થુમાં એ હતો એની એને ખબર હતી. એના કરતાં વધારે અગત્યની વાત હવે જીવકકુમારની હતી. કૌમારભૃત્યના નિર્ણયની ખબર આપવા માટે તેણે દોડવું જોઈએ.

એ જતો હતો ત્યાં પેલી મદ્યદાસી હસતી હસતી આવી : 'ભણે સૈનિક ! પાનના બદલામાં એક શત કાર્ષાપણ તમારે આપવાના છે !'

'એક જ શત ? એક સહસ્ર નહિ ?' હસતાં હસતાં તેના હાથમાંથી તેણે મદ્યપાત્ર લીધું અને તે ઉતાવળે ગટગટાવી ગયો. પાત્ર દાસીને આપીને તે તરત દોડી ગયો.

૬. રાજા અને પિતા

કૌમારભૃત્ય જીવકકુમાર અને રાજકુમાર અભયદેવ એ બંનેની મૈત્રી અજાતશત્રુને આંખના કણાની માફક ખૂંચી રહી હતી. એકલા જીવકકુમારનો એને ભય ન હતો, પણ અભયકુમારનું અને જીવકકુમારનું બંનેનું મિલન, એને ભયંકર લાગતું હતું.

એટલે, જ્યારે જીવકકુમારનો પ્રત્યુત્તર એણે સાંભળ્યો, ત્યારે એની ઉગ્રતાને કોઈ સીમા જ ન રહી. એને લાગ્યું કે રાજાએ પોતાની સત્તા રાજગૃહ પૂરતી જ મર્યાદિત બનાવી દીધી હતી એ ખરું, પણ ખરી રીતે રાજગૃહ જ મગધ હતું. એની અભેદ્ય ગિરિમાળા અને બહારથી પ્રવેશ કરવાનો વિકટપંથ, એનો વિચાર કરીને કૈંક દુશ્મનો મગધનું નામ પડતાં ધ્રૂજી જતા. પણ જીવકકુમાર, હલ્લ – વિહલ્લ અને બીજા અનેક રાજકુમારો જો સ્વેચ્છાથી ઠીક પડે તેમ રાજગૃહમાં વર્તવા માંડે, તો એમાંથી વહેલેમોડે એક દિવસ એ જોતો રહે, ને આ રાજકુમારો મગધના ધણીરણી થઈ પડે. એના ભાગ્યમાં રખડવાનું આવે. જો કે આખું મગધ, મહારાજે એને સોંપી દીધું હતું, છતાં પરિણામ આ જ આવે. રાજગૃહ એ જ મગધ હતું.

એટલે એ તરત રાજાને મળવા માટે દોડ્યો. રસ્તામાં એને અનેક વિચારો આવતા હતા : 'મગધનો, વૈશાલી કરતાં પણ વધારે બળવાન એવો દુશ્મન અવંતીનાથ હતો. એ દૂર પડ્યો હતો. વચ્ચે વત્સદેશ હતો. વૈશાલી ગણરાજ્ય હતું. એટલે એ ખામોશ પકડી રહ્યો હતો. પણ એવો દુશ્મન કુદરતને મોતે મરતો હોય, ત્યારે એને બચાવવા માટે આંહીંથી દોડવામાં તો મૂર્ખાઈની પરિસીમા હતી. એના કરતાં તો અવંતીપતિને કહેવરાવવું કે આંહીં મહારાજ

બિંબિસાર માંદા છે. જીવકકુમારની દવા ચાલે છે. તમે જ આંહીં આવો. મગધ તમારું આતિથ્ય કરવામાં પાછું વાળીને નહિ જુએ.'

'ખરો રસ્તો એ જ હતો અને એમાં જો એ જીવન જીવવાની ભૂખે આંહીં આવી ચડે, ને ભદ્રવતી હાથિણી લાવે, તો એ હાથણીને જ તળ રાખી લેવી. અવંતીપતિ પણ ભલે આંહીં રહીને મજા કરે !'

'રાજનીતિ તો આ હોય, કે અવંતીપતિને બચાવવા દોડવું એ હોય ? ટાઢે પાણીએ લપ જાય છે એટલી સામાન્ય વ્યવહારુ વાત પણ મહારાજ બિંબિસાર ન સમજે ?' એણે નિશ્ચય કરી લીધો. જીવકકુમારને ત્યાં જવાની મહારાજ અનુમતિ ન આપે. એ રાજનીતિ હોવી જોઈએ.

'પણ રાજા ન માને તો ?' અજાતશત્રુના મનમાં મોટો પ્રશ્ન ઊભો થયો : 'તો ? તો શું ?'

એમાં જ્યારથી એણે સાંભળ્યું કે અભયકુમારે એકલા નિઃશસ્ત્ર જઈને મગધની પશ્ચિમ દિશાનો અંગ દેશ પાસેનો બળવો સમાવવાનું બીડું ઝડપ્યું હતું, રાજાની અનુમતિથી એ ત્યાં દોડ્યો ગયો હતો, ત્યારથી એના મનમાં એક મોટી ગડભાંગ ઊભી થઈ હતી. મગધની મહત્તાને છિન્નભિન્ન કરીને જ રાજા જશે કે શું ?

'અભયકુમાર ઘણો પ્રભાવશાળી હતો એ ખરું. કદાચ એ કોઈનાં શસ્ત્રો ઘડીભર છોડાવે.... પણ તેથી શું એ કાંઈ નિત્યનું, રાજનીતિનું સત્ય બનતું હતું ?'

ઘેલા આદર્શની પાછળ દોડતા શ્રમણ ગૌતમ અને રાજા બિંબિસાર એ બંને અત્યારે અજાતશત્રુને મગધની મહત્તા માટે ભયંકર લાગ્યા. રાજાને એણે નજરકેદ જેવો રાખ્યો હતો. રાજાએ એને જ મગધ આખાનું તંત્ર સોંપી દીધું હતું. બધી સત્તા એની પાસે હતી. એ બધું હતું, છતાં આસપાસનાં બધાં રાજતંત્રોની નજર મગધ ઉપર હતી. બિંબિસારને જ એ સાચો રાજા ગણતાં. રાજગૃહ પૂરતી બિંબિસારની સત્તા સર્વોપરી હતી. વળી વૃદ્ધ રાજા અપાર સંપત્તિનો સ્વામી હતો. ને એ એની એકની જાણમાં હતી. એટલે વર્ષોથી ચાલી આવતી સ્થિતિમાં હજી ફેરફાર નહિ જેવો હતો.

વર્ષકારે એને રોક્યો હતો. વર્ષકારની વાત એને ગળે ઊતરી ગઈ હતી. છતાં એની તેજસ્વિતાને આ ખૂંચતું હતું. પેલાં અમોઘ શસ્ત્રો માટે – આટલો બધો સમય ?

અને તે પહેલાં બિંબિસાર રાજા કોઈક વખત એવું પગલું લઈ લે કે મગધની મહત્તા હતી ન હતી થઈ જાય, તે વખતે શું થાય ?

આજે જ રાજા એવું પગલું ભરી બેસે. જીવકકુમારને ત્યાં મોકલે. ભવિષ્યમાં એ પગલું મગધ માટે કેટલું ભયાનક નીવડે ?

એને આ વાત વર્ષકારને કાને નાખવા જેવી લાગી. પેલો રાજમંત્રી ત્યાં હતો એટલે એને ખબર તો હતી. વર્ષકારને મળીને પછી રાજાને મળવું એ વધારે ઠીક હતું. વર્ષકાર મહાઅમાત્યની પાસે કદાચ આને માટે કોઈ બીજો જ માર્ગ હોય. તે વર્ષકારના આવાસ તરફ વળ્યો.

એટલી વારમાં જીવકકુમાર રાજાને મળવા જઈ પહોંચ્યો હતો. ચારે તરફ એને હવામાં ભય જણાતો હતો. એને શંકા જન્મી. તે દૌવારિક પાસે જ થોભી ગયો : 'ભણે દૌવારિક ! મહારાજને અત્યારે મળી શકાશે ?'

દૌવારિકે બે હાથ જોડ્યા : 'ભન્તે રાજકુમાર ! મળી તો શકાશે.' પછી તે ભયથી ચારે તરફ નજર ફેરવી રહ્યો. તેને જીવકકુમાર માટે માન હતું. તેણે બહુ જ ધીમેથી કહ્યું : 'પણ દેવ ! આજની હવા કાંઈક વિચિત્ર લાગે છે. મહારાજ પાસે જનારો કોઈ સલામત નથી, તમારે ઔષધ આપવા જવું જ પડે તેમ છે ?'

'કેમ એમ કહ્યું ભણે દૌવારિક ?' જીવકે ધીમેથી પૂછ્યું : 'શું મહારાણી કોશલાદેવી આંહીં નથી ? રાજકુમાર અભયકુમાર નથી ?'

'એ જ વાંધો છે નાં ભન્તે રાજકુમાર ! તમને ખબર લાગતી નથી. પણ અભયકુમાર તો પોતે એકલા ઊપડી ગયા છે.'

'ઊપડી ગયા છે એટલે ? ક્યાં ઊપડી ગયા છે ? મને તો એની કાંઈ ખબર નથી.'

જીવકને પોતાને પણ આશ્ચર્ય થયું. પોતે રાજગૃહમાં હતો, છતાં રાજગૃહનો ન હતો. એને પળભર પોતાની ઐકાંતિક એકલક્ષી ઉપાસના મનમાં

ખૂંચી રહી. પોતે રાજકુમાર થઈને રાજમહાલય વિષે જ કાંઈ ન જાણે ? આ કેવી ભયંકર બેદરકારી ? એમ તો મગધ સળગતું હોય ત્યારે પણ એ તો બેઠો વનસ્પતિ સાથે વાતો કરતો હોય. લોક આને શું કહે ? દેશદ્રોહ નહિ ? પણ બીજી જ ક્ષણે એના મનમાં નવો તરંગ આવ્યો : 'પોતે રાજકુમાર હતો જ ક્યાં ? પોતે તો ભિષગ હતો. ભૈષજ્યવિદ્યાને વર્યો હતો. એનું કામ વનસ્પતિ તમામની પાસેથી અમર કાવ્યો મેળવવાનું હતું. આજ દિવસ સુધીમાં કેટલી કેટલી વનસ્પતિઓએ એને કેવાં કેવાં કાવ્યો આપ્યાં હતાં ? જેમ દેવ – ઔષધ મેળવવા માટે કચ ગયો, ત્યારે દેવયાનીના પ્રેમને અને સૌંદર્યને ભૂલી ગયો હતો, તેમ એ પણ રાજને, રાજસત્તાને, રાજરમતને બધાંને ભૂલીને જ જીવન જીવી શકે તેમ હતો. તે વિના તો એનું જીવન જ મૃત્યુ સમું હતું એનું શું ?' પોતાની પાસેની પેલી કદરૂપી જેષ્ટિકાને હાથમાં ફેરવતો ઉપર જવું કે ન જવું તેનો વિચાર કરતો તે ત્યાં ઘડીભર થોભ્યો.

ઉપર મહારાજ બિંબિસાર હતા. પાસેના ખંડોમાંથી વાદ્યકારોની મધુર સૂરાવલિ આવી રહી હતી. નર્તિકાઓનાં રત્નજડિત સોનેરી નૂપુરોના મધુર રણકાર આંહીં સંભળાતા હતા અને છતાં જીવકકુમાર જાણતો હતો કે ખરી રીતે તો ભોંયરામાં ભંડારી દેવાને બદલે અજાતશત્રુએ આંહીં રાજમહાલયના અઢળક વૈભવમાં, રાજા બિંબિસારને રાજકેદી જેવા રાખ્યા હતા ! બહારથી ઉપરટપકે જોનારને મહારાજ વૈભવમાં આળોટતા લાગે, પણ અંદરની વાતો જાણનારા જાણતા હતા કે મગધરાજ મરણ પામ્યા હતા. શ્રેષ્ઠ સેનાપતિ મહારાજ શ્રેણિક અપંગ બની ગયા હતા. રાજપિતા હજી થોડાઘણા જીવંત રહી શક્યા હતા. એનો રાજપિતા તરીકેનો શબ્દ હજી થોડોઘણો ઝિલાતો હતો. પણ તે ક્યાં સુધી ? રાજાનો શબ્દ તો ક્યારનો મરણશરણ થઈ ગયો હતો. ચંપાનગરી અને અંગદેશના સર્વસત્તાધીશ થવા છતાં જ્યારે અજાતશત્રુને સંતોષ થયો ન લાગ્યો, ત્યારે મહારાજ બિંબિસારે એને મગધદેશ પણ આખો સોંપી દીધો હતો. પોતે રાજગૃહ નગરી પૂરતી પોતાની સત્તા રાખી હતી. છતાં જીવકકુમારે આજે આંહીં નવો રંગ જોયો. એટલે એને આશ્ચર્ય થયું.

હમેશના કરતાં વધારે સિંહપાદ સૈનિકોને એણે આંહીં ફરતા દીઠા. ઉપર જવું કે ન જવું તેનો એ વિચાર કરી રહ્યો. પોતે મહારાજ પાસે અનુમતિ મેળવવા આવ્યો હતો. એના મનથી અને બીજા હજારોના મનથી, હજી મહારાજ બિંબિસાર જ મગધપતિ હતા. પણ અજાતશત્રુનું ભલું પૂછવું. ઉપર જનારાને એ ઉપર જ રોકી લે. પોતે અજાતશત્રુનું ભાવિ મગધપતિ તરીકે, હમેશાં માન જાળવ્યું હતું. વળી પોતે રાજસત્તાનો લેશ પણ લોભ કોઈ દિવસ બતાવ્યો ન હતો. છતાં અજાતશત્રુ અત્યારે શી રીતે વર્તે એ કહેવું મુશ્કેલ હતું. પોતે તક્ષશિલાથી વિદ્યા સંપાદન કરીને રાજગૃહમાં પહેલી વખત આવ્યો, ત્યારે વિદ્યાપતિ તરીકેનું બહુમાન આપવા માટે, મહારાજ બિંબિસારે યુવરાજ અજાતશત્રુને આજ્ઞા કરી. એ આજ્ઞા એણે પાળી. બહુમાન કરવા પોતે જાતે દુર્ગદ્વાર ઉપર આવ્યો. પણ જીવકને ખબર હતી કે કોઈને આવું માન આપવું – એ અજાતશત્રુના સ્વભાવથી વિરુદ્ધ હતું. એને એ પોતાનું અપમાન ગણે. એટલે એ તો બીજા દ્વારથી ગુપચુપ રાજગૃહમાં પ્રવેશી ગયો. ને રાજકુમારના અભિમાનને લેશ પણ આઘાત ન આપ્યો. ત્યારથી અજાતશત્રુને એના માટે મમતા બંધાણી હતી, છતાં અત્યારે અજાતશત્રુ પોતાના પ્રત્યે કેમ વર્તે તે કહી ન શકાય. પોતે ભિષગ હતો. ભિષગધર્મને વર્યો હતો. ગુરુ અત્રેયને આપેલો એ કૉલ હતો. એણે અવંતી દોડવાનું જ રહ્યું. એનાથી બીજું કાંઈ ન થાય. પણ તેમાં કાંઈ વિઘ્ન આવે તો ? પોતે ધર્મ ભૂલે. પિતાપુત્રને કદાચ એ પ્રસંગે નવું ઘર્ષણ જન્મે. મગધમાં કોલાહલ થાય. બીજાં રાજ્યો કાન આપે. એવી નાની વાતમાંથી તો મહાન સંગ્રામ જાગી જાય. પોતે એમાં નિમિત્ત બને. એટલે જીવકકુમાર તો મહારાજની અનુમતિ મેળવી લઈને તરત દોડી જવા માગતો હતો. પછીની વાત પછી. એ અવંતીને રસ્તે પડી જાય પછી વાંધો નહિ !

પણ આંહીં ઉપર શું હશે ને શું નહિ હોય તે વિષે જ મોટી ગડભાંગ એના મનમાં ઊભી થઈ.

તે વિચાર કરતો થોડી વાર ત્યાં થોભી ગયો. કોઈક આવી ચડે તો વધારે માહિતી મળે. તેણે દૌવારિકને પૂછ્યું : 'ભણે દૌવારિક ! તેં શું કહ્યું ? રાજકુમાર અભયદેવ બહાર ગયા છે એમ ? ક્યાં ગયા છે ?'

'મહારાજ બિંબિસારનો પોતાનો અંગત સંદેશો લઈને એ ગયા છે.'

'પણ ક્યાં ?'

'મગધના કોઈ પ્રદેશમાં બળવો જાગ્યો છે. લોક સામે થયા છે. એ બળવો સમાવવા.'

'પણ સૈન્યની હિલચાલ વિષે તો કાંઈ સંભળાયું નથી, એમ કેમ ?'

'રાજકુમાર અભયકુમારને કોણ જાણતું નથી ભન્તે ભિષગ્વર ? એની રાજનીતિ કોઈથી ક્યાં અજાણી છે ? સાચી વાત માટે માણસના પ્રેમશબ્દોમાં પૂરતું બળ છે. ખોટી વાત તો શસ્ત્રોના બળથી પણ ટકવાની નથી. આ એમની રાજનીતિ. એ સૈન્ય લઈને જાય ખરા ? એમને પોતાનામાં એટલો વિશ્વાસ છે. એટલે મહારાજ બિંબિસારનો ખાસ સંદેશો લઈને એ નિઃશસ્ત્ર ગયા છે. બળવાખોર જેવા બળવાખોરો સામે એને એકલા નિઃશસ્ત્ર જતા જોઈને મહારાજ પણ દિંગ થઈ ગયા.'

જીવકકુમાર વિચાર કરી રહ્યો. ઉપર મહારાજ બિંબિસાર એકલા હોવા જોઈએ. પોતે અનુમતિ મેળવી લે, એટલી જ વાર ત્યાં ખોટી થવું. તે ઉપર ગયો.

ઉપર એણે જે દૃશ્ય જોયું તે જોઈને એનું હૃદય દ્રવી ગયું.

બહારના ભાગમાં ચારે તરફ અજાતશત્રુના સિંહપાદ સૈનિકો જણાતા હતા. પણ એમણે ધારણ કરેલા વેશપરિધાન વિચિત્ર હતા, કોઈ દાસ તરીકે ત્યાં ઊભો હતો. કોઈ માલાકાર હતો. કોઈ પુષ્પો લાવનારો હતો. કોઈ કુંભદાસ હતો. કોઈ મહારાજનો અંગત પરિચારક હતો. અનેક માણસોથી વીંટળાયેલા મહારાજ બિંબિસાર એક એવી ભયંકર શૂન્યતા જીવનમાં અનુભવી રહ્યા હતા કે એ શૂન્યતા એ જ સહી શકે.

મહારાણી કોશલાદેવી સિવાય બીજું કોઈ જ ત્યાં એમનું આપ્તજન ન હતું. અત્યારે તો જીવકે મહારાણીને પણ ન જોયાં.

બિંબિસાર મહારાજ તદ્દન એકલા એકાકી હતા. જીવનભર જેમણે સહસ્રોનાં સૈન્યો દોર્યાં હતાં, દેશભરમાં મગધની ચક્રવર્તી ભાવનાને જેમણે તમામની પાસે માન મુકાવનારી બનાવી હતી, જેમના જીવનમાં એટલાં

પ્રેમકાવ્યો ઉદ્‌ભવ્યા હતાં કે એ કાવ્યો દેશભરમાં વર્ષો સુધી ચાલે એવો રોમાંચક ઇતિહાસ રચી રહ્યાં હતાં, એ મહારાજ, બિંબિસાર અત્યારે આંહીં એકાકી હતા ! પરિચારકો સંખ્યાબંધ હતા, – પણ એ એકલા હતા !

– અને છતાં એકલા થઈ જવા માટે, કોઈક સાચા એકાંત માટે, ઘડીભર પોતાની વહી ગયેલી જીવનકેડીને નીરખી લેવા માટે, પળ બે પળની તદ્દન નીરવ એવી શાંતિને માટે, એ ઝંખી રહેલા જણાયા !

એમના શય્યાસન પાસે, માથા ઉપર, પડખે અને આસપાસ, સોનેરી પિંજરો લટકતાં હતાં. એ પિંજરોમાં દેશદેશનાં રૂપાળાં પંખીઓ બેઠાં હતાં. મેના, પોપટ અને બીજાં સૂરીલાં પંખી ત્યાં હતાં. એમના મધુર સ્વરોથી મન ફુલ્લપ્રફુલ્લ બની જાય તેવું હતું. પણ રાજાને ખબર હતી. કોઈ પણ મળવા આવે, કોઈ કાંઈ વાત કહેવા આવે, રાણી કોશલાદેવી બે શબ્દો બોલે, કે તરત જાણે આ પંખી મૂંગાં જડ જેવાં બની જતાં ! વાતચીતનો શબ્દેશબ્દ એ પકડી લેતાં અને પછી જ્યારે સિંહપાદ સેનાધ્યક્ષ આવે, ત્યારે એ એનો શબ્દેશબ્દ બોલી દેતાં !

રાજા બિંબિસારની આવી કેદ હતી. એ રાજગૃહના માલિક હતા, પણ એક અક્ષર એમને બોલવાની છૂટ ન હતી. અઢળક સંપત્તિ એમની પાસે હતી, પણ એ કોઈને આજ્ઞા આપી શકે તેમ ન હતા. પોતાની મનવાત કોઈને કહી શકે તેમ ન હતા. પોતાના ભવ્ય ભૂતકાળનાં ખંડેરોમાં એમને રખડવાની છૂટ હતી. મહારાજ માટે એ એક જ હવે જીવનરસ કહેવાય, તેવો જીવનરસ રહ્યો હતો.

તેમણે જીવકકુમારને જોયો અને તેની આંખ ભીની થઈ ગઈ. રાજકુમાર જીવકકુમાર એ દશ્ય જોઈને દ્રવી ગયો. તેણે મહારાજને બે હાથ જોડીને મૂંગા મૂંગા અભિવાદન કર્યું. ચારે તરફના ખંડોમાંથી મધુર સરોદ આવી રહ્યા હતા. ક્યાંક નૃત્ય ચાલતું હતું. ક્યાંક વાદ્યો વાગતાં હતાં. ગજબની મોહક વેણુ એક જગ્યાએ વાગી રહી હતી. પણ રાજાના ચિત્તતંત્ર ઉપર એ કોઈની કશી જ અસર ન હતી.

પોતાના કારાવાસને રમ્ય બનાવવાનો આ પ્રયત્ન જેટલો ક્રૂર હતો, તેટલો જ મર્મચ્છેદી પણ હતો. રાજા બિંબિસારે જીવકની સામે જોયું. 'ભણે જીવક !' એને જોતાં એ વ્યગ્ર થઈને બોલ્યા : 'ભણે ભિષગ્વર ! તારી પાસે કોઈ એવું ઔષધ નથી જે દુનિયાને ભુલાવી દે ? તદ્દન ભુલાવી દે !'

જીવકકુમારે બે હાથ જોડ્યા. તે રાજાની વ્યથા સમજી ગયો. તે ધીમેથી બોલ્યો :

'મહારાજ ! તમે જીવનભર દુનિયાને સુંદરતાના એક અખંડ પ્રવાહ સમી નીરખી છે. કોઈ નહિ ને તમે દુનિયાને ભૂલવા મથશો ? પર્વતમાં, પંખીમાં – પાણીમાં, સચેતન – અચેતન તમામ સૃષ્ટિમાં, મહારાજને કેવળ સુંદરતા સુંદરતા દેખાણી છે. એ મહારાજ હવે, દુનિયાને જોવા ન ઇચ્છે તો તો પછી દુનિયા પોતે કેટલી ગરીબ થઈ જાય ? મહારાજ ! પર્વતો ને વનકુંજો એનાં એ છે. એક કવિજન આવે છે ને એ અમર બની જાય છે. એમને વાણી મળે છે. નહિતર તો ભલેને એમની એ સૃષ્ટિ ત્યાં એક સહસ્ર વર્ષ સુધી ઊભી રહે ! કોઈ એનો ભાવ જ પૂછે નહિ. મહારાજને પણ એવી જ સૌંદર્યદષ્ટિ મળી હતી. મહારાજે દુનિયામાં હવે ક્યાં એવી અસુંદરતા દીઠી કે મહારાજ દુનિયાને ભૂલી જવા માગે છે ? મહારાજ ! પ્રાજ્ઞજનો કહે છે કે ભીષણમાં ભીષણ સાહસોમાં પ્રેમીને તો પોતાની સ્વપ્નરાણી જ દેખાય છે, એ જ પ્રમાણે, ભયંકરમાં ભયંકર યાતનામાં, જ્ઞાનીને એક નવી અનુભવલીલા જ મળે છે ! એનો ધરતીનો રસ લેશ પણ ઓછો થતો નથી. યાતનાથી એ ઓછો થતો નથી. યાતના એને માટે અનુભવ છે.'

બિંબિસારને પ્રત્યુત્તર આપવો હતો. તેણે જીવકકુમાર સામે જોયું. પછી તેણે પોતાના માથા ઉપર લટકતા સોનેરી પિંજર તરફ જોયું. ત્યાં એક મૂંગું મેના જેવું પંખી આંખોને ફેરવતું બેઠું હતું. અત્યારે માણસના સંગમાં એ પણ પોતાની કુદરતરમ્ય સૂરાવલિ ભૂલી ગયું હતું !

મહારાજે કહ્યું : 'ભણે જીવકકુમાર ! ઉદ્યાનનાં ઔષધો તને જેવી વાત કહે છે, તેવી જ વાત શું તારાઓ ને નક્ષત્રો પણ કહે છે ? એ પણ આકાશનું ઉદ્યાન જ છે નાં ?'

'મહારાજ ! કોઈક વખત આપણે આકાશના એકાદ તારાને બોલાવીશું ! દરેક તારાને પોતાની ભાષા હોય છે. મહારાજ ! પણ અત્યારે મહારાજની પાસે એક વાતની અનુમતિ લેવા આવ્યો છું.'

'મારી અનુમતિ ભણે જીવક ? કઈ બાબતમાં ? શી વાત છે ?'

'મહારાજ ! અવંતીનાથનો રાજમંત્રી આંહીં આવેલ છે.'

'આંહીં ? શું કરવા ? કોણ આવેલ છે, શાલંકાયન કે કાક ?'

'કાક આવેલ છે દેવ !'

'શું છે એને ? લડાઈની કોઈ વાત નથી નાં ?'

'ના મહારાજ ! પણ અવંતીનાથ પોતે ભયંકર રીતે માંદા છે. એમને પાંડુરોગ થયો છે. ન મટે તેવો. કોઈ ઔષધ કામ આપતું નથી. મને બોલાવ્યો છે. મારે જવાનું છે. મહારાજ ! કાક એટલા માટે આવ્યો છે. મહારાજ મને જવાની અનુમતિ આપે.'

'હું તને શું કરવા ના પાડું ભણે રાજકુમાર ? તું ભિષગ છો. તારો ધર્મ છે. તારે જવું જોઈએ. અવંતીનાથ આપણો અરિ છે એ ખરું. પણ મારી તો આ રાજનીતિ હતી. અરિને પણ મેદાન આપવું. હું રાજા હોઉં તો એને સાજો કરીને પછી લડાઈનું આહ્વાન આપું. મહાભારત યુગ એમ પાછો આવે ભણે જીવક ! પણ રહે, અજાતને આ વાતની ખબર છે ખરી ? એણે અનુજ્ઞા આપી છે ?'

'મહારાજ ! હું દેશનો ભિષગ છું. હું મગધ મહારાજના પોતાના સિવાય બીજા કોઈની આજ્ઞા લેવાને ટેવાયેલો નથી અને બંધાયેલો પણ નથી.'

'ના, ના, ના, જીવકકુમાર ! ભણે રાજપુત્ર ! તું રાજનીતિ સમજે છે.' રાજાએ ઉતાવળે કહ્યું : 'મગધપતિ હું ક્યાં છું ? મગધપતિ અજાતશત્રુ છે. હું નહિ. એની અનુજ્ઞા લેવી જોઈએ.'

'એ ખરું મહારાજ ! પણ એ અનુજ્ઞા ન આપે તો ? એ તો નહિ જ આપે.'

'તો પછી ?'

'મહારાજ પોતે જ કહે કે તો પછી શું ? શું મગધમાં કોઈ ભિષગ – ભિષગધર્મ પાળી નહિ શકે ? આવતી કાલે તો કોઈ કોઈ ધર્મ પાળી નહિ શકે. પછી રાજાને રાજધર્મ નહિ હોય. પ્રજાને પ્રજાધર્મ નહિ હોય. સ્ત્રીઓ માટે સ્ત્રીધર્મ નહિ હોય. શ્રેષ્ઠીઓ માટે શ્રેષ્ઠીધર્મ નહિ હોય. યુવરાજકુમાર ના પાડે તો પછી શું મારે ન જવું ? હું ભિષગ, મારા દર્દીને જાણી જોઈને મરવા દઉં એમ ? હું કાયર બનું ? યમરાજને ડારનારો હું ભીરુ થાઉં ? મહારાજ ! એ ન બને. યુવરાજકુમાર હા પાડે કે ના પાડે..... મારે અવંતી જવું છે. જવું જોઈએ અને જવું નથી, દોડવું છે. હું મહારાજની અનુમતિ લેવા માટે આવ્યો છું. મહારાજ મને અનુજ્ઞા આપે !'

પણ મહારાજ બિંબિસાર કાંઈ જવાબ આપે તે પહેલાં નીચે કાંઈ કોલાહલ થતો સંભળાયો. જીવકકુમારને વાત રોળાઈ જવાનો ભય લાગ્યો. નીચે કોલાહલ થતો હતો, તે યુવરાજકુમાર આવ્યાનો જ હોવો જોઈએ. તેણે બે હાથ જોડ્યા. ઉતાવળે મહારાજને કહ્યું : 'મહારાજ ! મેં તમારી અનુજ્ઞા લઈ લીધી છે. પછી જેને જેમ ઠીક લાગે તેમ ભલે કહે.' પણ એનું વાક્ય પૂરું થયું ન થયું ત્યાં તેણે મગધના મહાસેનાપતિ સુનિધને ઉપર આવતો જોયો. તે વાત સમજી ગયો. અજાતશત્રુ એને જવા નહિ દે. પણ એણે પોતાનો નિશ્ચય લઈ લીધો હતો. સુનિધની પછવાડે જ મહાઅમાત્ય વર્ષકાર હતો. છેક છેલ્લે યુવરાજકુમાર અજાતશત્રુ પોતે આવી રહ્યો હતો.

ત્રણ જણા ત્યાં મહારાજ બિંબિસારની સામે આવીને અભિવાદન કરતા ઊભા રહ્યા. મહારાજે નિરાધારના જેવી એક દૃષ્ટિ તેમના ઉપર નાખી. પછી ધીમા શાંત અવાજે તેમણે કહ્યું : 'અજાતશત્રુ ! બેટા ! મહાભારતયુગની પેલી કથા તને યાદ છે ?'

અજાતશત્રુ વાત સમજી ગયો. રાજાની અનુમતિ લેવા માટે આ જીવકકુમાર આવ્યો હોવો જોઈએ અને અનુમતિ રાજાએ આપેલી હોવી જોઈએ. પણ તેણે ઉપરટપકેની શાંતિ જાળવી રાખી.

'કઈ વાત છે મહારાજ ?' તેણે કહ્યું.

'સામસામે લડતા પાંડવ–કૌરવો એકબીજાના ઘાની સારવાર માટે રાતે એકબીજાના શિબિરમાં જતા. શું એ યુગ હતો ! સોનેરી સ્વપ્ન સમો.'

'એ સ્વજનો હતા પિતાજી ! એટલે જાય. પણ ગયો સમય આપણે પાછો લાવી શકતા નથી. આપણે આપણો નવો જમાનો સરજવાનો હોય છે. તેની નીતિ, કદાપિ પણ આપણી નીતિ ન બની શકે. આપણી રાજનીતિ આપણે ઘડી કાઢી છે. મગધ સામ્રાજ્યના સ્વપ્ન સાથે સંગત હોય તેટલી વાત આપણે કરવી. અસંગત હોય તે ન કરવી.'

બિંબિસારની આંખમાં એક તીક્ષ્ણ તેજકિરણ આવતું જણાયું. તેના ચહેરા ઉપર મક્કમતા દેખાણી. વર્ષકાર મહાઅમાત્ય આ ફેરફાર જોતાં ધ્રૂજી ઊઠ્યો. હજી વૃદ્ધ રાજા ધારે તો પોતાના આ છોકરાને રખડતો કરી મૂકે એટલી શક્તિ ધરાવતો હતો. મગધની અઢળક સંપત્તિ પોતે ક્યાં છુપાવી છે તેની એને એકને જ જાણ હતી. એ ધારે તો બધી સંપત્તિ ભોંમાં જ રહેવા દે. ને તો મગધ ભૂખડી બારસ બની જાય. તે સાવધ થઈ ગયો. તેણે બે હાથ જોડ્યા.

'રાજકુમાર જીવકકુમાર આંહીં છે. મહારાજ ! એટલે મહારાજે વાત જાણી જ હશે. એમને અવંતી જવું છે. પણ કુમારને આપણે અનુમતિ આપી ન શકીએ. આપણી અસ્તિ – નાસ્તિનો આ પ્રશ્ન છે પ્રભુ !'

'ભણે વર્ષકાર ! તું ઊઠીને આવો કાયર ક્યારે થઈ ગયો ? મગધ જીતશે તો પોતાના બળથી. હારશે તો પોતાના અધર્મથી.'

'પણ મહારાજ ! આમાં અધર્મની ક્યાં વાત છે ?' અજાતશત્રુએ કહ્યું : 'આપણે અવંતીપતિને સામેથી આમંત્રણ આપીએ. એ પોતે આંહીં આવે. આપણે એમનું આતિથ્ય કરીએ. સાજા થઈને ભલે એ પાછા જાય....પછી શું ?.....'

પણ એટલામાં નીચેથી કોઈકનો અવાજ સાંભળતાં જ બધા થંભી ગયા. આના જ પ્રત્યુત્તરમાં હોય તેમ શબ્દો આવી રહેલા લાગ્યા :

'અને તમારે ત્યાં આવે એવો અવંતીપતિ કાલો હશે ? અને છતાં એ આવે, તો આંહીં રહે તે દરમ્યાન આપણી રજેરજ માહિતી શું એ મેળવી ન

લે ? મગધનાં તમામ શસ્ત્રો અશસ્ત્રો થઈ જાય. એવો આ ભયંકર માર્ગ કોણ યુવરાજકુમાર પોતે બતાવી રહ્યા છે ?'

અવાજ સ્પષ્ટ રીતે અભયકુમારનો જ હતો. બળવાખોરોનું સમાધાન કરીને એ એટલી વારમાં આવી પહોંચ્યો હોય તેમ લાગતું હતું.

એક ઘડીભર રાજાને પણ નવાઈ લાગી. સૌ થંભી ગયા.

અભયદેવનાં પગલાં ઉપર આવી રહ્યાં હતાં.

૭. અભયકુમાર

રાજગૃહમાં ત્રણ મહાન આશ્ચર્ય હતાં. એક રાજકુમાર અભયદેવ, બીજો શ્રેષ્ઠિકુમાર શાલિભદ્ર, ત્રીજો હસ્તીરાજ સેચનક. રાજકુમાર અભયદેવના રાજવંશી રૂપમાં, કોણ જાણે ક્યાંથી એક એવી હરિયાળી પ્રેમકુંજ આવીને વસી ગઈ હતી કે, એને જોતાં જ ભયંકરમાં ભયંકર અરિનું ખડ્ગ પણ, એક વખત તો મ્યાન થઈ જાય. એ સ્થિતિ એની પ્રેમહવામાંથી જન્મ લેતી હતી, રૂપલીલાને લીધે હતી, કે કોઈ અદશ્ય તેજની એ છાયા હતી, તે કહી શકાય તેમ ન હતું. મહાન ધનુર્ધરોમાં ગણના પામતો આ મહાન ધનુર્ધર, વગર શસ્ત્રે એટલા નાના મોટા વિજય મેળવતો હતો કે ધીમે ધીમે એની, મહાન ધનુર્ધરની પણ, શસ્ત્રોમાંથી શ્રદ્ધા ઊઠવા માંડી હતી ! એ જ્યાં દોડતો ત્યાં નિઃશસ્ત્ર શસ્ત્રધારીઓને મોંઘો પડતો વિજય, એને એક પળમાં સહજ મળી જતો ! પછી તો ઘણાની માન્યતા જ થઈ ગઈ કે અભયદેવની વાણીમાં કોઈક દેવીનો વાસ છે. એ નિઃશસ્ત્રી શાસનચક્રની સ્થાપના માટે જન્મ્યા છે. એ જે હો તે. પણ બીજાને જ્યાં શસ્ત્રોથી પણ વિજય ન મળતો, ત્યાં અભયકુમારને માત્ર પ્રેમવાણીથી વિજય મળતો.

મગધમાં એ જ પ્રમાણે શ્રેષ્ઠિકુમાર શાલિભદ્ર પણ હતો. એને માણસ ન જુએ ત્યાં સુધી એ પોતાનો સંસાર રસથી ચલાવી શકે. પણ એક વખત શાલિભદ્રની દુનિયાની ઝાંખી થઈ, એટલે પછી એની વૈભવલીલાને એ કદાપિ ભૂલી જ ન શકે ! એને થઈ જાય કે સંસાર ભોગવવો તો આમ, નહિતર તો રાખોડી જ ઠીક. એ શાલિભદ્રના સપ્તભૂમિપ્રાસાદની રમણીય વનવાટિકાનું એક પંખી બની જાય. એવી રૂપભરી નાજુક સુંદરતા આ શ્રેષ્ઠિકુમારને વરી

હતી કે એના દેહને નિહાળનારો ન એના દેહને જોતાં થાકે, ન એની રૂપછાયાને જોતાં થાકે, ન એના પ્રાસાદની સૌંદર્યહવાને લેતાં થાકે ! ચોવીસે ઘડી ને આઠે પહોર એને ત્યાં સૌંદર્ય રેલાતું જ હોય. ત્યાં બધું જ સુંદર સુંદર, હવા, પાણી, પ્રકાશ, તેજ, છાયા, માનવ, શબ્દ, હલનચલન, ગતિ, અવાજ, અભિનય, એકેએક નાનામાં નાની ક્રિયા, જાણે કોઈ જુદી જ સૃષ્ટિમાંથી આવતી હોય તેમ, અનોખી રંગલીલા બતાવે !

નર્તિકાનાં ચરણ જે રીતે, જે સુંદરતાથી શાલિભદ્રના મહાલયમાં રૂપલીલા પકડે, તે રીત, મોટા મોટા મહાલયોમાં પણ ન દેખાય. ક્યાંય એ શૈલી નજરે ન પડે. એનો મેળ જ આ સપ્તભૂમિપ્રાસાદની લીલા સાથે. બીજે નર્તિકાનો એ રંગ આવે જ નહિ !

શાલિભદ્રની પોતાની એક અનોખી જ રૂપસૃષ્ટિ હતી. દિવસ ક્યારે ઊગે છે, એ ત્યાં કોઈ જાણતું ન હતું. રાત ક્યારે પડે છે, એની ત્યાં કોઈને ખબર ન હતી. ત્યાં કેવળ રૂપ રહેતું અને રૂપલીલા વહેતી. રાજગૃહનું એ પણ એક મહાન આશ્ચર્ય હતું.

ત્રીજું આશ્ચર્ય હતું, સેચનક હસ્તીરાજ. મહાન ડુંગર સમો એ હસ્તીરાજ દેવેન્દ્રના ઐરાવતને પણ માન મુકાવે એવો ગૌરવશાલી હતો. સેચનક ગજરાજની તોલે કોઈ ગજરાજ એ વખતે ભારતભરમાં ન હતો.

રાજગૃહનું એ એક પરમમંગલ ચિહ્ન ગણાતું. એ રાજગૃહમાં હોય ત્યાં સુધી રાજગૃહ સલામત હતું. રણક્ષેત્રમાં એની હાજરી એ જ અજેયત્વ સમાન હતી. સેચનકને દેખ્યા પહેલાં જ ગજરાજોનાં ટોળેટોળાં ઊભી પૂંછડીએ રણક્ષેત્રમાંથી ભાગી જાય ! એની પાસે કોઈક એવી હવા હતી. એ ગંધહસ્તી હતો. સાંગોપાંગ તદ્દન શ્વેતવર્ણનો. એક જરાક તો મેલી રેખા ક્યાંય હોય ! એક કાર્ષાપણ જેટલી ભૂમિકામાં પણ એના દેહમાં અસ્વચ્છ રેખા ન મળે. એવો હસ્તીરાજ, કોઈક નવા યુગના નિર્માણ સમે જ આવે છે, એમ હસ્તીશાસ્ત્ર વિશારદો કહેતા. આ શ્રેયનાગ ગજરાજ પણ, રાજગૃહનું તે જમાનાનું, પરમ આશ્ચર્ય ગણાતું. રાજકુમાર નંદીષેણે એને વશ કર્યો હતો. પણ અત્યારે તો એ હલ્લ – વિહલ્લની દેખભાળમાં હતો. મહારાજ બિંબિસારે એમને એ આપ્યો

હતો. રાજાને મનમાં ઊંડે ઊંડે એમ હતું કે એ હસ્તી જો હલ્લ – વિહલ્લ પાસે હશે, તો અજાતશત્રુ એમને ન સતાવવાની રાજનીતિ પકડી રાખશે. તો બધા રાજકુમારો મગધના રાજગૃહમાં શાંતિથી ઘૂમતા રહેશે. બહારનો કોઈ અરિ રાજકુમારની ફાટફૂટનો લાભ નહિ લઈ શકે. પણ પરિણામ જુદું જ આવ્યું હતું. શ્રેયનાગ હસ્તીરાજ જ મહાન ઘર્ષણનું કારણ થાય તેમ લાગતું હતું. છતાં અત્યારે હજી તો ઉપરટપકે બધે શાંત હવા લાગતી હતી.

રાજાને એક મોટામાં મોટું આશ્વાસન મળી ગયું હતું.

અભયકુમારની વાણીનું !

એમ કહેવાતું હતું કે કૌશાંબીના પ્રસેનજિતની રાણી મલ્લિકાના હાથમાં એવી સ્પર્શની અમૃત મૃદુતા રહેતી હતી કે એના સ્પર્શમાત્રથી માણસ સોનેરી સ્વપ્નમય નિદ્રામાં પડી જતો. અભયદેવની વાણીમાંથી પણ એવી જ પ્રેમહવા પ્રગટતી ઘણાએ અનુભવી હતી. એને એક વખત સાંભળનારો એના અવાજની સુંદરતા ભૂલે નહિ. ફરી ફરીને સ્મર્યા વિના રહી શકે નહિ. એને કોણ જાણે ક્યાંથી એવી મધુર વાણી મળી ગઈ હતી.

અને છતાં એ મહાન ધનુર્ધરોનો ધનુર્ધર હતો. મહાન પ્રેમી હતો. મહા સત્યવાદીનો સત્યવાદી હતો.

અત્યારે એને આવતો જોઈને રાજાને દિલમાં એક પ્રકારની શાંતિ વ્યાપી ગઈ. તેણે છુટકારાનો એક દમ ખેંચ્યો. અજાતશત્રુની ઉગ્ર વાણીની સાથે, અભયકુમારની મૃદુ વાણીની અંતરમાં તુલના કરતો રાજા બિંબિસાર એક પળભર આંખો મીંચી ગયો.

અભયકુમાર ત્યાં દેખાયો. એવો સુંદર સપ્રમાણ એનો દેહ હતો કે કોઈ મહાન શિલ્પીએ માપી માપીને પ્રથમ આ આકૃતિ ઊભી કરી હોય ને પછી જાણે એમાં ચેતન મૂક્યું હોય ! સ્નાયુબદ્ધ પૌરુષની પ્રતિમા સમો દેહ. એવી સુંદર મુખમુદ્રા. એટલી જ સુંદર નિર્મળ પ્રેમભરી વિશાળ આંખો. અને પેલા બે સુંદર, લાલ, એકદમ જ રેખા જેવા બે હોઠ. એ હોઠમાંથી આવતા શબ્દો પણ જાણે પ્રેમનો કસૂંબલ રંગ લઈને આવતા જણાતા.

તે ત્યાં આવ્યો. મહારાજને ચરણે નમ્યો. બધાને અભિવાદન કર્યાં. મહારાજના બોલવાની રાહ જોતો ઊભો. જીવકકુમારને આંહીં જોઈને મહારાજની સ્વસ્થતા વિષે એને કાંઈક શંકા લાગી. એ બોલ્યા વિના જ ઊભો રહ્યો.

થોડી વાર ત્યાં શાંતિ વ્યાપી ગઈ. અચાનક મહારાજ બિંબિસારે આંખ ઉઘાડી. અભય ઉપર એ આંખ પડી અને એ આંખ હસી રહી ! એમાં પિતાનો પુત્ર તરફનો પ્રેમ તો હતો જ, પણ એથી વિશેષ કાંઈક હતું. આ જુવાન શાંતિ સ્થાપશે, એવો વિશ્વાસ એમાંથી પ્રગટતો હતો.

વર્ષો પછી મહારાજની આંખને જાણે આજે પહેલી જ હસતી જોઈ હોય તેમ મહાઅમાત્ય વર્ષકાર આ ફેરફાર જોઈ રહ્યો. મહાસેનાપતિ તરીકે હજારોનાં દળને દોરતા, ભૂતકાળના પોતાના પ્રિય મહારાજનાં તેને દર્શન થયાં. તે ઘડીભર વિચારમાં પડી ગયો લાગ્યો. બે પળ માટે તે મૃદુ બની ગયો. આંહીંની હવાનો એ વિજય હતો. એને એ ધ્યાન રહ્યું નહિ. એને થઈ આવ્યું કે પોતે વૃદ્ધ મહારાજની ઇચ્છાને માન તો આપતા રહેવું. મગધને તાત્કાલિક અતિશય હાનિ ન પહોંચાડે એવી મહારાજની હરેક ઇચ્છાને યોગ્ય માન તો આપવું. છેવટે એ મગધપતિ હતા. ને હજી પણ એ જ મગધરાજ હતા. પ્રભાવશાળી હતા. આ વિચારે એના હૃદયને જરાક મૃદુ બનાવી દીધું.

એટલામાં મહારાજ બિંબિસારે જીવકકુમાર સામે જોયું : 'વર્ષકાર !' મહારાજ અચાનક બોલ્યા : 'જીવક ભલે અવંતી જતો. પ્રદ્યોતરાજ બચશે, તો આપણો હંમેશનો મિત્ર થઈ જશે. આ લાભ જેવો તેવો નથી. નહિ થાય તો સેચનકના ઉપર હું પોતે, ગલઢો ગલઢો પણ હજી તો હું.....' મહારાજ પોતાના હાથને ટેકે શય્યામાં બેઠા થવા પ્રયત્ન કરવા લાગ્યા. એમનામાં રહેલો મહાસેનાપતિ સચેતન બનવા યત્ન કરી રહ્યો હતો.

પણ છેલ્લી માંદગીએ એને એવા અશક્ત બનાવી દીધા હતા કે તે બેઠા થઈ શક્યા નહિ. બેઠા થવાના પ્રયત્નમાં જ પોતે પાછા લથડી ગયા. એમના અંતરમાં જે એક અત્યંત પ્રિય સંસ્મરણ ચાલી રહ્યું હતું, તેનું નામ એનાથી મોટેથી બોલાઈ ગયું : 'શ્રમણ ગૌતમ, શ્રમણ ગૌતમ, શ્રમણ ગૌતમ

વિના અભયદેવ ! જનજનવ્યાપક શાંતિ કોણ સ્થાપી શકશે ? એક તું છો બેટા ! અભય.....'

અભયકુમાર આગળ ગયો. બે હાથ જોડીને એમના ચરણમાં માથું મૂક્યું : 'મહારાજ ! બળવો શમી ગયો છે. સૌને સમજાવી શકાયા છે. વિજય, મહારાજના સંદેશાનો છે.'

મહારાજે તેના માથા ઉપર પ્રેમથી હાથ મૂક્યો. તેમણે મહાઅમાત્ય વર્ષકાર તરફ દૃષ્ટિ કરી.

'વર્ષકાર ! અવંતીને મેળવી લેવાની આ તક છે, તું પણ એ નથી સમજતો ? જીવકકુમાર ભલે જાય.'

'વર્ષકાર મૃદુ બન્યો હતો અને વળી શ્રાવસ્તીથી હમણાં જ મળેલા સમાચાર વધુ અગત્યના હતા. એટલે વર્ષકારથી અચાનક બોલાઈ ગયું : 'ભલે જતા મહારાજ ! પણ જલદી પાછા ફરે !'

'જીવકકુમાર ! સાંભળ્યું ? પાછા જલદી ફરવાનું !'

'એક પળ પણ વધારે ત્યાં નહિ રોકાઉં !' જીવકકુમારે કહ્યું. બોલ્યા વિના મહારાજે હાથથી જ એને જવાની અનુમતિ આપી દીધી. જીવકકુમારે તત્કાળ નીચે જવા માટે પગલું ભર્યું. અજાતશત્રુથી આ સહન થતું ન લાગ્યું. તે બે ડગલાં આગળ આવ્યો.

'ભણે જીવક !' મહારાજે તરત જીવકકુમારને બોલાવ્યો : જીવકકુમાર પાછો ફર્યો : સામે ઊભો રહ્યો. 'ભણે જીવક ! તું રાજચિકિત્સક તરીકે જ ત્યાં જાય છે એ ન ભૂલતો. તું ત્યાં મગધનો રાજકુમાર નથી અને ભણે ભિષગ્વર ! તું જે બે ચાર લક્ષ કાર્ષાપણ અવંતીનાથ પાસેથી મેળવે, તેમાં અરધો ભાગ મગધરાજ મહારાજ અજાતશત્રુને તારે* આપવાનો છે, એ ન ભૂલતો. જા !'

અજાતશત્રુને વર્ષકારની સંમતિ પછી શું બોલવું તે સૂઝતું ન હતું. એટલામાં મહારાજની આ સ્પષ્ટતાએ એને વધારે મૂંઝવણમાં નાખ્યો. તે જરાક થોભી ગયો.

---

* આ પ્રમાણે રાજચિકિત્સક તરીકે જીવકકુમાર જે મેળવતો, તેમાંથી અરધો ભાગ રાજને મળતો, એવા ઉલ્લેખો છે.

પણ એટલામાં મહારાજે શાંત જેવા વાતાવરણને વધારે ઉત્તેજન આપ્યું : 'ભણે જીવક ! તું તને અકિંચનોનો મિત્ર કહે છે, પણ કોણ અકિંચન તારે માટે લક્ષ કાર્ષાપણ ખરચવાનો હતો ? એટલે અકિંચન તો તારું ઔષધ પામી રહ્યો !'

'એવું હોય મહારાજ ?' જીવકે જતાં જતાં થોભીને મહારાજને અભિવાદન કર્યું. 'હું તો અવંતીનાથોનાં સહસ્ર મોઢે કાર્ષાપણ એટલા માટે લઉં છું, કે એનો લાભ પાછો અકિંચનોને મળે. અવંતીનાથોને નીચોવીને અકિંચનોને મદદ આપવા માટે હું ખડે પગે ઊભો છું. રાજગૃહમાં મહારાજ જાતે તપાસ કરાવે. છેવટે તો શ્રમણ ગૌતમ કહે છે તે વાતાવરણ આવવાનું છે પ્રભુ ! કોઈ અવંતીનાથ નહિ, તેમજ કોઈ અકિંચન નહિ. બધા માણસ. શાંતિ પણ ત્યાંથી ઉદ્ભવશે મહારાજ !'

જીવક ચાલતો થયો. પણ મહારાજ વિચારમાં પડી ગયા લાગ્યા. જીવકની વાત એમને સાચી જણાઈ હતી. 'શાંતિ ત્યાંથી આવશે !' એ શબ્દોના ભણકારા જાણે હજી આવી રહ્યા હતા. વર્ષકાર મહાઅમાત્યને પણ મહારાજની આજની વાત ન્યારી લાગતી હતી.

એ જાણે કોઈક અભિનવ પ્રયોગ કરતા હોય તેમ જણાયું. એ પ્રયોગમાં એમને અટકાવાય તેમ પણ ન હતું. રાજગૃહની સત્તા તેમની પાસે હતી. સેચનક તેમનો હતો. અપાર સંપત્તિ તેમની પાસે હતી. એટલામાં મહારાજે જ કહ્યું :

'સુનિધ ! તું આંહીં આવી ચડ્યો એ પણ સારું થયું. મારે એક પરીક્ષા કરવી છે. આવતી કાલથી એક અઠવાડિયા સુધી આ અભયકુમાર, રાજગૃહનો મહારાજ રહેશે. હું નહિ. એ કહે તે પ્રમાણ !'

'મહારાજ !.....' અભયકુમાર પોતે જ નવાઈ પામી ગયો હતો.

પણ મહારાજ તો આગળ બોલતા જ રહ્યા. 'તેણે માત્ર પોતાની પ્રેમવાણીના પ્રભાવથી બળવો શમાવી દીધો અને તે પણ તત્કાળ. એ જેવી તેવી વાત નથી. તમારે એક મોટું સૈન્ય લઈ જવું પડત. પ્રેમ સંદેશાનું આ ફળ. તું જે ગણે તે અભયકુમાર ! રાજગૃહમાં પણ તું એ પ્રેમપ્રભાવ બતાવે તો કૈંક ભયંકર શસ્ત્રો શાંત થઈ જાય.....' મહારાજ બોલીને વર્ષકાર સામે જોઈ રહ્યા, 'અને કેવાં ભયંકર શસ્ત્રો આવવાનાં છે, તે કોને ખબર છે ?'

મહાઅમાત્ય વર્ષકારને રાજાનો આ શાંતિપ્રયોગ હવે ભયંકર લાગવા માંડ્યો. પણ હવે બોલવું એ ઘણું મોડું હતું.

શ્રમણ ગૌતમની હવાને રાજા જાણે મગધમાં ફેલાવી દેવા માટે મથી રહ્યો હતો. તેને એક વાત સાંભરી આવી. શ્રમણ ગૌતમને બહુમાન આપવા તેણે તમામ રાજગૃહવાસીઓને એક વખત આજ્ઞા આપી હતી. ને તમામ રાજગૃહવાસીઓને આવવું પડ્યું હતું. રાજાનો આ આઠ દિવસનો પ્રયોગ પણ એવો જ કહેવાય. આઠ દિવસમાં તો અભયકુમાર ઊથલપાથલ કરી નાખે. તે વિચાર કરી રહ્યો. અજાતશત્રુ સામે જોઈ રહ્યો. એનો ચહેરો ઉગ્ર બનતો હતો. પણ હવે ઉગ્રતાથી નહિ, યુક્તિથી કામ લેવાનું હતું. વર્ષકાર વિચાર કરી રહ્યો.

એટલામાં જ રાજાએ કહ્યું : 'અભય ! બેટા ! તેં નિઃશસ્ત્ર જઈને કેવળ પ્રેમહવાથી આ બળવો શમાવી દીધો, એ જેવી તેવી વાત નથી. એ કોઈક નવા યુગનું જાણે મને મહાપ્રસ્થાન લાગે છે. શ્રમણ ગૌતમ આ કરી શકે. એક તું આ કરી શક્યો. હું તને બીજી તો કઈ રીતે મહામાન આપી શકું ? પણ તું આઠ દિવસ સુધી રાજગૃહનો રાજા. મારો મુગટ તું પહેરી લે. રાજદંડ તું રાખ.....' રાજાએ પોતાની શય્યા પાસે પડેલો રાજદંડ બતાવ્યો : 'તારે આઠમે દિવસે એ રાજદંડ પાછો મને સોંપી દેવો. આઠ દિવસનો તું રાજા છે !'

અજાતશત્રુ અને વર્ષકાર ચમકી ગયા. સુનિધ મહારાજ સામે જોઈ રહ્યો. સિંહપાદ સૈનિકો ચારે તરફ છાના છાના ફરતા હતા. તે આ શબ્દો સાંભળીને સ્તબ્ધ બની ગયા હતા.

પણ ગમે તેમ રાજા આજે પોતાના નિશ્ચયમાં મક્કમ જણાયો. 'ભણે અભયકુમાર !' તેનો અવાજ અત્યંત મંદ હતો. પણ મક્કમતા ઓછી ન હતી : 'ભણે અભય ! તું રાજગૃહનો રાજા છે. આઠ દિવસ સુધી તું જ રાજા છે અને હું તને એક નર્તિકા પણ તારા મનોરંજન માટે ભેટ આપું છું.'*

---

* અભયકુમાર વિષેનો આ ઉલ્લેખ Harward Oriental Series, Vol. 30માંથી લીધેલ છે.

રાજા બોલીને આંખો મીંચી ગયો. થોડી વાર તે એમ જ પડ્યો રહ્યો. પોતાના શબ્દોનો ભયંકર પ્રતિકાર થશે, હમણાં અજાતશત્રુ કાંઈ ને કાંઈ ભયંકર વાણી બોલશે, એ અટકાવવા માગતો હોય તેમ તે આશંકામાં આંખો મીંચીને પળ બે પળ પડ્યો રહ્યો. કોઈ કાંઈ બોલ્યું ન હતું. અજાતશત્રુ એક ભયંકર હુંકારથી વાતાવરણને ખળભળાવી મૂકે તે પહેલાં, મહાઅમાત્ય વર્ષકાર તેની વધુ પાસે પહોંચી ગયો. તેણે અત્યંત ધીમેથી તેના ખભા ઉપર હાથ મૂક્યો. ક્રોધથી ઉગ્ર બનેલા અજાતે ડોક પાછી ફેરવી. પાછળ મહાઅમાત્ય હતો. તેણે બે હાથ જોડ્યા. યુવરાજને જરા દૂર આવવા નિશાની કરી. યુવરાજ આઘો ખસ્યો. ઘણા જ ધીમા અવાજે વર્ષકારે એને કહ્યું : 'મહારાજ ! મેં તમને જણાવ્યું નથી, પણ અંબરીષ આવેલ છે !'

'અંબરીષ ?' અજાતે ઉતાવળે ધીમેથી પૂછ્યું.

'શ્રાવસ્તીથી ફોઈબાનો અગત્યનો સંદેશો છે.'

'ફોઈબાનો સંદેશો ? શું છે ?'

'તે વાત મહારાજ ! પછી થશે. પણ આપણા અત્યારના મૌનને અને નિર્ણયને એની સાથે અગત્યનો સંબંધ છે, એટલું મહારાજ જાણી લ્યે.'

'મૌનને ?'

'હા મહારાજ ! અત્યારે એ હવે જરૂરી બન્યું છે. શ્રાવસ્તી ખળભળે છે. ત્યાં મામા ઉપવાસ પર ઊતર્યા છે.'

'હેં ?'

'હા મહારાજ ! એટલે જ કહું છું. અત્યારે એક શબ્દ બોલવા જેવો નથી.' વર્ષકાર બોલતો બંધ થઈ ગયો.

અજાતશત્રુ શાંત હતો. મહારાજ બિંબિસાર બોલતા સંભળાયા !

'રાજગૃહની અનુપમમાં અનુપમ નર્તિકા ભણે અભયકુમાર ! તને ભેટ આપું છું. કંઈ તું જાણે છે ?'

નામ સાંભળતાં જ અજાતશત્રુ ચોંકી ગયો. રાજગૃહની એ અનુપમમાં અનુપમ નર્તિકા હતી. કેવળ મગધપતિ પાસે જ એ નૃત્ય કરી શકતી.

પણ વર્ષકાર મહાઅમાત્યના મોં ઉપર એક છાનું સ્મિત આવીને બેસી ગયું લાગ્યું. કોઈ દેખે તે પહેલાં તો એ અદશ્ય થઈ ગયું હતું.

અભયકુમારે બે હાથ જોડ્યા : 'ભન્તે મહારાજ ! હવે મને સાંભળો. મારે આ કાંઈ જોઈતું નથી.'

'ભણે અભય ! તારે જોઈએ છે માટે નહિ, મારે આપવું છે માટે હું આપું છું, તારે સ્વીકાર્યે છૂટકો છે, અજાતશત્રુ પણ મારી આટલી ઇચ્છામાં આડે ન આવે. વૃદ્ધજનોની કેટલીક છેલ્લી ઇચ્છાઓને, ભણે વર્ષકાર ! ઝૂંપડીમાં વસનારો પણ માન્ય રાખે છે. સુનિધ ! એક ઘોષ કરાવો. રાજગૃહમાં એક અષ્ટાહ્ન સુધી કુમાર અભયદેવ રાજા થાય છે. સૌ એમને રાજા ગણે !'

સુનિધે વર્ષકાર સામે જોયું. મહાઅમાત્યની આંખમાં એણે અનુમતિ વાંચી. તેનો ભેદ એ કળી શક્યો નહિ. પણ તેણે બે હાથ જોડીને કહ્યું : 'ભન્તે મહારાજ ! મહારાજની આજ્ઞા પ્રમાણે ઘોષ થઈ જશે !'

થોડી વાર તદ્દન નીરવ, શરીરને વાગે તેવી શાંતિ ફેલાઈ ગઈ.

અને તરત મૂંગા બેઠેલાં પક્ષીઓમાંથી એક મેના બોલતી સંભળાઈ :

'ભણે જીવક ! તારી પાસે એવું કોઈ ઔષધ નથી, જે દુનિયાને ભુલાવી દે ? તદ્દન ભુલાવી દે !.....'

એની વાણી સાંભળતાં સૌ હસી પડ્યા – મહારાજ બિંબિસાર પણ.

૮. ફોઈબાનો સંદેશો

થોડી વાર પછી મહાઅમાત્ય વર્ષકાર અને યુવરાજ અજાતશત્રુ બહાર નીકળ્યા. ઘોષ કરાવવા માટે સુનિધ બીજે રસ્તે વળ્યો. અભયકુમાર ત્યાં રાજા પાસે, શ્રમણ ગૌતમની વાતો સાંભળતો બેઠો રહ્યો.

અજાતશત્રુ બોલ્યા વિના જ ચાલી રહ્યો હતો. રથ પાસે આવ્યા ત્યાં સુધી બંને પોતપોતાના વિચારમાં તલ્લીન હતા. પણ આટલું બધું નમતું જોખીને મગધને આજે મંત્રીએ વિનાશને પંથે દોર્યું છે, એ વાત અજાતશત્રુના દિલમાં ધૂંધવાતી હતી. હજી તે શાંત હતો. એને શાંત રહેવું આકરું પડતું હતું. પણ રહ્યા વિના છૂટકો ન હતો. એને મંત્રીની કોઈ વાત સમજાઈ ન હતી. ફોઈબાનો સંદેશો લઈને શ્રાવસ્તી નગરીમાંથી અંબરીષ આવ્યો હતો, એટલે ચોક્કસ ત્યાં કોઈક નવી પરિસ્થિતિ ઊભી તો થયેલી હોવી જોઈએ. પણ રાજા પ્રસેનજિત ઉપવાસ* ઉપર ઊતરે એ વાતની કાંઈ ગડ એને બેઠી નહિ. રથમાં બેસવાની તૈયારીમાં હતા ત્યાં અજાતશત્રુ બોલ્યો : 'આપણે ક્યાં જવાનું છે મહાઅમાત્યજી ?'

'આરામવત્થુમાં કાક હતો. એટલે આ અંબરીષ મારા નિવાસમાં છે. તમે મને બોલવવા આવ્યા ત્યારે એ પાછળના ખંડમાં જ હતો. મેં આખી વાત હજી જાણી નથી. આપણે આપણા નિવાસ તરફ જવાનું છે. તમને હાથોહાથ આપવાનો ફોઈબાનો સંદેશો એની પાસે છે.'

'શું સંદેશો છે ?'

---

* અત્યારના સત્યાગ્રહી ઉપવાસોમાંથી આ વાત લીધેલી નથી. પ્રસેનજિત રાજા અજાતશત્રુથી હાર્યો, એટલે ખિન્ન થઈને ઉપવાસ ઉપર ઊતરેલો એવો ઉલ્લેખ છે.

'એ તો કેમ ખબર પડે ? પણ મહારાજ પ્રસેનજિત ઉપવાસ ઉપર ઊતર્યા છે, એમ એણે કહ્યું, એટલે વાત કાંઈક ગંભીર હોવી જોઈએ !'

'પણ આપણી આજની આ વાત ભન્તે મહાઅમાત્ય ! મગધનો વિનાશ કરી નાખશે.' અજાતશત્રુએ છેવટે કહ્યું : 'આજે આપણે અવંતીને જીવતું રાખ્યું; ભવિષ્યમાં ભયંકર લડાઈ જગાવવા માટે, રાજાને એનું ધાર્યું કરવા દીધું : આપણી સત્તાના વિનાશ માટે. જીવકકુમાર પાસે નમતું જોખ્યું અને અભયને તો છુટ્ટો દોર જ આપી દીધો. આનું પરિણામ સારું નથી.'

'પણ ભણે રાજકુમાર ! આપણા આજના ઘર્ષણના ભણકારા તરત જ શ્રાવસ્તીમાં, અવંતીમાં અને કૌશાંબીમાં પહોંચી જાત. આજે એવો જોગાનુજોગ હતો. એ પરિણામ વધારે ભયંકર હોત.'

'આવી રીતે રાજા મગધને વેડફી મારશે. પછી આપણે ઊઠીશું. એ વખતે ઘણું મોડું હશે. મહાઅમાત્યજી ! ઘણી રાહ જોવામાં ક્યાંક રાહ જ જોવાનું ન રહે.'

'નહિ રહે. વિશ્વાસ રાખો. બધાનો ઉપાય થઈ રહેશે, પ્રભુ ! એક વખત કાશી કોશલ આપણા હાથમાં આવશે તો પછી આપણે બધાને પહોંચી વળીશું. અંબરીષનો આજનો સંદેશો મહત્ત્વનો હોવો જોઈએ. ફોઈબાએ સંદેશો તમને હાથોહાથ પહોંચાડવા માટે તો અંબરીષને મોકલ્યો છે. એ સંદેશો જોયા વિના, આપણે ઘર્ષણ ઊભું કરીએ તો વખતે પસ્તાવાનો વખત આવે. અવંતીનાથ જીવશે, તો પણ એકાદ વરસ તો માથું ઊંચું કરી નહિ શકે. અને તે દરમ્યાન તો આપણે ત્યાં શું થશે, શું નહિ થાય, તે કોણ કહી શકે તેમ છે ? આજે આ અભયકુમારનું ન જોયું ?'

'હું એ જ કહું છું ભન્તે મહાઅમાત્યજી ! આમ તો અભયકુમાર જ રાજા થઈ જાય.'

'હજી વાર છે પ્રભુ ! એનું પણ થઈ રહેશે. પણ પહેલું અત્યારે તો હવે આ કાશી કોશલનું કરો. ત્યાં રાજા વૃદ્ધ છે. યુવરાજકુમાર જેતકુમાર ભિખ્ખુ-પંથે વળેલ છે. બીજો યુવરાજ દાસીપુત્ર છે. શ્રમણ ગૌતમની ત્યાં ભારે અસર છે. ફોઈબાને છેવટે મગધ સાંભર્યું હોય એમ બન્યું હોય તો, આપણે આજનું

ઘર્ષણ કરીને, એ બધું ટાળી નાખત. પણ આપણે પેલા કાકને પહેલી વિદાય
આપી દઈએ. આરામવત્થુમાં એક સંદેશો મોકલી દઈએ.'

'ત્યાં જીવકકુમાર પહોંચ્યો જ હોવો જોઈએ.'

થોડી વારમાં જ બંનેના રથ મહામંત્રીના નિવાસસ્થાને આવી પહોંચ્યા.
એક સંદેશવાહકને તરત આરામવત્થુ તરફ મોકલી દીધો. એની સાથે સંદેશો
મોકલાવ્યો :

'જીવકકુમારને મહારાજે અવંતી જવાની અનુજ્ઞા આપી દીધી છે. હમણાં
એ ત્યાં આવશે. તમે તૈયાર રહેજો.'

સંદેશવાહક ગયા પછી થોડી વારે જ આરામવત્થુમાંથી એક રથને
નીકળતો વર્ષકારે દીઠો. જીવકકુમાર ને કાક બંને એમાં હોવા જોઈએ. કાકને
આંહીંની બીજી માહિતી મેળવવા જેટલો વખત રહ્યો ન હતો. એણે થોડા
વખતમાં પણ જીવકકુમારને સાધી લીધો હતો, એ જોતાં એ વિદાય થવાથી
મહામંત્રીને હૈયે ધરપત વળી. નહિતર એ પાછો અભયકુમારને પણ સાધવા
નીકળત. એ ગયો કે તરત યુવરાજ અજાતશત્રુ સાથે મહામંત્રી અંદરના ખંડમાં
ગયો.

અંદરના એક ખંડમાં અંબરીષ એમની પાસે રાહ જોતો જ બેઠો હતો.
એણે મહાઅમાત્ય અને યુવરાજને આવતા જોયા અને તે તરત આસન ઉપરથી
બેઠો થઈને સામે ચાલ્યો.

'મહારાજ !' તે યુવરાજ અજાતશત્રુની પાસે આવીને માથું નમાવીને
શાંત ઊભો રહ્યો. યુવરાજ એની તરફ જોઈ રહ્યો. વર્ષકાર એને નખશિખ
નિહાળી રહ્યો.

તે ગોરો, દેખાવડો, એકવડિયા બાંધાનો, સશક્ત જુવાન માણસ હતો.
એની મુખમુદ્રામાં એકદમ બુદ્ધિશાળી માણસનાં લક્ષણ જણાતાં હતાં. પણ તેની
આંખમાં ક્રૂરતામાં ખપી જાય એવી એક પ્રકારની ભયંકર રતાશ બેઠી હતી.
છતાં દરેક વાતનું માપ કાઢીને પછી જ ચોક્કસ અને નિશ્ચયાત્મક પગલું
ભરનારી ઠંડા ઘાતકની એની લાક્ષણિકતા, એની નાની, નમણી, કાંઈક લાંબી
એવી નાસિકામાં સ્પષ્ટપણે જોઈ શકાતી હતી. રૂપાળો છતાં, એ આકર્ષક

લાગતો ન હતો. ઠંડી ક્રૂરતાને બતાવનારી એની મુખમુદ્રા છતાં, એ અનાકર્ષક પણ જણાતો ન હતો. એ કોમળ હશે કે ક્રૂર ? એવો પ્રશ્ન થઈને ઉત્તર ન મળે, એવી એક કોયડા સમી એની વ્યક્તિછાપ ઊભી થતી હતી. તેણે અત્યંત વિનમ્રતાથી મહારાજને અને મહાઅમાત્યને અભિવાદન કર્યાં.

પોતાની કેડેથી તેણે એક નાની સુવર્ણનાલિકા કાઢી. યુવરાજને અભિવાદન કરીને તે આપી. આપતાં તે બોલ્યો : 'મહારાજ ! મને ફોઈબાએ, મહારાજને હાથોહાથ પહોંચાડવા માટે, આ સંદેશો મોકલ્યો છે અને મોંએથી કહેવરાવ્યું છે, આજ થાય તો કાલ નહિ, એવી આ વાત છે. મહારાજ પ્રસેનજિત ઉપવાસ ઉપર ઊતર્યા છે પ્રભુ ! શ્રાવસ્તી નગરી આખી હાલકડોલક થઈ ગઈ છે. મહારાજ વયોવૃદ્ધ છે. શરીર ટકવું મુશ્કેલ છે !'

'પણ વાત શી છે મંત્રીજી ? મામા ઉપવાસ ઉપર શા માટે ઊતર્યા છે ? રાજમાં કોઈએ કાંઈ ભયંકર અપરાધ કર્યો છે ? શું ફોઈબાએ કાંઈ કહ્યું છે ? વિડૂડભનું કાંઈ તોફાન છે ? શાક્યો વીફર્યા છે ? ભિખ્ખુઓ માટેની કોઈ વાત છે ? છે શું !'

'સંદેશો બધું કહેશે મહારાજ !'

યુવરાજ અજાતશત્રુએ સુવર્ણનાલિકામાંથી ચીનાંશુકની વસ્ત્રપટ્ટી કાઢી. તે ઉખેડી. તે વાંચવા માંડ્યો. એણે એ પૂરી કરી. એ ચમકી ગયો લાગ્યો. તેણે તરત મહાઅમાત્યના હાથમાં એ આપી. 'આ છે ભન્તે મહાઅમાત્ય !'

વર્ષકાર સંદેશો વાંચી ગયો અને એ પણ વિચારમાં પડી ગયો. તેણે અંબરીષ તરફ જોયું. પોતાના કામ માટે કોઈને પણ હણી નાખતાં પાછું વાળીને ન જુએ, એવી એની કઠોર મુખમુદ્રા એણે ફરી ફરીને જોઈ. પોતાના મનમાં એણે તાત્કાલિક કાંઈક નિશ્ચય કરી લીધો.

સંદેશા પ્રમાણે બધી જ વાત હોય તો મોટું કામ થઈ જતું હતું. ક્ષેત્રમાંથી વગર લડ્યે એક પ્રતિસ્પર્ધી જ ઊડી જતો હતો અને તે પણ જેવો તેવો પ્રતિસ્પર્ધી નહિ – કાશી કોશલરાજ જેવો.

પણ આ પ્રકારની લાલચ હોય ને જો મગધ એમાં ફસાઈ પડે. તો એવા ભયંકર કર્દમમાં એ પડે, કે જેમાંથી ન એ નીકળી શકે, ન કાંઈ કરી શકે. કેવળ પોતાની જાતને તરફડિયાં મારીને વિનાશ તરફ જતી જોઈ શકે !

*વર્ષિકાને એ ઓળખતો હતો. પ્રસેનજિતની છાયા સમી એ હતી. જેવી આંહીં મહારાણી કોશલાદેવી હતી, તેવી જ એ ત્યાં હતી, એ રાજા માટે જીવ કાઢી આપે.

જેવી આંહીં મહારાજ બિંબિસારની અવસ્થા હતી, લગભગ તેવી જ, ત્યાં કોશલરાજની થતી જતી હતી. પણ વૃદ્ધ ડોસો પ્રસેનજિત એ જેવો તેવો યોદ્ધો ન હતો. એ કદાપિ પણ નમતું તો ન જ જોખે. પણ આ અંબરીષ, ખરી રીતે યુવરાજ વિડૂડભનો જ માણસ હતો. જ્યારે સંદેશામાં વિડૂડભ સામેનાં વળતાં પગલાંની વાત હતી.

એટલે વર્ષિકાના સંદેશામાં શું વાંચવું ને શું ન વાંચવું એ એને માટે એક કોયડો થઈ પડ્યો. તેણે સમય લેવામાં સલામતી જોઈ.

'એમ કરો અંબરીષ મંત્રીરાજ ! તમે આંહીં આપણા ઉદ્યાનમાં આજનો દિવસ થાક ઉતારો. આરામ કરો. આરામવત્થુમાં રહો. આંહીં પાસે જ છે. આનો જવાબ આપવા અમે તમને પછી બોલાવીશું.'

આરામવત્થુમાંથી કાક તો રવાના થઈ ગયો હતો. એટલે આને ત્યાં મોકલ્યો હોય તો આંહીં એ કાન કરડવાનું ન કરી શકે. મહાઅમાત્યના જવાબમાં એ બંને વાત હતી. 'પણ ભન્તે મહાઅમાત્યજી ! પળે....પળ.'

'કીમતી હતી એ ખરું.' વર્ષકાર બોલ્યો : 'પણ અમારે મહારાજને પૂછવું પડે. મહારાણીબાને વાત કહેવી પડે. એટલે વખત લેવો અનિવાર્ય હતો.' તેણે એક દાસને બોલાવવા તાળી પાડી.

પડખેથી એક-બે દાસ દોડતા આવ્યા.

'મંત્રીરાજને કોઈ વાતની ખામી ન પડે એની દેખરેખ રાખજો.' મહાઅમાત્યે કહ્યું : 'એમને આરામવત્થુમાં લઈ જવાના છે. ત્યાં તમે જાતે રહેજો..... બીજા સામાન્ય અતિથિ માફક એમને એકલા છોડતા નહિ. જાઓ.'

દાસ નમીને ગયા.

મહાઅમાત્યે અજાતશત્રુના ખભા ઉપર જરાક હસ્તસ્પર્શ કર્યો. અંબરીષની સાથે વધારે વાતનો કોઈ અર્થ ન હતો. સંદેશો સાચો હોય તો

---

* જુઈ.

આશ્ચર્યજનક હતો. ખોટો હોય તો ભયંકર હતો. એકલા પડ્યા વિના એનો એક શબ્દ પણ સ્પષ્ટ બને તેમ ન હતું. મહાઅમાત્ય અને યુવરાજને જતાં અંબરીષ જોઈ રહ્યો. સંદેશાનો એમનો પ્રત્યુત્તર શું હશે, એનું કાંઈ પણ અનુમાન, આટલા ટૂંકા પ્રત્યુત્તરમાંથી થઈ શકે તેવું ન હતું. અંબરીષને આરામવત્થુમાં લઈ જવા માટે, ત્યાં બે દાસ હાથ જોડીને ઊભા રહી ગયા હતા. અંબરીષને અત્યારે તો એક જ વિચાર આવ્યો. કોશલે જો મગધનું સ્થાન લેવું હોય તો એણે પહેલવહેલાં, આ મહાઅમાત્ય અને આ યુવરાજ, એ બંનેને કોઈપણ રીતે જુદા પાડવા જ જોઈએ અને વૈશાલીને પોતાને પણ મહાન થવું હોય તો આ જ વાત હતી, એને નવાઈ લાગી કે વૈશાલી આ વાત કેમ સમજતું નહિ હોય. એણે નિશ્ચય કર્યો કે વહેલામાં વહેલી તકે વૈશાલીને કાને આ વાત નાખવી. આ બંને છૂટા થવા જ જોઈએ. એકને હણવા માટે હથિયાર હતાં. લડાઈઓ હતી. ઘણું હતું, પણ બીજા – બીજાને હણવા માટે શું હતું ?

કશું જ નહિ ! એ ન હણી શકાય તેવો અમર્ત્ય આદમી હતો. આ મહાઅમાત્ય ન મરે તેવો હતો.

એને કેવળ એક જ જણ હણી શકે. અજાતશત્રુ પોતે જ !

પણ એ શક્ય હતું ?

દાસની સાથે આરામવત્થુ તરફ જતો અંબરીષ પોતાની આખી યોજનાને પહેલેથી છેલ્લે સુધી ફરી ફરીને તપાસવા માંડ્યો !

૯. સંદેશામાં શું હતું ?

અજાતશત્રુ ને મહાઅમાત્ય વર્ષકાર સંદેશો વાંચીને ઘણા વિચારમાં પડી ગયા હતા. મહારાજ બિંબિસારને માટે એ ન હતો, એ વસ્તુ પણ સૂચક હતી. સંદેશો બહુ જ ટૂંકો હતો. એના વિષે વિચાર કરવા માટે મહામંત્રીના પંચભૂમિપ્રાસાદની છેક ઉપરીતલની ચંદ્રશાળા તરફ વર્ષકાર ને અજાતશત્રુ ચાલ્યા ગયા.

ત્યાંથી આખી રાજગૃહ નગરીના વિશાળ મહાલયો દૃષ્ટિએ પડતા હતા. ચારે તરફની અભેદ્ય પર્વતમાળાઓ દેખાતી હતી. ગિરિવ્રજ ખરા અર્થમાં ગિરિવ્રજ હતું. એક વખત પણ જે ગિરિવ્રજને ઘેરવા પ્રયત્ન કરે, તે પછી એની ડુંગરમાળાઓમાંથી સલામત પાછો ફરે, એ વાત ન ભૂતો ન ભવિષ્યતિ જેવી હતી.

મહાઅમાત્ય વર્ષકાર ચારે તરફ દૃષ્ટિ ફેરવી રહ્યો હતો. તેનો હાથ તેની ધોળી લાંબી દાઢી ઉપર ફરી રહ્યો હતો. મુખ ઉપરની રેખાઓમાં ગહન ચિંતાની છાપ દેખાતી હતી. અજાતશત્રુ મહાઅમાત્યના બોલવાની રાહ જોતો ત્યાં ઊભો રહ્યો. સીધા યુદ્ધ સિવાયની કે તત્કાળ હલ્લો લઈ જવાની કોઈ વાત જેમાં આવતી ન હોય, તેમાં એની મતિ મૂંઝાઈ જતી હતી. કાશી કોશલ ઉપર તત્કાળ હલ્લો કરો, વિજય તમારો છે, એવી કોઈ સીધી વાત સંદેશામાં ન હતી. એમાં તો એવી વાત હતી કે ભલભલા પણ માથું મારી મારીને છેવટે અંદરથી કાંઈ જ કાઢી ન શકે ! ફોઈબાએ પણ આવો સંદેશો શું જોઈને મોકલાવ્યો હશે એમ અજાતશત્રુને થતું હતું.

મહાઅમાત્ય ઉતાવળે ઉતાવળે ચંદ્રશાળામાં ચક્કર મારતો ફરી રહ્યો હતો. આસન ઉપર એ બેસે તો એ વાતની શરૂઆત માટેની નિશાની ગણાય. પાંજરામાં પુરાયેલા સિંહની માફક વર્ષકાર આમ તેમ આડોઅવળો ફરતો હતો. અજાતશત્રુ એ જોઈ રહ્યો. વર્ષકારની આ બધી વાતોથી એ ટેવાયેલો હતો. મહાઅમાત્યનું નિશ્ચય ઉપર આવતાં પહેલાંનું મનોમંથન એ અજબ દશ્ય હતું. છેવટે એ એક જગ્યાએ એક સુંદર આસન ઉપર બેસી ગયો. તેણે અજાતશત્રુને પાસે આવવાની નિશાની કરી. અજાતશત્રુ તેની પાસે ગયો. વર્ષકાર હજી પોતાની લાંબી શ્વેત દાઢી ઉપર હાથ ફેરવી રહ્યો હતો. તેણે એક ખોંખારો ખાધો. એક કાતિલ દષ્ટિથી ઉપરીતલના દ્વારને નિહાળ્યું. ધીમા મક્કમ, શાંત, ગંભીર અવાજે તેણે કહ્યું :

'મહારાજ ! તમારી છાતી શેની છે એ તમને ખબર છે ?'

અજાતશત્રુ તો પ્રશ્ન સાંભળીને થંભી જ ગયો. તેણે એમ આશા રાખી હતી કે વર્ષકાર હવે સંદેશા વિષે કાંઈક બોલશે – પણ ત્યાં તો કોથળામાંથી બિલાડું નીકળે તેમ નવી જ વાત નીકળી. તમારી છાતી શેની છે ? એટલે શું સમજવું ? છાતી છાતીની, બીજી શેની ?

તે આશ્ચર્યથી મહાઅમાત્યની સામે જોઈ રહ્યો. મહામંત્રીના ધ્વનિને એણે પકડવા પ્રયત્ન કર્યો.

'મારી છાતી મહાઅમાત્યજી ! વજ્જરની પણ છે, ને ફૂલની પણ છે ! તમારે શું કહેવાનું છે ? આ સંદેશાનું કાંઈક કહોને.'

'એ વાત ઉપર જ હું આવું છું મહારાજ ! રાજા પ્રસેનજિતે પોતાના બંધુલમલ્લ જેવા મહા બળવાન સેનાપતિ અને મિત્રને, એ રાજ લઈ લે તેવો બળવાન છે, એવી ખોટી શંકાથી હણાવી નાખ્યો, ત્યાર પછી કહે છે, એને નિરાંતની નિદ્રા આવી નથી. એ ઇતિહાસ તમે જાણો છો પણ પ્રસેનજિત રાજાને છાતી ન હતી. આજની સ્થિતિ એ એનું પરિણામ છે – આજનો આ ફોઈબાનો સંદેશો.'

'મહાઅમાત્યજી ! તમારી વાતમાં કાંઈ સમજ પડતી નથી. આંહીં જેવાં મા છે, તેવાં ત્યાં ફોઈબા છે. આંહીં માની જે રાજનીતિ છે, તે ફોઈબાની ત્યાં

છે. મગધ પડે કે રહે, જે થાય તે, પણ રાજાનો એક વાળ વાંકો થવો ન જોઈએ – એ માની ઇચ્છા આડે, જેમ હું ને તમે બંને અવશ બનીને મગધને પડતું જોઈ રહ્યા છીએ....'

અજાતશત્રુનો શબ્દ અધૂરો રહી ગયો. બહારથી *શંખધ્માનો શંખધ્વનિ આવી રહ્યો હતો. એ બંધ થતાં જ પાછળ ઢોલકનો ઘોષ થયો અને તરત મોટેથી ઘોષણા સંભળાણી :

'રાજગૃહના નગરજનો હો ! સાંભળજો. મહારાજ બિંબિસાર આવતી કાલે પ્રભાતથી, એક અષ્ટાહ્નિક માટે, ભન્તે અભયદેવ રાજકુમારને રાજદંડ ધારણ કરવાનું સોંપે છે.'

'મગધ મહારાજ અભયકુમારનો વિજય હો ! વિજય હો !'

અજાતશત્રુના કાને આ શબ્દો પડતાં જ તે બેઠા જેવો થઈ ગયો. તેનો હાથ કુદરતી રીતે કમર ઉપર ગયો. તેનાં ભવાં ઉપર તીવ્ર આવેગ દેખાયો. તેનો નીચલો હોઠ દાંતમાં દબાઈને જાણે હમણાં એમાંથી લોહી નીકળશે એવો થઈ ગયો. તેને પોતાનો આવેગ દબાવવા આકાશપાતાળ એક કરવાં પડતાં હતાં. વર્ષકાર એની તરફ જોઈ રહ્યો. રાજકુમાર પ્રત્યે એને પ્રેમ હતો, માન હતું. પોતાના શબ્દો ઉપર વિશ્વાસ મૂકીને જાતને સંભાળવા માટે અત્યારે જે મહાપ્રયત્ન એ કરી રહ્યો હતો, તે જોતાં મહાઅમાત્યનું એના પ્રત્યેનું માન વધી ગયું. તે બેઠો થયો. તેણે અજાતશત્રુને ખભે પ્રેમથી હાથ મૂક્યો : 'રાજકુમાર ! જરાક શાંત થાઓ. હજી તો આપણે આવા ઘણા ઘા સહન કરવાના છે. આ તો કાંઈ નથી.'

'પણ ભન્તે મહાઅમાત્યજી !......' અજાતશત્રુ ક્રોધથી વધુ બોલી શક્યો નહિ.

'હું બધું સમજું છું મહારાજકુમાર ! બધું સમજું છું. પણ આપણી સમજણમાં ફેર છે. આ ઘોષણામાં તમે મગધનું રાજ અભયદેવને મળી જતું જુઓ છો. હું એ ઘોષણામાં એને રાજ તજતો જોઉં છું !'

'મહાઅમાત્યજી !..... તમે મને મહામૂર્ખ તો માનતા નથી નાં ?'

* શંખ ફૂંકનારો.

વર્ષકાર ખડખડાટ હસી પડ્યો : 'અરે ! ભણે રાજકુમાર ! આપણે બંને એક જ વહાણમાં છીએ એ તમે કેમ ભૂલી જાઓ છો ? તમે મૂર્ખ ત્યારે જ હો, જ્યારે પહેલો મૂર્ખ હું હોઉં. પણ હવે ફોઈબાની વાત ઉપર આવો. ફોઈબાના સંદેશામાં તમને શું લાગ્યું ?'

'ત્યાં ઘર સળગ્યું જણાય છે. ફોઈબા મહાસતી છે. એને મામાને બચાવી લેવા છે. એ સિવાય બીજું કાંઈ નથી.'

'ત્યારે જુઓ મહારાજ ! હું તમને કહું. મહારાજ પ્રસેનજિતનો મહામંત્રી કારાયણ છે. એ બધુંલમલ્લનો ભાણેજ છે. સેનાપતિ બંધુલમલ્લને મહારાજ પ્રસેનજિતે મરાવી નાખ્યા, એ વાત એ ભૂલી ગયાનો દેખાવ કરે છે. એ દેખાવને બરાબર ઓપ ચઢે અને રાજાના દિલમાં પોતા પ્રત્યે લેશ પણ શંકા ન રહે, માટે એણે આ એક યોજના ઘડી છે. એમાં આ અંબરીષ મળ્યો છે. ફોઈબાના સંદેશાનો આ અર્થ છે. જુઓ, વાંચો....'

અજાતશત્રુ સંદેશાને પહેલાં મનમાં વાંચી ગયો. પછી જરાક મોટેથી એ વાંચી રહ્યો :

'ફોઈબાને એના તેજસ્વી ભત્રીજાનો ખપ પડ્યો છે. આંહીં દાસીપુત્ર વિડૂડભ હવે હદ કરવા માંડ્યો છે. છેવટે તો એ દાસીપુત્ર નાં ? મહારાજે એને સંતોષવા માટે સેનાપતિપદ આપી દીધું. પણ એને તો રાજગાદી લેવી હતી. સૈન્ય લઈને એ શાક્યોના વિનાશ માટે જ દોડ્યો. એ વિજય મેળવીને પછી શ્રાવસ્તીને પણ કબજે કરવું હતું. પણ મહારાજને શ્રમણ ગૌતમના કુળનો આવો નાશ થાય, એ વાત અગ્નિની જેમ બાળી રહી. *એને માંડમાંડ પાછો વાળ્યો. રાજગાદીનો તું જ વારસ છે. તું જ કોશલરાજ છે. એવી એવી વાતોથી અત્યારે એ શાંત રહ્યો છે.'

'પણ એનું ક્યારે ફટકે એ કહેવાય નહિ. શાક્યોનો એને હાથે આવી રહેલો વિનાશ મહારાજને રાતદિવસ અગ્નિચિતામાં તાવી રહ્યો છે. મહારાજ પોતાના ભત્રીજા સુદર્શનને રાજગાદી સોંપી દઈને, આ દાસીપુત્રનું ભાન ઠેકાણે

* વિડૂડભ શાક્યો ઉપર જતાં ત્રણ વખત પાછા ફર્યાનો ઉલ્લેખ છે.

લાવવાનું મનમાં વિચારે છે. પણ *મલ્લિકાએ મને જે વાત કરી તે એની અપાર પ્રજ્ઞા બતાવે છે. એણે કહ્યું કારાયણને આપણે સાધીએ. અંબરીષને સાધીએ. કોશલરાજની ગાદી ઉપર એક દાસીપુત્ર આવે તો તો હદ થઈ જાય. એ દાસીપુત્ર આવે, તો પોતાની જન્મભૂમિ શાક્યદેશનો એ સર્વનાશ કરે.

'મલ્લિકાને પણ આ વાત શૂળની જેમ ખૂંચી રહી છે. કારાયણ ને અંબરીષ માન્યા છે. એટલે રાજા જો સુદર્શનને બદલે મલ્લિકા રાણીને ×સત્તા સોંપે, તો મલ્લિકા રાણીની પુત્રી વજ્જિરા ઘણી જબરી છે. એ બધું ટકાવી શકે તેવી તેજસ્વી છે અને મગધ સાથે જો એ સંબંધથી જોડાય, તો તો મગધનું રાજ એટલો વિસ્તાર લ્યે, કેવળ પોતાની વિશાળતાથી જ એ અનોખી છાપ પાડે. વિડૂડભ દબાઈ જાય. તમામ લડાઈઓ બંધ થાય. વૈશાલી ગર્વ છોડી દે. અવંતી શાંત થઈ જાય. શાક્યો, સેંકડો અને સહસ્રોના હિસાબે વિનાશમાંથી બચે. આ પાછલી વાત અમારા બંનેના મનની છે. મલ્લિકાના મનમાં એ આવી છે. મને એ રુચી છે. અત્યારે મહારાજ પ્રસેનજિત એકલા અનાથ જેવા છે. એમની પડખે કોઈ નથી. પોતે તારાથી એક બે વખત હાર્યા છે એટલે ખિન્ન થઈ ગયા છે. પણ જો તું માને, ને મહારાજને નામનો પણ વિજયનો યશ અપાવે, તો એનું મન રાજી રાજી થઈ જાય. મહારાજના દિલનો ડાઘ કાઢવા માટે છેવટે તું એક વખત આંહીં આવી જાય તો પણ વિડૂડભ જેવા વિચાર કરતા થઈ જાય. એને થાય કે મહારાજની પડખે આ છે. એટલે તું આ પત્ર વાંચીને આંહીં આવી જજે. તું અને મહાઅમાત્યજી બંને. આજ થાય તો કાલ કરતા નહિ. મહારાજ ખિન્ન થઈ ગયા છે. તું એનો ભાણેજ છે. તારે મામાની મદદે આવવું જોઈએ. છેવટે એમાં તને લાભ પણ છે. વર્ષકાર મહાઅમાત્ય બધું સમજશે..... તારે માટે જ મેં આ કર્યું છે, એમ સમજીને ઉતાવળ રાખજો......'

* મલ્લિકા અને વિડૂડભની માતા વાસભખત્તિયા બંને જુદાં હોવાં જોઈએ. એક સંવાદમાં [બુદ્ધચર્યા પૃષ્ઠ ૪૦૦-૪૦૧] મલ્લિકાએ રાજાને પ્રિય વસ્તુના વિરહથી થતા શોકમાં, પોતાનું તેમજ વાસભખત્તિયાનું એમ બંનેનાં નામ ગણાવ્યાં છે. મલ્લિકારાણીને પુત્રી જન્મી તેથી પ્રસેનજિતને શોક થયો એમ પણ ઉલ્લેખ છે.

x શાક્યોએ તે સમયે, કુમાર ગૌતમના રાજત્યાગ પછી, એક વખત રાણી યશોધરાને રાજપદ આપવાનો વિચાર કર્યો હતો.

સંદેશો વંચાઈ રહ્યો ને બે પળ શાંતિ થઈ ગઈ.

વર્ષકાર ઊંડા વિચારમાં પડી ગયો. મગધને કોશલ જોડાય તો વિડૂડભ ઊડી જાય – એ વાત કાંઈ જેવી તેવી ન હતી. પોતાના કરતાં સાત ગણા વિસ્તારનું રાજ મગધને મળી જતું હતું. પ્રલોભન જેવું તેવું ન હતું.

'પણ જો બંને મહાધૂર્ત બ્રાહ્મણો....' મહાઅમાત્ય વર્ષકાર કેટલી વાર સુધી પોતાની દાઢી પંપાળતો વિચાર કરી રહ્યો. છેવટે એ દૃઢ નિશ્ચયાત્મક અવાજે બોલ્યો : 'મહારાજ ! આપણે જવું. ત્યાં રાજા અગ્નિદત્ત* આપણો છે. ફોઈબા આપણાં છે. મલ્લિકા રાણી આપણી છે. સુદર્શન આપણો છે. ધૂર્ત બ્રાહ્મણોએ કોઈ યોજના ઘડી હશે, તો ખબર પડ્યા વિના નહિ રહે. હવે તો આપણે એમની યોજના દ્વારા એમને હણવા છે. એટલે આપણે જવું અને બીજું મહારાજ ! આંહીં અભયકુમાર રાજા બને, ત્યારે એક અષ્ટાહ્નિક ગૌણ સ્થાને રહેવું એ પણ ઠીક નથી. પણ આ જે આવ્યો છે અંબરીષ..... એનાં લક્ષણ ભયંકર છે રાજકુમાર ! એ તમને ને મને બંનેને સૂતા વેચવા માટે આવ્યો છે. ફોઈબાએ જેટલી વાત લખી છે તેથી વિશેષ જરા પણ વાત સાચી નથી.... આપણે બ્રાહ્મણને સાંજે બોલાવીએ.....'

દૂર દૂરથી અભયરાજની ઘોષણા હજી આવી રહી હતી.

અજાતશત્રુએ કહ્યું : 'ભલે મહાઅમાત્યજી ! હું જવા તૈયાર છું. બ્રાહ્મણને સાંજે બોલાવો.'

---

* પ્રસેનજિતનું નામ; પ્રસેનજિત એ કદાચ બિરુદ હશે.

૧૦. બે મંત્રી !

વર્ષકારને મનમાં હજી વાતની ગડ બેસતી ન હતી. રાજા પ્રસેનજિતનો મહામંત્રી કારાયણ અને વિડૂડભનો મિત્ર મંત્રી આ અંબરીષ – બંને કોશલદેશપ્રેમી હતા એ ખરું; રાજાના બંને વિશ્વાસુ હતા એ પણ ખરું; અને કારાયણ ઉપર તો રાજાને સંપૂર્ણ વિશ્વાસ હતો. વળી શ્રાવસ્તી નગરી એમની પ્રિય નગરી હતી. એવી એક પુરાણભવ્ય નગરી ઉપર વિડૂડભ જેવો એક દાસીપુત્ર રાજા થઈ પડે, તે એમને ન રુચે, એ પણ સ્વભાવિક હતું. રાજા પ્રસેનજિતે પોતે જ એક વખત તો પોતાના આ યુવરાજને એટલા માટે પદભ્રષ્ટ જાહેર કર્યો હતો અને રાણી વાસભખત્તિયાને પણ સ્થાનભ્રષ્ટ કરી હતી. એ તો પછી શ્રમણ ગૌતમના ઉપદેશથી એણે મા-દીકરાને પાછાં સ્વસ્થાને સ્થાપ્યાં. છતાં એ વાત પ્રસિદ્ધ તો થઈ ગઈ હતી. એટલે લોકોમાં વિડૂડભનું સ્થાન શંકાભર્યું બન્યું હતું. છતાં, એ બંને મંત્રીઓ, આ પ્રમાણે વર્ષિકાના બોલે તૈયાર થાય, અને મગધ પ્રત્યે વળે, એ વાતમાં એને હજી વિશ્વાસ બેસતો ન હતો. વર્ષિકાએ સંદેશામાં કહ્યું હતું તેમ વજ્જિરા વિષેની વાત હજી બે રાણીઓ વચ્ચેની જ વાત હતી – પણ આ મહાધૂર્ત બ્રાહ્મણોને એ વાતની ગંધ ન આવી હોય, એ અસંભવિત હતું. મંત્રી અંબરીષ આ વાત જાણતો હોવો જોઈએ. એ વિડૂડભના મંત્રી કરતાં મિત્ર વધારે હતો. એનો જમણો હાથ હતો એટલે એના મગજમાં એણે કોઈ ભયંકર યોજના કરેલી હોવી જોઈએ કે જેમાં પ્રસેનજિત રાજા ન રહે. મગધ બની જાય અને વિડૂડભ રાજા થઈ બેસે. એ આવી કોઈક યોજના માટે આવ્યો હોવો જોઈએ. બંધુલમલ્લ સેનાપતિનો અકારણ થયેલો ઘાત મહામંત્રી કારાયણને હજી સાલતો હોવો જોઈએ. પ્રસેનજિતને રાજગાદી ઉપરથી ઉઠાડી મૂકવા માટે, એ આમાં ભળ્યો હોય.

પણ મગધને એનો લાભ મળી જાય એ માટે કોઈ ઉત્સુક હોઈ શકે નહિ. વર્ષકારને લાગ્યું કે મહાધૂર્ત અંબરીષે કોઈક એવી વાત યોજી હોવી જોઈએ કે જેથી વિડૂડભ ગાદી મેળવી જાય. 'મગધ એ વખતે શાંત બેઠું રહે. લાલચે ને લાલચે – અને પછી જાગે ત્યારે ઘણું મોડું હોય. આખી વાતનો આ સાર હતો.

છતાં અજાતશત્રુ ત્યાં જાય એમાં અત્યારે કોઈ હાનિ જણાતી ન હતી. જ્યારે આંહીં તો આ આઠ દિવસમાં કદાચ એ અભયકુમાર સાથે ઘર્ષણમાં આવી જવાનો સંભવ હતો. એણે અંબરીષની મનોગત વાત મેળવવાનો નિશ્ચય કરી લીધો. અંબરીષનો રથ થોડી વારમાં જ દેખાયો. સવારે હતો તેવો એ કોયડા જેવો જ ત્યાં આવીને બેઠો. એ મિત્ર હતો કે શત્રુ એ કળવું મુશ્કેલ હતું.

'કેમ મંત્રીરાજ ?' વર્ષકારે પૂછ્યું : 'તમારે ત્યાં શ્રમણ ગૌતમની સારી એવી અસર થઈ છે ખરું ? એણે અંગુલિમાલ જેવા લૂંટારાને પણ ફેરવી નાખ્યો ! એ વસ્તુ તો ખરેખર અદ્‌ભુત બની ગઈ હો !'

'એ વસ્તુ અદ્‌ભુત બની ગઈ એ ખરું, પણ ભન્તે મહાઅમાત્યજી ! અમને તો હવે બીજી ચિંતા પ્રગટી છે. અમે રહીશું કે નહિ રહીએ એવો મહા પ્રશ્ન અમારે ત્યાં ઊભો થયો છે !'

'કેમ એમ બોલ્યા ?'

'દરરોજ પ્રભાતે, 'શ્રાવસ્તી નગરીનાં ઓ નરનારીઓ ! જાગો છો કોઈ ? ભગવાન તથાગતના નામે.....' – બૌદ્ધ ભિખ્ખુઓની એ પ્રલંબ મધુર સ્વરાવલિ નગરીમાં સંભળાય છે અને ઘેર ઘેરથી માણસો ગાંડાની પેઠે દોડે છે, કાંઈક આપી દેવા માટે. આબાલવૃદ્ધ, સ્ત્રી, પુરુષ, જુવાન, જુવતી, શ્રીમંત, ગરીબ, શ્રેષ્ઠી, સૈનિક, સેનાપતિ – તમામ દોડે છે, આપી દેવાનો એક એવો મહાન રોગ શ્રાવસ્તીમાં આવ્યો છે કે એ ક્યાં દોરી જશે તે કહી શકાતું નથી.'

'કોઈ ભયંકર યુદ્ધ થશે, ત્યારે શ્રાવસ્તીમાં મૂઠી ધાન, ખાવા માટે નહિ હોય. એક કુડ* કાર્ષાપણ વાપરવા માટે નહિ હોય. એક સૈનિક લડવા માટે

---

* ખોટો કાર્ષાપણ.

નહિ હોય. એક શ્રેષ્ઠી, ધનધાન્ય ધીરવા માટે નહિ હોય. શ્રાવસ્તી નગરી તો ભન્તે મહાઅમાત્યજી ! હવે પાંચ-સાત વરસનું સ્વપ્નું છે. પછી ત્યાં, કાં તો ભિખ્ખુઓનાં ટોળાં ફરતાં હશે; કાં શિયાળિયાં રોતાં હશે. એટલા માટે તો અમે વિચાર કરી કરીને છેવટે આંહીં તમારા ઉપર દષ્ટિ કરી. છેવટે મગધપતિ અમારા છે. તમે આંહીં છો. રાજતંત્રોને સ્થિર કરવા આકાશપાતાળ એક કરો છો. મહારાણીનો સંદેશો આટલા માટે છે. મહારાજ ત્યાં આવે.' તેણે અજાતશત્રુની સામે હાથ જોડ્યા.

અજાતશત્રુને કાંઈ જવાબ આપવાનો ન હતો.

મહાઅમાત્ય વર્ષકાર અંબરીષની વાતમાંથી રહસ્ય શોધવા માટે મનોમંથન કરી રહ્યો.

'પણ રાજા પ્રસેનજિત અનશનવ્રત આદરી બેઠા છે, તે વખતે મહારાજનું ત્યાં આવવું યોગ્ય ગણાય ખરું ? એ મામા છે. મહારાજ ભાણેજ છે. મહારાજે ભલે એમને હરાવ્યા, પણ મહારાજ એમને ચરણે માથું નમાવે, એ સ્વાભાવિક છે, યોગ્ય પણ છે. છતાં મહારાજનું અનશનવ્રત શા માટે છે એ તો અમારે પહેલું જાણવું જોઈએ. વખતે અમારી સામે જ એ હોય તો ?'

'તમારી સામે ? મહારાજ તમારી સામે અનશનવ્રત શા માટે આદરે ? તમારા પ્રત્યેની વાત બદલાઈ ગઈ છે. ભન્તે મહાઅમાત્યજી ! એ વખત ગયો. મહારાજ પ્રસેનજિતનું દિલ ખૂલી ગયું છે. એ સમજી ગયા છે. રાજતંત્રો જો જીવશે, તો કેવળ મગધપતિને લીધે. નહિતર બધે કાં દાસીપુત્રો હશે – કાં ગણિકાપુત્રો હશે અને ગણતંત્રો હશે. રાજતંત્રો હવે ટકી રહ્યાં, એમને લાગી તો આ આવ્યું છે – અમારે ત્યાં શ્રાવસ્તીમાં આખી નગરી જાણે કોઈ જાદૂઈ સ્પર્શે ઘેલી થઈ ગઈ હોય તેમ, દિવસ ઊગે છે ને નવા નવા ભિખ્ખુ બનવાની વાત ચાલી રહી હોય છે. એ પવન રાજભવનમાં પણ આવ્યો છે.'

'યુવરાજકુમાર જેતકુમાર જવાબદારી ઉઠાવી લે તો મહારાજ નિરાંત અનુભવે. એ મગધના ભાણેજ પણ છે. પણ એમને રાજ જોઈતું નથી. ભત્રીજો રાજકુમાર સુદર્શન, એ પણ રાજ લેવાની ના પાડે છે. બીજા કોઈ રાજકુમારને રાજ જોઈતું નથી. વિડૂડભને રાજ જોઈએ છીએ. પણ મહારાજ એવા દાસીપુત્રને

એ આપવા ઇચ્છતા નથી. મહારાજ વૃદ્ધ થયા છે. લૂંટારાને વશ કરવા જતાં પણ થાક અનુભવે છે. ઠેર ઠેર લૂંટારાઓ વધ્યા છે. રાજતંત્ર શિથિલ બન્યું છે. ગણતંત્રનો વિજય થઈ જશે એમ લાગે છે. હવે રાજને સાચવે કોણ ? કારાયણ* મહામંત્રીને મહારાજે પૂછ્યું. એણે કહ્યું, શાક્યો એક વખત યશોધરા રાણીને રાજ આપવાનો વિચાર કરતા હતા. તમે પણ એ વિચાર કરો. રાણી મલ્લિકાને રાજ સોંપો. જેતકુમારે ભિખ્ખુ જેવા થઈ જવાનો નિર્ણય કર્યો છે એટલે – મહારાણી વર્ષિકા એ નહિ સ્વીકારે. મલ્લિકા રાણી મહાપ્રાજ્ઞ છે. એ સમજે છે, મગધની મૈત્રી હશે તો જ હવે ગણતંત્રો વચ્ચે કોશલથી ટકાશે. મહારાજે એટલા માટે રાજકુમાર અજાતશત્રુને યાદ કર્યા છે !'

'પણ એમાં અનશનવ્રત શા માટે ?'

'ભન્તે મહાઅમાત્યજી ! તે વિના તમારે ત્યાંથી અમારે ત્યાં કોઈ ફરકે ખરું ? અને તે પણ ખાસ કરીને અત્યારની હવામાં ? અમે ને તમે – શસ્ત્રાસ્ત્ર સજેલી ભયાનક શાંતિમાં બેઠેલા છીએ. એ હવામાં શંકાઓ કેટલી ? ભય કેવો ? વિશ્વાસભંગની કુશંકા કેટલી ? એટલા માટે મહારાજે આ અનશનવ્રત આદર્યું. યુવરાજકુમાર અજાતશત્રુ ત્યાં આવે. મહારાજને મળે. સમાધાનનો પંથ સમજી લે. મહારાજ ત્યારે અન્ન લે. આ વાત છે ભન્તે મહાઅમાત્યજી ! તમે અનુજ્ઞા આપો. મારે જલદી પાછા વળવું જોઈએ. એક એક પળ કીમતી છે !'

રાજદ્વારીઓ ઉતાવળ કરે, તત્પરતા બતાવે, જાણે હમણાં કામ નહિ થાય તો સત્તાનાશ વળી જશે એવી વાતો કરે, એ બધી જ વસ્તુ વર્ષકારથી કાંઈ અજાણી ન હતી. તેણે લેશ પણ ઉતાવળ બતાવ્યા વિના શાંતિથી નવો પ્રશ્ન મૂક્યો :

'મંત્રીરાજ ! વિડૂડભ રાજકુમાર ત્યાં છે. કહે છે એને રાજ લેવાની ઉતાવળ..... છે. અમારે કોઈ ઘર્ષણ કરવું નથી.'

'રાજ લેવાની વિડૂડભને ઉતાવળ છે એમ નાં ?' અબંરીષે વચ્ચે જ કહ્યું : 'પણ ભન્તે મહાઅમાત્યજી ! એને રાજ આપવાની અમારે કોઈને ઉતાવળ

---

* આ કારાયણનું આખું નામ દીર્ઘકારાયણ છે. એના જ વંશમાં પાછળથી ભગવાન કૌટિલ્ય થયેલ છે.

નથી, તેનું શું ? રાજનીતિના જાણકાર તમે આંહીં બેઠા છો. તેમ ત્યાં મહામંત્રી દીર્ઘકારાયણ છે. રાજતંત્રો ટક્યાં છે જ આવાની શક્તિ ઉપર – નહિતર તો ગણતંત્રનો વિજય ક્યારનો પોકારાઈ ગયો હોત. એટલે વિડૂડભ ભલેને ઉતાવળો થાય. કોશલ જેવું પ્રાચીન પુરાણભવ્ય મહાન રાજ, જેમાં શ્રાવસ્તી જેવી નગરી છે, સાંકેત જેવું નગર છે, એ એમ એક દાસીપુત્રના ખોળામાં આપી નહિ દેવાય !'

'તમારે ત્યાં સેનાપતિ કોણ, મંત્રીજી ?'

'રાજકુમાર વિડૂડભ !'

'અને તમે કહો છો એના ખોળામાં રાજ નથી ?'

'પ્રભુ ! રાજ કોને આપવું એ મહારાજ પ્રસેનજિતના હાથની વાત છે. કોને લેવા દેવું એ મહામંત્રી કારાયણના હાથની વાત છે !'

'ત્યારે તમારા હાથની શી વાત છે ?'

'ભન્તે મહાઅમાત્યજી ! મારા હાથની, મારા હૃદયની, એક જ વાત છે. ગણતંત્રોને છિન્નભિન્ન કરી નાખવાની – તમારા જેવા મહાઅમાત્યના પ્રયત્નમાં સાથ આપવાની. કોઈક પણ ચક્રવર્તી જીવશે, તો આ શ્રમણ ગૌતમની ભેળંભેળાને અવરોધ મળશે. કોઈક આકાશપાતાળવ્યાપી મહાન શોધના અસામાન્ય શોધકની ભૂમિકા જીવતી રહેશે, તો શ્રમણ ગૌતમ સરખાની વાહિયાત વાત રોકાશે. જેને વાર, તિથિ ને નક્ષત્રની પણ ખબર ન હોય, એવાં ભિખ્ખુઓનાં ટોળાં, ભારત દેશને ભિખારપંથે દોરી જતાં તો અટકશે. મહાઅમાત્યજી ! તમારા સ્વપ્નનો હું એક ચાહક છું.'

'મંત્રીજી ! તમારી આ વિશિષ્ટતા તો અમારા ધ્યાન બા'રી રહી ગઈ.' વર્ષકાર બોલ્યો. એના અવાજમાં શાંત અગ્નિ ભર્યો હતો. વિડૂડભ સેનાપતિના અંગત મિત્ર તરીકે જ અમે તમને ઓળખતા હતા. આજે આ નવો પ્રકાશ મળ્યો. એનાથી આપણી વચ્ચેનો ઘણો અંધકાર ઘટશે !' વર્ષકારનો શબ્દેશબ્દ વિવેકી હતો. ને વ્યગ્ર કરી મૂકે તેવો હતો. પણ અંબરીષ આ માટે તૈયાર લાગ્યો.

'અથવા એમ કહો કે પૂરી સમજણ નહિ હોય, તો વધશે.'

'કેમ એમ બોલ્યા મંત્રીજી ? અમે તમને આમ સમજ્યા છીએ. તમે કુમાર વિડૂડભના અંગત મંત્રી છો. મિત્ર પણ છો. તમે કહો છો તેમ તમને અમારા પ્રત્યે આકર્ષણ છે. મહામંત્રી કારાયણની યોજનામાં તમને રસ છે. મહારાજ પ્રસેનજિતની શક્તિમાં તમને વિશ્વાસ છે. મલ્લિકા રાણીની પ્રજ્ઞાશક્તિમાં તમને શ્રાવસ્તીનો ઉદ્ધાર દેખાય છે. તમે માનો છો, શ્રાવસ્તી રાજગૃહની મૈત્રીમાં, ભારતવર્ષને ટકાવવાનું બળ છે. આથી વિશેષ તમને શું સમજવાના છે ? અમારી સમજણ અધૂરી હોય તો તમે વધારે પ્રકાશ આપો. પ્રકાશ વિના તો મંત્રીરાજ ! આપણી વચ્ચે અંધારું અટવાયા કરે.'

'ભન્તે મહાઅમાત્યજી ! એક જ વાત વિશેષ કહેવાની રહે છે.'

'શી ?'

'તમે કહ્યું રાજકુમાર સેનાપતિ વિડૂડભનો હું મિત્ર છું. મંત્રી પણ છું. તદ્દન સાચી વાત. એના ઉત્કર્ષમાં મારો ઉત્કર્ષ, એ પણ ખરું. પણ ભન્તે મહાઅમાત્યજી ! રાજનીતિનો પેલો એક વિચિત્ર નટખેલ યાદ કરવા જેવો છે. એમાં જરૂર હોય ત્યારે બ્રાહ્મણ તેલિક બને. તેલિક* ચાપકર બને. ચાપકર શ્રેષ્ઠી બને. શ્રેષ્ઠી શેઠ બને અને શેઠ સાધુ દેખાય. સાધુ સૈનિક લાગે. તમારાથી એ ક્યાં અજાણ્યું છે. ભન્તે મગધમંત્રીશ્વર, કે રાજનીતિ તો દૃષ્ટિવિષ સર્પ જેવી છે. દેખતાં હણે, હણવા માટે જ દેખે. દેખે એટલે હણે. ને હણે એટલે જીવે ! હણવું અને જીવવું – એ બંને શબ્દ જ્યાં એક થઈ જાય છે, ત્યાં રાજનીતિ રહે છે !'

વર્ષકાર સાંભળી રહ્યો. તેણે તેના બોલવાને ઉત્તેજક સ્મિતથી વધાવ્યું. અંબરીષ આગળ વધ્યો.

'હું પણ ભન્તે મંત્રીશ્વર ! તમારા સ્વપ્નનો થોડોઘણો જાણકાર છું. પ્રશંસક પણ છું. એમાં રાચનારો છું. ભારતની ભવ્યતા ઊભી થશે તો તમારા જેવા સ્વપ્નદ્રષ્ટાઓ દ્વારા. મહાભારત જમાનાના ઉત્તુંગ નરસિંહોનું પુનરાવર્તન થશે, તો કેવળ આવાં સ્વપ્નો વડે. એવાં સ્વપ્નો મેં પણ માણ્યાં છે. ભન્તે મંત્રીશ્વર ! અને વારાણસીથી તક્ષશિલા સુધીનું તેર સો જોજનનું જે મહારાજ્ય

* ઘાંચી

તમારી મનોસૃષ્ટિમાં વસી રહ્યું છે, તેવું જ કોઈક રાજ, મારી મનોસૃષ્ટિમાં પણ વસે છે. પણ એવી ભવ્યતાનો વારસો હવે શ્રાવસ્તીમાં શક્ય નથી. ત્યાં કોઈ નરપુંગવ છે જ નહિ. એ વારસો હવે મગધે જ લેવો રહ્યો. હું પણ એટલા માટે મગધ તરફ મીટ માંડી રહ્યો છું !'

'પણ ભણે અંબરીષ મહારાજ ! રાજકુમાર વિડૂડભ.....' એનું શું ?'

'એનો હજી ઉપયોગ છે ભન્તે મહાઅમાત્યજી ! કહો કે એનો જ ઉપયોગ છે !'

વર્ષકાર, અંબરીષની વાત સાંભળતાં જ ચોંકી ગયો. એણે એને ક્રૂર ધાર્યો હતો. પણ એ તો ઘાતક હતો. વિડૂડભનો ઉપયોગ કરીને એને હડસેલી મૂકવાની વાત હવે આવવી જોઈએ. પણ અજાતશત્રુને મૂર્ખ બનાવવા માટેની વાતનો એ પડછાયો હતો.

એ જે બોલી રહ્યો હતો, એમાંથી એક પણ અક્ષર સાચો ન હતો. એમાંથી કેવળ વિડૂડભને રાજ આપવાની એક નેમ સ્પષ્ટ દેખાઈ આવતી હતી. તેર સો જોજન વિશાળ સામ્રાજ્યના સમ્રાટ તરીકે દાસીપુત્ર વિડૂડભને સ્થાપવાની એની મહત્ત્વાકાંક્ષા પ્રગટ થતી હતી અને એ વિડૂડભના મહાઅમાત્ય બનવાની એની આકાંક્ષા પ્રગટતી હતી. મગધનું જ સ્વપ્ન એ ઉઠાવી લેવા માગતો હતો.

એટલે એ મગધનાં સ્વપ્નાં મગધને પાછાં કહી રહ્યો હતો !

પરંતુ વિડૂડભને એ શી રીતે રાજ અપાવી દેવા માગે છે એ હજી સ્પષ્ટ થતું ન હતું.

મગધ આક્રમણ ન કરે માટે એ અજાતશત્રુને સાધવા આવ્યો હતો એ બરાબર, પણ વિડૂડભ કોશલરાજ બને, એ વસ્તુ એવી સહેલી ન હતી. દાસીપુત્ર સામે લોક તરત બળવો કરે. સૈનિકો ઊઠે. આસપાસનાં રાજતંત્રો ધસે. ઘડીના છઠ્ઠા ભાગમાં એને હતો ન હતો કરી મૂકે.

પણ જો મગધ એની પડખે હોય, તો બધા સમસમી રહે. મહાયુદ્ધના ભયે શાંત રહે. વિડૂડભ સ્થપાઈ જાય. પછી તો જે બળવાન તે જીતે. નબળો તે હારે.

વર્ષકાર એને ફરી ફરીને નિહાળી રહ્યો. 'તમે કહ્યું સેનાપતિ વિડૂડભનો ઉપયોગ છે ?'

'કેમ નહિ ભન્તે મહાઅમાત્યજી ? કોશલપતિ ઢળે, – અને એ હવે ગમે તે પળે ઢળે, એ ઘણા વૃદ્ધ છે – પછી નગરી શ્રાવસ્તી કોની ?'

'કેમ કોની ? જે યુવરાજ હોય તેની !'

'પણ યુવરાજ કોણ ? કોઈ નહિ. જેતકુમાર, સુદર્શન કોઈ નહિ. એટલે વિડૂડભ યુવરાજને માન્ય રાખવાનો પ્રયત્ન થશે. હું તો એનો મંત્રી છું જ. કારાયણ મહામંત્રી એમાં મદદ કરે છે. રાણી મલ્લિકા પણ એ માન્ય રાખે. મહારાણી વર્ષિકા માટે બીજો માર્ગ નથી. પણ આપણે સમજીએ છીએ કે વિડૂડભ ત્યાં આવે છે – કોશલરાજ તરીકે નહિ; શાક્યોના હડહડતા દુશ્મન તરીકે, એના ભયંકર વેરી તરીકે. કપિલવસ્તુ સુધીના તમામ શાક્યોનો નાશ કરવા માટે એ સાધન છે. એનાથી કોશલ કાશી મગધનો એકતંત્રી વિસ્તાર છેક હિમાચળને સ્પર્શે. એ એક મહા સામ્રાજ્ય બને. વિડૂડભ કેવળ શાક્યોના ઘાતકનું આપણું કામ કરે. શાક્યોના નાશનું કામ મગધને અપકીર્તિ અપાવે. શ્રમણ ગૌતમના કુળનો નાશ, આખા કોશલ દેશને આઘાત પહોંચાડે. મગધ માટે એ ઠીક નથી. એટલે એ કામ વિડૂડભને હાથે થઈ જાય. ત્યાં સુધી એ કોશલપતિ. પછીની વાત પછી. ભન્તે મહાઅમાત્યજી ! મગધને માટે આ એક મહાન તક છે. પણ જો એ કોશલને વહેલું ઝડપશે, તો કોશલથી આગળ વધી નહિ શકે. શાક્યો તરફ વિડૂડભ લોહીતરસી આંખે જોઈ રહ્યો છે. મહારાજ પ્રસેનજિત ઢળે એટલી વાર. પણ શાક્યોના ઘાતકને, થોડી વાર તે વખતે મગધ નિભાવી લેશે, તો હિમાચળના ચરણ સુધી એનું રાજ હશે. હું તો તમારા સ્વપ્નનો કેવળ પડઘો પાડું છું. ભન્તે મંત્રીશ્વર ! કારણ કે શ્રાવસ્તીમાં હવે મારું સ્વપ્ન ચાલે તેમ નથી.'

'દાસીપુત્રને એ સ્વપ્નું આપું એવો હું મૂર્ખ બ્રાહ્મણ દ્વેષી નથી. આ વાત છે. કોઈક શ્રાવસ્તીમાં હોત તો હું આંહીં ન જ આવત.'

'મહારાજ ને તમે પ્રત્યુત્તર આપો. પ્રશ્ન મગધનો નથી. કોશલનો નથી. શાક્યોનો નથી. શ્રમણ ગૌતમનો નથી. પ્રશ્ન ભારતવર્ષનો છે. તમારા જ સ્વપ્નનો છે.'

'એટલે અત્યારે પ્રસેનજિત મહારાજને બચાવવા હોય તો યુવરાજ વહેલા દોડો. આ વસ્તુ કોશલ દેશમાં પ્રગટ થશે – તો મગધ તરફ આખા દેશને માન થશે. ભવિષ્યમાં એ ખપ લાગશે. હવે મહારાજ પ્રત્યુત્તર આપે !'

વર્ષકાર તેની આખી યોજનાને પામી ગયો. જે વાત એણે કહી હતી. બરાબર એ જ એની યોજના દેખાતી હતી. ફેર માત્ર આટલો હતો. વિડૂડભના ઉપયોગને બદલે અજાતશત્રુનો એને ઉપયોગ હતો ! આ ધૂર્ત જબરો હતો – મગધનું સ્વપ્ન મગધને કહીને મગધને આકર્ષી રહ્યો હતો.

પળ બે પળ વર્ષકાર મહાઅમાત્ય બોલ્યા વિના બેઠો જ રહ્યો. તેણે અજાતશત્રુ સામે જોયું. એની તેજસ્વિતામાં એને ફરી શ્રદ્ધા પ્રગટી. જે સોનેરી જાળ અંબરીષ લાવ્યો હતો, એ જ સોનેરી જાળ દ્વારા એ ધૂર્ત બ્રાહ્મણને બનાવવાનો આનંદ લેવા જેવો લાગ્યો.

એ જ જાળમાં વીંટીને એને અને એના દાસીપુત્ર વિડૂડભને અચિરવતીના નીરમાં ધકેલી દેવાય તેમ થઈ શકે અને એમ જ થવું જોઈએ.

એ ધૂર્ત પણ જાણતો જાય – કે હું મગધમાં, મગધના મહાઅમાત્ય પાસે ગયો.

વર્ષકારનો હાથ સહેજ દાઢી ઉપર ગયો. તેણે દૃઢ નિશ્ચયાત્મક પણ અત્યંત શાંત અવાજે કહ્યું : 'તમે તો ઘણો પ્રકાશ આપ્યો મંત્રીજી ! અમને તમારામાં શ્રદ્ધા છે. તમે બ્રાહ્મણ છો. બ્રાહ્મણદ્વેષી જેવાં ગણતંત્રો, શ્રાવસ્તી જેવી નગરી હાથ કરે, તે કરતાં ભારતવિજયી મગધને એ મળે, તેમાં તમારું હિત પણ સ્પષ્ટ જ છે. તમારા પ્રત્યેના વધુ વિશ્વાસનું કારણ બને છે. મહારાજ તમારી સાથે આવતી કાલે પ્રભાતે નીકળે. બસ ?'

'બસ ભન્તે મહાઅમાત્યજી !' અંબરીષે એક ઉપરટપકેનું ભયંકર સ્મિત કર્યું : 'મને શ્રદ્ધા હતી કે મહાભારત યુગ લાવવા મથનારને હું સમજાવી શકીશ. છેવટે તો આપણે સૌ એક જ નૌકામાં બેઠા છીએ !'

'હા, એક જ નૌકામાં બેઠા છીએ, એ જ વાત છે મંત્રીજી !' અને વર્ષકાર અંબરીષને વિદાય દેવા માટે તરત બેઠો થયો.

૧૧. ફોઈ અને ભત્રીજો

કેટલીક વખત જીવનમાં આશ્ચર્યજનક અકસ્માતો બને છે. એવા અકસ્માતો અકસ્માતો હોતા નથી, એ નિર્માણનાં ઘડીપળ હોય છે. ઇતિહાસમાં યુગપરિવર્તી બળો એમાં કામ કરતાં હોય છે. શી રીતે એ આમ કરી જાય છે, તેનો કોઈ ખુલાસો કોઈએ આપ્યો નથી અને કોઈ આપી શકવાનું પણ નથી. એ અજ્ઞેય રહે એમાં જ દુનિયાની પરમ આશાનો દોર રહ્યો છે. મહાનમાં મહાન શાસકની અને નિષ્ઠુરમાં નિષ્ઠુરની પણ નિર્માણપળ છે, એ આશાતંતુ ઉપર તો દુનિયા જીવતી રહે છે.

અજાતશત્રુ શ્રાવસ્તી જઈ રહ્યો હતો. ત્યારે આવી જ એક નિર્માણની પળ કામ કરી રહી હતી.

વર્ષિકાનો સંદેશો સ્પષ્ટ હતો. મગધને શ્રાવસ્તીમાં પગ મૂકવાનું મળી જાય, તેવો ધ્વનિ એમાંથી નીકળતો હતો. મગધમાં જે ઘર્ષણ વહેલેમોડે આવવાનું હતું તે ઘર્ષણ – અભયકુમાર અને અજાતશત્રુ વચ્ચેનું – હવે તત્કાલ આવે એવો ભય વર્ષકારના મનમાં જાગ્યો હતો. એટલે અજાતશત્રુ શ્રાવસ્તી જાય તો ઠીક છે, એમ એણે નિર્ણય કર્યો. ને અંબરીષને એ પ્રમાણે જવાબ અપાયો. એ આરામવત્થુ તરફ ગયો કે તરત વર્ષકારે અજાતશત્રુને કહ્યું : 'મહારાજ, ફોઈબાનો સંદેશો છે તો સમજવા જેવો. વજ્જિરાને જીતીને આવજો ને ! તો પછી આ ધૂર્ત બ્રાહ્મણના પગ એના જ ગળામાં પડશે અને વગર લડાઈએ હિમાચળ સુધીનું મહારાજ્ય મગધ સરજી જાશે. આ બ્રાહ્મણનો વિશ્વાસ ન કરતા. બસ એટલું જ.'

બીજે દિવસે અજાતશત્રુ શ્રાવસ્તીને પંથે પળ્યો. એ વખતે કોઈને પણ ખબર ન હતી કે એક ભયંકર નિર્માણની મુસાફરી એ ખેડી રહ્યો છે ! નગરી શ્રાવસ્તીમાં એને એવા એક માણસનો ભેટો થવાનો હતો, કે જે એના ભાવિને, ઇતિહાસના ક્રમને અને દેશના ભાગ્યને – ત્રણેને ફેરવવામાં સારો એવો ફાળો આપવાનો હતો.

અને છતાં એ મહત્ત્વની ઐતિહાસિક પળ નોંધપાત્ર પણ ભાગ્યે જ ગણાવાની હતી. એ અંધારામાં ઊગી ને અંધારામાં આથમી જવાની હતી !

ઇતિહાસમાં મોટાં પાત્રો ખેલ ખેલતાં નજરે ચડે છે; પણ ઇતિહાસના કાળનિર્માણમાં, બહુ જ નાનાં માણસો રમત રમી રહ્યાં હોય છે.

ઇતિહાસની આ ફિલસૂફીએ ભલભલાને મોંમાં આંગળાં નખાવ્યાં છે.

આ માણસ બીજો કોઈ નહિ, પણ શ્રમણ ગૌતમનો પિતરાઈ ભાઈ ગોધિપુત્ત. દેવદત્ત એ નામે એ વધુ જાણીતો છે..... તે વખતે શ્રાવસ્તીમાં હતો.

શ્રમણ ગૌતમને કપિલવસ્તુ લઈ આવવા માટે રાજા શુદ્ધોદને કેટકેટલા પ્રયાસો કર્યા હતા ? રાજગૃહમાં એક પછી એક, પૂર્વઅવસ્થાની હેતપ્રીત પ્રેમસંબંધવાળા અધિકારી માણસો, સ્વજનો, આવતાં જ રહેતાં હતાં. પણ જે જે ત્યાં આવ્યા, તે તમામ ભિખ્ખુ થઈ ગયા. શ્રમણ ગૌતમના શબ્દેશબ્દમાં કોણ જાણે એવી શી પ્રેમમોહિની વસી રહી હતી, કે એક વખત જે એનો શબ્દ સાંભળે, એ માણસ પળેપળે એક અદ્ભુત શાંત વાતાવરણ દેખ્યા કરે. એના મનમાંથી દુનિયાની વસ્તુઓ ખસી જાય. છેવટે એ ભિખ્ખુ બની જાય. આવી હવા જ જાણે વ્યાપી ગઈ હતી.

કપિલવસ્તુથી છેવટે, શ્રમણ ગૌતમનો બાલમિત્ર અમાત્ય ઉદાયી આવ્યો અને વિજ્ઞપ્તિ કરવાની યોગ્ય પળની રાહ જોતો વેણુવનમાં રહ્યો. એમ કરતાં ફાલ્ગુન મહિનાની પૂર્ણિમા આવી. આખી રાજગૃહી નગરી, વેણુવન, તપોદારામ, ગૃધ્રકૂટ પર્વત, વનકુંજો બધાં હસી રહ્યાં; શુભ્ર હસ્તીદંતની સ્પર્ધા કરતાં ચંદ્રકિરણોમાં નાહી રહ્યાં. પૂર્ણિમાઓ અનેક આવતી. અનેક જતી. પણ તે દિવસની એ પૂર્ણિમા અનોખી જ હતી. આકાશમાંથી અમીવર્ષણ ચંદ્રરાજે જાણે ધવલ અમૃતની અખંડ વરસાદ–ધારા વરસાવવા માંડી હતી.

એ વખતે સૃષ્ટિને આવી અભિરામ જોઈને, ઉદાયીએ શ્રમણ ગૌતમને કપિલવસ્તુ આવવાની રાજા શુદ્ધોદનની વિજ્ઞપ્તિ સંભળાવી. એ વિજ્ઞપ્તિ સ્વીકારાઈ. શ્રમણ ગૌતમે કપિલવસ્તુ એક વખત ફરીને જોયું. પણ પરિણામ એ આવ્યું કે સેંકડો સ્વજનો એની સાથે ત્યાંથી ભિખ્ખુ થઈને ચાલી નીકળ્યાં !

એવા ભિખ્ખુ બનનારાઓમાં એક દેવદત્ત પણ હતો. એ સાત જણા નીકળ્યા હતા. ભદ્દિય શાક્ય રાજા, અનુરુદ્ધ, આનંદ, ભૃગુ, કમ્બિલ, દેવદત્ત અને સાતમો એક નાપિત. ઉપાલી એનું નામ. એમની સાથે ઉપાલી હજામ એટલા માટે ઊપડ્યો હતો કે છએ રાજકુમારો વસ્ત્રાલંકારનો ત્યાગ કરી ભિખ્ખુ બને, ત્યારે એ મૂલ્યવાન અલંકારોની ગાંઠડી એ લઈ જાય. એને જીવનભરની નિરાંત થઈ જાય.

પણ છએ રાજકુમારોને ભિખ્ખુ બનતા જોઈને, ઉપાલી હજામ વિચારમાં પડી ગયો. એણે ગાંઠડી તજી દીધી. એ ભિખ્ખુ બની ગયો. એ સમયમાં જાણે હવાના કણેકણમાં શ્રમણ ગૌતમે ભિખ્ખુપંથની એક અનોખી સૃષ્ટિ ઊભી કરી દીધી હતી. દુનિયાની તમામ ચીજો પોતાનાં મૂલ્યાંકન ખોઈ બેઠી હતી. મોટામાં મોટું મૂલ્યાંકન ભિખ્ખુ થવામાં રહ્યું હતું. ઉપાલી હજામને સુવર્ણ – રત્ન અલંકાર કરતાં કાષાયવસ્ત્રો વધુ મૂલ્યવાન લાગ્યાં ! એ પણ ભિખ્ખુ બનવા ચાલી નીકળ્યો !

આ ઉપાલી હજામ ભિખ્ખુ તો થયો, પણ બન્યું એવું કે સાતે જણામાં એ સૌથી પહેલો ભિખ્ખુ થયો. શ્રમણ ગૌતમે એને કહ્યું કે 'એહિ ભિખ્ખુ ! તું જ આ બધામાં પહેલો સાધુ થા !' અને એ પહેલો સાધુ થયો.

પણ ભિખ્ખુસંઘના નિયમ પ્રમાણે, હવે તો, એ છએ રાજપુરુષો કરતાં શ્રેષ્ઠ ઠર્યો. છએ રાજપુરુષોએ અભિમાન મૂકીને એને અભિવાદન કર્યું, પણ દેવદત્તનું શાક્ય તરીકેનું અભિમાન હજી ગયું ન હતું. એણે આ વાત કરી ખરી, પણ એનું મન ખાટું થઈ ગયું.

દેવદત્ત ભિખ્ખુસંઘમાં આવ્યો હતો, પણ એના મનમાં એક બીજી જ વાત ઊગી હતી.

એને શ્રમણ ગૌતમનું તદ્દન જ અનોખું એવું ગૌરવભર્યું વ્યક્તિત્વ આકર્ષી રહ્યું હતું. જેને ચરણે મહાન રાજાઓ પણ માથું નમાવે એવી એ અદ્દ્ભુત શક્તિએ એને આકર્ષણ કર્યું હતું. એને પણ એ મહા ગૌરવશાલી પદ જોઈતું હતું. શ્રમણ ગૌતમ એના પિતરાઈ હતા, એના સ્વજન હતા. એટલે ભિખ્ખુસંઘમાં પોતે એક અનોખું સ્થાન પ્રાપ્ત કરી લેશે, એવી એને આશા હતી, એમાંથી એ મહાન પદ પણ મેળવશે.

પણ એણે જોયું કે આ ભિખ્ખુસંઘમાં એનું સ્થાન તો ગૌણ જ રહ્યું. સારિપુત્ર, આનંદ, મૌદગલ્યાયન મુખ્ય ગણાવા લાગ્યા. દેવદત્તના હૃદયમાં તે વખતે મહાઅગ્નિ સમો દ્વેષ પ્રગટ્યો.

એ દ્વેષ એને બાળી રહ્યો અને બધાને જ બાળીને ખાખ કરી નાખવા માટે એને પ્રેરી રહ્યો.

તમામ પ્રકારના દ્વેષોમાં તેજોદ્વેષ ભયંકર છે. એણે કૈક રાજ્યો ઉથલાવી નાખ્યાં છે. એણે કૈક વિનાશો નોતર્યા છે. એણે માત, પિતા, સ્વજન કોઈને ગણ્યાં નથી. તેજોદ્વેષથી પ્રેરિત દેવદત્ત, ભારેલા અગ્નિ સમો ભિખ્ખુસંઘમાં હતો. અજાતશત્રુ શ્રાવસ્તીમાં આવ્યો ત્યારે શ્રમણ ગૌતમનો ભિખ્ખુસંઘ કૌશાંબી નગરી તરફ જવાની તૈયારીમાં હતો. તે બધા આંહીં નૌકાઓની રાહ જોતા થોભ્યા હતા.

અજાતશત્રુને, મંત્રી અંબરીષ મહારાણી વર્ષિકાના ભવન તરફ લઈ ગયો.

મહાપ્રતિહારે દૌવારિકને સમાચાર આપ્યા. થોડી જ વારમાં બંને મહારાણી વર્ષિકાના રાજભવનમાં આવ્યા.

અજાતશત્રુએ ફોઈબાને બે હાથ જોડીને પ્રણામ કર્યા. તેના માથા ઉપર વર્ષિકાનો હેતભર્યો હાથ ફરી રહ્યો. 'દીકરા ! તું તો મોટો ને જબરો થઈ ગયો. ઓળખાતો પણ નથી. શું કરે છે ભાઈ અને ભાભી ?'

'મહારાજને હમણાં તો આરામ છે, ફોઈબા ! એટલે તો જીવકકુમાર અવંતી જઈ શક્યો !'

'એમ ? જીવકકુમાર અવંતી ગયો છે ? કેમ, ત્યાં શું છે ? કોઈ માંદું હશે !'

'તમને ખબર નહિ હોય ? અવંતીનાથ મહાવ્યાધિથી પીડાય છે. જીવકને બોલાવ્યો હતો. મહારાજે મોકલ્યો છે !'

'એ તો મોકલે જ નાં બેટા ? એમ તો મગધપતિ છે. અરિને રણક્ષેત્રમાં ભલે મારે, પણ એની વિવશતાનો લાભ ન લે. તારે પણ દીકરા ! મગધની એ પરંપરા જાળવવી જોઈએ. તને બોલાવ્યો છે જ એટલા માટે. અંબરીષે કહ્યું હશે નાં ? આંહીં મહારાજ અનશનવ્રત ઉપર બેસી ગયા છે !'

'પણ શું કરવા ફોઈબા ? છે શું ?'

'બીજું શું હોય ? રાજાને તો માનભંગ થાય એટલે મૃત્યુ આવ્યું અને તેં એમનો માનભંગ કર્યો. બધો વાંક તારો છે !'

'મારો વાંક છે ? મેં તો મહારાજને એક પણ કુવચન કહ્યું નથી !'

'લે, તું હવે જરાક આરામ લે. થાક્યો હોઈશ. શ્રાવસ્તી રાજગૃહનો રસ્તો ચાલીસ જોજન – કેટલો લાંબો અને પાછો કેવો આડોઅવળો ? મંત્રી અંબરીષને પણ થાક લાગ્યો હશે. ભણે અંબરીષ ! રાજગૃહ નગરી તેં તો પહેલી વખત જોઈ હશે ? મહારાજને મળવાનું થયું ?'

'રાજગૃહ નગરી પહેલી વખત જોઈ, મહારાણીબા ! અદ્દ્ભુત છે. મહારાજ ન મળ્યા. મહાઅમાત્યજીએ બધો બંદોબસ્ત કરી દીધો અને મહારાજકુમાર તો આ અનશનની વાત જાણીને રાતદી જોયા વિના દોડ્યા આવ્યા છે !'

'કેમ ન દોડે ભણે મંત્રી ! એ ભાણેજ છે. મહારાજ મામા છે. તું હવે જા, આરામ કર. હું હમણાં જ એને લઈને મહારાજ પાસે જાઉં છું. મલ્લિકાને કહેવરાવી તો દઈએ.....' તેણે પાસે પડેલી એક રૂપેરી ઘંટા ઉપર ડંકો દીધો.

પળ બે પળમાં જ એક દાસી દોડતી આવી. અંબરીષે જવા માટે પગ ઉપાડ્યો.

'ભણે મંત્રી ! સાંજે આ તરફ આવજે !'

અંબરીષ નમન કરીને ગયો. એને જતો મહારાણી વર્ષિકા જોઈ રહી. એ અદશ્ય થયો કે તરત વર્ષિકા પોતાના ભત્રીજા તરફ ફરી; એના ઉગ્ર સ્વભાવ વિષે, અને મહારાજ બિંબિસારને પણ ન ગાંઠવાની એની રીતભાત વિષે, એણે

ઘણું સાંભળ્યું હતું. પણ પોતાનો જેતકુમાર વિરાગ લઈને બેઠો, ત્યાર પછી એને થઈ ગયું હતું કે, રાજકુમારો જો એ પંથે પળવા માંડે, તો પછી છેવટે કોઈ રાજવંશ રહે નહિ. એટલે એને અજાતશત્રુના તોફાની સ્વભાવમાં મગધનો ઊલટાનો અભ્યુદય દેખાતો હતો. વેરાગી જેવા જેતકુમાર ને સુદર્શન કરતાં તો આ સારો કે રાજતંત્ર તો જાળવે. આંહીં પેલા દાસીપુત્ર વિડૂડભની સત્તા સ્થિર થઈ જાય, તે પહેલાં, અજાતશત્રુનો પ્રવેશ થાય તો ઠીક, એમ એ ઇચ્છી રહી હતી.

એ અજાતશત્રુને થોડો વખત નિહાળી રહી. પછી એણે પ્રેમથી કહ્યું : 'ભણે અજાત ! તને શું કરવા તેડાવ્યો છે તે તું જાણે છે ?'

'જાણતો નથી. તમે કહેશો એટલે જાણીશ.'

'ત્યારે આ હમણાં ગયો નાં – પેલો અંબરીષ – એને તું આળખે છે ?'

'વિડૂડભનો મંત્રી અને મિત્ર છે, એમ સાંભળ્યું છે.'

'એ દાસીપુત્ર વિડૂડભની જ આ બધી મોંકાણ છે. એના રોમરોમમાં દ્વેષ ભર્યો છે. એ શ્રાવસ્તીના રાજકુટુંબના તમામને હણી નાખવા માગે છે– મહારાજને, મને, જેતકુમારને, સુદર્શનને, તમામને. એ શાક્યોને પણ હણી નાખવા માગે છે. એનું ધ્યાન હણવા તરફ છે. એ પછી તો એ તારા મગધને પણ રોળી ટોળી નાખવા માગે છે. એ આંહીંનો સેનાપતિ છે. ઘણો બળવાન છે. સેના ઉપર સંપૂર્ણ કાબૂ એનો છે. એના બોલે શસ્ત્ર ઊંચાં થાય. એના બોલે શસ્ત્ર નીચાં નમે. તારા ફુઆ તો નામના મહારાજ રહ્યા છે. તેં એક–બે વખત મહારાજને હરાવ્યા, એટલે તો એ સર્વોપરી થઈ બેઠો. એણે બધાને સમજાવ્યું કે મગધનો સફળ પ્રતિકાર માત્ર હું જ કરી શકું તેમ છું. વૃદ્ધ મહારાજ તો હવે કોશલને લૂંટાવી દેશે. બંધુલમલ્લની કરુણ કથા પછી પાંચ સો* મંત્રીઓ પણ એના તરફ ઢળ્યા છે. આંહીંની આવી વાત છે. તને એટલા માટે તેડાવ્યો છે. મહારાજની પડખે મગધ ઊભું છે, ને ઊભું રહેશે, એમ એને પ્રતીતિ થાય

* શાક્યોમાં, મલ્લોમાં ને પ્રસેનજિતને ત્યાં પાંચ સો મંત્રી હોવાની વાત આવે છે. વખતે એ રાજસભા જ હશે.

તો એ નરમ પડે.' રાણી થોડી વાર થોભી. અજાતશત્રુ તરફ આકાંક્ષાથી જોઈ રહી ને આગળ બોલી :

'પણ આ જે અંબરીષ ગયો તે, અને કારાયણ મહાઅમાત્ય, એ બેનાં મન કળાતાં નથી. અત્યારે અમને મદદ કરી છે એ ખરું, પણ એમનાં મનમાં શું છે એ ભગવાન જાણે. તું આવ્યો તે સારું થયું. તું મહારાજને આશ્વાસન આપી શકશે. તારો સાથ આપી શકશે. હું તો કહું છું કે તું અત્યારે મહારાજ કહે તેટલું નમતું મૂકી દે, તો મહારાજની પ્રતિષ્ઠા વધશે. છેવટે તો એનાથી તને જ ફાયદો છે. મહારાજ કહેશે કાશી અમારું છે, તારી માનું નહિ, તો તું બે હાથ જોડીને મહારાજને કહી દે કે 'મહારાજને જે જોઈએ, તે મારે ન જોઈએ.' એવી વાત થતાં આંહીંની હવા જ ફરી જશે. વિડૂડભ પણ સમજી જશે. અત્યારે તો અમારે વગર બંધનનું આ બંધન છે. દિવસમાં સો વખત મહારાજનું અપમાન થાય છે. દર પળે આંહીં ભય લાગે છે. હજી મહારાજના જૂના સૈનિકો, સેનાપતિઓ, કેટલાક વિશ્વાસુ રહ્યા છે, કારાયણ અચળ છે એમ લાગે છે, પણ કાલે શું થશે, તે કહેવાય તેવું નથી. તને આ વાત કહી, એટલે આપણે મહારાજ પાસે જઈએ, તો તું એકદમ પાછો યુદ્ધવાણી બોલી ન બેસે. છેવટે તો એ તારા મામા છે. એમને મોહ છે કે હું કોશલ – કાશીરાજ તરીકે જ રાજગાદી ઉપર આવ્યો હતો, અને એ રીતે જ જીવનભર રહું. આટલી આ વાત છે. પછી તો કાશી તારું જ છે નાં ?'

અજાતશત્રુને વર્ષકારના શબ્દોના ભણકારા કાનમાં સંભળાયા. પોતે આંહીં મૂર્ખ બની ન જાય એ જોવાનું હતું. જીવનમાં પહેલી જ વાર એને રાજરમત રમવાનું આવ્યું હતું. ફોઈબા પણ કાશી લઈ લેવાની વાત કરતાં હતાં. એને વર્ષકારના શબ્દો સાંભર્યા, 'મહારાજ ! વજ્જિરાને જીતીને આવજોને, તો આપણે આ ધૂર્ત બ્રાહ્મણને પહોંચી વળીશું !' એ વજ્જિરાને એક વખત તે પહેલાં એણે આંહીં જોઈ હતી. એની પ્રતાપી તેજછાયા હજી એને યાદ હતી. એ પ્રેમસૃષ્ટિનાં પંખીડાં થાય તે પહેલાં યુદ્ધ આવ્યું. પણ ફોઈબા એને આંબાઆંબલી દેખાડીને બનાવતાં તો નહિ હોય ? તેણે પોતાના સ્વભાવની વિરુદ્ધ જઈને અત્યંત શાંતિથી જવાબ વાળ્યો : એ શાંતિ એના અવાજમાં કાંઈક

કૃત્રિમ લાગતી હતી. 'ફોઈબા ! બધું ફુઆની ઇચ્છા પ્રમાણે ગોઠવાઈ જશે. આપણે મળીશું, વિડૂડભ પણ મને આવેલો જોશે.....'

'એ હમણાં ક્યાં આંહીં છે ? એ આંહીં નથી, એ ગયો છે શાક્યોના પ્રદેશ તરફ, એટલે તો તને ઊભાઊભ બોલાવ્યો છે. આપણે એના આવ્યા પહેલાં કામ કરી નાખવું છે. તું નમતું જોખે છે એ ખબર પડતાં, પછી તો મહારાજની પૂર્વપ્રતિષ્ઠા જ કામ કરી જશે. એમ તો શ્રાવસ્તી નગરી પોતાના મહારાજને ભૂલ તેમ નથી !'

અજાતશત્રુ ચોંકી ગયો. બધી વાત કાશી ઉપર કેન્દ્રસ્થ થતી હતી. એના ઉપરથી મગધ દાવો ઉઠાવી લે એટલે બસ. ફોઈબા કોઈ ભયંકર રમત તો રમતાં નહિ હોય ? અજાતશત્રુને કાંઈ સમજાયું નહિ.

પણ તેણે પોતાની શંકા ન જણાય એવો શાંત અવાજ રાખ્યો : 'ફોઈબા ! રાજતંત્રો અને ગણતંત્રો બધાં જ મગધની સામે છે એ તો તમે જાણો છો. મહારાજને હવે રાજકાજમાં રસ રહ્યો નથી. એક મહાઅમાત્ય વર્ષકાર હજી જૂની રાજભક્તિને લીધે ખેંચે રાખે છે. આપણે અહીં કોઈ ઉતાવળું પગલું લઈએ, ને આસપાસમાં એની એવી અસર પડી જાય કે આપણે કારણ વિનાના યુદ્ધમાં ઘસડાઈએ. એટલે આપણે મહારાજની પૂર્વપ્રતિષ્ઠા જળવાય, તેમ મગધે નમતું જોખ્યું છે એવી વાતની પ્રસિદ્ધિ ન થાય, એમ કરવું છે. મગધને નબળું માનીને અનેકો એને ઘેરવા દોડે એ સ્થિતિ ન થાય તે જોવાનું છે. આપણે રસ્તો કાઢીશું ફોઈબા !'

અજાતશત્રુના સ્વભાવ વિષે વર્ષિકાએ જે સાંભળ્યું હતું તેનાથી વિરુદ્ધ જતો આવો શાંત ઉત્તર સાંભળીને ઘડીભર એ વિચારમાં પડી ગઈ. આ ઘડતર વર્ષકારનું. ભત્રીજાને જેમ ફોઈબા વિષે શંકા થઈ હતી, તેવી જ શંકા ફોઈબાને ભત્રીજા વિષે થઈ આવી. મહારાજ પ્રસેનજિતની પાસે આ નમતું જોખે એ વાત એને અશક્ય લાગી. આ નમતું જોખે તેમ ન હતો, ને મહારાજનું મન સમાધાન પામે તેમ ન હતું. એને ચિંતા મહારાજની થઈ પડી.

મહારાજનું માન જાળવવા જેટલો વિવેક આણે અત્યારે બતાવ્યો હતો, એની જ એને નવાઈ લાગી ! એ પણ એક રાજકીય રમત હશે કે શું ? એને કાંઈ સમજણ પડી નહિ.

એ વિચારમાં પડી ગઈ. અચાનક એને સ્ફુર્યું અને એ આશ્ચર્ય પામી ગઈ. તેને પોતાની તરુણ અવસ્થાના દિવસો યાદ આવી ગયા : 'આહા !' તે મનમાં જ બોલી ગઈ. 'ત્યારે તો આ એક વિશ્વ સત્ય જણાય છે. પુરુષમાં જે કાંઈ છે, તેને ઘડવાનું કામ સ્ત્રીને ભાગ્યે જ આવવાનું છે. આ ઉગ્ર ઉચ્છૃંખલ આવેશવાળો રાજકુમાર વર્ષકારના ઘડતરને લીધે આમ વર્તી રહ્યો છે કે કોઈ પ્રેમહવાના સ્પર્શે આમ વિનમ્ર બની ગયો છે ?'

પ્રેમહવા હોય તો એ પ્રેમહવા કઈ હોઈ શકે ?

બીજી કઈ ? ને સાંભરી આવ્યું. તે પહેલાં એક વખત એ આંહીં આવ્યો હતો. ત્યારે એવો જ શાંત જણાતો હતો. એ પ્રતાપ મલ્લિકાની વજ્જિજરાનો હતો. પણ ત્યારે એ વાત એને ગમી ન હતી. મલ્લિકા પણ છેવટે તો માળીની પુત્રી નાં ? પણ આજે એ જ વાત અમૂલક જણાતી હતી. એ સમજી ગઈ. આજે પણ આની શાંતિ પાછળ આ વજ્જિજરાની પ્રેમછાયા જ કામ કરતી હોવી જોઈએ.

એ રાજા બિંબિસારની બહેન હતી. એટલે એ વારસો તો એનો હતો જ. પણ એ ઉપરાંત આંહીંની આ કોશલદેવની હવા એને ઘડી ગઈ હતી. એટલે રાજા પ્રસેનજિતનો વાળ વાંકો થાય, તો આ અવસ્થાએ પણ એનું હૃદય છિન્નભિન્ન થઈ જાય.

પોતે કાશીરાજ હોવાનો રાજાના મનનો આગ્રહ એણે જોયો હતો. એ જીવનની છેલ્લી પળ સુધી કાશી કોશલરાજ હોય તો જ એનું જીવન ટકે. જે ઘડીએ એ કાશીરાજ ન હોય, તે ઘડીએ એ પોતે પણ ન હોય, એટલો બધો એને કાશીપ્રદેશનો મોહ હતો.

અજાતશત્રુ ન સમજે તો વિડૂડભ જેવા દાસીપુત્રનો આધાર લઈને પણ, એ આ વયે કાશી જીત્યે જ રહે ! એ રાજગાદીએ આવ્યા હતા કાશી કોશલરાજ તરીકે, જીવ્યા હતા કાશી કોશલરાજ તરીકે. એને મરવું હતું કાશી કોશલરાજ તરીકે. વર્ષિકાને મહારાજના જીવનની મોટી ચિંતા હતી. એની પાસે કોશલદેશની જાનકીનો વારસો હતો. એ ઇતિહાસનો એનો વારસો હતો.

એને શંકા એ હતી કે વર્ષકાર મહાધૂર્ત હતો. એણે આને ઘડીને મોકલ્યો હતો. એ કોશલનો લાભ ઉઠાવીને પછી કોશલરાજને પણ રખડતો કરી મૂકે. અંબરીષ, કારાયણ ને વર્ષકાર એ ત્રણ ધૂર્તોની વચ્ચેથી રાજા પ્રસેનજિતના જીવનની છેલ્લી પળોને ગૌરવભરેલી રીતે જાળવી લેવી, એ એને માટે પ્રશ્નોનો પ્રશ્ન હતો. એ રાજાના ભાવિ માટે પળે પળે કાંપી રહી હતી. એટલે તો મગધની મહત્તાને સ્પર્શે એવી રીતે એણે વાત મૂકી હતી. મલ્લિકાની એમાં મદદ મેળવી હતી. પરંતુ આ ભત્રીજો પણ પેલા ધૂર્ત બ્રાહ્મણના પંથે પળે, ને મહારાજને રખડતા કરી મૂકે તો ? જેણે પોતાના બાપને જ બંધનમાં મૂકી દીધો હતો, તે વજ્જિરાની પ્રેમહવામાં આકર્ષાય, તોપણ તેનો વિશ્વાસ કેટલો ?

વર્ષિકાને કાંઈ સ્પષ્ટ દિશા સમજાઈ નહિ. પણ એટલામાં રાણી મલ્લિકાને એણે આવતી જોઈ. એની પાછળ જ વજ્જિરા પણ આવી રહી હતી.

વર્ષિકા અજાતશત્રુને નિહાળી રહી. વજ્જિરાને આવતી જોઈ રહી. બંનેને જોઈ રહી.

અજાતશત્રુની દૃષ્ટિ વજ્જિરા ઉપર પડી અને એના મોં ઉપર નવા પ્રકારનો ઉત્સાહ આવતો લાગ્યો.

વજ્જિરાની દૃષ્ટિ અજાતશત્રુ ઉપર પડી – અને એના મોં ઉપર આનંદની એક સુરખી આવેલી જણાઈ.

વર્ષિકા સમજી ગઈ. આ બંને એકબીજાને સમજી ગયાં હતાં. માત્ર કોયડો તો આ હતો કે પેલો ધૂર્ત વર્ષકાર ક્યાંક કામ સરી ગયા પછી, તને પણ મ્યાંઉં કરી નાખે – તો મહારાજ પ્રસેનજિતના છેલ્લા દિવસો, અકિંચનના પણ અકિંચન જેવા બની જાય !

વર્ષિકાને મહાન ચિંતા એ હતી.

૧૨. વજ્જિરા

રાજા પ્રસેનજિતની રાણી મલ્લિકા પુષ્પ સમાન હતી. એ પુત્રી પણ પુષ્પઉદ્યાનની જ હતી. એનો ઉછેર પુષ્પઉદ્યાનમાં હતો. એને પુષ્પોએ ઘડી હતી. પુષ્પોને એ સમજતી, પુષ્પો એને સમજતાં. કોઈને પોતાની વાત ન કહેનારાં પુષ્પો એને પોતાના અંતરની વાતો કહેતાં. એને ત્યાં પુષ્પોના ઢગલા ને ઢગલા દેખાતા. એ પુષ્પોમાં રમમાણ હતી. પુષ્પોની બધી જ સમૃદ્ધિ એને વરી હતી. એના સ્વભાવમાં પુષ્પની સુવાસ હતી. દેહમાં પુષ્પની સુગંધ હતી. વર્ણમાં પુષ્પની છાંટ હતી. વાણીમાં પુષ્પનો પરિમલ હતો. સ્પર્શમાં પુષ્પની કુમાશ હતી. એનો સ્પર્શ પુષ્પ જેવો મૃદુ, માદક, મોહક હતો.

રાજા પ્રસેનજિતને એ વરી હતી જ આ સ્પર્શના પ્રતાપે ! એનો હાથ સ્પર્શે – અને માણસ સ્વપ્નમય બની જાય ! રાણી થયા છતાં એ પુષ્પબાલા જ રહી હતી. એનો સ્પર્શ, એની વિનમ્રતા ભલભલાના વિરોધને એક ક્ષણમાં શમાવી દે. એની વાણીની મધુરતા, જાણે કે એના શબ્દોમાં કોમળ સ્પર્શ કરવાની શક્તિ હોય તેમ, દેહને, મનને અને ચિત્તને, બધાંને સ્પર્શી રહે. એ ન બોલે ત્યાં સુધી એનું રૂપ બોલે. પણ એની વાણી નીકળી, પછી એનું રૂપ અબોલ થઈ રહે. એવી શાંત સ્વરમય એની વાણી હતી.

અજાતશત્રુને જોતાં જ એની આંખ હસી ઊઠી. એનામાં એને કોશલ કાશીનો ઉદ્ધાર દેખાયો. રાજા પ્રત્યે એને અપાર પ્રેમ હતો. તો પોતે જ્યાં આવી હતી, તે કપિલવસ્તુ પ્રત્યે એને અપાર લાગણી હતી. યુવરાજ વિડૂડભ કપિલવસ્તુ શાક્યો પ્રત્યે ભયંકર દ્વેષ ધરાવનારો હતો. રાજ મળતાં પહેલું કામ જ એ શાક્યોને હણવાનું કરવાનો. એ વાત જાણ્યા પછી મલ્લિકાની નિદ્રા

ઊડી ગઈ. વિડૂડભ ભિખ્ખુ થઈ જાય એ એક રસ્તો હતો. મહારાજ પ્રસેનજિત પોતે પણ એવી શાંતિ વિડૂડભના મનમાં વ્યાપી રહે એમ ઇચ્છી રહ્યા હતા.

સ્થવિર આનંદને રાણીએ એવા પ્રયત્ન માટે વાત પણ કરી હતી, પણ વિડૂડભ જુદી માટીમાંથી સરજાયો હતો. એને માત્ર શાક્યોને હણવા ન હતા. તમામ જાતિશ્રેષ્ઠતાને ટાળવી હતી

રાણી શ્રમણ ગૌતમના ભિખ્ખુસંઘની ખડે પગે રાતદિવસ સેવા કરતી હતી. તેમાં આ વાત હતી. એટલે જો જેતકુમાર પેઠે વિડૂડભ પણ ભિખ્ખુપંથે પળે, તો રાજા પ્રસેનજિત છેલ્લાં વર્ષો સુખમાં ગાળે. શાક્યો બચી જાય. કદાચ રાજગાદી પોતાની પુત્રી વજ્જિરા સંભાળે, એ મહત્ત્વાકાંક્ષા પણ એને દોરી રહી હતી. વર્ષિકાને એણે સાધી. વર્ષિકાએ એને સાધી. બંનેએ મળીને છેવટે અજાતને બોલાવ્યો. એને આંહીં સમયસર આવેલો જોઈને એ આનંદી ઊઠી. અજાતશત્રુનું ધ્યાન એની પાછળ ચાલી આવતી વજ્જિરા ઉપર હતું. મા પુષ્પ સમાન હતી, પણ પુત્રી અગ્નિ સમાન હતી. અગ્નિ અને પુષ્પની આ વિરલ પ્રેમવાડી એ એક મહાન આશ્ચર્ય હતું.

એ મહાન આશ્ચર્યનું એને આકર્ષણ હતું. વર્ષકાર માટે તો એ કેવળ રાજનીતિનો વિષય હતો. અજાતશત્રુ માટે રાજનીતિ અને પ્રેમઆકર્ષણ બંનેનો એમાં મેળ હતો. અને એનું કુદરતી જ જાણે કે કારણ હતું. મલ્લિકા રાણીની પુત્રી વજ્જિરાનો જ્યારે જન્મ થયો, ત્યારે રાજા પ્રસેનજિત શ્રમણ ગૌતમ પાસે બેઠો હતો.

રાણીને પુત્રી જન્મી એ સમાચાર જ્યારે સેવકે આવીને કાનમાં કહ્યા, ત્યારે પુત્રીજન્મનો એને શોક થયો. એનું મોં પડી ગયું.

ત્યારે શ્રમણ ગૌતમે સમાધાન બોલ એને કહ્યા. પુત્ર-પુત્રી વચ્ચે ભેદ નથી, અને કોઈક પુત્રી પુત્ર કરતાં પણ વધારે પ્રતાપી નીકળે; કાં કોઈ પ્રતાપી પુત્રની જનેતા બને.

એ આ વજ્જિરા. આજે ખરેખર વજ્ર સમાન દેખાતી હતી. કોઈ કોઈ સ્ત્રીમાં વર્ષાઋતુના પ્રથમ દિવસોનો તોફાની તરંગોનો મિજાજ જોવા મળે છે. એ મિજાજ ઉપર જ્યારે પ્રતાપની તેજરેખા ઝળકતી હોય છે, ત્યારે તો એનું

આકર્ષણ અનોખું બની રહે છે. સમુદ્રના ખડક સામે અફળાતા તરંગો જેમ માણસને આકર્ષે છે ને અમુક અંતરે તેને થંભાવી દે છે, તેમ આવી પ્રતાપભરી નારી, માણસને આકર્ષે, ને અમુક અંતરે એને થંભાવી દે, કહેતી હોય કે જાણે આ રેખા સુધી – અને આથી આગળ નહિ. મલ્લિકામાં પુષ્પોનો સમૂહ નૃત્ય કરતો દેખાય. વજ્જિરામાં સમુદ્રના ગગનઊંચા તરંગોની ભરતીમસ્તી રેલી રહેલી નજરે પડે. લાગે કે આ ખરેખર સમુદ્રની રાણી છે ! એ સમુદ્રનો મિજાજ અને મસ્તી લઈને આવી હતી.

વજ્જિરાને આવતી અજાતશત્રુ નિહાળી રહ્યો. એમાં ક્યાંય રૂપનું આકર્ષણ ન હતું. લાવણ્યની કોઈ રેખાને સ્થાન ન હતું. રમણીયતાની કોઈ છાંટ ત્યાં ન હતી. સૌન્દર્યની કોઈ લહરી દેખાતી ન હતી. છતાં એને જોતાં જ, માણસ કોઈક એવી તો શેહ અનુભવે કે એના તરફ એ અકળ રીતે ખેંચાઈ જાય. જાણે કોઈ વીજળીકિરણે એને ખેંચી લીધો. અને પછી એ થંભી જાય. થોભી જાય. ન આગળ વધી શકે ન પાછળ હઠી શકે. ન નજર ફેરવી શકે. એને જુએ, એનો પ્રતાપ જુએ, એ ઝળહળતો પ્રકાશ જાણે નીરખ્યા જ કરે. એ પ્રતાપતેજનો કાં તેજકણ થઈ જાય. કાં પોતાના એવા રજ પડી જાય. વજ્જિરાના સાન્નિધ્યમાં આવેલો માણસ જેવો હતો તેવો રહી ન શકે !

કાં એણે ફર્યે છૂટકો, કાં તો પછી એણે મર્યે છૂટકો.

અગ્નિ જેમ વીજળીને નીરખી રહે, તેમ અજાતશત્રુ વજ્જિરાને આવતી જોઈ રહ્યો. એના રોમરોમમાંથી અમુક પ્રકારના મિજાજની જાણે હવા ઊઠતી હતી. એની આંખમાં કાળી કીકીનું તેજ લખલખી રહ્યું હતું. નાકની સુરમ્ય દાંડી એટલું આકર્ષણ જમાવતી ન હતી. જેટલું આકર્ષણ, એની ટોચ ઉપર એક ભયંકર સ્થાને બેઠેલો શ્યામ તિલ જમાવતો હતો. એની મુખમુદ્રાનો બધો પ્રતાપ અને એની બધી જ કમનીય રેખાઓને, જાણે કે પોતે પોતાનામાં સમાવીને, અચળ સ્થળે એવી રીતે બેસી ગયો હતો કે, આખા દેહની ગજબની મસ્તીનો એ જ શ્રેષ્ઠ સર્જક થઈ પડ્યો હતો ! હતો એક નાનામાં નાના તલથી પણ નાનો. પણ એની એ ગંઠડીમાં કોણ જાણે કેવી સમૃદ્ધિ ભરી લીધી હતી,

કે એના વિનાની વજ્જિરાની મુખમુદ્રા જ કોઈ કલ્પી શકે નહિ ! જાણે એ જ વજ્જિરા હોય, ને વજ્જિરા કાંઈ ન હોય.

જે શ્યામ તલ ઉપર કવિઓ રાજ્યોનાં રાજ્યો ન્યોછાવર કરે છે, એમ કહેવાય છે, એવો કોઈ રૂપરમકડાનો આ તિલ ન હતો. આ તિલ તો રાજ્યોનાં રાજ્યો રોળીટોળીને એક અખંડ મહાન ચક્રવર્તી શાસન સરજે, એ આ તિલ હતો ! વજ્જિરાનો* તિલ એવી લોકવાયકામાં એક વાણી પણ વહેતી થઈ હતી.

અજાતશત્રુ કોઈ અકળ વીજળીકિરણથી આકર્ષાયો હોય તેમ જરાક રાણી મલ્લિકાના આગમનમાર્ગ તરફ ખેંચાયો. પણ તે તરત સ્થિર થઈ ગયો.

એટલામાં તો રાણી મલ્લિકા ત્યાં આવી પહોંચી.

અજાતશત્રુએ તેને અભિવાદન કર્યાં.

'ક્યારે આવ્યા યુવરાજકુમાર ? અમે તો તમારી મેઘની પેઠે રાહ જોતાં હતાં.' મલ્લિકા બોલી.

'આવીને ફોઈબાને મળ્યો ને એટલી જ વાર થઈ.'

'અમારો સંદેશો મળ્યો હતો ? બરોબર મળ્યો હતો નાં ?'

'એટલે તો હું આવ્યો ! નહિતર.....'

મલ્લિકા ને વર્ષિકા ચમકી ઊઠ્યાં. અજાતશત્રુ આગળ બોલતાં થંભી ગયો. પાછળ ઊભેલી વજ્જિરાનું એક અકળ હાસ્ય સંભળાયું, અને તે ઉતાવળે મસ્તી ભરેલી વાણીમાં બોલતી સંભળાણી.

'અરે ! એ તો ઠીક. સંદેશો મળ્યો ને તમે આવ્યા તે, પણ મા તો પૂછે છે, સંદેશો મળ્યો તે બરાબર સમજાયો કે નહિ ? કે પછી હું બ !'

વજ્જિરાના એક વેણે બધી ઔપચારિક વાતોને ઉડાડી મૂકી. વર્ષિકા ને મલ્લિકા હસી પડ્યાં. વજ્જિરા હસતી હતી. અજાતશત્રુને હસવું ન હતું, પણ ન હસવું તે બોઘા જેવું ગણાશે, એમ ધારીને તે પણ હસી પડ્યો.

પણ એટલે તો વજ્જિરા વધુ હસી રહી, અને હસતાં હસતાં જ બોલી : 'અરે મા ! યુવરાજકુમાર ઉતાવળે ઉતાવળે આવ્યા છે. ઉતાવળમાં

---

* મૂળમાં નામ વજિરી છે.

છે અને ઉતાવળા છે. એ સંદેશો ન સમજ્યા હોય તો કાંઈ નહિ, પણ હવે આ હાસ્યને તો સમજવા દે !'

અજાતશત્રુ કાંઈ સમજ્યો નહિ. પણ પોતે સાવધ થઈ જવું એ એને તરત યાદ આવ્યું, તે સાવધ થઈ ગયો. અત્યાર સુધી એને મામીની વાત કોયડા સમાન લાગી હતી. પણ હવે તો આ મલ્લિકા રાણી પણ કોયડા સમાન લાગી. ને વજ્જિરા પણ કોયડા સમી બની ગઈ. એનામાં કોણ વધારે વસી રહ્યું છે – પ્રતાપ કે મસ્તી, એ એને માટે એક મોટો પ્રશ્ન થઈ પડ્યો.

તેણે ધીમેથી કહ્યું : 'તમારો સંદેશો હું સમજ્યો છું. મેં મામીને વાત પણ કરી છે.'

ચારે જણાં ત્યાં બેઠાં. ધીમે ધીમે વિશ્રમ્ભકથા શરૂ થઈ.

૧૩. વિશ્રમ્ભકથા

'આપણે મહારાજ પાસે જવું છે મલ્લિકા ! પણ તે પહેલાં બહેન ! યુવરાજકુમાર અજાતશત્રુને આખી વાત સમજાવી દઈએ. મહારાજ વૃદ્ધ છે. વળી અનશનવ્રતધારી છે. પોતાના અપમાનની કલ્પના પણ હવે તેમનાથી સહન થતી નથી. તું જુવાન છો બેટા અજાત ! વળી યુદ્ધનો શોખીન છો. મગધના મહાઅમાત્યનું તને માર્ગદર્શન છે. પણ મેં તને કહી એ વાત છે. કાશીના પ્રશ્નમાં મહારાજનું માન તું રાખે, ને એમનું ધાર્યું કરે, તો અત્યારે એનાથી મગધને લાભ છે. કોશલદેશની સ્થિતિ એવી છે ભાઈ ! નહિતર અમે બે જણાં ઊઠીને તને આમ ન બોલાવીએ !'

'એ તો યુવરાજકુમાર પણ સમજતા હશે નાં ?'

'સમજે તો છે. પણ મહામંત્રી બ્રાહ્મણ વર્ષકારના વચનને આધીન રહીને એ જવાબ વાળી શકે. કાશી કોશલમાં કોઈ નથી અજાત ! અને શ્રાવસ્તી જેવી નગરીમાં દાસીપુત્ર રાજા બને એ કલ્પના અમારાથી સહી જતી નથી ! મહારાજનું અપમાન પણ સહ્યું જતું નથી. મહારાજ કોશલરાજ – શું એનું ગૌરવ હતું ? એની આ દશા ? પ્રારબ્ધ ! બીજું શું ?'

અજાતશત્રુનું મન હજુ માનતું ન હતું. પોતે મૂર્ખ બને તો મહાઅમાત્ય શું કહે ? તે કાંઈ સ્પષ્ટ જવાબ વાળી શક્યો નહિ.

ફરી વાર વજ્જિરા હસી પડી.

'તું પણ શું, વજ્જિરા ! હસ્યા કરે છે ?' મલ્લિકાએ એને વારી.

'ત્યારે શું રડવા બેસું, મા ? તમે સમજતાં નથી. યુવરાજકુમાર આંહીં છે, પણ એમનું મગજ આંહીં ક્યાં છે ? એ તો ત્યાં છે !'

'ત્યાં એટલે ?'

'ત્યાં એટલે રાજગૃહમાં. નહિતર આનો ઉપાય તો સાવ સહેલો છે !'

'તો તું જ બોલ. શું ઉપાય છે ? કુમારનું મન આંચકો ખાય તે સ્વાભાવિક છે. ગઈ કાલ સુધી તો મામા–ભાણેજ શસ્ત્રો ખખડાવતા હતા ! આજે આ શાંતિની વાત આવે છે....... પણ તે એવે સમયે કે જ્યારે મહારાજ, મહારાજ નથી !' વર્ષિકા બોલી.

'એ બરાબર ભન્તે માતાજી ! પણ એનો ઉપાય છે. મહારાજ, યુવરાજકુમારને આહ્વાન આપે.'

'આહ્વાન આપે ? શાનું આહ્વાન આપે ?'

'દ્વંદ્વયુદ્ધનું.'

'મહારાજ આ અવસ્થાએ આહ્વાન આપે ? કોઈ એ માને ?'

'બીજા કોઈ માને કે ન માને એનું તમારે શું કામ છે ? અને લોકો એ માત્ર માનશે જ નહિ – લોકો તો એ સાંભળીને ઘેલા બની જશે ! કહેશે છે નાં એક નરવીર ? આ વયે પણ કાશી – કોશલની પ્રતિષ્ઠા એને આંહીં વળગી છે !' વજ્જિરા બોલીને છાતી ઉપર હાથ મૂકી રહી. અજાતશત્રુ સાંભળી રહ્યો. વર્ષિકાએ તેને આગળ વધવા ઉત્તેજન આપ્યું.

'એમાંથી મહારાજની પ્રતિષ્ઠા પાછી વળશે. યુવરાજકુમારનું મગજ આંહીં નથી, એટલે એમને તાત્કાલિક મગજનું કામ કરવું નહિ પડે. એ સમય નક્કી કરીને જશે. અને એમને મનમાં ઇદંતૃતીયં થવાનો વસવસો પણ નહિ રહે !'

'અલ્યા હા ! વજ્જિરા ! તું તો જબરી નીકળી !'

'પણ દીકરી કોની મા ? તમારી નાં ?'

'આ ગોઠવણ તો સરસ છે બહેન ! આપણે એ વાત મહારાજને કરીએ.'

'પણ લોકો માનશે ?' વર્ષિકા બોલી : 'અને કારાયણ મહામંત્રી અને અંબરીષ !'

'લોકો લોકો શું કરો છો મોટીમા ?' વજ્જિરા બોલી : 'તમને લોકનું ઘેલું લાગ્યું છે અને માને શ્રમણ ગૌતમનું ઘેલું લાગ્યું છે......'

'ને તને કોનું ઘેલું લાગ્યું છે કહું ?' મલ્લિકા બોલી.

'કહોને ! મને તો કોઈનું લાગ્યું નથી.'

'પછી કહીશ. અત્યારે નહિ.'

'પછી શું કરવા ? અત્યારે જ કહોને ?'

'લે ચાલ, ચાલ, મલ્લિકા ! આપણી પળ પળ કીમતી છે. આ વાત મહારાજ તરત સ્વીકારશે. અજાત ! તું તો સ્વીકારીશ નાં ?'

'કઈ વાત ફોઈબા ?'

'લ્યો, હજી યુવરાજકુમારને તો ગગનમાં ગાજે છે. કઈ વાત તે આ કાશી વિષેનો પ્રશ્ન યુદ્ધથી નહિ, દ્વંદ્વથી પતાવવો. દ્વંદ્વમાં એક યોદ્ધો મગધનો, એક કોશલનો. જો મહારાજ પોતે ઊતરે – તો યુવરાજકુમારને દ્વંદ્વ લેવા આવવું પડે. આ વાત. પોતાનું માન જળવાઈ ગયું સમજીને મહારાજ, તો અનશનવ્રત છોડશે. તમારું આવ્યું સફળ થશે. સમજ્યા, કે હજી નથી સમજ્યા ? કે હું.....બ !' વજ્જિરા બોલીને હસી પડી.

'વજ્જિરા ! એક તું તારું આ હસવાનું બંધ કરે તો બહું સારું. મને એ જરાપણ ગમતું નથી.'

'હું કોઈને ગમવા ન ગમવા માટે હસતી જ નથી મા ! હું તો મારા પોતાના તાનમાં હસું છું. એ તાન ઝીલનાર જ મારી સાથે હસી શકે. બીજાનું એ કામ નથી. તમને મા ! રડવું એ કલા લાગતી હશે. મને તો હસવું એ જીવનની કલા જણાય છે. રડનારા અસંખ્ય મળશે. હસનારા કેટલા ? અને ખોટું હસનારા ? પાર વિનાના ! હસવા હસવામાં ફેર છે.'

'ઠીક, ચાલો, અમે મહારાજ પાસે જઈએ છીએ. મહારાજને સાંજ પહેલાં અમે અમારા હાથે રાંધીને ક્ષીરભોજન આપવા માગીએ છીએ. યુવરાજકુમાર ! બોલો, અમે જઈએ ?'

અજાતશત્રુ હજુ કાંઈ બોલી શક્યો નહિ.

'અરે મા ! એ નહિ બોલી શકે. એમનું મગજ ત્યાં મગધમાં છે. પણ ભન્તે મોટી મા ! તમે મહારાજને સમજાવો. આ એક જ માનભર્યો માર્ગ અત્યારે છે !'

મલ્લિકા ને વર્ષિકા મહારાજ પાસે જવા રવાના થયાં.

૧૪. મગધની મહારાણી

'ભન્તે રાજકુમાર ! તમે કેમ મૂંગા બેઠા છો ? બ્રાહ્મણ મહામંત્રીની એવી આજ્ઞા છે કે શું ?'

વજ્જિરાની આંખમાં સમુદ્રનું તોફાન હતું. તેણે અજાતશત્રુને પૂછ્યું ને તેની સામે એ જોઈ રહી.

અજાતશત્રુને હજી આંહીંની વાતમાં કાંઈ ગમ પડતી ન હતી. પોતે કોઈ વચન આપી બેસે, બંધન સ્વીકારી લે ને આખી વાત ધૂર્ત બ્રાહ્મણોની રચના નીકળે તો પોતે મૂર્ખ બને ! મૂર્ખ બને એ પણ ઠીક રૂપભરી જુવાન નારી જો એને મૂર્ખ બનાવી જાય તો ? તો તો કાશી અને કોશલમાં, મગધ અને ચંપામાં, વત્સ અને અવંતીમાં, એના ઉપર એક મોટું મીંડું મુકાઈ જાય.

બધા જાણી જાય કે મગધનો રાજકુમાર મૂર્ખ છે, અને આંહીં આ વજ્જિરા તો મહા ચતુર હતી. એણે હમણાં જે ફોડ બતાવ્યો એ કેવો ચાતુરીભર્યો હતો ?

એને એનું આકર્ષણ થયું હતું. એના મસ્તીભર્યા પ્રેમસમુદ્રમાં અનોખી જ છટા હતી. પણ એ મગધનો યુવરાજકુમાર હતો. એના એક એક શબ્દ ઉપર મગધનું ભાવિ તોળાયેલું હતું. એણે મહામંત્રી ઉપર વર્ષકારને આવા પ્રસંગોમાં પથ્થર જેવો જડ બની જતો જોયો હતો. એ શિષ્ય એનો હતો.

'કેમ બોલ્યા નહિ ? તમે આંહીં શું કરવા આવ્યા છો, જાણો છો ?'

'ફોઈબાના બોલાવવાથી !' અજાતે કહ્યું.

'ફોઈબાએ કેમ બોલાવ્યા છે એ જાણો છો ?'

પ્રશ્નોત્તરીમાંથી વાતનું રહસ્ય મેળવી લેવાની કુનેહ અજાતમાં જાગી ઊઠી.

'તમારી માતાના કહેવાથી.'

વજ્જિરાએ પણ એ જ હવા ચાલુ રાખી.

'મારી માએ કેમ કહ્યું જાણો છો ?'

'થોડુંક.'

'કેટલુંક ?'

હાસ્યલહરી હાસ્યલહરીને પ્રેરે છે. અજાતશત્રુ પણ એ તરંગે ચડ્યો.

'જરાક.'

'એ જરાકને વધુ કરવું છે ?'

'કરો.'

વજ્જિરા એની વધુ નજીક આવતી દેખાઈ. તેના ચહેરામાં અવનવું તેજ દેખાયું. આંખમાં અનોખી રોનક પ્રગટી. અને એનો પેલો શ્યામ તિલ, એ એક પ્રકારની અદ્‌ભુત સુંદરતાનો વાહક બની ગયો, મુખમુદ્રા ઉપર તોફાનભર્યું હાસ્ય છવાઈ ગયું.

'આ સ્ત્રીની આ એક અનોખી ખૂબી હતી,' અજાતશત્રુ વિચાર કરી રહ્યો : 'એ જીવનની પળપળને હાસ્યમાં પલટાવી શકતી હતી. અને એ હાસ્ય છીછરા જીવનનું ખાલી તુંબડીકંકર હાસ્ય ન હતું. જીવનનું બળ મેળવી લેવા એ હાસ્ય તરફ વળતી હતી.'

અજાતશત્રુને આકર્ષી ગયું, એનું આ બળઝરણું. એને જે માટે ઉગ્ર થઈ જવું પડતું હતું, એને માટે આને માત્ર હસવું પડતું હતું ! કેવી એક પ્રકારની અનોખી, અદેખાઈ ઉપજાવે તેવી શક્તિ ?

એટલામાં ભરતીના સમુદ્રના તોફાની તરંગોની જલરમત હોય તેમ વજ્જિરા હસી ઊઠી : 'રાજકુમાર ! તમને તેડાવ્યા છે માએ, શું કરવા જાણો છો ?.......' અને એનું હાસ્ય વધુ તોફાની બની ગયું : 'મારું અપહરણ કરવા !'

'અરે ! અરે !.....'

'કેમ ? કેમ ? શ્રમણ ગૌતમને ત્યાં જવું પડશે કે શું ?'

'આ તે શું બોલો છો ?'

'વાણી.'

'વાણી ?'

'વાણીની વાણી.'

'અરે ! પણ......'

'અરે શું ? ને પણ શું ? આહા ! એમ બોલોને ! આવડું મોટું કાશી કોશલનું સપ્તમગધ જેટલું રાજ, મારું અપહરણ કર્યા વિના પ્રાપ્ત થાય તેમ નથી કુમાર !'

'હું કાંઈ રાક્ષસ નથી !'

'અને હું ક્યાં રાક્ષસી છું ? પણ હું સુભદ્રા છું ને તમને અર્જુન થવા માટે બોલાવ્યા છે. માત્ર શ્રમણ ગૌતમના જેતવન તરફ હું દર્શન કરવા જતી નથી. હું ક્યાં જાઉં છું. એ તમારે શોધવાનું રહ્યું. ક્યારે જાઉં છું એ પણ તમારે શોધવાનું રહ્યું. અને આપણે ક્યારે આંહીંથી જવું એ પણ તમારે શોધવું રહ્યું. મેં તો તમને સંદેશાનો સંદેશો આપ્યો.'

'પણ આવી રીતે આપવાનું કારણ ?'

'કારણ કે કાલે તો તમે કદાચ વિદાય લ્યો. તમે જ્યારે દ્વંદ્વયુદ્ધ કરવા માટે મહારાજ સામે આવો, બે માસ પછી, ચાર માસ પછી, છ માસ પછી, વરસ દિવસ પછી, ત્યારે આટલું ધ્યાન રાખજો કુમાર ! હારનારો જીતે છે. જીતનારો હારે છે. એવું પણ બને છે. એ વખતે તમે યુદ્ધના તાનમાં આ ભૂલી ન બેસો, માટે મેં આ તમને અત્યારે જ કહી દીધું.'

'અમારે, વજ્જિરા ! કોશલ સામે હવે કે હમણાં યુદ્ધ કરવું નથી.'

'મેં યુદ્ધ કરવાનું ક્યારે કહ્યું છે ? મેં તો દ્વંદ્વયુદ્ધનું કહ્યું છે.'

'પણ વિડૂડભ.....'

'વિડૂડભ જ રાજા બનવાનો છે.'

'ક્યાં ?'

'આંહીં, આ શ્રાવસ્તી નગરીમાં : તમે જાણતા ન હો તો જાણો કે આ આખી નગરીમાં, સિવાય બે, એક હું, બીજો વિડૂડભ, આખી નગરી શ્રમણ

ગૌતમના ભિખ્ખુપંથે વળેલી છે. આંહીંથી કેટલા ભિખ્ખુ થયા ? અસંખ્ય. મુખ્ય તો ગણો. અને આ બધા જ શત શત સુવર્ણકોટિના વારસદારો. કિસા ગૌતમી, અનીતિ ગંધકુમાર, મંત્રીપુત્ર વીર, ખંડધન, અજિત, રાજભાણેજ સુમન, વાક્કલી, આ મારી માતા ભિખ્ખુણી જેવી છે, રાજકુમાર જેતકુમાર ભિખ્ખુ જેવો છે, પિતાજી ભિખ્ખુ જેવા છે. બોલો, હવે રાજ કરવા કોણ રહ્યું ? કાં હું, કાં વિડૂડભ સમજ્યા ?'

'તો તો વિડૂડભનું સ્થાન નિશ્ચિત જેવું !'

વજ્જિરા જરાક ટટ્ટાર થઈ ગઈ. તેનો સીનો બદલાઈ ગયો. તેનો ચહેરો વધુ પ્રતાપી થઈ ગયો. તે ઊભી જેવી થઈ ગઈ. તેણે અજાતશત્રુના ખભા ઉપર હાથ મૂક્યો : એની આંખમાં આંખ પરોવી. એનો અવાજ ઉત્સાહપ્રેરક ને તેજસ્વી હતો. 'તમારામાં શક્તિ ન હોય તો બોલી નાખો કુમાર ! આ રાજ હું લઈ લેવાની છું. દાસીપુત્ર કાશી કોશલમાં રાજા થયા નથી, થવાના નથી, થઈ શકવાના નથી ! તમારામાં હિંમત હોય તો મને ને રાજને ઉઠાવી લો. ભિખ્ખુપંથે પળવું હોય તો એમ બોલી નાખો, એટલે હું મારો પંથ ઘડી કાઢું. આ રાજની હું રાણી છું, પણ મને એક મહત્ત્વાકાંક્ષા છે. મારો વિચાર મહાન મગધસામ્રાજ્યની મહારાણી થવાનો છે. બોલો, શું કરવું છે ? છે તમારામાં હિંમત ?'

'હા, હા.' અજાતશત્રુ એના ઉત્સાહથી ઉત્સાહિત થઈ ગયો.

'તો વિશ્વાસ મૂકતાં શીખો રાજકુમાર ! અંધારામાં ભૂસકો મારતાં શીખો. હું કહું છું ને..... આ રાજ તમારું છે. તમારે ન જોઈતું હોય તો મારું છે. બોલો........ જુઓ આ રૂપેરી ઘંટા તમને બોલાવે !'

સામેથી એક દાસ દોડતો આવી રહ્યો હતો. તે બે હાથ જોડીને ત્યાં છેટે ઊભો રહી ગયો : 'ભન્તે રાજકુમાર ! મહારાજ તમને યાદ કરે છે.'

અજાતશત્રુ ઉતાવળે ઊભો થઈ ગયો. વજ્જિરાએ તેના ખભા ઉપર હાથ મૂક્યો. એણે પાછું ફરીને જોયું. વજ્જિરાએ નાક ઉપર આંગળી મૂકી. આંહીંની વાતનો એક પણ શબ્દ ન બોલવાની એમાં સંજ્ઞા હતી.

૧૫. જે હારે તે જીતે

અજાતશત્રુ મામા પાસે જવા ઊપડ્યો. એક વખત આ મામા – કાશી કોશલરાજ પ્રસેનજિતની, આખા ભારતવર્ષમાં બોલબાલા હતી. જ્યારે તે કાશીવિજેતા બન્યો અને પોતાના ભાઈને એણે ત્યાં અધિકાર આપ્યો, ત્યારે તો લાગતું હતું કે અંગદેશને જીતવો, એ એને માટે હવે નાના છોકરાની રમત જેવું હતું ! મગધને એ ઘેરી વળે એવો ભય ઊભો થયો. મગધ એનાથી બીતું હતું.

પણ ત્યારે રાજા બિંબિસારે પોતાનું ખરું સામર્થ્ય બતાવ્યું. એના જેવો કુશળ સેનાપતિ તે વખતે ભારતભરમાં કોઈ ન હતો. અંગ, કોશલ, કાશી, વત્સ, બધાં જોતાં રહ્યાં, અને એણે એક મહાસમર્થ સેનાપતિની છટાથી વીજળીક ઝડપે અંગ દેશને જીતીને મગધમાં જ ભેળવી દીધો. ત્યાંનો રાજા વનવન રખડતો થઈ ગયો. અંગ દેશમાં ઠેર ઠેર મગધના સૈનિકો દેખાવા લાગ્યા. એનાં થાણાં સ્થપાઈ ગયાં. અંગ દેશનું અસ્તિત્વ ભૂંસાઈ ગયું. થોડા વખતમાં તો અંગ મગધ એક જ ગણાવા લાગ્યાં. પછી તો પ્રસેનજિત ને બિંબિસાર સામસામા પોતપોતાની શક્તિ અને મર્યાદા સમજી ગયા અને સામસામા સાળો-બનેવી થઈ ગયા. કોશલાદેવી મગધમાં આવી. મગધરાજપુત્રી કોશલમાં ગઈ. પણ એ સગા થયા, એમની મહત્ત્વાકાંક્ષાઓ કાંઈ સગી થઈ ન હતી. એ હતી તેમ ને તેમ રહી હતી. એટલે અવારનવાર કોશલ-મગધ વચ્ચે લડાઈઓ તો ચાલતી જ રહી !

લડાઈનું મુખ્ય કારણ કાશીનગર બન્યું હતું. તેનો રાજભાગ, મહાકોશલ રાજાએ, બિંબિસારને કોશલદેવીના સ્નાન માટે આપ્યો હતો. પ્રસેનજિત પાસે

સત્તા આવી અને બહેનને આપેલું દાન તો એણે પાછું ન માગ્યું, પણ સવાલ સત્તાનો ઊભો થયો. ત્યાં સત્તા કોની ?

એ તકરાર વર્ષો સુધી ચાલતી રહી. રાજભાગ મળતો રહ્યો. કોશલાદેવીના સ્નાનખર્ચ માટેનો એ ભાગ મગધ લેતું પણ રહ્યું, અને સત્તાની માગણી કરતું રહ્યું. આમ ને આમ લંબાતું ગયું.

પણ અજાતશત્રુ રાજગૃહમાં આવ્યો. રાજા બિંબિસાર પાસે માત્ર નામની સત્તા રહી. ત્યાર પછી એ વાત વધુ ગૂંચવાડાભરી બની ગઈ.

એક-બે વખત એણે કાશી સામે સૈન્યને દોર્યું અને કોશલરાજને હરાવ્યો. વૃદ્ધ રાજાને આ છોકરડા જેવા અજાતે આપેલો પરાજય છાતીમાં વાગી ગયો.

એ અચાનક અનશનવ્રત ધારણ કરીને બેસી ગયો. કાં દેહ પડે કાં જય મળે ! એ ઇચ્છી રહ્યો. અજાતશત્રુને હું ફરીને યુદ્ધ આપું, પણ એ યુદ્ધ હવે ધર્મયુદ્ધ થવા દો અને મગધનાં બળવાન શસ્ત્રાસ્ત્ર ઉપર નિયમ મૂકો, પછી જુઓ કોણ જીતે છે ? એણે અનશનવ્રત આદર્યું.

એ જોઈને રાણી વર્ષિકા ગભરાઈ ગઈ. મલ્લિકા ગભરાઈ ગઈ. શ્રાવસ્તી નગરી ખળભળી ગઈ. એક તરફ સેનાપતિ વિડૂડભ રાજાના મરવાની રાહ જોતો હતો, જ્યારે બીજી તરફ અજાતશત્રુની ધૃષ્ટતાએ રાજાને મરણ તરફ ધકેલી મૂક્યો હતો. રાજાનો દેહ પડે તો કોશલદેશ ન રહે. શ્રાવસ્તી નગરી ન રહે. શાક્યો ન રહે. ગૌરવભર્યો કોઈ રાજવંશી જીવતો ન રહે. વિડૂડભ શું ન કરે તે કહેવું મુશ્કેલ હતું. મલ્લિકાને લાગ્યું કે એ પોતે શાક્ય છે. એણે શાક્યોને બચાવવા જ જોઈએ. વાસભખત્તિયાનો બોલ વિડૂડભ માને તેમ ન હતો. રાજા વૃદ્ધ હતો. મંત્રીઓને મારી મૂક્યા હતા. એક જ માર્ગ દેખાતો હતો.

રાજાનો વારસો મલ્લિકાની પુત્રી વજ્જિરા ઉપાડી લે, એ એક જ રસ્તો હતો.

એટલે એ વાત નક્કી કરીને એમણે અજાતને બોલાવ્યો હતો, કારણ કે વજ્જિરા પણ મગધની મદદ વિના વિડૂડભને શી રીતે મહાત કરવાની હતી ?

અજાતશત્રુ રાજાના આવાસ તરફ જઈ રહ્યો હતો, ત્યારે એના મનમાં પણ આ બધી પૂર્વભૂમિકાની વાતો ઊભી થતી હતી. એણે જોયું કે વજ્જિરામાં મહત્ત્વાકાંક્ષા હતી. કોશલ પ્રત્યે એને પ્રદેશપ્રેમ હતો એ ખરું, પણ એની મહત્ત્વાકાંક્ષાએ એને ભારતવર્ષના મહાન મગધસામ્રાજ્યની રાણી બનવાનું સ્વપ્ન આપ્યું હતું અને એ સ્વપ્ન એણે કહી બતાવ્યું પણ હતું.

અજાતશત્રુ વિચાર કરી રહ્યો. એને કોશલદેશ બોડી બામણીના ખેતર જેવો થતો જણાયો.

શ્રાવસ્તીમાં શ્રમણ ગૌતમનો ભિખ્ખુધર્મ ઘેર ઘેર ફરી વળ્યો હતો. એક ઘર એવું ન હતું, જ્યાં કોઈ ને કોઈ ભિખ્ખુ થવાની ઇચ્છા રાખતું ન હોય.

આકડે મધ જેવી લલચાવનારી આ વસ્તુ હતી. અંબરીષ વિષે વર્ષકારે જે કહ્યું તે સાચવવા જેવું હતું. હજી એ જરા શંકામાં હતો. વજ્જિરાની વાતોમાં ક્યાંક એ મૂળ વસ્તુ જ ખોઈ બેસે તો ? પણ વજ્જિરાની મહત્ત્વાકાંક્ષા એને સાચી જણાતી હતી. એ એને માટે જાણે કુદરતી જેવી જણાતી હતી. વજ્જિરાની વાત પછી એને પોતાનો માર્ગ હવે ધીમે ધીમે સ્પષ્ટ થતો દેખાયો. એને લાગ્યું કે આ તક સાચવી લેવા જેવી છે. તે વિચાર કરતો ધીમે પગલે મહારાજ પ્રસેનજિતના ખંડ તરફ ગયો.

ત્યાં રાજાને વીંટાઈને ઊભેલી ચમરધારી દાસીઓ એણે જોઈ. ચંદનપંખાથી રાણી મલ્લિકા અને રાણી વર્ષિકા રાજાને પવન નાખી રહ્યાં હતાં. સુગંધી જળનો છંટકાવ થઈ રહ્યો હતો. અજાતશત્રુએ જોયું કે ત્યાં રાણી વાસભખત્તિયા ન હતી. રાજા અને વિડૂડભ વચ્ચેના વિસંવાદનું ઉગ્ર રૂપ હવે એ કલ્પી શક્યો. કદાચ વાસભખત્તિયા વિડૂડભ સાથે જ હોવી જોઈએ. રાજાની આસપાસ બધે એકદમ શાંતિ – અને એકદમ શોક બેઠાં હતાં.

અજાતશત્રુ ધીમે પગલે છેક રાજાની પાસે ગયો. પણ રાજાને જોતાં જ એ છળી ઊઠ્યો. ત્યાં રાજાને બદલે કેવળ રાજાનું હાડપિંજર દેખાતું હતું ! રાજા પ્રસેનજિત એકદમ નબળો પડી ગયો હતો. તેનું મોટું શરીર નંખાઈ ગયું હતું. આગલો પ્રતાપ જાણે વિદાય થઈ ગયો હતો. જે મામાને, એકલે

હાથે સેંકડો રણજોદ્ધા સામે ઝઝૂમતા અજાતશત્રુએ જોયા હતા, તે મામા ત્યાં ન હતા.

હતા કેવળ આગલા વૈભવ અને પ્રતાપના પડછાયા સમા, એક વૃદ્ધ અને અશક્ત, નિરાધાર સમા રાજવી – અને એ પણ અત્યારે તો સામાન્ય કોટીના જણાતા હતા !

રાજાની આંખો મીંચાયેલી હતી. તે શાંત સ્વપ્ન જેવી જાગૃત નિદ્રામાં જણાતા હતા.

અજાતશત્રુએ રાજાના ચરણને સ્પર્શ કર્યો. બે હાથ જોડીને ત્યાં માથું નમાવ્યું. 'ભન્તે મામા ! હું અજાત, મગધથી આવ્યો છું !' તેણે ધીમે, શાંત અવાજે કહ્યું.

રાજાએ કાંઈ સાંભળ્યું લાગ્યું નહિ.

'સાંભળ્યું તમે ?' વર્ષિકા રાણીની આંખમાં આંસુ હતાં : 'રાજગૃહથી અજાત આવ્યો છે.'

'આવ્યો છે ? કોણ ? અંગુલિમાલ.....? લૂંટા.......' રાજા એકદમ સફાળો બેઠો થવા મથ્યો, પણ તે તરત પાછો ઢળી ગયો. તેને મદદ કરવા બે દાસ દોડ્યા, પણ એટલી વારમાં એ જરા ભાનમાં આવતો જણાયો : તેણે તેમના હાથને આઘા હડસેલી મૂક્યા : તે પૂરો ભાનમાં આવી ગયો. 'મહારાજ દશરથની ભૂમિમાં કોઈને કોઈનો ટેકો નહિ. ટેકો એક ભગવાનનો....'

'.......આઘા ખસો..... આઘા ખસો.' અને તે બે હાથનો ટેકો લઈને બેઠા જેવો થઈ ગયો. જરાક થાક લઈને એ સીધો ટટ્ટાર બેઠો. 'કોણ આવ્યું ? અજાત ? આવ્યો બેટા અજાત ! તું આવ્યો ?'

'ભન્તે મામા ! હું અજાત આવ્યો છું. મને ઓળખ્યો નાં ?'

'અરે ! ભણે ભાણેજ ! તને નહિ ઓળખીએ ? તારા ઘા તો ભાઈ ! હજી સાંભરે છે. શું એક એક ઘા દીધા છે. જો ને આ પાંસળીનો....આવાં શસ્ત્ર અસ્ત્ર કોણ બનાવે છે ? આ તો અધર્મ.....' અને રાજા દુઃખથી જરાક થંભી ગયા. પછી બોલ્યા :

'શું કરે છે અમારા મિત્ર અને બનેવી ? મહારાજ મગધપતિ શું કરે છે ?'

'મજા કરે છે. આનંદમાં છે.'

'આનંદ તો ભણે અજાત ! અમારા જમાનાનો હવે આવી રહ્યો. અને શ્રમણ ગૌતમનો તો ભિખ્ખુસંઘમાં રહ્યો. આનંદ તો હવે તમારી નવજુવાનોની છત્રછાયામાં, વૃદ્ધજનો જેવો કરી શકે તેવો કરી રહ્યા હશે ! અમારા જેવા તો હવે આબરૂભેર લાકડાં ભેગા થાય તોપણ ઘણું છે !'

'કેમ એમ બોલ્યા મહારાજ ?'

'ત્યારે શું બોલું ભણે અજાત ? તું – હજી દૂધ તો તારા મોંમાંથી પૂરું સુકાયું નથી એવો, તું મને કોશલપતિને શ્રાવસ્તી જેવી શ્રાવસ્તીનગરીના રાજપતિને, તું હજી મારા ગોઠણ સમું છોકરું, તું મને હરાવી જાય પછી તો મેં કુશકા ધાન જ ખાધું કહેવાય નાં ? ધૂળ પડી એ જીવતરમાં જેમાં પરાજય, ને પરાજય જ દેખાયા કરે. બિંબિસાર રાજાને હાથે પરાજય, તારે હાથે પરાજય, પેલું અંગુલિમાલ લૂંટારું – એને હાથે પરાજય. અને જો ને એ શ્રમણ ગૌતમને ત્યાં સાધુ થઈ ગયો, પણ મારે હાથે હાર ન પામ્યો.

'આ માલણનું છોકરું.....' રાજાએ વિનોદથી હાથ લાંબો કરીને પ્રેમથી મલ્લિકાના કેશમાંના પુષ્પગુંથન ઉપર મૂક્યો –' 'આ માલણનું છોકરું.....'

'મારું ક્યાં છે મહારાજ, વાસભખત્તિયાનું......'

'હા, લે ને તારું નહિ વાસભખત્તિયાનું. પણ તું ને એ બંને શાક્ય. બંને કપિલવસ્તુનાં. બંને બધી રીતે સરખાં. એટલે તારું જ ગણાય નાં ?'

'મારી તો દીકરી વજ્જિરા મહારાજ !'

'હા ભૈ હા, તારી તો દીકરી વજ્જિરા. ત્રણ લોકમાં ક્યાંય થઈ નથી. આ વિડૂડભમાં ઠર્યાં એવા એમાં ઠરીશું ! પણ ભણે અજાતશત્રુ ! તને મેં શા માટે બોલાવ્યો છે એ તું જાણે છે ? મનમાં ઊગી નીકળ્યું છે કે આપણે બે ય મામો–ભાણેજ, એક છેલ્લો રણરંગ ખેલી લઈએ. દુનિયાને દેખાડતા જઈએ ! ભલે દુનિયા બિચારી જુએ અને વાતરસ માણે !'

'ભલે, દેખાડી દઈએ મહારાજ !' અજાતશત્રુ ઉત્સાહમાં આવી ગયો. તેણે બે હાથ જોડ્યા. રણક્ષેત્રની વાત આવતાં જ એ પોતાની કૃત્રિમ સાવધાની વીસરી જતો જણાયો. વર્ષિકા મલ્લિકા સામે સચિંત જોઈ રહી.

પણ મલ્લિકાના મોં ઉપર એક આછું સ્મિત ફરકીને ચાલ્યું ગયું. એને થયું કે મહારાજની વાતમાં હા એ હા મેળવવાનો આ ફેરફાર એ વજ્જિરાનો પ્રતાપ.

'પણ ક્યારે ?'

'મહારાજ જ્યારે તદ્દન તંદુરસ્ત થાય, જ્યારે એ પુંડરીક ઉપર સવારી કરતા હોય, વનમાં ભટકતા હોય, શિકારખેલન કરતા હોય....'

'શિકારખેલન ? અરે ! એ તું શું બોલ્યો ભાણે અજાત ? મેં એ ક્યારનું છોડી દીધું છે. હું પણ અરધોપરધો ભિખ્ખુ જેવો છું.....'

'છોડી દીધું હોય તો ભલે, પણ મેં કહ્યું તેમ મહારાજ શસ્ત્રઅસ્ત્ર બરાબર ધારી શકે, પછી ભલે છ મહિના, આઠ મહિના, વરસ ચાલ્યું જાય......'

'હાં, હવે તું ભાણેજ સાચો. ક્ષત્રિય પણ સાચો. રાજકુમાર પણ સાચો. મગધયુવરાજ પણ સાચો. એવું શરીર પાછું વળે પછી એક રણરંગ ખેલી લઈએ..... આ અચિરવતી નદીને કાંઠે જ – ભલે નગરી આખી નિહાળે......'

'હા મહારાજ, ભલે નગરી નિહાળે......!'

'પણ શેનો આ રણરંગ એ સમજ્યો છે કે પછી હું......બ !'

અજાતશત્રુને વજ્જિરાનું વિનોદભર્યું મધુર 'હું.......બ' સાંભરી આવ્યું. એનું એ 'હું......બ' રાજાનો વારસો લાગ્યું.

'શેનો આ રણરંગ મહારાજ ! આપણે ખેલવાના ?'

'તને ત્યારે કોઈએ કહ્યું લાગતું નથી. રાણી ! તમે પણ મૂંગાં રહ્યાં છો ?' પ્રસેનજિતે વર્ષિકા સામે જોયું.

ચંદનવીંઝણો નાખતાં વર્ષિકા બોલી : 'મેં તો કહ્યું છે મહારાજ ! અજાત ! બેટા ! મેં તને કહ્યું છે તે આ વાત છે. તું ને મહારાજ બે જ જણા રણખેલનના ખેલાડીઓ......'

'હા, મફતના ભાડૂતી સૈનિકોને મારવા નહિ અજાત ! આપણે રણરંગ ખેલી લઈએ. શ્રાવસ્તી નગરીનો આ છેલ્લો રણરંગ. જે જીતે તે કાશી રાખે. જે હારે તે....'

'ભન્તે મહારાજ ! જે હારે તે ? શું કહ્યું તમે ?' અજાતના સ્વરમાં પ્રેમની ધ્રુજારી હતી. મલ્લિકાની આંખો હસી રહી હતી. તે નીચે જોઈ ગઈ.

'જે હારે તે.......જે હારે તે......ભણે ભાણેજ ! જે હારે તે પણ જીતે.....'

'જીતે ? પણ શું જીતે ?.......'

'કોશલપતિ જેવા કોશલપતિની સામે થોડી વાર પણ ટકી શક્યાનો યશ જીતે.... એ યશ જેવોતેવો નથી ભણે અજાત !..... રાજાની વાણીમાં ગર્વિષ્ઠ રાજ્યાધિકારનો રણટંકાર આવી ગયો.

'જે હારશે તે પણ જીતશે ભણે અજાત !.....બધી સ્પષ્ટતાનું હમણાં શું કામ છે ?' વર્ષિકા બોલી ગઈ. 'તું મહારાજ કહે છે તે પ્રમાણે કબૂલ કરી લે ને.....ભણે માલવિકા.....પેલું મધુજલપાત્ર આંહીં લાવ તો......' તેણે એક દાસીને આજ્ઞા કરી.

અજાતશત્રુ બોલતાં પહેલાં થોભ્યો. તેની સામે વજ્જિજરાની મહત્ત્વાકાંક્ષી મસ્તીખોર આંખો દેખાણી. 'જે હારે તે જીતે એવી આ રમત છે ભણે રાજકુમાર !' તેના શબ્દોનો હાસ્યપડઘો આવી રહ્યો હતો. વર્ષકારના બોલ સંભળાયા : 'વજ્જિજરાને જીતીને આવજો મહારાજ !'

અજાતશત્રુ આગળ વધ્યો. તેણે રાજાને પગે હાથ મૂક્યો. 'મામા !' વેણ આપ્યું જાઓ. આપણે રણરંગ ખેલવો. દુનિયા જુએ તેવો ખેલવો....'

'ના બેટા ! એવો નહિ.....'

'ત્યારે ?'

'દુનિયા જોઈ રહે તેવો ખેલવો.'

'ભલે ભન્તે મામા ! દુનિયા જોઈ રહે તેવો ખેલવો. મગધનું કોઈ નવું શસ્ત્રઅસ્ત્ર વાપરવું નહિ અને જે જીતે તે કાશીપતિ. જે હારે તે.....જે હારે તે......' અજાત બોલતાં ખંચકાયો : 'જે હારે તે હારે....' તેણે ઉતાવળે કહી નાખ્યું.

'બસ ! બેટા ! અજાત ! જીવતો રહે. તેં મને જિવાડી અને જો હું તને કહું, જે હારે તે પણ જીતે. એ જ એની ખૂબી છે.'

વર્ષિકાએ મહારાજના મોં પાસે મધુમિશ્રિત કનકપાત્ર ધર્યું.

૧૬. દેવદત્ત મળ્યો

કોઈ કોઈ નગરીને, એની નિકટમાં આવેલી સરિતા, માતાના જેવા વાત્સલ્યથી લડાવતી હોય છે; કોઈ કોઈને, જોબનરંગી નારીની મસ્તીથી, રંગ તોફાનનો પ્રેમપરિચય કરાવતી હોય છે; તો કોઈ કોઈને નમણી નારીનું આછું ઘૂંઘટછૂપ્યું મોહક રૂપ બતાવીને પ્રેમાકર્ષણ કરતી હોય છે. નદી અને નગરી એ બંને ભગવાન મહાકાલનાં લાડીલાં બાળક છે. એમના વિના મહાકાલનું જીવન શૂન્ય થઈ રહે. ઇતિહાસ એમના વિના બિચારો મરવા પડે, ફિલસૂફી એમના વિના સ્મશાન સમી ઉજ્જડ લાગે. એમના વિના કવિતા રેલાય નહિ. જીવન ઘડાય નહિ. નદી અને નગરી દેશનો ખરો શૃંગાર છે, શ્રાવસ્તી નગરી અને અચિરવતી* નદી એ બંને કોશલદેશના શૃંગાર હતાં. શ્રાવસ્ત રાજાએ આ શ્રાવસ્તી નગરી ક્યારે સ્થાપી, એ ક્યારે વૃદ્ધિ પામી, ક્યારે ત્યાં આવી અઢળક સમૃદ્ધિ રેલાણી એ બધી લોકચર્ચામાંથી વૃદ્ધો જીવનરસ મેળવતા. જુવાનો પ્રોત્સાહન મેળવતા. કિશોરો વાર્તારસ માણતા. જ્યાં વિશાખા જેવી એકાદ કુલવધૂનું એક પ્રસાધન આભરણ – નવ કોટી સુવર્ણમૂલ્યાંકનનું ગણાતું, ત્યાં સમૃદ્ધિનો આડો આંક આવી ગયો કહી શકાય. આ પ્રસાધન ભગવાન તથાગત પાસે જતાં એક વખત વિશાખાએ બહાર મૂક્યું અને પછી પાછા ફરતાં એ લેવાનું ભૂલી ગઈ. સ્થવિર આનંદે એ સાચવીને રાખ્યું. વિશાખાને એ પાછું સોંપ્યું.

પણ વિશાખાએ એ શ્રમણ ગૌતમને જ અર્પણ કરી દીધું. એમાંથી જે વિહાર બંધાયો તે પૂર્વારામ. સપ્તભૂમિપ્રાસાદ સમો એ ભવ્ય ને વિશાળ હતો.

---

* હાલની બિહાર પ્રાંતની રાપ્તી.

જેતકુમાર પાસે એક ઉદ્યાન હતું, જેતવન. શ્રાવસ્તીના શ્રેષ્ઠી અનાથપિંડકે એ માગ્યું. એને એમાં વિહાર બનાવવો હતો. કુમારે ના પાડી. 'કોઈ રીતે મળે ?' અનાથપિંડકે પૂછ્યું. જેતકુમારે કહ્યું : 'એક રીતે મળે. જેટલી જમીન તેટલું સુવર્ણ પથરાય તો.' એ વખતે અનાથપિંડકે અઢાર કોટી સુવર્ણ પાથરી દીધું કહેવાતું હતું. એ જેતવનમાં પછીથી વિહાર થયો. જેતવનવિહાર. સપ્તભૂમિપ્રસાદ સમો ભવ્ય – વિશાળ. આવી કનકસમૃદ્ધિ શ્રાવસ્તીમાં છલકાતી હતી. ત્યાં સરિતા અચિરવતીમાં બારે માસ જલનૌકાઓ વહેતી રહેતી. એંશી એંશી કોટિ હિરણ્યના સ્વામીઓ દેશવિદેશથી ત્યાં અવનવી સમૃદ્ધિ ઉતારતા રહેતા.

અચિરવતીના જળમાં રાત ને દિવસ નૌકાઓ ઊભી જ હોય. કોઈ માલ લાવતી હોય, કોઈ ઉતારતી હોય, કોઈ માલ ભરતી હોય, કોઈ ઠાલવતી હોય. આમ ગાંધાર દેશની તક્ષશિલા, હિમાચલનું કપિલવસ્તુ, આમ રાજગૃહ અને છેક તામ્રલિપ્તિ સુધીનું – વ્યાપારનું મહાન મથક શ્રાવસ્તી બની ગયું હતું. તેનો કોશલરાજ મહાન ગણાતો. મગધ પણ તેની પાસે નાનું જણાતું. શ્રેષ્ઠમાં શ્રેષ્ઠ વસ્તુઓ માટે પંકાતી કાશી નગરી એને ત્યાં હતી.

અજાતશત્રુની મહત્ત્વાકાંક્ષાને વજ્જિરાના શબ્દોએ ઉત્તેજક પ્રેરણા આપી હતી. એને થયું કે ભલે અભયકુમાર આઠ દિવસની મગધની રાજગાદીનું સ્વપ્ન માણી લેતો. પણ એણે આંહીં મગધની રાજનીતિને સંપૂર્ણ ટોચે પહોંચાડવાની શક્યતા જોઈ. અંબરીષ, વિડૂડભ અને મહામંત્રી કારાયણ એમાં અંતરાયરૂપ હતા એ ખરું, પણ એ જો રમતાં આવડે તો આંહીંની રમત મગધને ઘડીના છઠ્ઠા ભાગમાં ભાગ્યરેખાની પરિસીમા દેખાડી દે તેવું હતું.

એક દિવસ સંધ્યાસમયે એ એકલો અચિરવતીને કાંઠે ફરી રહ્યો હતો. એક જરા ઊંચાણની સારી લીલોતરી ભરેલી જગ્યા દેખીને એ ત્યાં શાંતિથી બેઠો. દૂર દૂર નદીના નીરમાં જલનૌકાઓ જતી દેખાતી હતી. કેટલીકમાં દીપમાલાઓ પ્રગટી હતી. એમની અવર્ણનીય શોભા આંખને ખેંચી રાખે તેવી હતી.

અજાતશત્રુ ત્યાં બેઠો બેઠો મગધના મહાન ભાવિની કલ્પનામાં રાચી રહ્યો. કોશલદેશ હાથમાં આવી પડે તેમ જણાતું હતું. વિડૂડભનો શાક્યોને હણવામાં ઉપયોગ થઈ જાય, તો છેક કપિલવસ્તુના પાદર સુધી મગધ મહારાજ્ય ફેલાઈ જાય. તેણે પોતાની કલ્પનામાં સેંકડો ગજરાજોને, હજારોની સેનાને, સુવર્ણરથોને અને તક્ષશિલા સુધી યુદ્ધ લઈ જતા બળવાન માગધી યોદ્ધાઓને દીઠા. એ પોતાના સ્વપ્નમાં તલ્લીન થઈ ગયો. પોતાના એ સ્વપ્નમય મહારાજ્યમાં એણે વિડૂડભ અને કારાયણને સામસામે થઈને વિનાશપંથે જતા જોયા. વર્ષકાર મહાઅમાત્યને વૈશાલી યુદ્ધનો મહાભાર વહેતો દીઠો. વજ્જિરાને રાજગૃહ નગરીમાં વૈભવથી ફરતી નિહાળી. શ્રમણ ગૌતમની અનોખી પ્રતિષ્ઠાને ફેલાતી જોઈ, પણ એક પ્રશ્નનું નિરાકરણ એને એમાં ન જડ્યું. મગધમાં અભયરાજનું સ્થાન હવે ક્યાં હતું ? અને ક્યાં ન હતું ? આજ એ મગધનો રાજા હતો. એટલે આવતી કાલ પોતાને માટે કેવી ઊગશે, એ કોણ કહી શકે ? એ કોયડાંનો ઉકેલ એને મળતો ન હતો. જેમ જેમ એ કોયડો એના મનમાં ગૂંચવાતો ગયો તેમ રાજા બિંબિસાર સામેનો એનો રોષ પ્રજ્વળતો ગયો. એની જ નબળી રાજનીતિએ આ વસ્તુ સરજી હતી. નબળી રાજનીતિના એ ભયંકર અનુયાયીએ, આજે રાજગૃહને એક તપ્તભૂમિ ઉપર બેઠેલા ડુંગર સમું બનાવી દીધું હતું. નીચેથી ક્યારે એ ભભૂકી ઊઠશે તે કોઈ કહી શકે તેમ ન હતું. આવો સમર્થ વર્ષકાર પણ, માત્ર ‘રાહ જુઓ.’ એટલું જ બોલી શકતો હતો. વર્ષો થયાં એટલું જ બોલી શકતો હતો. એવો એ અગ્નિનો પ્રતાપ હતો. એનું મન આવેશમય થતું જતું હતું. એને રાજા બિંબિસાર મગધ મહારાજ્યની કલ્પનાનો વિનાશક જણાયો, અને અભયકુમાર પ્રત્યેના સ્પષ્ટ પક્ષપાત પછી તો હવે, એને ભોંમાં ભંડાર્યા સિવાય... એ પોતાના મનમાં ઉદ્ભવેલા ભયંકર વિચારથી ઘડીભર પોતે ધ્રૂજી ગયો લાગ્યો. વિચાર મનનો હતો છતાં જાણે એ એને બનતો દેખાયો. તે ચમકી ગયો. ચારે તરફ એક દૃષ્ટિ ફેરવતાં તેણે પાછળ જોયું. પણ એની દૃષ્ટિ ત્યાં પાછળ જ થંભી ગઈ. એ નવાઈ પામી ગયો. એની પાછળ થોડે દૂર કોઈ ભિખ્ખુને ઊભેલો એણે દીઠો. એ એને જોઈ

જ રહ્યો હોય તેમ લાગ્યું. શ્રમણ ગૌતમના સેંકડો ભિખ્ખુઓને એણે શ્રાવસ્તી નગરીમાં જોયા હતા, પણ પોતે ભૂલેચૂકે શ્રમણ ગૌતમના નિવાસ તરફ ફરક્યો ન હતો કે કોઈ ભિખ્ખુને મળ્યો ન હતો. એ એના પડછાયાથી દૂર રહેવામાં માનતો હતો. કેવળ મંત્રી વર્ષકારે એને કહ્યું હતું એટલું એને સાચું લાગતું હતું. મગધની મહારાજ્યની કલ્પનાના સૌથી પરમ સહાયક મિત્રો – આ ભિખ્ખુઓ હતા. એટલા પૂરતો જ એને એમનામાં રસ હતો.

પણ પોતે જેને બની શકે તો મળવા માગતો ન હતો, એવા કોઈ કાષાયધારી ભિખ્ખુને, એણે પોતાની તરફ આવતો દીઠો.

એ બહુ નિકટવર્તી હતો. ઊભા થઈને એનાથી દૂર થવા જેટલો વખત હવે રહ્યો ન હતો. એણે ત્વરાથી એના તરફથી પોતાનું મોં ફેરવી લીધું. કાંઈ ન હોય તેમ અચિરવતી સરિતા તરફ એ મીટ માંડી રહ્યો.

પણ પેલો ભિખ્ખુ એને મળવા માગતો હોય તેમ જણાયું. તે એની તરફ વધુ પાસે આવ્યો જણાયો. તેણે પાછળથી તેના ખભા ઉપર હાથ મૂક્યો. અજાતશત્રુએ ચમકીને જોતો હોય તેમ પાછળ ડોકું ફેરવ્યું. પ્રૌઢવયનો એક રૂપાળો ભિખ્ખુ એણે ત્યાં ઊભેલો દીઠો. એનો મોહક ચહેરો એને એકદમ આકર્ષી ગયો. તેણે કાષાયવસ્ત્રો પહેર્યાં હતાં એ ખરું, પણ એ વસ્ત્રો જાણે એને બંધબેસતાં ન હોય તેમ, એની મુખમુદ્રા સાથે એમનો મેળ જામતો ન હતો. એનો ચહેરો રૂપાળો રાજવંશી જેવો તેજસ્વી હતો, આંખોમાં હીરાની ચમક હતી. નાસિકા ઉપર ઉગ્રતાનો ફણીધર, સ્પષ્ટપણે મોહક રૂપ ધારીને બેઠેલો જણાતો હતો. વેશમાં ભિખ્ખુ દેખાતો હતો એટલું જ. પણ સમગ્રપણે કોઈ મહત્ત્વાકાંક્ષી ક્ષત્રિયના પ્રતીક સમો લાગતો હતો. અને છતાં એનું ખરું આકર્ષણ એના ચહેરામાં પથરાયેલી અત્યંત મોહક જેવી જણાતી મૃદુ છાયામાં રહ્યું હતું ! માણસને એની પાસે ઊભા રહેવાની ઇચ્છા થઈ આવે. ઊભા રહેતાં વાતો કરવાની ઇચ્છા થઈ આવે. આની વાતોમાં કેવી મીઠાશ હશે એ માણવાની ઇચ્છા જન્મે. એ ઊંચો હતો. સશક્ત હતો. આકર્ષક અને દેખાવડો હતો. એની આંખની હીરાચમકમાં એક પ્રકારની મોહિની વસી રહી હતી. અજાતશત્રુને

આ ભિખ્ખુ તરફ જોતાં જ, એ કોણ હશે તે જાણવાની ઇચ્છા થઈ આવી. તે ઊભો થઈ ગયો. તેણે વિનયથી બે હાથ પણ જોડ્યા. અભિવાદન જેવું કર્યું : 'ભન્તે સ્થવિર !......'

અજાતશત્રુને વધારે આગળ બોલવું પડ્યું નહિ. કારણ કે ભિખ્ખુએ તરત કહ્યું : 'મગધના યુવરાજકુમાર, કહે છે આવ્યા છે, તે તો તમે નહિ મહારાજ ?'

અજાતશત્રુએ ડોકું ધુણાવ્યું, 'હા ભન્તે સ્થવિર ! પણ હું કોની જોડે બોલી રહ્યો છું ?'

'મારું નામ દેવદત્ત. હું શ્રમણ ગૌતમનો અંતેવાસી છું. હું તમને જ ખોળતો આવ્યો છું. મારે તમારું કામ છે.'

'હા ભન્તે.... દેવદત્તનું નામ સાંભળ્યું છે, ઘણી સિદ્ધિના સ્વામી કહેવાય છે.'

'સિદ્ધિ બિદ્ધિ તો ઠીક, ભણે રાજકુમાર ! સિદ્ધિ બીજું શું છે ? તમારી જે જે મહત્ત્વાકાંક્ષાનું શિખર તમે જોઈ લીધું, તે તે તમારી સિદ્ધિ.'

'પણ શ્રમણ ગૌતમ તો મહત્ત્વાકાંક્ષા તમામને હીણી માને છે, અને વિનિપાત કરનારી ગણે છે.'

દેવદત્ત હસ્યો. એના હાસ્યમાં પણ એ જ મોહક મીઠાશ હતી. એમાં રહેલી મશ્કરીનો રણકો તો કળી શકાય જ નહિ.

'શ્રમણ ગૌતમને એ રીતે સમજવાની વાત કેટલાક કરે છે એ ખરું, પણ શ્રમણ ગૌતમની વાણીમાં વાણી ને એમાં વાણી રહી છે. એની વાણીના અર્થને બરાબર સમજ્યા છે એમ ઘણા અંતેવાસી માને છે. પણ એને સમ્યક્ રીતે સમજનાર એક, બે, બહુ તો ત્રણ છે.'

'એમ ? કોણ કોણ ભન્તે સ્થવિર ?'

'રાજકુમાર ! આત્મશ્લાઘાને લોકો ભયંકર માને છે. શક્રાદિ દેવતાઓ પણ એનાથી દૂર રહેવા માગે છે, તો હું કોણ ? વળી એ ક્યારે આત્મવિશ્વાસ છે ને ક્યારે આત્મશ્લાઘા છે એ સૂક્ષ્મ રેખાને જાણવી ઘણી ઘણી મુશ્કેલ છે.'

અજાતશત્રુ વિચારમાં પડી ગયો. આ દેવદત્ત એવી રીતે બોલતા હતો કે જાણે એ એક જ શ્રમણ ગૌતમને બરાબર સમજ્યો હોય. એણે સાંભળ્યું હતું કે ભિખ્ખુસંઘમાં ઘર્ષણ જાગ્યું છે. ભિખ્ખુસંઘમાં ઘર્ષણ જાગ્યાની એ સ્પષ્ટ નિશાની હતી. પણ તેણે એ વાતને સ્પર્શ ન કરવામાં જ ડહાપણ જોયું. અત્યારે એને એનું કામ પણ ન હતું.

'એ તો બરાબર છે આર્ય દેવદત્ત ! બહુ જ ઓછા, વાણીને સમજે છે !'

'ને એથી પણ ઓછા એમાંથી સાર કાઢે છે ! આ શ્રમણ ગૌતમનો વારસો લેનાર કોણ ?......'

'કોણ ?'

'કોઈ જ નહિ. એટલે કેળવ અર્થહીન ભિખ્ખુઓ સરજ્યાનું કાંઈ ફળ નહિ. જેમ રાજસંસ્થા છે, ગણસંસ્થા છે, તેમ આ ભિખ્ખુસંઘે રૂપનિર્માણ કરવું જોઈએ. તો એ ટકે. રહે. પ્રસરે. પ્રકાશ ફેલાવે. સમર્થ બને. દુનિયા છેવટે સમર્થોની છે. દુનિયા તલસે છે સમર્થો માટે. સાધારણ માઈકાંગલાં, ને ભયાનક દુષ્ટો, એમના તો આંહીં ઢગલા છે. પણ સમર્થો ક્યાં છે ?'

'એ તો બરાબર છે આર્ય દેવદત્ત ! પણ શ્રમણ ગૌતમને એ વિચાર આવ્યો હશે નાં ?'

'ના, નથી આવ્યો. એ જ વાત છે. ગણતંત્રોની આ એક ભયાનક નબળાઈ છે. એમાં કોઈ વિરલ, વિરલ નથી રહેતો. એમાં કોઈ અસાધારણ નથી. બધાના છંદ.* અને દરેક છંદ સરખા મૂલ્યનો. મારો છંદ, મારી પડખેના ભિખ્ખુ જેટલું જ મૂલ્યાંકન ધરાવનારો અને છતાં મારી પડખેનો એ ભિખ્ખુ, આજે કઈ તિથિ છે એ પણ જાણતો ન હોય. પણ એની છંદશલાકા ને મારી છંદશલાકા, બંને સરખી જ લંબાઈની. એક સમર્થ માણસ જોઈએ. અને છંદો પણ જોઈએ. એક સમર્થ માણસ ધર્મસંઘ સંભાળે, એક સમર્થ માણસ રાજસંઘ સંભાળે. તો જ આ ભારતવર્ષ ટકી શકે યુવરાજકુમાર ! નહિતર આવી ભેળંભેળા તે છેવટે તદ્દન જ સામાન્ય કોટીનાં જંતુડાં જેવાં માણસોના ઢગલા સરજે. અને એ ઢગલાને બાળવા માટે, કોઈક દુષ્ટને પાછી કુદરત સરજે. શ્રમણ ગૌતમને આ વાત મેં કહી છે.'

---

* મત

'ત્યારે તો એ ભિખ્ખુસંઘપતિના વારસાનો મહિમા...... સમજશે. અને કદાચ ભવિષ્યમાં આર્ય દેવદત્ત ! તમે જ........'

'ના, ના, ના. ભણે રાજકુમાર ! ના. એ બનવાનું નથી. પણ એ બનાવવું જોઈએ. કોઈકે* બનાવવું જોઈએ. ખરા દેશના શાસકે બનાવવું જોઈએ.'

અજાતશત્રુના અંતરમાં પ્રકાશ પ્રકાશ થઈ ગયો. આ દેવદત્ત ભિખ્ખુસંઘમાં હતો, પણ એ ભિખ્ખુસંઘનો રહ્યો ન હતો. એટલે એ પણ ઉપયોગી હતો. એણે કહ્યું તે બરાબર હતું. ભિખ્ખુસંઘને દોરનારો એક, રાજસંઘને દોરનારો એક, એ બંને મળીને દેશનું સામર્થ્ય બને, ધર્મ અસાધારણ બળ પ્રગટાવે. રાજ, એ બળને દિશા બતાવે. એમાંથી સુશાસન જન્મે. એમાંથી ચક્રવર્તીનું સામર્થ્ય પ્રગટે. એનાથી દેશને ડારનારા ડરે. ભિખ્ખુઓથી એ ન ડરે. કેવળ રાજબળથી એને વશ ન કરાય. બંને જોઈએ.

દેવદત્તની વાણી જેવી મધુર હતી, એ પ્રમાણે બોલતાં એનો ચહેરો પણ મધુર બનતો હતો. એની વાણી અને એની મુખમુદ્રા – એ બંનેનો સુંદર યોગ બની રહેતો. અજાતશત્રુને એની વાત આકર્ષી ગઈ. દેવદત્તે એ જોયું. તે આગળ વધ્યો.

'પણ રાજકુમાર ! જેમ સિદ્ધિના પ્રવાસીઓ જાણે છે કે, વચ્ચેનાં પ્રલોભનો એને છોડી દેવાનાં છે, તેમ ચક્રવર્તીએ, ધર્મચક્રવર્તીએ સમજવાનું છે, વચ્ચેની તમામ મુશ્કેલીઓ એમણે હઠાવવાની છે.'

'એ બરાબર છે.'

'પછી શ્રમણ ગૌતમ પોતે એમાં મુશ્કેલીરૂપ જણાય, તો 'આ શ્રમણ ગૌતમ છે' એ વંદવા યોગ્ય છે, એનો શબ્દ આજ્ઞા છે, એની આજ્ઞા અનિવાર્ય છે, એવી કોઈ જ વિચારસરણી વચ્ચે ન હોય. ધ્યેય શિખર છે. વચ્ચે બધાં પગથિયાં છે. નબળાઈનાં અનેક રૂપ છે – પૂજ્યભાવ નબળાઈ બને. પરંપરા નબળાઈ બને. ભાવના નબળાઈ બને. 'આમ કેમ થાય ?' એવો પ્રશ્ન નબળાઈ બને, એ નબળાઈ છોડે તે જીતે. અને સિદ્ધિના માર્ગની જેમ, આમાં પણ એ જ જીતે. બીજો નહિ.'

---

* દેવદત્તે ભિખ્ખુસંઘ પોતાને સોંપવાની માગણી કરી હતી. પણ ભગવાન બુદ્ધે એને ના પાડેલી.

અજાતશત્રુને દેવદત્તની વાત સમજવા જેવી લાગી. તે નીચે બેસી ગયો.

'આર્ય દેવદત્ત ! નીચે બેસો. આપણે સમજીએ.'

દેવદત્ત નીચે બેઠો. તે અજાતશત્રુના ચહેરાને વાંચી રહ્યો. તેણે તેની મહત્ત્વાકાંક્ષા વિષે ઘણું જાણ્યું હતું. અત્યારે એને આ વાતમાં શું આકર્ષક લાગ્યું તે તે સમજી ગયો – તેણે તેને હાથમાં લેવાનો નિશ્ચય કર્યો. તક અત્યારે હતી. તે ધીમા શાંત સ્થિર અવાજે બોલ્યો : 'ભણે રાજકુમાર ! તમે તમારું ત્યાંનું વ્યવસ્થિત ગોઠવીને આંહીંનું ઉપાડી લો. તમે નહિ ઉપાડો તો બીજો ઉપાડી જશે. પણ પહેલું તમારું ગોઠવો.'

અજાતશત્રુ વિચારમાં પડી ગયો. તેના મનમાં જે વાત દેવદત્ત આવ્યા પહેલાં ઘોળાતી હતી તે વાત અચાનક એનાથી નીકળી ગઈ.

'પણ ત્યાં તો મહારાજ..... રાજા. પિતા.....'

'એ જ નબળાઈ છે રાજકુમાર ! રાજા માટે મુખ્ય રાજ છે. સુશાસન છે. પિતા નહિ. માતા નહિ. બંધુ–સ્વજન કોઈ નહિ. રાજની શાસનવ્યવસ્થા એ માતા. એ જ પિતા. બંધુ–સ્વજન, ગુરુ એ જ, એ ન જાણી શકે તે કાંઈ ન કરી શકે.'

'પણ એમાં આર્ય દેવદત્ત ! ભયંકર પિતૃદ્રોહ રહ્યો છે......'

'રાજકુમાર ! રાહ જોનારા રાહ જોયા કરે છે. તમે વર્ષો આમ દ્વિધામાં કાઢ્યાં. હજી કાઢશો. આ વિડૂડભ આવતી કાલે કરવાનું કરી નાખશે. એ શાક્યોને પણ હણી નાખશે. વૈશાલીને રોળી નાખશે. ઉજ્જૈન પહોંચી જશે. મગધ લઈ લેશે. તમે રાહ જોતા રહેશો....'

'પિતૃદ્રોહ – એ કેમ થાય આર્ય દેવદત્ત ?....'

'તો તો રાજકુમાર ! આ શ્રમણ ગૌતમનો ભિખ્ખુસંઘ ખોટો નથી. એમાં કોઈ દ્રોહ નથી. માત્ર અન્નદ્રોહ જ છે, શ્રમ વિના અનાજ મેળવવું. શ્રમ વિના ખાવું. શ્રમ વિના જીવવું. પણ રાજાએ અભયકુમારને રાજ સોંપ્યું છે એ સાચું ?'

અજાતશત્રુ બોલ્યો : 'સાચું.'

'રાજ તમારું છે એ સાચું ?'

'સાચું.'

'તો રાજાએ કરેલા આ રાજદ્રોહની શું કોઈ શિક્ષા નથી ? એની શિક્ષા કેવળ ભોંભંડારી બંદીવાસ હોઈ શકે. તાપનગેહનો* બંદીવાસ – બંદીવાસનું કામ કરશે. તમારે કાંઈ કરવાપણું નહિ હોય. કુમાર ! પહેલું વ્યવસ્થિત તમારું ઘર કરો. જલદીથી રાજગૃહમાં પહોંચો. અભયકુમાર આઠ દિવસ રાજા થશે. પછી છ મહિના રાજા થશે. પછી રાજા થશે. શ્રમણ ગૌતમને ઉત્તેજન પહેલું રાજગૃહે આપ્યું છે. રાજગૃહમાં એ અવસાન પામે એમાં ઔચિત્ય રહ્યું છે. તમે રાજસંઘ સ્થાપો. હું ભિખ્ખુસંઘ દોરું. બંને શાસન દેશને સમર્થ બનાવે. સામર્થ્યના ઉપાસકો અને સિદ્ધિના ઉપાસકો આમ રાહ જોતા થોભતા નથી. એ હંમેશાં આગળ વધતા હોય છે. મારે તમને આ કહેવાનું હતું. રાહ ક્યાં સુધી જોશો ? પછી રાજા રાહ નહિ જુએ. એને શંકા પડશે કે તરત તમને બંદીવાસ દઈ દેશે. હલ્લ – વિહલ્લ, અભયકુમાર, જીવકકુમાર અનેકો એનો પક્ષ લેશે. તે વખતે ચારે તરફના રાજાઓ પણ ઊઠશે. પહેલો ઘા કરી લ્યો કુમાર ! નહિતર આવતી કાલ તમારી નથી......'

અજાતશત્રુ ક્યારનો વિચારી તો રહ્યો હતો. એને પણ થતું હતું, કે વૈશાલીની જનપદ કલ્યાણીનો અભય જો આજે રાજ મેળવશે, નામનું પણ મેળવશે તો એક દિવસ રાજા તરીકે સ્થિર થઈ જશે. રાજા બિંબિસાર આવું પગલું લઈ જ ન શકે તેવું કરવું હોય તો માત્ર તેના રાજમહાલય–નિવાસની આસપાસની દેખરેખ પૂરતી નથી. એને બંદીવાસ જ આપી દેવો જોઈએ. એમાં જેટલી વાર થાય છે તેટલું મગધ નબળું પડે છે.

રાજા બિંબિસાર શ્રમણ ગૌતમને જે પ્રમાણે ઉત્તેજન આપી રહ્યો હતો તે પ્રમાણે ઉત્તેજન આપતો રહે, તો જતે દહાડે શ્રમણ ગૌતમની પ્રતિષ્ઠા જ સર્વોપરી થઈ પડે. એ વસ્તુ ટાળવાની પણ દેવદત્તની નેમ આમાં સધાતી હતી. એક મીટ માંડીને તે આકાશની સામે જોઈ રહ્યો હતો. પછી અચાનક જાણે કાંઈક દેખાવ જોતો હોય તેમ એ બોલી ઊઠ્યો : 'આ.....હા ! આ વળી નવું નવાઈનું.......'

---

* દીઘનિકાય - લુહારની કોઢ જેવું ઘર.

અજાતશત્રુને વધુ આકર્ષણ થાય એવી એની આકાશ તરફની દૃષ્ટિ હતી.

'શી વાત છે આર્ય દેવદત્ત ? તમે કેમ એમ બોલ્યા ?'

દૃષ્ટિને આકાશ તરફથી લેશ પણ ફેરવ્યા વિના દેવદત્ત જાણે હવા સાથે વાત કરતો હોય તેમ બોલ્યો : 'તમને એ નહિ સમજાય કુમાર ! શ્રમણ ગૌતમનો પગ હવે ત્યાં પણ પેસવાનો !'

'ત્યાં એટલે ક્યાં ?'

'વૈશાલીમાં.'

'પણ વાત શી છે ?'

'તમને એ નહિ સમજાય કુમાર ! તમે રાજગૃહ પહોંચો.'

'પણ છે શું ?'

'તમને હું શી રીતે કહું કે શું છે ? અત્યારે એ તમને નહિ સમજાય. શ્રમણ ગૌતમને આવા ને આવા મળે છે. પણ તમારે માટે આ તક છે.'

અજાતશત્રુ કાંઈ સમજ્યો નહિ. તેણે દેવદત્ત સામે જોયું. દેવદત્તની દૃષ્ટિ તો હજી આકાશમાં સ્થિર હતી. તે જાણે હવામાં કાંઈ જોતો હોય તેમ પળે પળે તેના ચહેરા ઉપરના ભાવ બદલાતા દેખાતા હતા.

'આર્ય દેવદત્ત ! શું છે ? તમે શું જુઓ છો ?'

દેવદત્તે એની સામે જોયા વિના જ કહ્યું : 'તમને શી રીતે સમજાવું, હું શું જોઉં છું ? હું જે જોઉં છું તે કુમાર ! હું જોઉં છું. તમને એ નહિ સમજાય.'

અજાતશત્રુ વધારે આશ્ચર્ય પામ્યો. આ દેવદત્ત શાની વાત કરી રહ્યો હતો ? તેને એનામાં કાંઈક અસાધારણ લાગ્યું. એટલામાં એને કાને પાછળથી કોઈનો મોટો પહાડી અવાજ અથડાયો : 'ભન્તે રાજકુમાર હો ! તમે ક્યાં છો ? મગધ રાજકુમાર હો !..... ક્યાં બેઠા છો ?'

'આ નાલીજંઘ, એ જ કહેવા આવ્યો લાગે છે કુમાર ! રાણી મલ્લિકાનો એ સંદેશાવાહક છે.' દેવદત્ત બોલ્યો : તેની દૃષ્ટિ આકાશમાંથી પાછી ફરતાં જ તે તદ્દન શાંત થઈ ગયો લાગ્યો. તેણે નાલીજંઘને એટલામાં જ મોટા અવાજથી જવાબ વાળ્યો : 'ભણે નાલીજંઘ હો ! આંહીં આ પૂર્વ દિશામાં આવો – કુમાર આંહીં છે !'

થોડી વારમાં જ નાલીજંઘ આવ્યો. નાલીજંઘ શા માટે આવ્યો હતો તેનું અજાતને આશ્ચર્ય થતું હતું. ત્યાં તે જ બોલ્યો : 'ભન્તે રાજકુમાર ! મગધનો એક સંદેશાવાહક આવ્યો છે.'

'કોણ છે ?'

'શોભિત નામ કહે છે.'

'હા. કોણે, મહાઅમાત્યે મોકલ્યો છે ?'

નાલીજંઘે બે હાથ જોડ્યા : 'હા દેવ ! એણે એમ કહ્યું.'

'શું છે ? પિતાજી કુશળ છે ?'

'બધાં કુશળ છે. પણ એ કહે છે એકદમ રાજગૃહમાં હવે યુવરાજકુમાર આવી જાય.'

'શું હશે ?' અજાતશત્રુને કાંઈ સમજાયું નહિ. દેવદત્ત પણ હમણાં એ જ કહી રહ્યો હતો. તેની સાથે આ વાતનો મેળ મળી જતો હતો. પણ દેવદત્તે આ કેમ જાણ્યું હશે ? શોભિતને એ પહેલાં મળ્યો હશે ? તેણે તેને પૂછ્યું : 'આર્ય દેવદત્ત ! શોભિત તમને પણ મળ્યો હતો ?'

દેવદત્ત હસી પડ્યો : 'તમને એ નહિ સમજાય ભણે કુમાર ! પણ હવે તમે ઊપડો. તમારે માટે ત્યાં ઘણી નવાઈની વાત રાહ જોઈ રહી છે. મારે જવાનો વખત થયો છે.'

અજાતશત્રુ નાલીજંઘ સાથે ચાલ્યો. દેવદત્ત ત્યાં ઊભો રહ્યો. તે તેમને જતા જોઈ રહ્યો. અચાનક અજાતશત્રુએ પાછા ફરીને જોયું : દેવદત્ત બે હાથ ભેગા કરીને બંધનની કાંઈક નિશાની આપી રહ્યો હતો.

રાજા વિષે એની એ વાત છે, એ સમજતાં અજાતશત્રુને વાર ન લાગી.

પણ દેવદત્તે આકાશ તરફ દૃષ્ટિ માંડીને જે કહ્યું હતું તેની તેના મનમાં હજી ગડ બેસતી ન હતી. દેવદત્ત કાંઈ જાણતો હશે ? કોઈ સિદ્ધિ એને વરી હશે ? એ આકાશમાં દૃષ્ટિ કરીને ભાવિ બનાવો જોઈ શકતો હશે ?

શું હશે ? મગધમાં શું હશે ?

પણ એની વિચારમાળા અધૂરી રહી ગઈ. સામેથી શોભિતનો રથ ત્વરિત આવી રહેલો નજરે પડ્યો.

૧૭. મહાન પ્રેમ : મહાન શોક

અભયકુમારના નામની અદૃશ્ય મોહિની તો રાજગૃહ નગરીમાં વ્યાપી ગઈ હતી. પણ જ્યારે એ એક અષ્ટાહ્ન માટે રાજા બન્યો, ત્યારે તો આ મોહિની પરાકાષ્ટાએ પહોંચી ગઈ. રાજા તો અભયકુમાર, એવી જનવાણી પ્રચલિત થઈ ગઈ. મહાઅમાત્ય વર્ષકારને આ હવા ભયંકરમાં ભયંકર લાગી. સારું હતું કે કુમાર અજાતશત્રુ બહાર હતો. એક અષ્ટાહ્નનો સમય એ બહુ લાંબો સમય ન હતો એ ખરું, પણ અભયકુમાર તો એક એક પળમાં એક એક એવી વાત કરે કે રાજગૃહ નગરીના એક છેડાથી બીજા છેડા સુધી, એના નામની નવી મોહિની ઊભી થઈ જાય ! એમાંથી તો વહેલેમોડે એનો રાજગાદી ઉપરનો કુદરતનિર્મિત અધિકાર જ સ્થપાઈ જાય. ન્યાય હોય, ઘરકજિયો હોય, વ્યાપાર વિષેની કોઈ પંચાત હોય, પરદેશી સોદાગરની વાત હોય, કોઈ દુઃખી હોય, કોઈ રોગી હોય, કોઈ આપત્તિમાં હોય, કોઈને મન મૂંઝવતું હોય, કોઈને સ્ત્રીનો પ્રશ્ન હોય, કોઈને પતિનો પ્રશ્ન હોય, અભયકુમારની સલાહ પ્રેમની હવા જગાડી દે. દાસ હોય, કૃષક હોય, શ્રેષ્ઠી હોય, સૈનિક હોય, અધિકારી હોય, ગમે તે હોય, પણ તમામના અંતરમાં એક પ્રકારનો વિશ્વાસ ઊભો થઈ ગયો. એમની જે કાંઈ મુશ્કેલી હશે, રાજા અભયકુમાર પાસે એનો સુંદર ઉકેલ હશે. બે-ચાર દિવસમાં જ અભયકુમારે આવી હવા ફેલાવી દીધી.

આવો વિશ્વાસ અભયકુમારે ઊભો કરી દીધો. અજબ જેવા વર્તનથી એણે એ ઊભો કરી દીધો. વર્ષકાર એની ત્વરિત ગતિથી વધતી અસર જોઈને આશ્ચર્યચકિત થઈ ગયો.

દેશભરમાં એક સ્થાપિત પ્રણાલિકા હતી. ન્યાયાસન પાસે ન્યાય માગવા માટે દેશજનને જવું પડતું. પછી એ દેશજન શ્રેષ્ઠી હોય, દાસ હોય, રાજકુમાર હોય કે ગમે તે હોય; પણ ન્યાય તો ન્યાયને સ્થળે જ મળે. અભયકુમાર રાજા થતાં જ એ પ્રણાલિકા બદલાવી નાખી. પ્રભાત જાગતાંની સાથે રાજગૃહ નગરીમાં ઠેકાણે ઠેકાણેથી ચારે તરફનાં દ્વારો ઉપરથી, ડુંગરમાળાઓ ઉપરથી, સપ્તભૂમિપ્રાસાદો ઉપરથી – શંખનાદ થતાં જ નગરીમાં આ પ્રમાણે નવું ચેતન રેલાતું નજરે પડવા માંડ્યું. શંખનાદ સૂચવતો થયો કે ઠેકાણે ઠેકાણે ન્યાય આપવા માટે અભયકુમાર જાતે આવી રહેલા છે. બે કે ત્રણ દિવસમાં તો એ સ્થાપિત પ્રણાલિકા થઈ ગઈ.

પણ આટલા પરિવર્તને તો લોકોનું માનસ પલટાઈ ગયું. અત્યાર સુધી રાજદ્વારે ન્યાય વસતો હતો. લોકને એ ત્યાં લેવા જવાનો હતો. હવે રાજદ્વારથી ન્યાય એમને મદદ કરવા એમને ઘરઆંગણે આવવાનો હતો. એટલી વાતે હવાને એવી પલટી નાખી કે જાણે એક નવી સૃષ્ટિ ઊભી થઈ ગઈ. સામાન્ય દેશજન પોતાને એક સામાન્ય નાગરિક ગણતો. અન્યાય થાય તો પોતાને ન્યાય માગવા માટે દોડવાનું હતું. એને લીધે એને લાગતું કે સત્ય ને ન્યાય અમુક જગ્યાએ વસી રહ્યાં છે. એ જગ્યાની બહાર માણસ પોતાની વાત પોતાની રીતે કરી શકે. અન્યાય લાગે તે ભલે દોડે. પણ જ્યારે અભયકુમાર પહેલવહેલો પોતાના શ્યામ ઉત્તુંગ અશ્વ ઉપર, શંખનાદ થતાં જ ન્યાય આપવા માટે નીકળ્યો, પોતે નીકળ્યો ત્યારે લાગ્યું કે હવે ન્યાય સ્થાનમાં નહિ, હવામાં રહે છે. એ દરેક સ્થળે વસે છે. દરેક પળે એ હાજર છે. એ માણસના મનની પોતાની વસ્તુ છે અને માણસનું મન એ જ ન્યાયાધીશી, ન્યાય, ન્યાયનું સત્ય છે. લોકોને એક પ્રકારની માનવમહત્તાનું અભિનવ દર્શન થયું. ન્યાય લેવા જનાર પ્રજાજન રહેતા. ન્યાય આપનારો કોઈ વિશિષ્ટ માનવી બની જતો. પણ હવા ફરી ગઈ. ન્યાય આપનારો એમાંનો જ એક હતો. એ સાચો પ્રજાજન હતો અને જાણે કે પોતે રાજા હતા ! ન્યાય લેવા માટે એમને ઊભવાનું ન હતું – ન્યાય અપાનારને ફિકર રહેતી કે એ ન્યાય નહિ આપી શકે, શાંત હવા પ્રગટાવી નહિ શકે, તો લોકમાં એના નામનું એક કુડ કાર્ષાપણનું પણ મૂલ્યાંકન નહિ

હોય ! અભયકુમારનો ન્યાય આપવા માટે ઘેર ઘેર ફરતો ઉત્તુંગ શ્યામ અશ્વ એણે તો લોકમાં અજબ જેવી મોહિની પ્રગટાવી.

વર્ષકાર મહાઅમાત્ય તત્કાળ થઈ ગયેલ લોકમાનસનો આ ફેરફાર જોઈ રહ્યો....રાજગૃહ નગરીની હવા ફરી ગઈ હતી. ગણતંત્ર વ્યવસ્થામાં આ રાજને ફરી જતાં વાર ન લાગે એવી વાત થઈ ગઈ. આઠ દિવસ તો આમ ચાલ્યા જવાના હતા, પણ એણે સ્થાપેલી પ્રણાલિકા, એ લોકપ્રણાલિકા થઈ જવાની. અભયકુમારના નામ પાછળ એક પ્રકારનું વિશિષ્ટ વાતાવરણ હમેશ માટે રહેવાનું. એનું તેજોમંડળ ઊભું થવાનું. અજાતશત્રુ સાથે એનો મુકાબલો થવાનો. રાજકુમાર અજાતશત્રુ કરતાં રાજપદ માટે વધુ લાયક આ અભયકુમાર, એ વાત દરેકના મનમાં બેસી જવાની. વર્ષકારે ઘર્ષણ ટાળવા માટે અજાતશત્રુ શ્રાવસ્તી મોકલ્યો હતો. ત્યાં પગપેસારો રહે એ આવશ્યક હતું. પણ આંહીં તો મગધ પોતે જ – નામશેષ થઈ જાય, એવો પ્રભાવ અભયકુમારે પાડી દીધો.

રાજા બિંબિસારના મૃત્યુ સાથે મગધ મૃત્યુ પામે, અને કોઈ રાજવંશ ન રહે. અભયકુમાર તો એક પ્રજાજન તરીકે ગણતંત્રનો નાયક થઈ જાય. આખી વસ્તુસ્થિતિ પલટાઈ જવાનો ભય ઊભો થયો. અજાતશત્રુ પોતાનો વધુ સમય શ્રાવસ્તીમાં ગાળે એ ભયાનક હતું.

અને પ્યાદા તરીકે આ વાત અભયકુમારે જાણી જોઈને ઊભી કરી જ ન હતી. એની પાસે આ વાત જ કુદરતી હતી. એ પ્રેમથી હજારોને જીતી શકે. શસ્ત્ર તમામને બૂઠાં કરી દે. લોકવાણીને પ્રેમહવામાં પલટાવી નાખે. માણસ માણસ વચ્ચે નવી જ મૂલ્યાંકનની પ્રણાલિકા રચી કાઢે અને આ બધું એ સહજ ભાવે, જાણે એની એ કુદરત હોય એમ કરે. તમામ ગણતંત્રો આનો લાભ લઈ લેવાનાં. વર્ષકારને આ પ્રેમભરેલો રાજકુમાર હવે સૌથી વધુ ભયંકર લાગવા માંડ્યો. એણે બે-ચાર દિવસમાં તો પોતાની પ્રેમહવાને આખી રાજગૃહ નગરીમાં ઘેર ઘેર ફરતી કરી મૂકી હતી !

મહાઅમાત્યની ચિંતાનો પાર ન રહ્યો. એણે અજાતશત્રુને મોકલ્યો ન હોત તો ઘર્ષણ જ ઊભું થાત. જે વધુ ભયંકર હોત. એ ઘર્ષણમાં હથિયારને

હથિયારથી નમાવવાની તાકાત પણ અભયકુમાર દેખાડી દેત, અને એ વધુ લોકપ્રિય બની જાત. વૈશાલી તો એ વાત જાણતાં જ એની મદદે દોડત. હલ્લ – વિહલ્લ એની તરફ ઊભા રહેત. સેચનક હાથી રણરંગ ફેરવી નાખત. આંતરઘર્ષણે મગધ મરી જાત, પણ હવે આંતરઘર્ષણ વિના પણ મગધ મરી જાય એવી વાત આવી. મગધ રહે – પણ મગધનું રાજ ન રહે. એનું ગૌરવ નામશેષ થઈ રહે. મહારાજ્ય સ્થાપનાનું સ્વપ્નું છિન્નભિન્ન બની રહે. એક ભયંકર કોયડા સમી વાત ઊભી થઈ.

વર્ષકારને લાગ્યું કે અજાતશત્રુએ તત્કાલ આવી જવું જોઈએ. અભયકુમાર અષ્ટાહ્નિક પછી એકલો રાજગૃહમાં હોય તે પણ બરાબર ન હતું, કોઈ જ ઉકેલ જડતો ન હતો.

એવામાં એને એક ખબર મળી. જે નર્તિકા રાજાએ અભયકુમારને આપી હતી, એ નર્તિકા માત્ર નર્તિકા ન હતી; પ્રેમસાગરના અતળ ઊંડાણમાંથી કોઈક પળે મળી આવતા, મૌક્તિક સમી એ અદ્‌ભુત નારી હતી. નૃત્ય તો એનો એક આછો જીવનતાલ હતો. એના પ્રેમનું એ એક મોજું હતું, પણ એની પોતાની પાસે તો પ્રેમમહોદધિ ભર્યો હતો. અભયકુમારની પાસે પ્રેમસાગર હતો – એવો પ્રેમસાગર એની પાસે પણ હતો. એ બંનેની સૃષ્ટિમાંથી જગતમાં ક્યાંય ન જડે એવો એક અનોખા પ્રકારનો અદ્‌ભુત પ્રેમરસ ઊભો થયો હતો. જે પ્રેમરસ રતિ પાસે હોય. જે પ્રેમરસ કામદેવ પાસે હોય. સાત જ પગલાંમાં, સજ્જનતાની હેલીથી પોતાના સાથી મુસાફરને ભીંજવી દેતા પથિકની વાત ફરીને બનતી લાગી. એમણે પ્રેમની ગાઢ પ્રેમઘનતા અનુભવી હતી. એ એકબીજાં એકબીજાં માટે હતાં. એ વાતની એમને કેમ ખબર ન પડી, એ જ એમને માટે મહાન આશ્ચર્યોનું એક આશ્ચર્ય થઈ ગયું. એમની પાસે પ્રેમ ન હતો – મહાન પ્રેમ હતો.

પણ આ ઘટનાને એક જુદી જ દષ્ટિથી મહાઅમાત્ય વર્ષકાર જોઈ રહ્યો હતો. આ ઘટનામાં એને મગધનો ઉદ્ધાર દેખાયો. એ ઘટનાનો તાત્કાલિક ઉપયોગ હતો. પછી એને કાંઈ અર્થ રહેતો ન હતો. તેણે શોભિતને

બોલાવ્યો : 'ભણે શોભિત ! કોઈ પંખી તેં એવાં જોયાં છે જે મૃત્યુ પામતાં પામતાં પણ ગાન કરે ?'

મહાઅમાત્યની વાણીથી શોભિત ટેવાયેલો હતો. છતાં એને પણ આ વાતથી નવાઈ લાગી. પંખીનાં ગાન વિષે જાણીને મહાઅમાત્યને શું કરવાનું હશે ? તે વિચારમાં પડી ગયો. વિચાર કરતો થોભ્યો.

'કહેવાય છે ભન્તે મહાઅમાત્યજી ! કે રાજહંસનું મૃત્યુગાન સ્વર્ગીય હોય છે !'

'સ્વર્ગીય હોય છે કાં ? તેં સાંભળ્યું છે ? આ એક ઈશ્વરની લીલા છે હો ભણે શોભિત ! કે સ્વર્ગીય ગાન કરવું હોય તો રાજહંસને મરવું પડે.'

'ભન્તે મહાઅમાત્યજી !' શોભિતે તરત વાત જાણી લેવાના હેતુથી કહ્યું : 'મારે ક્યાં જવાનું છે પ્રભુ ?'

વર્ષકાર હસી પડ્યો : 'ઉતાવળો થઈ ગયો નાં ? જવાનું ક્યાંય નથી. ભણે શોભિત ! સાંભળ. એક બીજી વાત કહું.'

શોભિત સમજી ગયો. મહાઅમાત્યના શબ્દો સાંભળવામાં મજા હતી. એમનું મગજ કોઈક યોજના ઘડી રહ્યું હતું.

'ભણે શોભિત ! તેં તો અનેક મહાનગરીઓ જોઈ હશે. શ્રાવસ્તી, સાકેત, કોશાંબી, અવંતી, તક્ષશિલા, ચંપા, તામ્રલિપ્તિ, કાશી, અનેક. ક્યાંય તેં એવી અનુપમ નર્તિકાઓ દીઠી, કે જેમનું નૃત્ય એવું અદ્ભુત હોય, જે ભાવાવેશની પરાકાષ્ટાએ એવા ઉત્કૃષ્ટ વાતાવરણમાં વિહરતી હોય.....'

શોભિત આશ્ચર્યથી મહાઅમાત્યને સાંભળી રહ્યો. એને હજી વાતનું ધડ કે માથું સમજાતું ન હતું. વાતનો કોઈ મેળ કળાતો ન હતો. તે વધુ શાંત બની ગયો.

'એટલા ઉત્કૃષ્ટ વાતાવરણમાં નૃત્યસમે એનો વિહાર થઈ રહ્યો હોય કે, જેમ પર્વતશૃંગના છેલ્લા શિખરની છેલ્લી ટોચ ઉપરથી જરાક આમ કે તેમ થતાં, માણસ મહાગર્તમાં ઢળી પડે, તેમ એ વાતાવરણમાં જરાક જ વિક્ષેપ થતાં, જેમનું નૃત્ય, હંસગાન સમું છેલ્લું નૃત્ય બની જાય ! એવી કોઈ અદ્ભુત નર્તિકા તેં ક્યાંય જોઈ ? જેના જીવનનું એક નૃત્ય તો એમનું મૃત્યગાન અવશ્ય

બની રહે. જાણે કે એમના નૃત્ય સાથે એ જન્મ્યું હોય. એવી કોઈ અદ્ભુત નર્તિકા તેં ક્યાંય જોઈ છે ?'

'જોઈ છે ભન્તે મહાઅમાત્યજી ! અનેક નર્તિકાઓ જોઈ છે. પણ એક જે જોઈ છે, એ એક જ છે. તમે જે કહો છો તે એને માટે શક્ય છે. એનું નૃત્ય એનું. એવી ઉત્કૃષ્ટ ભાવવાહિકા કોઈ દીઠી નથી. લાગે કે પ્રેમ વખતે પ્રેમમૂર્તિ બની ગઈ છે. એના પ્રેમદીવાનાઓની એક અનોખી પંક્તિ જન્માવે. અને એના જ રુદ્રરૂપે ધરણી ધ્રૂજે. માણસ થરથરે, પણ પાસે વૃક્ષ હોય તો એનાં પાંદડાં પણ થરથરે. સર્જકશ્રેષ્ઠ તો એ એક જ ! ઘડીભર તો એનું રાજ જ ચાલે.'

'ભણે શોભિત ! એ કોણ છે ? ક્યાંની છે ? ક્યાં રહે છે ? એ આંહીં ન આવે ?'

શોભિત અત્યાર સુધી આશ્ચર્ય પામતો હતો. હવે તો એ સ્થિર જ થઈ ગયો. હજી મહાઅમાત્યની કોઈ વાત સમજાતી ન હતી. એણે આવી અવશતા ક્યારેય અનુભવી ન હતી.

'એ છે તામ્રલિપ્તિની, પણ અદ્ભુત છે. હવે તો ચંપાનગરીમાં રહે છે.'

'ચંપાનગરીમાં ? ત્યારે તો પાસે જ. શું એનું નામ કીધું તેં ?'

'અનંગિકા.'

'ઓ હો ! શોભિત ! એને મેં નિહાળી છે. એ ખરેખર અનન્ય છે. આપણે એની શ્રેષ્ઠ સર્જકતાનું કામ છે. ભણે શોભિત ! તું એને હવે જલદીથી આંહીં આવવાનું ન સમજાવે ? આપણે આંહીં શું છે એ તો ખબર પડે.'

'આંહીં ? આંહીં શું છે પ્રભુ ? આંહીં આવીને શું કરવાનું એને ? એની શ્રેષ્ઠ સર્જકતા રાજગૃહને નાનું બનાવી દે ભન્તે મહાઅમાત્યજી ! આંહીં એના આહ્વાનને ઝીલનાર પણ કોણ ?'

'ભણે શોભિત ! તેં કોઈ દિવસ શ્રમણ ગૌતમને એમ કહેતા સાંભળ્યા છે કે મહાન પ્રેમ – મહાન શોકને જન્માવે છે !'

'હા, એમ તો શ્રમણ ગૌતમ ઘણી વખત કહે છે. કહેતા હશે પણ એનું શું છે પ્રભુ ?'

'રહે, સાંભળ. મને ખાતરી છે પણ તને ખાતરી છે કે આ તામ્રલિપ્તિની નૃત્યાંગ્ના અનન્ય છે ? આંહીં આવીને પોતાના નૃત્યનું એ આહ્વાન આપે તો એ આહ્વાન ઝીલનારું કોણ નીકળે ?'

'અભયકુમારની નર્તિકા પ્રભુ ! એવી અદ્દ્ભુત ગણાય ખરી. રાજગૃહનગરીની પ્રતિષ્ઠા માટે એ ઝીલી લે.....'

'હા ભણે શોભિત ! ત્યારે તો તું ઘણી ઊંડી સમજ ધરાવે છે. મને અસમજ, અર્ધસમજ અને અણસમજનો બહુ થાક લાગે. પણ તું તો ભણે શોભિત ! ઊંડી સમજ ધરાવે છે. એમ જ થાય એ નિશ્ચિત. તને પણ લાગે છે એમ જ થાય ? અને ભણે શોભિત ! તું જાણે છે કે મહાન પ્રેમ મહાન શોકને જન્માવે છે. તો તું એ નર્તિકા.... શું એનું નામ તે કહ્યું ?'

'અનંગિકા.'

'હાં, એને આંહીં તત્કાળ આહ્વાન આપવાનું સમજાવી ન શકે ? દેશભરમાં એ એક અને અદ્વિતીય થઈ રહેશે.'

'એ તો તામ્રલિપ્તિથી આવી છે જ એટલા માટે પ્રભુ ! ચંપામાં તો થોડા દી થોભી ગઈ. બાકી આંહીં તો આહ્વાન આપવા આવવાની છે. એના નૃત્યની તોલે જે કોઈ નૃત્ય કરે, તેની એ દાસી થઈ રહે ! એવા ગર્વભર્યા તો એના આહ્વાનબોલ છે.'

'ભણે શોભિત ! તો તો આ કામ આજ થાય તો કાલ ઉપર રાખવાનું નથી. તું કમ્બોજના અશ્વોનો ઘડિયાં જોજન રથ લઈને જા. એ કામ કરીને – એટલે એને આંહીં વળાવીને – પછી તું ક્યાં જશે ?'

'ક્યાં જવાનું છે, પ્રભુ ?'

'શ્રાવસ્તી નગરીમાં. યુવરાજકુમાર અજાતશત્રુ હવે તરત પાછા ફરે. પળપળ કીમતી છે. પણ ભણે શોભિત ! મહાન પ્રેમ ને મહાન શોક એ બંનેનો આપણે ખપ છે હો. તું બરાબર સમજી તો ગયો છે નાં ? ભણે શોભિત ! અમૃતથી જે કામ થાય, તે જ કામ વિષથી થતું હોય, તો તું શું વાપરે ?'

'અમૃત, ભન્તે મહાઅમાત્ય !' શોભિતે ડોકું નમાવીને અભિવાદન કર્યા.

'થયું ત્યારે. આ મેં કહ્યું તેટલું કરવાનું છે. ત્વરાથી ને સચોટતાથી. ત્વરા અને સચોટતા. હવે જા.'

શોભિત અભિવાદન કરીને બહાર નીકળી ગયો. આટલી વાતનો એને ભાર લાગ્યો હતો, ને માથામાં એ જણાતો હતો. એ જ્યારે મહાઅમાત્યના સાન્નિધ્યમાંથી બહાર નીકળ્યો અને વિચાર કરતો થોડી વાર હવામાં રસ્તા ઉપર થોભી ગયો, ત્યારે જ એની આંખ ઊઘડી ! અતળ ઊંડાણની આ વાતે હવે એને આશ્ચર્યમાં ગરકાવ કરી દીધો.

'આ....હા !' તે મહાન આશ્ચર્ય અનુભવી રહ્યો : 'મહાન પ્રેમ મહાન શોક – અને આ મહાન આશ્ચર્ય – રાજદ્વારીઓ વિષને વિષ બનાવે છે એ જાણીતી વાત છે. વિષનો ઉપયોગ જાણે છે એ પણ જાણીતી વાત છે. વિષકન્યાના મોહક રૂપનો એમને ખપ રહે છે એ પણ જાણીતી વાત છે, પણ આ એક બ્રાહ્મણ આંહીં એવો દીઠો – જે નૃત્ય જેવા નૃત્યને પણ પોતાના ઉપયોગ માટે મહાવિષ જેવું બનાવી શકે છે ! કહેવાય નૃત્ય. હોય નૃત્ય. પણ બને કોઈકનું વિષ. અમૃતમય વિષ. અદ્‌ભુત ! અદ્‌ભુત.... આ બ્રાહ્મણ અદ્‌ભુત ! એ અભયકુમારને હવે મૂંડી નાખવાનો !'

૧૮. વિષ અને અમૃત !

વિષ અને અમૃત કેટલાં કેટલાં પાસે રહે છે ? અને છતાં ખૂબી એ છે કે એ એકબીજાને ઓળખતાં નથી. જ્યારે મહાઅમાત્ય વર્ષકારે પેલી ચંપાનગરીની નર્તિકા અનંગિકાને રાજગૃહ પ્રત્યે આકર્ષી, એની મહત્ત્વાકાંક્ષાને જાગ્રત કરી, ત્યારે એણે જે ધાર્યું હતું તે પ્રમાણે જ બન્યું. એક બહારની નર્તિકા રાજગૃહમાં આવીને ખુલ્લું આહ્વાન આપી જાય....અને એ કોઈ ન ઝીલે, તો તો રાજગૃહનું નાક જ કપાઈ જાય. પણ રાજગૃહમાં એનું એ આહ્વાન ઝીલનાર કોણ ? કોઈ જ નહિ. અનંગિકા કેવી અદ્ભુત હતી તે લોકહવામાં ફેલાઈ ગયું.

પણ અભયકુમારના અષ્ટાહ્નિક રાજકાળ પછી આ બને તો તો થઈ રહ્યું ! અભયકુમારની નર્તિકા આમ વિચારી રહી. જ્યારે પેલી નર્તિકા અનંગિકા, વિજયધ્વજ ફરકાવતી રાજગૃહ નગરીમાં બેઠી રહી !

હંમેશાં એક શંખધ્મા નીકળે. ઢોલક વાગે. પ્રભાત સમયે મહાન ઘોષ પ્રગટે : 'નગરજનો હો ! હું ચંપાનગરીની નર્તિકા અને અનંગિકા, નગરી રાજગૃહને આહ્વાન આપું છું. મારા નૃત્ય તોલે – જે કોઈ નૃત્ય કરે તેની હું દાસી બની રહું ! કાં નગરી આહ્વાન સ્વીકારે, કાં નગરી વિજયપત્ર આપે, હું વૈશાલી તરફ જાઉં !'

અજાતશત્રુ આવ્યો ને એણે એક પ્રભાતે આ સાંભળ્યું. એને નવાઈ લાગી. મગધની નગરીને વિવિધ આહ્વાન મળવાનાં શરૂ થયાં કે શું ? તેને આમાં મગધની નબળાઈની શરૂઆત જણાવા માંડી. તે મહાઅમાત્ય પાસે ગયો. તે કેમ આવ્યો છે તે વર્ષકાર સમજી ગયો. પણ જ્યાં સુધી અભયકુમાર અભયકુમાર હતો, ત્યાં સુધી હવે બીજો કોઈ લોકનજરમાં બેસે તેમ ન હતો. અજાતશત્રુ એ આહ્વાનને ઝીલનાર જે કોઈ નીકળે તેને કરોડો મોંએ હિરણ્ય

આપવાની વાત કરતો હતો. વર્ષકાર એ સાંભળીને મોટેથી હસી પડ્યો : ‘રાજકુમાર ! હજી તમને આ નહિ સમજાય !’

દેવદત્તે શ્રાવસ્તીમાં પણ એને આ જ શબ્દો કહ્યા હતા. આંહીં વર્ષકાર મહાઅમાત્ય પણ એ જ શબ્દો બોલી રહ્યો હતો. અજાતને પોતાની આ લઘુતાની સભાનતાએ જરાક ઉગ્ર બનાવી દીધો : ‘ભન્તે મહાઅમાત્યજી ! હું કાંઈ સમજતો નહિ હોઉં, પણ એક વાત હું સ્પષ્ટ સમજું છું, રાજ મારું છે અને મારે એ રાખવું છે. અભયકુમાર આવી ઘોષણા કરાવી દે, તે પહેલાં હું આ ઘોષણા કરાવું છું.’

‘તમને વાત નહિ સમજાય રાજકુમાર ! રાજ તમારું છે એ ખરું, પણ એ તમને અપાવવાવાળા તમારા જેટલા જ તમારા હિત માટે જાગ્રત છે. આવી ઘોષણાથી તો કોઈ આહ્‌વાન ઉપાડવા આવતું હશે તો ઊલટાનું નહિ આવે.’

‘કેમ, હિરણ્યની કાંઈ જ મોહિની હવે રહી નથી ? કીર્તિ પણ માથું મૂંડાવીને ભિખ્ખુણી બની ગઈ છે કે શું ?’

વર્ષકાર વધુ મોટેથી હસ્યો : ‘ભણે રાજકુમાર ! કાંચન કીમતી છે. કીર્તિ કીમતી છે. પણ એથી વધારે શું કીમતી છે, જાણો છો ?’

‘શું ?’

‘ભાવના. ડાહ્યાઓ, દોઢડાહ્યાઓ, મૂર્ખાઓ, તમામ ભાવનાના દાસ છે. શ્રેષ્ઠસર્જકો ભાવનાના દાસ છે. એમની એ ભાવનાને જ્યારે રાજદ્વારીઓ, પોતાના આંગણાની કે યોજનાની દાસી બનાવી દે છે, ત્યારે રાજકુમાર ! અમૃતમય દેખાતા મહાન વિજયો, ત્યારે મળે છે. તમે બેઠા નિહાળો, શું થાય છે તે. આ અનંગિકાને ઘોષણા કરવા દો. એક દિવસ એનું આહ્‌વાન એક અદ્‌ભુત નર્તિકા ઉપાડી લેવાની જ છે !’

‘કોણ એ ?’

‘બીજું કોણ ? અભયકુમારની નર્તિકા પ્રેમા.’

‘એ ઉપાડી લેવાની છે ? એમ શા આધારે કહો છો ? અને એમ થાય તો એનો અર્થ આપણે માટે તો ભયંકર હશે !’

‘કેમ એ ઉપાડી લેવાની છે તે કહું. એને માટે એ અનિવાર્ય છે. શ્રેષ્ઠ સર્જકોને માટે અમુક જ નિશ્ચયની અનિવાર્યતા, એ પણ કોઈ ચીજ છે. આપણે માટે એ ભયંકર તો જ બને... જો....’ વર્ષકારે વાક્ય અધૂરું મૂકી દીધું.

'જો....શું ?'

'રાજકુમાર ! કેટલુંક ન જાણવામાં પણ મજા રહી છે. શ્રેષ્ઠ સર્જકોના માનસનો અભ્યાસ એ પણ એક વસ્તુ છે. રાજદ્વારીઓ મફતના વિષનાં કૂંડાં ઉપાડ ઉપાડ કર્યા કરે છે ભણે કુમાર ! અમૃતનાં કૂંડાં એમને માટે તૈયાર હોય છે – કારણ કે ભાવના મરતી નથી. અને શ્રેષ્ઠસર્જકો વિનાની દુનિયા ક્યારેય વાંઝણી હોતી નથી. એ સર્જકોને અનિવાર્ય આજ્ઞાઓ આકાશમાંથી મળતી રહે છે. રાજહંસને કોણ કહેવા ગયું હતું કુમાર ! કે તું મૃત્યુ માટે ગાન કરજે. ને ગાન માટે મૃત્યુને ભેટજે. વીર યોદ્ધાઓની જેમ એ મૃત્યુને ભેટવાના જ. એમનું એ નિર્માણ અનિવાર્ય હોય છે. આપણી આ આશા છે. અને એ ખોટી નથી, તે સમય બતાવશે. હમણાં તમે શાંતિથી ઘોષણા સાંભળો.'

અજાતશત્રુના મનમાં વર્ષકારની ઉપેક્ષા કરવાનો એક આછો તરંગ ઊભો થતો હતો, પણ આ વાત સાંભળતાં જ એ જેવો ઊભો થયો તેવો જ શમી ગયો. દેવદત્તે એને કહેલી વાત અત્યારે એના હોઠ ઉપર બેઠી હતી. પણ એ વાત અત્યારે એનાથી કરી શકાઈ નહિ. એને લાગ્યું કે કોઈ ને કોઈ એવો પ્રસંગ રાજગૃહમાં હવે અવશ્ય બનશે, કે જ્યારે એવું પગલું તાત્કાલિક અનિવાર્ય થઈ જશે. એ વખતે એ પગલું લઈ લેશે તો જ વર્ષકાર એને એવું પગલું લેવા દેશે. એ પોતાના મનની વાત પોતાના મનમાં ઉતારી ગયો. એ ઘોષણા સાંભળતો રહ્યો.

પણ એકાદ બે દિવસમાં જ વર્ષકારે કહ્યું હતું તેમ થયું. અનંગિકાની ઘોષણાનો પ્રત્યુત્તર અપાતો હોય તેમ રાજગૃહ નગરીમાં એક દિવસ સામે ઘોષણા થઈ : 'નગરજનો હો ! અનંગિકાનું આહ્વાન ઉપાડી લેવામાં આવ્યું છે. રાજગૃહનગરી અદ્વિતીય છે. અદ્વિતીય રહેવા માટે એ નિર્માઈ છે. અભયકુમારની નર્તિકા પ્રેમા – આ આહ્વાન ઉપાડી લે છે. દિવસની ઘોષણા હવે થશે. ત્યારે સૌ નૃત્યશાળામાં આવે !'

આ સમાચારે આખી નગરી હાલકડોલક થઈ ગઈ. ઠેરઠેર એક જ વાત સંભળાવા લાગી. અભયકુમારે જેમ રાજગૃહ નગરીને રાજગૃહ નગરી બનાવી દીધી હતી, એની અનોખી ન્યાયપ્રથા એણે ઊભી કરી દીધી હતી, એની રાજ્યવ્યવસ્થાને એક અષ્ટાહ્નિકમાં પલટાવી નાખી હતી, તેમ એની નર્તિકા,

રાજગૃહના સંસ્કારક્ષેત્રને પલટાવી નાખવાની. ભારતભરમાં એક વખત કહેવાઈ જશે કે નર્તિકા અને નૃત્ય રાજગૃહનાં !'

નગરજનોનું ગૌરવ એમના મુખ ઉપર દેખાવા લાગ્યું. ઠેકાણે ઠેકાણે એક જ વાત થઈ રહી. અભયકુમાર ખરેખર અભયકુમાર છે. રાજગૃહની કીર્તિની વિશિષ્ટતા જાળવવા માટે, એણે ખુદ પોતાની જ નર્તિકાને લોકસમક્ષ મોકલવાનું પગલું ભર્યું છે. એ એક જ રાજકુમાર એવો છે, જે બધી રીતે અદ્વિતીય છે. યોદ્ધા તરીકે અદ્વિતીય. એના ધનુષ તોલે કોઈનું ધનુષ નહિ. રાજા તરીકે અદ્વિતીય. એના ન્યાય તોલે કોઈનો ન્યાય નહિ. રાજકુમાર તરીકે અદ્વિતીય. એના પરાક્રમ તોલે કોઈનું પરાક્રમ નહિ. અને નગરજન તરીકે પણ અદ્વિતીય, એના નગરપ્રેમ સમો કોઈનો નગરપ્રેમ નહિ.

અને એ બધામાંથી એક વાત ઊભી થતી હતી. રાજા તો અભયકુમાર !

અજાતશત્રુના સિંહપાદ સૈનિકો અભયકુમારની આ વ્યાપક લોકપ્રિયતાને જોઈ રહ્યા. અજાતશત્રુને પોતાના હાથમાંથી મગધનું રાજ સરી જવાનો ભય લાગ્યો.

વર્ષકાર મહાઅમાત્ય સચિંત બની ગયો હતો. તેણે પાણી પહેલાં પાળ બાંધવા માટે વળી એક દિવસ શોભિતને બોલાવ્યો :

'ભણે શોભિત ! રાજગૃહમાં કોઈ એવી નાપિતનારી નથી, જેના હાથમાં કોમળતા ફૂલની હોય, વાણીમાં મધુરતા અમૃતની હોય !'

શોભિતના મગજમાં અનેક ખાનાં હતાં. એ દરેક ખાનામાં કોઈ ને કોઈ બેઠું હતું. એણે એક ખાનું તપાસ્યું. ત્યાં એક નારી બેઠી હતી. નમણી ને નાજુક. એના હાથમાં કોમળતા ફૂલની હતી.

'એક છે પ્રભુ !'

'ભણે શોભિત ! કદાચ નર્તિકા પ્રેમાને તે દિવસે નૃત્યને અંતે થાક લાગે, તો એણે રાજગૃહ નગરીનું આવું ગૌરવ જાળવ્યું માટે, આ નાપિતનારી એનાં ચરણનો બધો થાક ઉતારી દે, એવું ન બને ?'

શોભિત પથ્થર જેવો જડ બની ગયો. તે વાત ન માનતો હોય તેમ વર્ષકાર મહાઅમાત્ય સામે શૂન્ય દૃષ્ટિથી જોઈ જ રહ્યો. એના મોંમાંથી શબ્દ નીકળ્યો નહિ.

'ભણે શોભિત ! કેમ કાંઈ બોલ્યો નહિ ?'

'ભન્તે મહાઅમાત્યજી ? મારું લોહ પણ કોઈક વખત દ્રવી પડે છે !'

'જે દ્રવે તે મરે, ભણે શોભિત ! આપણે કામથી કામ છે. એ નાપિતનારીને તું તે દિવસે નૃત્યશાળા ઉપર હાજર રાખજે. અને ચરણ તળાંસવા માટે તૈયાર રાખજે ! નર્તિકાનો થાક ઉતારે ! એ ગોઠવણ કરજે.'

'હા પ્રભુ !' શોભિતનો અવાજ જરાક ક્ષીણ હતો.

'શોભિત ! છેલ્લી પળે જ ઘણા, ઘણું ગુમાવી દે છે, એ વાત તારા ધ્યાનમાં લાગતી નથી. આ નાપિતનારીના નખને તારે સંભાળવાના છે !'

'પ્રભુ !.....' શોભિતનો અવાજ એકદમ હીણો બની ગયો.

'એમાં આપણી પાસે પેલું છે – સમુદ્રપારના સિંહલદ્વીપથી આવેલ – શું નામ તું કહે છે ? તે મૂકવાનું છે હો ! સમજ્યો ? જો સાંભળ. ભાવનાની ઉત્કૃષ્ટતા માણસને ન હણે, તો કોઈ બીજું કોઈક હણે. નાપિતનારીના નખમાં જે મૂકવાનું છે તે, ચરણ તળાંસતી વખતે પોતે પોતાનું કામ કરી લેશે. હવે તો તું સમજી ગયો નાં ?'

'હા પ્રભુ ! એ પ્રમાણે થશે. નખવિષ, નખવિષનું કામ કરશે.' શોભિતે અભિવાદન કર્યું અને જવા માટે પગ ઉપાડ્યો.

'રહે શોભિત ! એક પળ રહે. તું છેલ્લો શબ્દ બોલ્યો તે બોલવા માટે ન હતો. પણ જો, હજી સાંભળ. કેટલીક વખત લોકપ્રિયતા કેવાં ભયંકર પરિણામ લાવે છે તે તો તું જાણતો જ હોઈશ. એટલે આ નાપિતનારીએ પણ જવું પડશે ! એ ન જાય તો આપણે જવું પડે !'

શોભિત ! હવે તો અવાક્ બની ગયો. નર્તિકાના ચરણ તળાંસવા માટે નાપિતનારી હતી, અને એ નાપિતનારી પણ સલામત ન હતી. તે વિચારમાં પડી ગયો.

'જો શોભિત ! કાર્ય કરવાની અનિવાર્યતા હોય, ત્યારે જે વિચાર કરવા થોભે તે, અને વિચાર કર્યા વિના જે કાર્ય આરંભે તે, બંને સરખા મૂર્ખ છે. વિચાર ન કરવો એ મૂર્ખાઈ છે. વિચાર કર્યા કરવો એ વધુ મોટી મૂર્ખાઈ છે.

જેમનું જવું અનિવાર્ય છે, એમને આંહીં રોકી પાડવા – એ કાંઈ જેવી તેવી ઘેલછા નથી શોભિત ! જા હવે, ઘેલાં કાઢતો નહિ. ઘેલી વાત કરતો નહિ. ઘેલો બનતો નહિ. ઘેલછા તો દુનિયાને દુર્બળ બનાવે છે ગાંડાભાઈ ! હવે જા. પણ જોજે ક્યાંય લેશ પણ ક્ષતિ ન રહે. ક્ષતિ, રાહ જોવામાં માનતી નથી. એ તો એના કરનારને તત્કાળ હણે.... જા.....! નાપિતનારીની ગોઠવણ આજથી જ કરી દેજે ને ! એને ત્યાં હંમેશાં ચરણ તળાંસવા જાય. નર્તિકાઓ તો આ ચરણ તળાંસવાની કલાની શોધમાં જ હોય છે અને જો, એક વધુ વાત. નાપિતનારી અદશ્ય ભલે થાય. પણ એ આપણે જોઈએ ત્યારે પાછી પણ પ્રગટે. આનું પણ નામ અદશ્ય થયું કહેવાય, બસ.'

શોભિત બહાર નીકળ્યો. પણ આજે એણે જે વર્ષકારમાં જોયું તે જોઈને એ મૂઢ બની ગયો હતો.

નર્તિકા પ્રેમા માટે એણે એક મહાન મૌક્તિક હાર તૈયાર કરાવ્યો હતો. એ એને ખબર હતી. એના નૃત્યવિજયનું બહુમાન કરવા માટે. અને નાપિતનારીના નખમાં રહેનારું વિષ પણ તૈયાર રાખ્યું હતું. કદાચ પ્રેમા ઢળી ન પડે તો ?

શોભિત વિચાર કરતો થોભી જ ગયો. આવા મહાઅમાત્યોની પરંપરા ચાલશે તો ? તો શું થશે ? તે વિચારમાં પડી ગયો લાગ્યો.

પણ એનો કોઈ પ્રત્યુત્તર કોઈની પાસે ન હતો.

માનવનું હૃદય એ એક અનોખી જ વસ્તુ છે. એ સર્જક છે. વિનાશક છે. બળવાન છે. નિર્બળ છે. સમર્થ છે. દુર્બળ છે. ઉત્કૃષ્ટ ભાવનાનું વારસ છે. નેષ્ટ ઇચ્છા એને વરી છે. માનવનું હૃદય પોતાની એક અનોખી જ સૃષ્ટિ રાખે છે. અને આ સૃષ્ટિ બધી શું છે ? કેવળ માનવનું હૃદય. એના એ પડછાયા, પ્રતિબિંબો, આઘાતો, વૃત્તિ વિલાસો, ભાવનાઓ, તરંગો, સ્વપ્નાંઓ – આ સૃષ્ટિ ! માનવહૃદય સિવાય બીજી સૃષ્ટિ છે જ ક્યાં ? એ પોતાની ફિલસૂફીમાંથી જાગ્યો, ત્યારે એણે એક સુવર્ણકારને મહાઅમાત્યના નિવાસ તરફ જતો જોયો.

૧૯-૨૦. પ્રશાંત મહાસાગર

વર્ષકાર બ્રાહ્મણ મહામંત્રીએ અત્યુત્તમ મૌક્તિકોની એક માળા તૈયાર કરાવી. તેમાં વચ્ચે કનકભૂષિત એક મહા તેજસ્વી હીરક મુકાવ્યો. આ હીરકની એક ખૂબી હતી. એ એકલો એક મહાન ખંડને પ્રકાશિત કરી દેવા માટે બસ હતો. રાજગૃહમાં આવો હીરક કોશાધિપતિ જ્યોતિષ્ક પાસે માત્ર હતો. એણે એ રાજા બિંબિસારને ભેટ આપ્યો હતો. નર્તિકા પ્રેમા જે સમયે તામ્રલિપ્તિની નૃત્યાંગના અનંગિકાને પરાજય આપે, રાજગૃહની સંસ્કારકીર્તિનો ધ્વજ અણનમ લહેરાવે, બરાબર એ સમયે મહારાજ અજાતશત્રુ પોતે આગળ આવીને, પ્રેમાને એ પહેરાવે. આવી યોજના એણે ઘડી કાઢી. મગધના ગૌરવ માટે મહારાજ અજાતશત્રુને અપૂર્વ પ્રેમ છે – એ વાત આ ભેટ દ્વારા, તમામ વર્ગને પહોંચતી થાય તેમ હતી. તો બીજી રીતે અભયકુમારને અપાયેલી આ ભેટ, રાજપદનું ગૌરવ હજી તો અજાતશત્રુ પાસે જ છે, એ વાતની ઘોષણા* સમાન હતી. અભયકુમારે મેળવેલા સ્થાન પછી એ જરૂરી હતું.

એના પોતાના મનમાં એને એક વાતની પ્રતીતિ હતી. નર્તિકા પ્રેમાને એણે એક કે બે વખત જોઈ હશે. માત્ર મગધ મહારાજ બિંબિસાર પાસે, અને તે પણ કોઈક વખત, જ્યારે રાજાની ઇચ્છા થાય ત્યારે નહિ, પણ પોતે પોતાના વાતાવરણની અપૂર્વ લહરીઓમાં વિહરતી હોય ત્યારે, એવી કોઈક વિરલ પળે, એ નૃત્ય કરતી. એનું નૃત્ય જાણે એના પોતા માટે જ હતું. એ નૃત્ય કરતી એમ બોલવું, એ પણ બરાબર ન હતું. વાતાવરણમાં પવનની પાંખ ઉપર

---

* બુદ્ધઘોષની ધમ્મપદની ટીકામાં આ ઉલ્લેખ હોવાની Ancient Indian Tribes [B. C. Law.] માં નોંધ છે એ ઉપરથી.

નૃત્યલહરીઓ આનંદ માણવા નીકળે છે, એ ત્યાં હમેશાં વિલસતી જ હોય છે, પણ એ લહરીઓનું નૃત્ય ઝીલવું બધાને માટે નથી. એ લહરીઓને કોઈક આવી વિરલ નર્તિકા જ જીવંત બનાવી શકે. નર્તિકા પ્રેમાનું નૃત્ય એ પ્રકારનું નૃત્ય હતું. આ પૃથ્વીનું નહિ. આકાશમાં વિહરતી પવનલહરીઓનું જાણે એ હતું. આકાશમાંથી કોઈ ભૂલી પડી ગયેલી લહરીઓ આંહીં સહજ પ્રેમગોષ્ઠી માટે આવી ચડી હોય !

અને પવનલહરીઓ, ગતિ સિવાય બીજી કઈ ભાષાને સમજે ? એટલે પોતાના એ અતિથિઓના માનમાં જાણે પ્રેમા ગતિમય બની જતી. આ એનું નૃત્ય.

પણ પ્રેમાનું આવું નૃત્ય એ હરકોઈ પળે એના જીવનનું અદ્ભુત કરુણગાન સમું છેલ્લું નૃત્ય બની જવાનો ભય રાજા બિંબિસારને હંમેશાં રહેતો. એટલે એ પોતે નર્તિકા પ્રેમાને કોઈ દિવસ ભૂલેચૂકે પણ નૃત્ય કરવાનું કહેતો નહિ. એને ખબર હતી કે નર્તિકા પ્રેમા એ નર્તિકા નથી. એ નૃત્ય છે. એના અંગઅંગમાંથી ઉદ્ભવેલી ગતિ – શમે તો શમે, નહિતર એ ગતિની પાંખે નર્તિકા પોતે જ ગતિ બની જાય ! પણ જ્યારે નર્તિકાના અંતરમાંથી મહાસાગરની ઊર્મિઓ સમી ઊર્મિઓ ઊછળે, ત્યારે રાજા ઇચ્છે કે ન ઇચ્છે, એની કોઈ પરવા કર્યા વિના એ નૃત્ય જ કરતી. એ સમયે નૃત્ય વિના એનું મૃત્યુ હતું અને નૃત્યમાં જીવન હતું. માટે એ નૃત્ય કરતી.

એનું એવું નૃત્ય જોવાનું જેને અકસ્માતી સદ્ભાગ્ય મળે – અને કોઈકને જ એ મળતું – એની આંખમાં પછી એ નૃત્ય જ બેસી જાય. બ્રાહ્મણમંત્રી વર્ષકારે નર્તિકા પ્રેમાનું આવું નૃત્ય એક વખત અકસ્માત રાજા બિંબિસાર સમક્ષ નિહાળ્યું હતું અને એ જોઈને એ મંત્રમુગ્ધ થઈ ગયો હતો. દિવસો સુધી એ તમામ સૃષ્ટિને કેવળ ગતિમય જ જોઈ શકતો હતો. એનું રાજકારણ સૂઈ જવાનો એને ભય લાગ્યો હતો – એ આ નર્તિકા હતી.

આવી નર્તિકા પ્રેમા કેવળ અભયકુમાર પ્રત્યેના પ્રેમને વશ થઈને એની અષ્ટાહ્નિકા રાજપદકીર્તિને લેશ પણ ઝાંખપ ન લાગે માટે જાહેરમાં નૃત્ય કરવાનું આહ્‌વાન ઉપાડી લે, પછી ભલે ને અભયકુમારના એ રાજપદ ઉપર તો ઘણા

દિવસો વીતી ગયા હોય, છતાં એ માને કે એના રાજપદને આહ્વાન અપાયાનું ગણાય, અને તે પણ અનંગિકા જેવી તામ્રલિપ્તિની ભારતવિખ્યાત નૃત્યાંગનાને પરાજય આપવા માટે, ત્યારે જે ઉત્કૃષ્ટમાં ઉત્કૃષ્ટ ભાવનાલહરીઓ નર્તિકા પ્રેમાના અંગઅંગમાંથી ગતિ લેવાની, તે ન તો એના અંગને અંગ રહેવા દે, ન એના હૃદયને હૃદય રહેવા દે, ન એના મનને મન રહેવા દે. ન એના ચિત્તને ચિત્ત રહેવા દે. એ બધાંને ગતિમય, હવામય, લેરખી લેરખીમાં રમતા અણુથી પણ અણુ એવા તેજકણમય કરી મકે. નર્તિકા પ્રેમા ત્યાં નહિ હોવાની. કેવળ લહરીઓ હોવાની. બ્રાહ્મણમંત્રી વર્ષકાર નર્તિકા પ્રેમાના અદ્‌ભુત ગતિલાવણ્યને આ રીતે સમજ્યો હતો. એ જાણતો હતો કે નર્તિકા પ્રેમા એક દિવસ અંગઅંગમાંથી ઉદ્‌ભવતા ગતિના લહરીતાનમાં પોતે પણ એક લહરી જ બની જવાની છે. આટલા ગતિલાવણ્યનો એ એક જ કુદરતી પંથ હતો. એ સમજતો હતો કે એને માટે કોઈક દિવસ નૃત્યાગારમાં, ગતિની પાંખે ચડીને આકાશપંથે જવાનું અનિવાર્ય છે, છતાં કદાચ – એ ન બને તો, એના ચરણ તળાંસનારીનો મૃદુસ્પર્શ, પોતાનું કામ પોતે અચૂક કરવાનો, એ વાતને એવી હવામાં, નૃત્યાંગનાના પરમવિજયનો રાજમુગટ જ લોકો પહેરાવવાના. બીજી કોઈ વાત હવામાં આવશે નહિ. આવી શકશે પણ નહિ અને એ બરાબર હતું.

કારણ કે નર્તિકા સાથે સંકળાયેલી બીજી કોઈ લેશ શંકાની એક નાનકડી વાત પણ, એ પળે તો, રાજાને, રાજપદને, રાજસૈનિકોને, અને રાજભવનને પણ કરાલ જનકનો પંથ બતાવે. જનસમુદાય રાજપદને ઉખેડીને ફેંકી દે. એટલે શંકાની એક નાનકડી કડી પણ ક્યાંય રહેવી ન જોઈએ.

શોભિતને એટલા માટે જ એણે કહ્યું હતું કે ચરણ તળાંસનારી ચરણ તળાંસવાનો લહાવો લે કે ન લે, પણ આપણા માટે એનું અદશ્ય થવું પણ એટલું જ જરૂરી હતું.

વર્ષકારે આ યોજના વિચારી હતી અને એના ધાર્યા પ્રમાણે જ થયું. નર્તિકા પ્રેમા માટે જ અનિવાર્ય હતું તે બન્યું. એ નૃત્ય કરતાં કરતાં જ ઢળી પડી. એ સમયે વિજય મગધનો હતો. અનંગિકાનો પરાજય એક મહાઘોષણાથી પ્રગટ થઈ રહ્યો હતો.

યુવરાજકુમાર અજાતશત્રુ ત્યાં બહુમૂલ્ય વિજયહાર લઈને ઊભેલો લોકદષ્ટિએ પડ્યો. દિલમાં પ્રશંસાની એક લહરી ઊભી થઈ. પણ બરાબર એ જ વખતે, નર્તિકા પ્રેમાના ગતિલાવણ્યની અવધિ આવતી લાગી !

અને એ પોતે જાણે હવામાં વિલસનારી હવાની જ એક લહરી હોય તેમ ગતિમય બની જતી દેખાણી !

એની એક છેલ્લી લાવણ્ય ગતિ પ્રગટ થઈ ન થઈ, લોકકંઠમાંથી પ્રશંસાનો એક મહાધ્વનિ પ્રગટ થઈને શમ્યો ન શમ્યો, અને ત્યાં નર્તિકા પ્રેમા ઢળી પડી !

એની પાસે એક તરફ મહારાજ અજાતશત્રુ વિજયમાળ લઈને ઊભા હતા. બીજી તરફ અભયકુમાર પોતે આ શું થયું એ જોવા માટે ત્યાં ઊભા રહી ગયા હતા. નર્તિકા અનંગિકા પોતે પોતાના અદ્ભુત પ્રતિસ્પર્ધીના વિજયને બહુમાન આપવા માટે આગળ આવી. એનાં ચરણ પાસે નમી પડી !

પણ વિજય મેળવનારને ગતિની પવનલહરીનો આનંદ સ્પર્શી ગયો હતો. પોતે આનંદ સમાધિમાં હોય તેમ એની આંખ મીંચાઈ ગઈ હતી.

બધા ઊભા થઈ ગયા. શાંત થઈ ગયા. રંગમંચ ઉપર દૃષ્ટિ કરી રહ્યા. મહાઅમાત્ય વર્ષકાર પોતે આકાશગોત્ર ભિષગ્વર સાથે ત્યાં ઉતાવળે ઉતાવળે આવતો જણાયો.

આખા પ્રસંગનો સાંગોપાંગ એની યોજના પ્રમાણે ઘાટ ઊતરી ગયો હતો. પણ એના ચહેરા ઉપર એની કોઈ નિશાની ન હતી. સૌના જેવી જ શોકછાયા ત્યાં હતી.

એણે ધાર્યું હતું કે અભયકુમારને આ ઘા સ્પર્શ્યા વિના નહિ રહે.

કારણ કે જેટલો મહાન એનો પ્રેમ હતો, એટલો મહાન એનો શોક હશે.

અજાતશત્રુ સામેના ક્ષેત્રમાંથી અભયકુમાર આ એક રીતે જ વિદાય લે એ શક્ય હતું. બાકી તો એણે મેળવેલી જનપ્રીતિ એને વગરઘોષણાએ રાજપદે સ્થાપે, એની પોતાની બળવાન તેજોમૂર્તિ સેંકડોને એના તરફ આકર્ષે.' રાજા બિંબિસાર અકસ્માત કોઈક વખત એને રાજપદ સોંપ્યાની ઘોષણા પણ કરી નાખે. હલ્લ – વિહલ્લ સેચનક ગજરાજ લઈને તે વખતે તૈયાર થઈ જાય

અને વૈશાલીમાં એ ખબર પડતાં ત્યાંથી મદદ આવી પહોંચે. યુવરાજકુમાર અજાતશત્રુ એક દિવસ અચાનક જ તદ્દન ગૌણ બની જાય. આ બધી વાત શક્ય હતી. અજાતશત્રુની ઉતાવળ પણ એ સમજતો હતો. એટલે આ ઘાટ આવી રીતે ઉતારવાની તક મળી ગઈ, એ જેવી તેવી વાત ન હતી. પણ હજી આ શરૂઆત હતી એ એના પણ ખ્યાલમાં હતું.

અભયકુમાર નર્તિકા પ્રેમાના મહાન શોકમાં પડી ગયો હતો.

બીજે દિવસે પ્રભાતે તો આખી રાજગૃહ નગરીમાં એક વાત ફેલાઈ ગઈ કે અભયકુમાર જેવો અભયકુમાર, પ્રશાંત બની ગયો હતો. એ પોતાના રાજભવન પાસે એક વટવૃક્ષ નીચે શાંત – અતિ શાંત બેઠો હતો. એની દૃષ્ટિ સામેની પર્વતમાળાઓની પાર કાંઈક જોતી હતી. મહાસાગર ઊર્મિવિહીન – એક નાનકડી લહરીવિહીન બની જાય, એવી એ વાત હતી. ધરતી ઉપરના સ્થિર આકાશ સમો મહાસાગર બની ગયો હોય તેવો એ અત્યંત અત્યંત શાંત જણાતો હતો.

ભગવાન શંકર જાણે સતીના અકાળ અવસાને પ્રેમસમાધિમાં પડ્યા હોય એવું એ દૃશ્ય હતું.

એનો ઉત્તુંગ શ્યામ કમ્બોજ અશ્વ ત્યાં પડખે એકદમ શાંત ઊભો રહી ગયો હતો. એનો ગજરાજ માથે સૂંઢ ઢાળીને આંખો મીંચીને સ્થિર ડુંગર સમો સ્થિર થઈ ગયો હતો. ત્યાં આસપાસ બધે મહાન શોકનું મહાન મૌન પ્રગટ્યું હતું. એક પાંદડું ચાલતું ન હતું. એક પવનલેરખી ફરકતી ન હતી. એક પંખીનો અવાજ આવતો ન હતો. એક ગતિ ક્યાંય દેખાતી ન હતી. અભયકુમાર જાણે પ્રશાંત બનતાં હવા પણ પ્રશાંત બની ગઈ હતી.

અને એ પ્રશાંત હવામાં મહાન શોકનો જે ભાર જણાઈ આવતો હતો તેની કલ્પના તો એ ઉપરથી જ થઈ શકતી હતી કે ત્યાં રાજદ્વારની સમક્ષ ભેગા થયેલા સેંકડો પ્રજાજનોમાંથી એક જરા પણ અવાજ ઊઠતો ન હતો !

ત્યાં બધે નિઃસ્પન્દ શૂન્યતા પ્રગટી હતી.

અભયકુમાર એકલો ત્યાં શાંત બેઠો હતો. પ્રશાંત મહાસાગર સમો. એ એક એવી તો શૂન્યતા પ્રગટ કરતો હતો કે જાણે તમામ સૃષ્ટિ હમણાં એક ક્ષણમાં સ્થિર થઈ જશે !

મહાન પ્રેમને જડેલી એ મહાન શોકની પળ હતી.

મહાઅમાત્ય વર્ષકાર ત્યાં આવ્યો ત્યારે એ પણ એ દૃશ્ય જોઈને જાણે પૃથ્વી સાથે જડાઈ ગયો હોય તેમ સ્થિર થઈ ગયો.

એ પણ કેવળ પ્રેક્ષક જ બની ગયો. એટલામાં એની દૃષ્ટિએ એક માણસ પડ્યો. એ એને કાંઈક ઈક્ષુપાન આપવા માટે આવ્યો લાગ્યો. એની સાથે વૃદ્ધ રાજા બિંબિસાર દેખાયો. વર્ષકારને એક જ ભય હતો. શૂન્યતા ઊડી જશે, તો પછી એની વાત ભારે પડી જશે !

પણ હવે કાંઈ બીજું બને તેમ ન હતું. રાજા બિંબિસાર ને આકાશગોત્ર ત્યાં આવી પહોંચ્યા હતા.

મહાન ભિષગ જીવકકુમાર હજી અવંતીથી આવી પહોંચ્યો ન હતો. પણ એને તત્કાળ બોલાવવા માટે રાજાએ સંદેશો મોકલ્યો હતો. એ આ સમાચાર સાંભળીને દોડતો આવી પહોંચે તે પહેલાં, અભયકુમાર ભિખ્ખુપંથે ચાલી નીકળે તો જ પૂરી સફળતા મળે !

એટલામાં એણે અજાતશત્રુના ગજને સામેથી આવતો દેખ્યો.

પોતે તેની સામે ચાલ્યો. જનમેદની દૂર ગજરાજ ઊભો રહી ગયો. વર્ષકારે કહ્યું : 'મહારાજકુમાર ! આવા મહાનશોકને માન આપવા માટે આપણે પણ અભયકુમાર પાસે પગપાળા જવું ઘટે. આવો, આપણે ત્યાં જઈએ. મહારાજ પણ આવે છે.'

'હેં !' અજાતશત્રુ ચમકી ગયો. તેને બ્રાહ્મણ મહાઅમાત્ય વર્ષકારની આ યોજના અદ્‌ભુત જણાઈ હતી, જેમાં કોઈને લેશ પણ શંકા પડતી ન હતી – ને થવાનું કામ થઈ જતું હતું. પોતે રાજા બિંબિસાર માટે એવી જ કોઈ યોજના શોધી રહ્યો હતો. એને રાજાનું આંહીં આવવું ભયંકર લાગ્યું.

પણે હવે બીજો કોઈ ઉપાય ન હતો.

એ બંને અભયકુમાર તરફ ગયા.

અભયકુમાર નિઃસ્પન્દ પરમશાંત અવસ્થામાં ત્યાં બેઠો હતો. તમામ પ્રકારનાં વૃત્તિ વિલાસો, ઉત્સાહ, ઉલ્લાસ, ભય, મોહ, પ્રેમ, શોક, બધું જ જાણે એનામાં શમી ગયું હોય, અને એક એવી ઉત્કૃષ્ટ હવામાં એ પહોંચી ગયો હોય, કે જ્યાં આનંદ, આનંદ અને આનંદનો સાગર રેલાઈ રહ્યો હોય, એવો કોઈ પરમાનંદ સમાધિઅનુભવ એના મોં ઉપર દેખાતો હતો ! એનો એ શોક શોક હતો કે એના અ–શોકની ત્યાં અવધિ હતી, તે જાણવું મુશ્કેલ હતું.

જ્ઞાનીઓ ઘણી વખત કહે છે કે પરમ આનંદ અને પરમશોક – ઉચ્ચતમ શિખર ઉપર એ બંને પહોંચે છે, ત્યારે એ બંને જુદાં રહેતાં નથી, એક બની જાય છે. એક જ હોય છે. અભયકુમારની આ અવસ્થા એવી હતી !

રાજા બિંબિસાર પોતાના અતિ પ્રિય રાજકુમારને શોકમાં મગ્ન બનેલો જોઈને સ્તબ્ધ થઈ ગયો હતો. વીજળીનો ઘા પડ્યો હોય તેવો એ બની ગયો હતો. એની આશાનો મિનારો જ ઊખડી જતો હતો. એની આસપાસ અનેક મંત્રીઓ ઊભા હતા. મહાઅમાત્ય વર્ષકાર અને અજાતશત્રુ પણ ત્યાં આવી પહોંચ્યા. એ પણ એ હવાના સ્પર્શે શાંત ઊભા રહી ગયા. ત્યાં કોઈ કાંઈ બોલતું ન હતું. ક્યાંયથી જાણે અવાજ ઊઠતો ન હતો. અભયકુમારનાં નેત્રોમાં અગાધ શોક હતો. પણ પરમપ્રેમ સ્વરૂપમાં એ વ્યક્ત થતો હતો. જોનારને બહારના શોકનું એક નાનું પણ ચિહ્ન ત્યાં નજરે પડતું ન હતું, અને છતાં હવા તમામ શોકમય બની ગઈ હતી.

મહાઅમાત્ય વર્ષકાર ધીમે પગલે આગળ વધ્યો. તેણે મહારાજ બિંબિસારના ખભા ઉપર ધીમેથી હાથ મૂક્યો. તેણે તેની સામે જોયું, પણ તે કાંઈ બોલી શક્યા નહિ. વર્ષકારે બે હાથ જોડ્યા. અત્યંત શાંત ધીમા અવાજે કહ્યું : 'બીજું કાંઈ નથી. અભયકુમાર પરમશોકમાં પડી ગયા છે. આપણે એને જાગૃત કરો.'

'પણ શી રીતે, ભણે મંત્રી ? એ શી રીતે બને ? આ આકાશગોત્ર આંહીં ઊભો. એને પણ કાંઈ સમજણ પડતી નથી ! એને પણ આ નવો અનુભવ છે !'

ભિષગ્વર આકાશગોત્ર ધીમે પગલે મહામંત્રી પાસે સર્યો. તે અત્યંત ધીમેથી જરાપણ અવાજ ન સંભળાય તેમ બોલ્યો : 'જીવકકુમારને તાત્કાલિક બોલાવવા કોઈને મોકલીએ ભન્તે મંત્રીશ્વર ! આમાંથી એ જાગ્રત થાય તેમ મને તો જણાતું નથી અને છતાં એ જાગ્રત છે. પણ એમના એક જ્ઞાનકણમાં કોઈ જગ્યાએ, લેશ પણ જ્ઞાન દેખાતું નથી. બધે જાણે કેવળ પ્રેમ વસી ગયો છે ! બહારના કોઈ જ્ઞાનનું જ્ઞાન રહ્યું નથી. જે પ્રેમસ્પર્શનો એમને અનુભવ છે, એ પ્રેમસ્પર્શ જ એમને જગાડી શકે !'

'એટલે શું સમજવું ભિષગ્વર ?' વર્ષકારે પૂછ્યું.

'આમાંથી કાં એ જાગે નહિ અને જાગે તો એનો ક્યાંય રસ રહે નહિ. રસ ગયો, એટલે જીવનનું એ રૂપ જ જાણે ગયું !'

વર્ષકાર વિચાર કરી રહ્યો : 'એટલે તો ભિખ્ખુપંથે પળે એમ ?' તેણે ઉતાવળે કહ્યું અને તરત ઉમેર્યું : 'અરે ! ભિષગ્વર ! તો તો આવડા મોટા આ રાજનું થાય શું ? કાંઈ ખબર પડે છે ? પછી આ રાજવંશનું ગૌરવ જાળવનાર કોણ ? દેશની મહત્તા વધારનાર કોણ ? આપણે એમને જાગ્રત કરવા જ જોઈએ. ફરીને જીવનરસ લેતા કરવા જોઈએ. આપણે જીવકકુમારને બોલાવવા ઘડિયાંજોજન રથ મોકલો.'

રાજા બિંબિસાર પણ ભિષગ્વરની વાતથી ચોંકી ગયો.

'શું થશે ભણે ભિષગ્વર ? આ રાજકુમારનું શું થશે ? જેણે મને એ સોંપ્યો છે, એને હું શું જવાબ વાળીશ ? એને આ થયું છે શું ? '

'મહારાજ ! બીજું કાંઈ નથી. નર્તિકા પ્રેમાના મૃત્યુનો આ સખત આઘાત છે !'

'આવો આઘાત ? આપણે કોઈ જ્ઞાની ભિખ્ખુને બોલાવીએ. ભણે મંત્રી ! શ્રમણ ગૌતમને આમંત્રીએ. એ આ મોહ ઉતારશે.'

'મહારાજ ! આ આઘાત જેવો તેવો નથી. એ મોહશોક નથી. એ મહાશોક છે. કોઈ નાનો શોક નથી. કોઈ નાના માણસનો શોક નથી. મહાન માણસનો મહાન શોક એ જેવી તેવી વસ્તુ નથી પ્રભુ ! નાના શોકના મોહમાંથી માણસ જાગે. મહાન શોક તો મહાન પરિવર્તન લાવે. એ આત્માનું ઔષધ

છે. ભિષગ્શાસ્ત્ર ત્યાં લાચાર બની જાય છે. છતાં જીવકકુમારને ત્વરાથી બોલાવો. કોઈ અત્યંત ત્વરિત રથને મોકલો. કોને ખબર ? એમના જેવા ભિષગ્વરને હાથે કોઈ અલૌકિક ઔષધ બેઠું હોય !'

'મહારાજ ! આપણે પહેલી એ વાત કરીએ. પછી બીજું બધું.' વર્ષકારે કહ્યું. તેણે તરત એક મંત્રીને ઇશારાથી પોતાની તરફ બોલાવ્યો.

પણ એટલામાં અભયકુમારની નિઃસ્પન્દ દૃષ્ટિ સામેની ડુંગરમાળા ઉપરથી જરાક ફરકતી દેખાઈ. સૌને આશા પડી. મહારાજ બિંબિસાર ખસીને અભયકુમારની સામે આવી ગયા. તેણે માતાના જેવા વાત્સલ્યથી પ્રેમભર્યો શબ્દ એને કહ્યો : 'બેટા ! રાજકુમાર ! અભયદેવ ! અભ...ય દીકરા !...તને શું થાય છે ? શી વાત છે ? શું કરવું છે ભાઈ ?'

અભયકુમારની દૃષ્ટિ એક પળ જાણે કોઈ નવીન જ અલૌકિક અનુભવ લેતી હોય તેમ, પિતાના મોં ઉપર જરાક સ્થિર થઈ ગઈ. એમાં કોઈક અલૌકિક અનુભવ લઈને પાછી ફરેલ દૃષ્ટિની ઝાંખી થતી હતી. 'ભન્તે પિતા !' અભયકુમાર બોલ્યો : 'પ્રેમસાગરને કોઈ કિનારો નથી. એમાં ક્યાંય ઓટ નથી. એમાં પડનારને પરાજય નથી. એમાં ક્યાંય શોક નથી. તમે ભન્તે પિતા ! નાહકના દુઃખી થાઓ છો. અત્યારે હું જે અનુભવી રહ્યો છું, એમાં શું છે એ તમને કેમ કરીને હું સમજાવું ? વાણીથી પર એ વસ્તુ છે. જે રજકણો ભેગાં થયાં હતાં ભન્તે પિતાજી ! એ તો દેહ હતો. જે છૂટાં પડ્યાં, એ પ્રેમસાગર થયો. એ પ્રેમસાગરને કોઈ કિનારો નહિ. જે કાષાય વસ્ત્રો ધારે તે બધે જ પ્રેમના આ મહાન સાગરમાં વિહર્યા કરે. એને જુદાઈ નહિ. જુદાપણું નહિ. અંતર નહિ. એક પળનો વિયોગ નહિ. હવે જ ભન્તે પિતાજી ! મહાસાગર સમો પ્રેમસાગર દેખાય છે ! આ સામે એ વિલસે ! ઓ હો હો ! શી એની વિશાળતા છે ?'

પળભર અભયકુંમારની દૃષ્ટિ પેલી ડુંગરમાળાઓની પાર કાંઈક જોતી હોય તેમ ત્યાં સ્થિર થઈ ગઈ. ફરીને એ જ નિઃસ્પન્દ નીરવ શાંતિ વિસ્તરી ગઈ.

રાજા બિંબિસારના દુઃખનો પાર ન હતો. તેણે વર્ષકાર મહાઅમાત્ય સાથે દૃષ્ટિથી કાંઈક વાત કરી. રાજા અને મહાઅમાત્ય જરાક એક તરફ સર્યા.

'ભણે વર્ષકાર ! મારાથી આ દેખ્યું જાતું નથી !'

'મહારાજ ! આ કોનાથી દેખ્યું જાય ?' મહાઅમાત્ય બોલ્યો : 'આપણે જીવકકુમારને ત્વરાથી બોલાવીએ છીએ. રથ ઊપડી ગયો હશે મહારાજ !'

'એ તો બરાબર છે ભણે મંત્રી ! પણ હું એની માને શું મોં બતાવીશ ? શું જવાબ વાળીશ ? એના હૃદયશોકને શી રીતે સમજાવીશ ? એ મને શું કહેશે મંત્રી ? અને આની મા એ કાંઈ જેવી તેવી મા છે ? જેના પ્રેમનો એક કણ, સેંકડો અને હજારો નારીઓના હૃદયના પ્રેમસાગર કરતાં વધી જાય, એવી જેની પાસે પ્રેમસૃષ્ટિ છે, એવી એ નારી છે ભણે મંત્રી ! એ જોતાં તો એ માતા કોણ જાણે કેવી હશે, એ કોણ કહી શકે ? ભન્તે મંત્રી ! મારા ઉપર એક નારીવધનો મહાદોષ ચડી જશે !'

વર્ષકાર જરાક ચમકી ગયો. પણ તે તરત જ સ્થિર થઈ ગયો. તેણે રાજાને સમજાવતો હોય તેમ કહ્યું : 'મહારાજ ! આપણે જીવકકુમારને આવવા દઈએ. શ્રમણ ગૌતમને બોલાવવા હોય તો એમને આમંત્રીએ.'

'ભણે વર્ષકાર ! બ્રાહ્મણમંત્રી ! તું મારો મિત્ર છે. અજાતને પણ તું જ દોરે છે. હું તારી પાસે એક યાચના કરું છું !'

'મહારાજ ! મગધેશ્વર ક્યાંય યાચના કરતા નથી. આ શબ્દોને આંહીંની હવા પણ ટેવાયેલી નથી. મહારાજને જે કરવા યોગ્ય લાગે તેની આજ્ઞા આપે !'

'મગધેશ્વર ? હું મગધેશ્વર નથી ભણે મંત્રી ! મગધેશ્વર અજાત છે. આ હતો... પણ.... પણ... વિધિને..........' રાજા ગદ્‌ગદ કંઠ થઈ ગયો.

'મહારાજ ! રાજાઓ અને જ્ઞાનીઓ શોકથી પર છે !'

'તે હશે. હું તો આ જોઈ શકતો નથી ભણે મંત્રી ! આ રાજકુમારને એની માવિહોણો આવા મહાન શોકમાં પડેલો આંહીં જોવો, એ મારાથી દેખ્યું જાતું નથી. એની માને, ભણે મંત્રી ! આમ્રપાલીને – બોલાવવી છે. રાજાની આજ્ઞા મેળવો. હું અત્યારે રાજા નથી. હું મગધેશ્વર નથી. હું પિતા છું. મારા બાળકનું દુઃખ હું જોઈ શકતો નથી. ભણે બ્રાહ્મણ મહાઅમાત્ય ! મારા પ્રત્યે

તારો જ સદ્‌ભાવ છે, તે તેને આ કામમાં પ્રેરો. મારે તો મા–દીકરાને મેળવી દેવાં છે. પછી હું છૂટો.'

બિંબિસારના શબ્દો સાંભળતાં વર્ષકાર ચોંકી ગયો હતો. આમ્રપાલીને આંહીં લાવવી – એટલે એ વાત અત્યારે કેવી ભયંકર નીવડે ? પોતાનું કર્યું – કારવ્યું ધૂળ મળે. આ અભયકુમાર માંડ માંડ કાષાયવસ્ત્રોની વાતોએ ચડ્યો હતો. પણ એ ઉપરાંત વૈશાલી સાથે એમાંથી જ નવું ઘર્ષણ જાગે તો ? તો શું થાય ? તો આ તો હાથે કરીને દુશ્મનને ઘર દેખાડવા જેવી વાત હતી. તે વિચારમાં પડી ગયો.

'શું વિચાર કરે છે ભણે બ્રાહ્મણ મંત્રીરાજ ? બ્રાહ્મણોની મહત્ત્વાકાંક્ષાને કોઈ સીમા નથી, એમ સંભળાય છે એ વિચારે તો તું ચડ્યો નથી નાં ? એ વિચારે ચડ્યો હોત તો તને હું સ્પષ્ટ કહું. હું રાજા નથી. બીજો કોઈ રાજા નથી.'

'મહારાજ ! યુવરાજકુમાર પાસે વાત મૂકીએ.'

'વાત મૂકીએ એમ નહિ ભણે બ્રાહ્મણમંત્રી ! મૂકી જો. મૂકી જો, એમ પણ નહિ, ભણે વર્ષકાર, શ્રેયનાગ ગજરાજ ઉપર, હલ્લ – વિહલ્લને દોડતા મોકલી દે. બે ઘડીમાં આમ્રપાલીને એ આંહીં હાજર કરશે. આંહીંથી વૈશાલી ક્યાં દૂર છે ? આ દેવકુમાર જેવો દેવકુમાર બચી જશે. ભણે મંત્રી ! તું પિતાનું હૃદય સમજે છે. આ બોલ પિતા બોલે છે. રાજા નહિ. અને પિતાને કહે છે. મંત્રીને નહિ.'

'મહારાજ ! હું બધું સમજું છું. હું યુવરાજકુમારને કહું. પણ સેચનક હાથીને જ શું કરવા ? મહારાજ ! ગમે તેને મોકલીએ !'

'બ્રાહ્મણમંત્રી ! આમાં તો સમયનો પ્રશ્ન છે, છતાં તમને ઠીક પડે તેમ કરો. પણ આમ્રપાલીને બોલાવો. એ મા છે. જનેતા છે. એની પાસે જે છે, તે કોઈ પાસે નથી. આ એનો પુત્ર છે. એને એ રંક્ષી શકે. વાળી શકે. સમજાવી શકે. મારી પાસે એના પ્રેમનો સહસ્રાંશ પણ ન હોય. એને આ વાતની ખબર ન પડે, તો તો હું રૌરવ નરકનો વાસી બનું ભણે મહાઅમાત્ય ! તું અજાતશત્રુને સમજાવી જો.'

વર્ષકાર મહાઅમાત્ય દ્વિધામાં પડી ગયો. જો વાત નથી કરતો તો રાજાનું અપમાન થાય છે. રાજાનું અપમાન પણ ઠીક, પણ પિતાનું હૃદય છિન્નભિન્ન થાય છે અને જો વાત કરે છે, તો પોતાની જ યોજના પોતે અફળ કરે છે. તે તદ્દન સંભવિત હતું કે આમ્રપાલીના આવવાથી અભયકુમાર અત્યારે જે નિઃસ્પન્દ જાગ્રત મૂર્છામાં પડ્યો છે તે જુદે જ પંથે પળે ! મગધમાં પાછું બે કુમારોનું ઘર્ષણ ઊભું થાય. જો અજાતશત્રુ પાસે ના પડાવે છે, તો તો વળી વધુ ભયંકર પરિસ્થિતિ આવી પડવાનો ડર છે. અજાતશત્રુ, રાજાની એક વખત અવગણના કરવા માંડે, પછી એ ક્યાં અટકે, તે કહી શકાય નહિ. હજી એ મર્યાદામાં હતો. વળી પેલાં શસ્ત્ર – અસ્ત્રનું રહસ્ય સુનિધની પોતાની પાસે હતું. એ પણ એની મર્યાદાનું એક કારણ હતું. વર્ષકાર વિચાર કરતો કરતો અજાતશત્રુ તરફ ગયો.

૨૧. ભિખ્ખુનો પંથ

વર્ષકાર મહાઅમાત્ય અજાતશત્રુ તરફ ગયો, ત્યારે એના મનમાં એક વાતનો નિર્ણય થઈ ગયો. આમ્રપાલી આંહીં આવી ન જ શકે. હલ્લ – વિહલ્લ જઈ ન શકે. પણ પિતાપુત્ર વચ્ચે ઘર્ષણ ન થાય તેવી રીતે એને ના પડાવવાની હતી. અજાતશત્રુ એકલો ઊભો હતો. શાંત જણાતો એ બધું જોઈ રહ્યો હતો. એને અભયકુમારવાળી આ ઘટના ગમી ગઈ હતી. એટલામાં એણે હલ્લ – વિહલ્લને આંહીં આવતા દીઠા. એટલે એ વિચારમાં પડી ગયો. વર્ષકાર પણ એમને આવેલા જોઈને અને રાજાની સાથેની વાત સંભારીને શંકામાં પડ્યો. એણે અજાતને વાત તો કહી.... પણ એનું બધું ધ્યાન હલ્લ – વિહલ્લ ઉપર હતું. એમની દરેક હિલચાલ એ જોઈ રહ્યો હતો. અજાતશત્રુનું ધ્યાન પણ ત્યાં ખેંચાયું. હલ્લ – વિહલ્લ બંને એક જોડકા જેવા હતા. એ જ્યાં જાય ત્યાં ભેગા જ જાય. લડાઈમાં, ઉત્સવમાં, સમાજમાં બધે. એમણે અભયકુમાર વિષે સાંભળ્યું અને આંહીં દોડતા આવ્યા. એમને થયું કે અભયકુમારને કાંઈક થાય તો તો થઈ રહ્યું. રાજાએ એમને જે હાથી ભેટ આપ્યો હતો તે ભૂલેચૂકે એક ક્ષણ માટે પણ, બીજા કોઈનો ન બને એ વિષે એમને સાવચેતી રાખવાની હતી. એ એક વાત એમને માટે જીવનધ્યેય સમી થઈ ગઈ હતી અને, એ સમજતા હતા. એ એક જ વાત એમને માટે સંપૂર્ણ પણ હતી. શ્રેયનાગ હાથીનો જે સ્વામી તે મગધનો સ્વામી. એ ગર્વ એમની દૃષ્ટિમાં દેખાઈ આવતો. પણ આજે અભયકુમારની વાત સાંભળતાં એમને કાંઈનું કાંઈ થઈ ગયું. એને આધારે તો એ મગધપતિ જેવા થઈને ફરતા હતા. વૈશાલી, અભયકુમાર અને સેચનક હાથી, એ ત્રણ એમને માટે આધાર હતા. એ આવ્યા તેવા જ અભયકુમાર

તરફ ગયા. પણ અભયકુમાર તો ફરીને જાણે નિઃસ્પન્દ પ્રેમસમાધિમાં પડી ગયો હતો. તેની પાસે કોઈના તરફ જોવાની જાણે દૃષ્ટિ જ રહી ન હતી. તે અત્યંત અત્યંત શાંત હતો. સ્વસ્થ દેખાતો હતો. બીજી કોઈ રીતે શોકનું એક ચિહ્ન એના ચહેરા ઉપર હલ્લ – વિહલ્લને દેખાતું ન હતું. પણ જે નીરવ ગાઢ ગૂઢ શાંતિ ત્યાં હવામાંથી ઊભી થતી જણાતી હતી, તે એવી શોકભારે જણાતી હતી કે માનવ એમ ઇચ્છી રહે કે, આના કરતાં તો, કોઈકનું રુદન સંભળાય તો સારું – એવી અપાર હૈયાફાટ શોકકથા જાણે આંહીંની હવામાં વણાઈ ગઈ હતી. હલ્લ – વિહલ્લને પણ એમ જ થઈ ગયું. કોઈ ન રડતું હોય તો આપણે રડીએ. પણ કોઈ રીતે નિઃસ્તબ્ધતાના આ શોકસાગરને જરાક તો જગાડીએ ! એમણે ત્યાં બધાને શાંત ઊભેલા જોયા. રાજા બિંબિસારને પણ એક તરફ સ્તબ્ધ બનીને ઊભો રહી ગયેલો દીઠો. એ નવાઈ પામ્યા. રાજાની પાછળ ઊભેલા અનેક જણા પણ એમ જ શાંત ઊભા હતા. કોઈ બોલતું ન હતું. કોઈ ખગ્રાસી સૂર્યગ્રહણ જળ, સ્થળ, વૃક્ષ, પાન પંખી, બધાંને નીરવ કરી મૂકે એવું એ મૌન હતું.

તે બંને અત્યંત ધીમે પગલે રાજાની તરફ ગયા. રાજાના મનમાં અપાર શોક બેઠો હતો. આ દેવકુમાર જેવા દેવકુમારની અપ્સરા સમી જનેતા એની આ શોકવાર્તા જાણે પણ નહિ એ વાત એના હૈયામાં શૂળની માફક ભોંકાતી હતી. પોતે જ પ્રેમથી આપેલી નર્તિકા આવા મહાન શોકને જન્મ આપશે એ વાત ખૂંચતી હતી. વર્ષકારને એણે અજાત પાસે મોકલ્યો હતો, પણ અજાતનો શું જવાબ હશે, એ એ જાણતો હતો. એ 'ના' જ કહેવાનો. એને ખાતરી હતી કે વૈશાલીનો સિંહનાયક તો એના શબ્દને માન આપશે જ આપશે અને એ ન આપે તો પણ, આમ્રપાલી જેવી નારીને એક પળ કોઈ પરાણે બંધનમાં રાખીને, એના માતૃત્વને આંહીં દોડતું અટકાવી શકે..... એ વાત ન ભૂતો ન ભવિષ્યતિ જેવી હતી. પણ વૈશાલી જાય કોણ ? એ પ્રશ્ન હતો. હલ્લ – વિહલ્લ એની પાસે આવ્યા ત્યારે એના મનમાં આ વાત ઘોળાતી હતી. સૌથી વધારે વેગ સેચનક હાથીનો હતો. હલ્લ – વિહલ્લ ત્યાં જાય તો જ કામ થાય તેમ હતું.

'ભન્તે પિતાજી ! મોટા ભાઈને અમે બોલાવીએ ?' હલ્લ – વિહલ્લ અત્યંત ધીમેથી બોલ્યા. 'એ જુએ છે – અને છતાં કેમ અમને જોતા નથી ? આંહીં બીજા બધા કેમ તદ્દન શાંત ઊભા છે. ભન્તે મહારાજ ? આજ્ઞા હોય તો અમે જીવકકુમારને બોલાવી લાવવા માટે હમણાં જ દોડીએ. સેચનક આંહીં જ છે. ગયો નથી એમ આવશે !'

'ભણે હલ્લ – વિહલ્લ !.જરાપણ અવાજ ન થાય તેમ બોલજો. તમને એકને એક નામે બોલાવવાનું પણ હવે ફાવતું નથી, એવા તમે એકબીજામાં ભળી ગયા છો. પણ ભણે હલ્લ – વિહલ્લ ! અભયકુમારને શોકનો મહા આઘાત લાગ્યો છે.' રાજા બિંબિસારે બહુ જ ધીમેથી કહ્યું, 'એક કામ કરો.'

'ભન્તે મહારાજ ! અમે આવ્યા છીએ જ એટલા માટે. શું કરવાનું છે ?'

'તો ભણે હલ્લ – વિહલ્લ ! તમારે વૈશાલી જવાનું છે !' રાજાએ બહુ જ ધીમા શબ્દોમાં એમને છાની રીતે કહ્યું.

એ સમજી ગયા. તેમણે પણ રાજાનું અનુકરણ કર્યું : તે વધારે પાસે સર્યા.

'ક્યારે મહારાજ ? ક્યારે જવાનું છે ?'

'આ પળે. આવતી પળે નહિ. આંહીં, તો પળેપળ કીમતી છે.'

'તો જઈએ મહારાજ !'

'તમને ફાવશે ? વૈશાલી મગધનું દુશ્મન છે. સિંહનાયકને મળવાનું છે. આમ્રપાલીને આંહીં લાવવાની છે. ફાવશે ?'

'મહારાજ ! અમે તો ત્યાંના ભાણેજ, અમને ન ફાવે ? અમને ફાવે. બીજાને ન ફાવે.'

'ભણે હલ્લ – વિહલ્લ ! આ દેવકુમાર જેવો દેવકુમાર કાષાયવસ્ત્રધારી બને એ દશ્ય મારાથી કલ્પ્યું જાતું નથી. એ વાત કરી અને મારા મનમાં જ્વાળા ઊઠી છે.'

'અરે હોય કાંઈ મહારાજ ! અભયકુમાર ભિખ્ખુ થાય ? તો તો થઈ રહ્યું. એ દશ્ય તો મહારાજ ! દેખ્યું ન જાય. મહારાજ અમને આજ્ઞા આપો. અમે દોડીએ.'

'તમે ભણે હલ્લ – વિહલ્લ ! મગધના છો. મારા પુત્ર છો. તમે મારું કામ કરો. બીજું કોઈ ન કરે, ન સાંભળે, તો તમે સાંભળો. મને પિતાને સાંભળો. આ દેવકુમાર જેવા દેવકુમારની સગી જનેતાને ખબર નથી. એની માને ખબર કરો. જાણે ગયા નથી એમ જાઓ. પચાસજોજની સેચનક ઉપર જ દોડો. દોડો, ભણે હલ્લ – વિહલ્લ ! દોડો. આને જો કોઈ પાછો વાળી શકે, તો એની મા... એની... એની જનેતા.... આમ્રપાલી. બીજું કોઈ નહિ.'

'ભન્તે મહારાજ ! ભલે.... અમે જઈએ પણ...'

'તો દોડો.....'

'પણ ભન્તે મહારાજ ! અમને જવા કોણ દેશે ?'

'કેમ, જવા કોણ દેશે ? તમને કોણ રોકશે ?' બિંબિસાર બોલતાં બોલી ગયા. પણ તરત તેને સાંભર્યું. અજાતશત્રુની વાત એને યાદ આવી ગઈ.

'મહારાજ ! યુવરાજની ચારે તરફની સિંહપાદ સૈનિકોની ચોકી વટાવીને જાવું એ શક્ય નથી. આંહીંથી બહાર નીકળવાનો રસ્તો એક જ... પશ્ચિમ માર્ગ અને ત્યાં તો એની રાતદિવસની ખડી ચોકી છે. મહારાજ આજ્ઞા લઈ આપે. અમે જઈએ. ગયા નથી તેમ પાછા આવીએ.'

'તો ગુપચુપ ઉપડો હલ્લ – વિહલ્લ ! આજ્ઞાની રાહ જોતા થોભવું નકામું છે. પણ જે કરો તે આજે કરો. આપણી પાસે વખત નથી.'

હલ્લ – વિહલ્લ વિચાર કરી રહ્યા. રાજગૃહનગરીનાં સપ્તશૃંગો એમની નજર સમક્ષ તરી આવ્યાં. ક્યાંયથી બહાર જવાનો કોઈ જ માર્ગ ન હતો. માત્ર એક જ માર્ગ હતો અને એ પશ્ચિમમાર્ગ. ત્યાં તો જાગૃત ચોકી હતી. તે વિચાર કરી રહ્યા.

'મહારાજ ! અમે જઈશું ! ગમેતેમ જઈશું, મહારાજ મુદ્રા આપે.'

પ્રત્યુત્તરમાં રાજા મુદ્રા આપીને મૌન રાખવાની એક નિશાની માત્ર કરી શક્યો. વર્ષકાર આવી રહ્યો હતો અને થોડી વાર થઈ ત્યાં તો અજાતશત્રુ પોતે પણ ત્યાં મહારાજ પાસે આવી પહોંચ્યો.

'ભન્તે મહારાજ !' તે અત્યંત ધીમેથી બોલ્યો : 'આપણે કોઈને વૈશાલી મોકલવો છે ? શું કરવા મહારાજ ? જીવકકુમાર હમણાં આવ્યા જાણો.

વૈશાલીમાં કોઈ જાશે તો એક ખોટી હવા ફેલાશે ? જીવકકુમારના હાથમાં અમૃતસ્રોત છે એ મહારાજે ક્યાં નથી અનુભવ્યું ? અને પછી તો અભયકુમાર પોતે જ વૈશાલી જશે. બાકી આપણે તો એનાથી પળે પળે સંભાળવાનું છે.'

રાજા બિંબિસાર સમજી ગયો, અજાતશત્રુ હા પાડવાનો નથી, પણ એટલામાં હલ્લ – વિહલ્લ એને અભિવાદન કરીને સૂચક રીતે આઘાપાછા ખસી ગયા. હલ્લ – વિહલ્લને વાત થઈ ગઈ હતી. તેમની પાસે સેચનક જેવો હાથી હતો. એ જઈ શકશે તો પાછા પડવાના નથી. રાજાએ વિચાર કર્યો કે આ વાતાવરણને અજાતશત્રુ ભયંકર બનાવી દેશે. એટલે તેણે વાતને વાળતો હોય તેમ ધીમેથી કહ્યું : 'ભણે અજાત ! તું અને બ્રાહ્મણ મંત્રીરાજ જે નિશ્ચય કરો તે કરો. અભયનો આ આઘાત જેવો તેવો નથી. એની જનેતા જ એનું પરમ ઔષધ જાણે. ન માનતો હો તો તારી માતાને પૂછી જો....'

'તો ભલે મહારાજ ! રત્નમાલ* ઉપર કોણ જશે ?... ભન્તે અમાત્યજી ?'

'બીજું કોણ ? શોભિત પોતે !'

'હા, એ બરાબર છે.'

રાજાએ વધુ આગ્રહ ન કર્યો. વર્ષકારને એની નવાઈ લાગી. હલ્લ – વિહલ્લને જોવા માટે એની દૃષ્ટિ ફરી વળી.

તે અદૃશ્ય થયેલા જણાયા.

વર્ષકાર સમજી ગયો. સેચનક ઉપર આજ એ ઊપડી જવા જોઈએ. રાજાની એવી આજ્ઞા હોવી જોઈએ. તેણે અજાત તરફ દૃષ્ટિ કરી.

પણ એટલામાં અભયકુમાર ફરીને કાંઈક બોલતો સંભળાયો, અને સૌનું ધ્યાન ત્યાં ખેંચાયું. રાજા બિંબિસાર તેના તરફ સર્યો.

અજાતશત્રુ, વર્ષકાર એ બધા પણ એકદમ એકકાન થઈ ગયા. અભયકુમારની વધુ નજીક આવ્યા અભયકુમાર બોલી રહ્યો હતો :

'ભન્તે પિતાજી ! તમે એક જ આ વાત સમજી શકશો. પ્રેમ અને શોક બંને એક જ છે. બંનેનો આનંદ એક છે. જે એના સાગરને જુએ છે, તે આ

* અજાતશત્રુના હાથીનું નામ. Rockhill, 93

સમજે છે. નાની નાની સાગરિકાના મુસાફરને આ વાત નહિ સમજાય. તમને
સમજાશે ભન્તે પિતાજી ! તમે પ્રેમનો સાગર જોયો છે. હવે કાષાયવસ્ત્રો તમે
મને આપો. તમે જ ભેટ આપો. મહાન પ્રેમસમુદ્રની મહાન મુસાફરીએ જવાની
પળ આવી પહોંચી છે. આ પળ અનિવાર્ય હોય છે. એ ભાવિ જેવી નિર્ણયાત્મક
હોય છે. એમાં બાંધછોડ હોતી નથી. કાં પળવાનું, કાં નહિ પળવાનું. ત્રીજી
કોઈ વાતને ત્યાં અવકાશ જ નથી.'

        'ક્યાં પળવાનું છે બેટા ? ક્યાં જાવું છે આપણે કુમાર ? આપણે જઈએ.
ક્યાં જવું છે ? હું પણ તારી સાથે આવું.'

        અભયકુમારની દૃષ્ટિ ડુંગરમાળાની પેલી પાર જ હતી. તે કોઈને જોતો
ન હતો. માત્ર મધુર, શાંત અવાજમાં બોલી રહ્યો હતો. એનો એ અવાજ જુદો
જ હતો.

        'કોઈ કોઈની સાથે આ મુસાફરીમાં આવી શકતું નથી ભન્તે
પિતાજી ! બે મુસાફરી એવી છે, જેની મહાનતા નીરખવી હોય તો માણસે
એકલા પળવું જોઈએ. પ્રેમપંથની. જીવનપંથની. પ્રેમપંથ મેં જોયો. હવે આ
જીવનપંથ... તમે પણ ભન્તે પિતાજી ! એકલા વિચરીને જ એને જોઈ શકો.
અને અનુભવી શકો. એ મુસાફરીની મહત્તા એકાકી પંથમાં છે.'

        'પણ હું તારી સાથે આવું !'

        'ના, ભન્તે પિતાજી....' અભયકુમાર બોલતો હતો કે કોણ બોલતું હતું
એ ખબર ન પડે તેમ કેવળ વાણી જ સંભળાતી હતી : 'શ્રમણ ગૌતમનો
પંથ એ હવે મારો પંથ છે. હું ભિખ્ખુ* છું. 'એહિ ભિખ્ખુ !' શ્રમણ ગૌતમના
એ શબ્દોનો મહાઆનંદ અત્યારે હું માણી રહ્યો છું. તમારી અનુજ્ઞા જોઈએ
પિતાજી ! યુવરાજકુમારની અનુજ્ઞા જોઈએ. વર્ષકાર બ્રાહ્મણ મંત્રીશ્વરની રજા
જોઈએ...આ પળને થોભાવી શકાતી નથી. થોભાવનારો રૌરવ નરકમાં પડે.
આ પળ આજ્ઞા લઈને આવે છે.'

---

        * અભયકુમારનું આ ગ્રંથનું આલેખન બૌદ્ધ કથાઓના આધાર ઉપર છે. જૈન
પરંપરા પ્રમાણે એ આલેખન જુદું છે. આંહીં બૌદ્ધ કથાઓનો મુખ્ય આધાર લીધો છે.

'ભન્તે રાજકુમાર !' વર્ષકારે તરત મોટેથી કહ્યું : 'એ આજ્ઞા લઈને આવે કે બીજી રીતે આવે પણ મગધમાં રાજકુમારને હું મગધનો મંત્રીશ્વર ભિખ્ખુ બનવાની રજા આપું ? એ કદી પણ ન બને. મગધ દેશની પરંપરા ભિખ્ખુઓની છે જ નહિ. એમાં તો ભારતવ્યાપી ચક્રવર્તીઓનાં સ્વપ્નાં પડ્યાં છે. મગધના તમામ અરિ ભલે ભિખ્ખુઓ થતાં. તમે ભિખ્ખુ થઈ શકતા નથી. રાજકુમાર !'

'ભલે બ્રાહ્મણ મંત્રીશ્વર ! ભિખ્ખુ થવું સહેલું નથી અને મહાભિખ્ખુ થવું તો અઘરું છે. પણ ભલે મહાઅમાત્ય ! ચક્રવર્તી અને મહાભિખ્ખુ એ બંને એક જ વૃક્ષની ડાળીએ ઝૂલતા નથી ?'

'તો ચક્રવર્તી થવા માટે થોભો રાજકુમાર !'

'એ પદ એને માટે છે....'

અભયકુમારે અજાતશત્રુ તરફ દૃષ્ટિ કરી. 'મારે માટે આ પદ છે. મહારાજ ! તમારી ભેટ ? એ આપો એટલે હું પળું ! મારી પળ આવી ગઈ છે. હું એક ક્ષણ પણ થોભી શકતો નથી. થોભી શકું નહિ. થોભવા ધારું તો પણ થોભી શકું નહિ. એ મારા, તમારા કે કોઈના હાથની વાત નથી.'

બિંબિસાર રાજાની આંખમાંથી આંસુ ખરવા મંડ્યાં. તે ગદ્ગદ થઈ ગયો.

'કુમાર ! હું તને રજા આપી શકું નહિ. તને રજા માત્ર તારી જનેતા આપી શકે. હું નહિ. એ વૈશાલી છે. એને આવવા દે...'

'મહારાજ ! અમારી આ ભિખ્ખુપરંપરામાં જનેતાને ત્યાં તો ભિક્ષા લેવા જવામાં અનુજ્ઞા રહી છે. એ પ્રણાલિકા છે. એની ભિક્ષા અનુજ્ઞા – પિતા શબ્દ અનુજ્ઞા આપે. એ જ બરાબર છે. અને ત્યાં તો હું જઈ રહ્યો છું, મહારાજ ! તમારે અનુજ્ઞા આપવી રહી. કાષાયવસ્ત્ર ભેટ આપવું રહ્યું. જેમ મારા રાજપદને ગૌરવ આપ્યું હતું, તેમ ભિખ્ખુપદને ગૌરવ આપવું રહ્યું.'

'અને તમે ઘોષણા કરાવો વર્ષકાર મંત્રીશ્વર ! યુવરાજકુમાર ! ભલે રાજગૃહ નગરીની ડુંગરમાળાના પડઘાઓ એક વખત આ નવો ઘોષ ઝીલી રહે ! આ પળના ગૌરવને હવે બોલીને પણ કોઈ ખંડિત ન કરે. એટલી છેલ્લી વિજ્ઞપ્તિ.'

રાજા બિંબિસાર અભયકુમારની આ વાણી સાંભળીને મહાશોકમાં પડી ગયો. તે એક શબ્દ હવે બોલી શકતો નથી. તેણે એક કાષાયવસ્ત્ર મગાવ્યું. ભારે હૈયે તે અભયકુમારની તરફ ગયો.

તે દિવસે રાજગૃહ નગરીમાં ઘેર ઘેર એક જ વાત થતી હતી.

રાજા અભયકુમાર પ્રેમી પણ અભયકુમાર અને ભિખ્ખુ અભયકુમાર. ત્રણે રીતે એ અદ્વિતીય.

૨૨. ગજરાજ સેચનક ઊપડી ગયો !

રાજા બિંબિસારની ઇચ્છા જાણીને હલ્લ – વિહલ્લ તરત જ સેચનક હાથી ઉપર ઊપડી ગયા હતા. તે રાજગૃહ નગરીની પાસેના યષ્ટિવનમાં ગયા. નગરીથી છેક બહાર જવાનો પશ્ચિમમાર્ગ સિવાય બીજો માર્ગ ન હતો. એમણે વિચાર કર્યો કે આપણે અંધારું થતાં સુધી યષ્ટિવનમાં રહેવું. પછી અંધારામાં જાગ્રત ખડીચોકીને પણ ગમે તેમ વટાવી કઢાશે.

એ યષ્ટિવનમાં હતા ત્યાં જ રાજગૃહ નગરીમાંથી થતી ઘોષણા એમને કાને આવી. એક પળભર તો એ અવાક્ જેવા થઈ ગયા. ઉપર નિરભ્ર આકાશમાંથી વીજળી પડે એવા સમાચાર હતા.

પણ બીજી જ પળે એમને સાવધ બનાવી દીધા. અભયકુમાર ભિખ્ખુપંથે પળે, પછી એમનું સ્થાન મગધમાં અતિશય જોખમભર્યું બની જતું હતું. અભયકુમારની હાજરી મહારક્ષણ સમાન હતી.

હવે એમણે તો એકદમ ભાગવું જ રહ્યું. રાજા બિંબિસારના હાથમાં કોઈ સત્તા ન હતી. તે વૃદ્ધ હતો. અશક્ત હતો. ગમે તે પળે ઢળી પડે. તો બ્રાહ્મણમંત્રી વર્ષકાર મહાધૂર્ત હતો. અજાત મહાપ્રચંડ હતો. આંહીં હવે એમના ઉપર સમશેર લટકતી હતી. એમનું સ્થાન વૈશાલીમાં હતું. એ સેચનક ગજરાજને લઈને ત્યાં ચાલ્યા જાય તો હજી સમય હતો. કદાચ અત્યારે અને આ પળે જ એ સમય હતો. પછી એ સમય નહિ હોય.

સેચનક ગજરાજને લઈને બંને યષ્ટિવનમાંથી બહાર નીકળ્યા. પશ્ચિમ-માર્ગની પ્રતીક્ષા કરતા એ ત્યાં રાતભર ઘૂમતા રહ્યા. એક પળને માટે પણ જાગ્રત ખડીચોકીમાં ફેરફાર થતો એમણે જોયો નહિ. બની શકે તો એ ખબર

ન પડે તેમ જ છટકી જવા માગતા હતા. વૈશાલી પહોંચ્યા પછી તો રાજગૃહમાં ખબર પડે કે હલ્લ – વિહલ્લ ગયા છે તો ગયા પ્રમાણ. તો પેલો ધૂર્ત બ્રાહ્મણમંત્રી મોંમાં આંગળાં નાખી જાય !

રાતના છેક પાછલા પહોરે તેમણે રાજગૃહ નગરી તરફ કાંઈક હિલચાલ થતી દીઠી. અસંખ્ય દીપદંડિકાઓ એ તરફથી આવતી જણાઈ. પગપાળા માણસો આવી રહ્યા હતા. રથો, અશ્વો, અને એક હાથી પણ જણાતો હતો, વાહન બધાં ધીમે ધીમે પાછળ આવતાં હતાં. હાથી તો સૌથી પછવાડે જણાતો હતો. આગળના ભાગમાં માણસો ચાલતા દેખાતા હતા.

એમને સમજણ પડી. અભયકુમારની સાથે આ બધા નીકળ્યા હોય તેમ જણાતું હતું. હલ્લ – વિહલ્લે વિચાર કર્યો. જાગ્રત ચોકી અત્યારે જરાક ઢીલી પડશે. આમાં ભળી જવાય તો કદાચ બહાર નીકળી જવાય. એક વખત બહાર નીકળ્યા પછી તો સેચનક જેવો હાથી હતો. એટલે વાંધો નહિ.

એમણે બધાને પશ્ચિમમાર્ગે જતા જોયા. અભયકુમાર મોખરે હતો. રાજા, યુવરાજકુમાર, મંત્રી, અધિકારીઓ, શ્રેષ્ઠિઓ, બધા અભયકુમારને નગરીની બહાર મૂકવા જતા લાગ્યા. એમણે જોયું. કે વાહનો પાછળ હતાં. બધા ખાલી હતા. એક હાથી સૌથી છેલ્લે આવી રહ્યો હતો. અજાતશત્રુનો રત્નપાલ લાગ્યો.

પશ્ચિમ તરફનો બહાર જવાનો માર્ગ સાંકડી નેળ જેવો હતો. જ્યાંથી બહાર નીકળવા માટેની એની શરૂઆત થતી હતી, ત્યાં આગળ બંને બાજુ ભયંકર કરાડો ઊભી હતી. અંદર પ્રવેશ કરનાર માટે પછી બંને બાજુ આ કરાડો દુર્ગ સમી અભેદ્ય થઈ રહેતી. પ્રવેશ કરનારે પછી આગળ વધ્યે જ છૂટકો. વચમાં ફંટાવાનું પછી ન બને.

આ સ્થળ હલ્લ – વિહલ્લે પસંદ કર્યું. ત્યાં પાસે ઝાડની ભયંકર ઘટા હતી. એમાં એ શાંત ઊભા રહ્યા. રત્નપાલ હસ્તીની જગ્યાએ સેચનક ગોઠવાઈ જાય; પછીએ રાજા હતા. સેચનકની પાસે સમજણ એક મહાન રણકુશળ યોદ્ધા જેટલી હતી. તે રાત આખી બહાર રહ્યો ત્યારથી જ સમજી ગયો હતો કે, એમના સ્વામીઓને ક્યાંક ગુપચુપ જવાનું છે. આવી ઊંડી સમજણ એ ગજરાજમાં હતી.

છેક છેલ્લે રત્નપાલ ગજરાજ દેખાયો. મોટા ડુંગર સમો એ પ્રચંડ ગજરાજ, જેવો ત્યાં પ્રવેશદ્વાર પાસે આવ્યો કે, અસ્વસ્થ થઈ ગયો લાગ્યો. એ અંદર પ્રવેશ કરવા માગતો ન હોય તેમ બે ડગલાં પાછળ હઠ્યો.

આગળ ગયેલી માનવમેદની શોકભારમાં ધીમે પગલે આગળ જ વધતી રહી. રથો, અશ્વો, પાલખીઓ, બધાં આગળ વધી રહ્યાં હતાં. ગજરાજની હઠ વિષે કોઈને કાંઈ જાણ ન હતી. કેવળ એનો મહાવત એની હઠ પાસે નમવા ન નમવાની દ્વિધામાં પડ્યો હતો. હલ્લ – વિહલ્લે આ જોયું. એ સમજી ગયા. મહા બળવાન સેચનક ગંધહસ્તી હતો. એની ગંધ માત્રથી બીજા ભલભલા ગજરાજોનાં ગાત્ર ઢીલાં થઈ જતાં એમણે જોયાં હતાં. અત્યારે આ રત્નપાલની હઠનો એ અર્થ હતો. એ આંહીંથી ભાગી જવા માગતો હતો.

સેચનકને એમણે જરાક આગળ વધાર્યો. પડખેની ઝાડીમાં થતા ખડખડાટે મહાવતને શંકામાં નાખ્યો. પણ એટલામાં તો રત્નપાલ ઊભી પૂંછડીએ અનેક ડગલાં પાછળ ધસી ગયો હતો. એને અંકુશમાં લેવા મથતો મહાવત પોતાની જાત સંભાળમાં પડી ગયો.

રત્નપાલ પાછળ હઠીને પછી દોડી જ ગયો..... જાણે કોઈ ભયંકર સ્વપ્ન દીઠું હોય તેમ એ યષ્ટિવનના માર્ગે ભાગ્યો.

હલ્લ – વિહલ્લે તરત જ સેચનકને માનવમેદનીના પાછલા ભાગમાં ભેળવી દીધો. એક જણ સેચનકના હોદ્દામાં સંતાઈ ગયો. હાથી ધીમે પગલે કાંઈ ન હોય તેમ આગળ વધતો રહ્યો.

સાંકડી નેળને છેડે જ્યાં પશ્ચિમદ્વાર પૂરું થતું હતું ત્યાં આસપાસના અફાટ વિશાળ મેદાનમાં માનવમેદની અટકી ગઈ. રથો, અશ્વો, પાલખીઓ બરાબર નીકળીને થોભી ગયાં. શોકભારે આખી મેદની ત્યાં નતમસ્તકે ઊભી રહી ગઈ હતી.

સેચનક હાથીને મેદાન બહાર છેક પાછળ ઊભો રાખીને હલ્લ – વિહલ્લ આ દશ્ય જોઈ રહ્યા હતા.

અસંખ્ય દીપદંડિકાઓના પ્રકાશથી કદાચ પોતે હવે કળાઈ જશે એ ભયથી હલ્લ – વિહલ્લ આ દશ્ય જોતા હતા, છતાં સત્વર ભાગી છૂટવાની જાગ્રત પ્રતીક્ષા કરી રહ્યા હતા.

દીપદંડિકાઓના પ્રકાશમાં એમણે ત્યાં પેલા બ્રાહ્મણ મહામંત્રીને ચારે તરફ દૃષ્ટિ નાખતો જોયો. એક પળ ન થઈ એટલામાં તો એમણે શોભિતને ત્યાં વર્ષકારની સામે ઊભેલો દીઠો.

એ સમજી ગયા. વર્ષકાર, શોભિતને રત્નપાલ વિષે જ પૃચ્છા કરી રહેલો હોવો જોઈએ.

હવે એમણે એક પળ ગુમાવવાની ન હતી, નતમસ્તકે ઊભેલી માનવમેદનીમાંથી એક ઘોષ ઊપડ્યો. 'અભયદેવનો – જીવનપંથના મહાયાત્રીનો વિજય.....'

'– હો' એ સાંભળવા પણ હલ્લ – વિહલ્લ થોભ્યા નહિ.

એક જ પળ – અને એ અદૃશ્ય પણ થઈ ગયા.

'એ કોણ ગયું ? રત્નપાલ ક્યાં છે શોભિત !' વર્ષકારે ઉતાવળે ઉતાવળે કહ્યું.

પણ શોભિતે વિશ્વાસ આપ્યો. પ્રભુ ! હમણાં એ પાછો આવ્યો બતાવું...'

'અરે ! તું કહે છે હમણાં પાછો આવ્યો બતાવું ? તો તો આ પેલા ગયા... શોભિત !... જો આ તારા મહાવતનો ભયનો શંખ સંભળાયો. રત્નપાલ પાછળ રહ્યો જણાય છે. મસ્તીમાં લાગે છે.'

'આ...હા ! આ તો ભારે થઈ... દોડ દોડ, રત્નપાલને આંહીં તો લાવ. યુવરાજકુમારને વાત કહેવી પડશે. સેચનકને કોણ પહોંચશે ? કોઈ જ નહિ... કોઈ જ નહિ.... શોભિત ! મગધ આવ્યું ને મગધ ગયું, એવી વાત થઈ ગઈ લાગે છે. હવે ભિખ્ખુ થનારને ભિખ્ખુ થવા દે. તું રત્નપાલને આંહીં હાજર કર – જા..... દોડ.'

૨૩. જીવકકુમાર આવ્યો

અભયકુમારને પોતે જે નર્તિકા ભેટ આપી હતી એ નર્તિકા એના જીવનરંગને જ બદલાવી દેશે એવું કોણે ધાર્યું હતું ? પોતે આપેલી ભેટનું આ પરિણામ* આવેલું જોઈને રાજા બિંબિસારના શોકનો પાર રહ્યો નહિ. પણ જે વિદાય લેવાનો જ છે તેને કોણ રોકી શકે ? અભયકુમાર એકલો એકાકી ભિખ્ખુ થવા માટે આગળ વધ્યો.

બધા એ જોઈ રહ્યા. એ દશ્ય જોવાતું ન હોય તેમ રાજા બિંબિસારે પોતાની આંખ આડે બે હાથ ધરી દીધા.

ઘડી પછી જ્યારે એનો લાંબો વેરાન માર્ગ તદ્દન શૂન્ય જેવો નજરે પડ્યો, ત્યારે ભારે હૈયે બધા ઉતાવળે પાછા ફરવા માંડ્યા.

પણ તરત વર્ષકારે અજાતશત્રુને શોધ્યો. તેને ત્યાં જ રોક્યો. 'યુવરાજકુમાર ! આપણે જીત્યા ને આપણે હાર્યાં એવી વાત થઈ ગઈ છે. આ પ્રસંગોની ગૂંથણીમાં સેચનક ઊપડી ગયો લાગે છે. હલ્લ – વિહલ્લ પણ ગયા છે !'

'હોય નહિ ?' અજાતને સખત આઘાત લાગ્યો હોય તેમ એ આગળ બોલી શક્યો નહિ. સામેની ડુંગળમાળાઓ તરફ એ જોઈ રહ્યો. એના મનમાં કૈંક તરંગો અને આવેશો અને આવેગો દોડતા વર્ષકારે દીઠા. એક પળ ગુમાવવાની ન હતી.

---

* Harward Oriental Series, Vol. 30ને આધારે.

વર્ષકારે તરત એને જાગ્રત કર્યો. ‘યુવરાજકુમાર ! આપણે તત્કાળ નિર્ણય કરો. શું કરવું છે ? હું તો કહું છું ચાલો, આપણે રત્નપાલ ઉપર એની પાછળ પડીએ ! હજી એ આટલામાં જ હોવા જોઈએ.’

‘પાછળ પડીને શું મહાઅમાત્યજી ? આપણે સેચનકને ક્યાં ઓળખતા નથી ? એના વેગને રાજા પ્રદ્યોતની ભદ્રવતી પહોંચે તો ભલે. બાકી આપણો કોઈ ગજરાજ ન પહોંચે. તમે કહ્યું હલ્લ – વિહલ્લ ગયા ? અને સેચનક પણ લેતા ગયા ? તમે જતા જોયા ?’

‘રત્નપાલ પાછળ છે અને એક હાથી ઊપડી ગયો છે. એટલે એમ જ છે. હમણાં રત્નપાલ આવ્યો બતાવું.’

‘અભયકુમારનો ભિખ્ખુપંથ પહેલાં તો આપણને ભિખારી બનાવી ગયો.’ અજાત બોલ્યો. અજાતશત્રુના મનમાં એવો તીવ્ર આઘાત લાગ્યો હતો કે કદાચ એ હમણાં ને હમણાં રાજા બિંબિસારને બંધનમાં મૂકી દેશે એવો વર્ષકારને ભય લાગ્યો. એના મનમાં મોટી ગડભાંગ થઈ રહી. અભયકુમાર અજાતશત્રુનું ઘર્ષણ એણે ટાળ્યું ન ટાળ્યું, એમાં એ સફળ થયો, ત્યાં તો આ નવું ઘર્ષણ આવીને ઊભું રહ્યું ! અને આ ઘર્ષણ તો ઘણું ભયંકર હતું. એને લાગ્યું કે એ ઘર્ષણની કસોટી માટે જ જાણે જન્મ્યો હતો ! તે વિચારમાં ઊભો રહ્યો.

હવે તો જાણે બાજી વૈશાલીના જ હાથમાં ગઈ હતી. સેચનક ગયો – એટલે તો મગધ ખુલ્લું થઈ ગયું એમ કહેવાય.

પણ હવે શું થાય ? એક જરાક જ અસાવધ પળ રાખતાં આ પરિણામ આવ્યું હતું. હવે તો જો અજાતને તત્કાળ વેગભર્યું કામ બતાવવામાં ન આવે, તો એનો વેગ જ એક મોટી કૌટુંબિક પાયમાલી મગધમાં સરજે, અને અત્યાર સુધીની પોતાની બધી જ યોજનાઓ પછી ઊંધી વળે.

એટલામાં એણે શોભિતને રત્નપાલ ઉપર આવતો જોયો. રાજકુમારને ત્યાં ઊભો રહેવા દઈને તે ઉતાવળે તેની તરફ ગયો. ઝડપથી ગજરાજને બેસારવાની નિશાની આપી. એકદમ કલાપક મુકાયો. શોભિતને નીચે આવવાનું કહ્યું. વર્ષકાર પોતે ગજરાજ ઉપર ચડી બેઠો. તેણે શોભિતને કહ્યું. ‘શોભિત ! તારે હવે વૈશાલી નથી જવાનું. હું જાઉં છું. તું આંહીં જોજે. વૈશાલીના

ચરપુરુષો હવે આંહીં આવવાનાં. યુવરાજકુમારની નજરથી હવે તું તો અદશ્ય જ થઈ જા... જા... તું રાજગૃહમાં પાછો જા....'

શોભિત વાત સમજી ગયો. અજાતશત્રુની દૃષ્ટિએ અત્યારે જવું એ જીવતા મરણને નોતરવા બરાબર હતું. તે એકદમ જ અદશ્ય થઈ ગયો. એને પોતાની નિષ્ફળતા ખૂંચી ગઈ. એથી વધુ તો હલ્લ – વિહલ્લ, વર્ષકાર જેવા વર્ષકારને બનાવી ગયા, એ ખૂંચી રહ્યું. એ કહેતી તો ભારતવર્ષમાં વ્યાપી જવાની. એ મગધની નબળાઈ પ્રગટ કરવાની. અભયકુમારની વાત સાંગોપાંગ પાર પડતી જોઈને જરાક અસાવધાનતા થઈ ગઈ. રાજાની સાથે પેલા બંનેને ઉત્તેજન મળે તેવી વાત થયેલી હોવી જોઈએ. અને પેલા બેએ એ એક જ અસાવધ પળનો લાભ લઈ લીધો. આ વાત એ રીતે બનેલી હોવી જોઈએ. એમની તત્પરતા ખરેખર આશ્ચર્યજનક હતી.

વર્ષકાર એકદમ યુવરાજકુમાર પાસે આવ્યો : 'મહારાજ !' તેણે તરત કહ્યું : 'હવે આવી જાઓ....' એણે ગજરાજના દંતૂશળ ઉપર ઊભા રહી, નીચા નમી અજાતના હાથને ટેકો આપ્યો.

એક પળમાં તો રત્નપાલ જેમ શતજોજની રથ ઊડે તેમ ઊડી રહેલો દૃષ્ટિએ પડ્યો.

પણ વર્ષકાર સમજતો હતો. આ બધો પ્રયત્ન અફળ હતો. ભયંકર શસ્ત્રો જ આ વાતનો નિવેડો લાવી શકે.

પણ એ મનમાં એક વાતથી ધ્રૂજતો હતો. રાજગૃહમાં કોઈ કોઈના સાથમાં ન હતું. રાજાનો મત જુદો હતો. અજાતની વાત જુદી હતી. કુમાર જયસેનની રીતરસમ જુદી હતી. કુમાર નંદિષેણની માટી જ અનન્ય હતી. અભય અભયની રીતે રહેતો હતો. રાણીઓ રાણીવાસમાં વિવિધપંથે પળતી હતી. કોઈને ભિખ્ખુણી થવું હતું. કોઈને સાધુડી થવું હતું. મગધસામ્રાજ્ઞી થવાની કોઈને જાણે આકાંક્ષા જ રહી ન હતી. રાજગૃહ આખું નગર એક રીતે વિભક્ત હતું, અને ભિખ્ખુપંથે પળતું જણાતું હતું. જ્યારે વૈશાલી ? એ તો એના નીલપદ્મભવનથી માંડી શ્રમણ ગૌતમને આમંત્રણ આપવા સુધીની બધી જ ક્રિયાઓમાં, એક હતું, જાણે એ નગરી ન હોય પણ એક વ્યક્તિ હોય. આવી

નગરી સામે ગમે તેવાં ભયંકર શસ્ત્ર – અસ્ત્ર પણ કેટલી વાર ટકવાનાં ? શસ્ત્રો હણી હણીને કેટલાકને હણે ? વૈશાલી તો હણી ન શકાય એટલા યોદ્ધાઓ રણમાં ઉતારે. એ તો એ ખમીરની બનેલી નગરી હતી. વર્ષકારને મનમાં વૈશાલીનો મોટો ભય હતો. સેચનક ત્યાં જતાં એ વધી ગયો. હલ્લ – વિહલ્લ પણ ત્યાં ગયા. એટલે તો વૈશાલી ને રાજગૃહની ખુલ્લી યુદ્ધઘોષણા જ થઈ ગઈ કહેવાય.

રત્નપાલ ઉપર વેગથી એ સેચનક ગજરાજની પાછળ ધસી રહ્યો હતો, પણ એનું મગજ તો બીજા હજારો વિચારોને લઈને એના હાથીવેગને પાછળ પાડતું, ક્યાંનું ક્યાં દોડી રહ્યું હતું !

એક પછી એક નાનકડાં ગામડાં પાછળ રહેતાં ગયાં. ખેતરો ઉપર ખેતરો પાછળ પડતાં ગયાં. રત્નપાલનો વેગ જેવો તેવો ન હતો. પણ હલ્લ – વિહલ્લ ક્યાંય દેખાયા નહિ. કદાચ એમણે સીધો માર્ગ જ બદલી કાઢ્યો હોય. ગમે તેમ હો'ય, પણ હલ્લ – વિહલ્લ દેખાયા નહિ. અજાતશત્રુ મનમાં ને મનમાં છેક વૈશાલી પહોંચવાના ઘાટ ઘડી રહ્યો લાગ્યો.

વર્ષકારે જ્યારે લાંબી અને સચોટ દોડ છતાં હલ્લ – વિહલ્લને દીઠા નહિ કે રસ્તે પણ એની કોઈ નિશાની જોઈ નહિ, ત્યારે એ સમજી ગયો કે હલ્લ – વિહલ્લ વૈશાલી જવા માટે બીજે જ રસ્તે વળી ગયા હોવા જોઈએ. તે હવે વૈશાલી પહોંચી જવાના.

અત્યારે અજાતશત્રુ પોતાના હસ્તી ઉપર એકલો વૈશાલીમાં જાય એટલે સેચનક હાથીને લિચ્છવીઓ પાછો આપે એ વાત આકાશકુસુમ સમી હતી. જે થયું તે ઘણું જ ભયંકર હતું. પણ હવે તો એણે એમાંથી જ રસ્તો કાઢવાનો હતો. અજાતશત્રુને વૈશાલી દોડતો સીધી રીતે રોકવો એ પણ અશક્ય હતું. ન રોકવો એ આપઘાત હતો. અને એની દોડમાં ડખલ કરવી, એ રાજગૃહમાં ઘર્ષણ લાવવા જેવું હતું.

'યુવરાજકુમાર ! એ તો છટકી ગયા લાગે છે. પણ એ હજી વૈશાલીમાં સ્થિર થાય ન થાય ત્યાં આપણે પહોંચી જઈશું.' તેણે અજાતને પાછા વાળવાની વાતની ભૂમિકા બાંધવા માંડી : 'આપણે તરત પહોંચીશું એટલે લિચ્છવીઓ ધૃષ્ટતા ભરેલો નકાર આપતાં હજાર વાર વિચાર કરશે....'

'હવે તો વૈશાલી પહોંચ્યે જ છૂટકો છે !'

'મને પણ એમ જ લાગે છે. ભન્તે કુમાર ! ભણે પણ પહેલાં નેરંજરાને તીરે તીરે હવે ઉરુવેલા પહોંચી જઈએ.'

'ત્યાં શું કરવા મહાઅમાત્ય ? આપણે નેરંજરા પાર કરીને પાટલીગ્રામ તરફ જઈએ. ત્યાંથી સીધા વૈશાલી !'

'એમાં બે વાત છે યુવરાજકુમાર ! મને લાગે છે હલ્લ – વિહલ્લે કદાચ સીધેસીધો માર્ગ છોડી દીધો હોય, તો ઉરુવેલાથી ગંગાપાર જતો સીધો વૈશાલી માર્ગ જ એની નજરમાં આવે. એટલે કાં તો એ માર્ગે આપણને એમની નિશાની મળી રહેશે. અને નહિતર આટલામાં સાચો આરામવત્થુ ઉરુવેલામાં છે, એટલે ત્યાં થોડી વાર રોકાઈ, એ પછી વૈશાલીને પંથે પડીએ. આપણી મુસાફરી જરા લાંબી થશે.'

અજાતશત્રુએ ગજરાજને નેરંજરાને કાંઠે કાંઠે લીધો. એ રસ્તે હલ્લ – વિહલ્લ ગયાનાં એકાદ બે ચિહ્ન પણ નજરે પડ્યાં. કૃષિકોને પૂછતાં ખાતરી થઈ કે નેરંજરાને તીરે તીરે એક મહાન હસ્તીરાજ વહેલી સવારે દોડ્યો જતો જણાયો હતો.

ઉરુવેલાના આરામવત્થુમાં અજાતશત્રુ ને વર્ષકાર આવી પહોંચ્યા. હવે સેચનકની ગતિને પહોંચી શકાય તેવું તો હતું નહિ. અજાતશત્રુના મોં ઉપર નિરાશાનાં સ્પષ્ટ ચિહ્ન દેખાતાં હતાં. એનો વેગીલો સ્વભાવ આને નિષ્ક્રિયતા ગણીને એકદમ જે થાય તે કરી લેવા માટે દોડી જવા માગતો હતો.

વર્ષકાર એ સમજતો હતો. પણ એને હવે આ વાતનો શું અંત આવશે એની ચિંતા હતી. હલ્લ – વિહલ્લ જઈને આમ્રપાલીને વાત કરવાના. એટલે શ્રમણ ગૌતમને ત્યાં ભિખ્ખુ થતાં પહેલાં એ અભયકુમારને મળવા દોડે. એ વાત ચિંતાજનક હતી. તો બીજી બાજુ જીવકકુમાર રાજગૃહ પહોંચી જાય. બિંબિસાર રાજા એને વૈશાલી મોકલે. એ પણ શક્ય હતું. અભયકુમાર મૂંઝાઈ જાય પછી ચિંતા ઓછી થાય. અજાતની પોતાની વાત પણ ચિંતાજનક હતી.

એ ત્યાં માંડ પળ બે પળ થોભ્યા હશે ત્યાં અજાતશત્રુ બોલ્યો : 'વર્ષકાર મહાઅમાત્ય ! જે થવું હોય તે થશે, આપણે હવે ઊપડીએ. વૈશાલી પહોંચ્યા પછી જ આરામની વાત કરવી હવે !'

એટલામાં આરામવાટિકાની બહાર મોટો કોલાહલ થતો હોય તેમ, કોઈ ગજરાજનું ઉતાવળું આગમન વર્ષકારની નજરે પડ્યું. એને શોભિતે સમાચાર આપ્યા હતા. જીવકકુમાર ઉજ્જૈનમાંથી ભાગ્યો હતો. ભદ્દવતી હાથણી ઉપર ભાગ્યો હતો. કેમ ભાગ્યો હતો ને શી વાત હતી એની માહિતી મળતી ન હતી. પણ ભાગ્યો હતો એ નક્કી હતું. વર્ષકારને થયું કે ક્યાંક એ જ હોય નહિ. તે ઉતાવળે વાટિકાની બહાર આવ્યો. તો ત્યાં એને માટે એક મહાન આશ્ચર્ય ખડું હતું. એણે જીવકકુમારને ભદ્દવતી હાથણી ઉપર દીઠો અને બીજા સશસ્ત્ર યોદ્ધાને ત્યાં હાથણીને રોકતા દીઠા.

આ નવી નવાઈના પ્રસંગે વર્ષકારને વિચારમાં નાખી દીધો. શું હશે તે જાણવા માટે તે આગળ વધ્યો.

એણે જીવકકુમારની સામે મથામણ કરતા યોદ્ધાને ઓળખ્યો. પોતાને ત્યાં આવી ગયેલો કાક જ ત્યાં ઊભો હતો.

'પણ હજી તમે થોભતા નથી, કુમાર ?' તે ઉતાવળે આવેગભર્યો બોલતો હતો. 'મને કોસાંબીથી આંહીં સુધી લાંબો કર્યો. જો હવે તમે એક પગલું આગળ લેશો... તો આપણે યુદ્ધ જ થઈ જશે !'

'શું છે ભણે કાક ! શી વાત છે ? તમે આંહીં ક્યાંથી ? જીવકકુમારને તમે જ લેવા આવ્યા હતા ને હવે ગરજ સરી એટ...લે વૈદ વેરી એવી વાત કેમ કરો છો ? તમને ખબર છે તમે ઉરુવેલામાં ઊભા છો ?' વર્ષકારે આગળ વધીને પડકાર કર્યો. એને હતું કે જીવકકુમારને લેવા ગયેલો રથ પણ કાં તો હમણાં પાછો આંહીં આવવો જોઈએ. અને કાક દેખીતી રીતે હાથણી માટે જ અધીરાઈ બતાવી રહ્યો હતો.

પહેલાં તો કોણ બોલે છે તે કાક સમજી શક્યો નહિ. પણ ઓળખ પડતાં કાક સ્તબ્ધ થઈ ગયો. પોતાની સામે તેણે મહાઅમાત્ય વર્ષકારને ઊભેલો જોયો. એટલામાં તો યુવરાજકુમાર અજાતશત્રુ પોતે બહાર આવતો દેખાયો. એ જોતાં વર્ષકારના મનમાં મોટી ફાળ પડી ગઈ.

જીવકકુમાર આંહીં એવે વખતે આવ્યો હતો કે જે વખતે એનું આગમન એક જબ્બરજસ્ત ઘર્ષણને તત્કાળ જન્મ આપી દે તેમ હતું. એની સાથેની

વિખ્યાત ભદ્દવતી હાથણી એક મોટી યુદ્ધકથા હમણાં જ સરજી નાખશે એ ભય વર્ષકારને હવે લાગી ગયો. વર્ષકારને આજનો દિવસ જાણે ભયંકર રીતે જ એને માટે ઊગ્યો હોય તેમ જણાયું. તેણે તત્કાળ કાકને કહ્યું : 'ભણે મંત્રી કાક ! શી વાત છે ?'

'કહું મહાઅમાત્યજી !' કાક હાથ જોડીને બોલ્યો : 'આ ભિષગ્વર અમારે ત્યાંથી ભાગ્યા છે !'

'ભાગ્યો છું ?' જીવકકુમારે તરત જ વાતને તોડી નાખી : 'કોણ, હું ભાગ્યો છું ? હું ભાગ્યો નથી ભણે મંત્રી ! રાજા પ્રદ્યોતનો ક્રોધ પોતાના ઉપર ઉપકાર કરનારને પણ હણી નાખે, એવો પ્રચંડ બન્યો હતો. એ જોઈને એને જ મહાપાપના દોષમાંથી ઉગારવા માટે હું નાસી છૂટ્યો છું, તમારા રાજાને દોષમાંથી ઉગારી લેવા માટે, ભદ્દવતીની સહાય વિના નાસું તો ગમે તે ત્વરિત વાહન મને પકડી પાડે માટે મેં ભદ્દવતી લીધી છે. આ વાત તમે જાણો છો. છતાં મારા ઉપર દોષારોપણ કરો છો ?'

'પણ વાત શી છે ભણે જીવકકુમાર ? માથું–મોં–પૂછડું, માંડીને કહો તો સમજાય નાં ?'

'વાત સાવ મામૂલી છે મહાઅમાત્યજી !'

'અત્યારે અમારી એક એક પળ મૂલ્યવાન છે. જે બોલવું હોય તે જલદી બોલી નાખો !' વર્ષકાર બોલ્યો. 'શી વાત છે ?'

'ત્યારે વાત આટલી જ છે. અવંતીનાથની દવા કરવા હું ગયો હતો, એ તમે જાણો છો. એમને એક ઔષધ આપવાનું હતું. એ ઔષધ પ્રત્યે એમને ભારે ઘૃણા હતી. એ એક જ ઔષધ એમને ઉગારે તેમ હતું. મેં ભિષગ તરીકે એમને એ આપ્યું જ, એમની ના છતાં આપ્યું. અને વાત બીજી રીતે સમજાવી. પણ હું મનમાં સમજતો હતો. જ્યારે સાચી વાત એ જાણશે, ત્યારે એ મહાક્રોધી છે માટે એનો ક્રોધ હાથ નહિ રહે. તે વખતે એ મને હણી જ નાખશે. મેં પાણી પહેલાં પાળ બાંધી. નવી ઔષધીઓ લાવવાની છે એમ કહીને ભદ્દવતી માગી લીધી. એના ઉપર હું ભાગ્યો. રાજાએ એને અપાયેલી ઔષધની વાત જાણી, ત્યારે મેં ધાર્યું હતું તેમ જ વર્તન કર્યું. એણે મને જીવતો ભોમાં ભંડારી

દેવાની આજ્ઞા આપી. આ મંત્રી કાક મારી પાછળ પડ્યો. કોસાંબી પાસે એ મને પહોંચી ગયો. એને ઘણા જ ટૂંકા રસ્તાની જાણ હતી. વળી એ મહા વેગવાન રથમાં દોડ્યો હતો. ત્યાં કોસાંબીમાં શું બન્યું, તે ભણે કાકમંત્રી ! તમે બોલો........'

'શું બન્યું કાકમંત્રી ? જલદી કહી નાખો. અમારે સમય નથી.'

અજાતશત્રુ પોતે દેખાય નહિ તેમ એક તરફ ઊભો રહી ગયો હતો. બોલ્યા વિના આ વાત સાંભળતો હતો. વર્ષકારે એ જોયું હતું. એના મનમાં ભારે ચિંતા હતી. કદાચ એ ભદ્દવતી ઉપર સેચનકની પાછળ જવાની માગણી કરશે, તો મગધને એક સાથે બે દુશ્મનો હમણાં ને હમણાં ઊભા થશે. વૈશાલી અને અવંતી અને વત્સ પણ. એના મનમાં આ વિચાર પણ ઘોળાઈ રહ્યો. ચારે તરફની પરિસ્થિતિઓ જાણે મગધને ઘેરવા માટે જ હાથ મેળવતી હોય તેમ તેને દેખાયું. એણે અત્યારે તત્કાળ પોતે એકલાએ જ વૈશાલી જવું જોઈએ એવો નિર્ણય મનમાં લઈ લીધો. એણે ઉતાવળે કાકને કહ્યું : 'ભણે કાકમંત્રી ! શી વાત છે બોલી નાખો ! તમે આંહીં દોડતા કેમ આવ્યા છો ?'

'અમારું રાજ લઈને કોઈ દોડી જાય, અને અમે મૂંગા બેસી રહીએ, એમ તો તમે માનતા નથી નાં મહાઅમાત્યજી ?'

'ના. એમ હું માનતો નથી.' વર્ષકારે ઉતાવળે જવાબ વાળ્યો. 'બોલો, જલદી બોલી નાખો.'

'ત્યારે આ ભિષગ્વર ભદ્દવતી લઈને દોડ્યા હતા !'

'એ તો પ્રાણ બચાવવા માટે. એ વાત એમણે કહી. ભદ્દવતી લેવાની વાત એમાં ક્યાં આવી ?'

'કહું. કોસાંબીમાં હું એમને પહોંચી ગયો. ભદ્દવતી સોંપી દેવા માગણી કરી. એમણે શું કહ્યું તમે જાણો છો ?'

'શું કહ્યું ?'

'ભદ્દવતી સોંપવાને બદલે એમણે પોતાના હાથમાં મારી સામે બે આમળાં ધર્યાં. રૂપે, રંગે, દેખાવે, કદે બધી રીતે એક સરખાં. અને કહ્યું : 'આમાંથી ગમે તે એક લઈ લો. એ એક જ તમારી ક્ષુધાતૃપ્તિ માટે બસ છે. તમારી ક્ષુધા જાય પછી આપણે વાત કરીશું. ભદ્દવતી મારે જોઈતી નથી !'

'એમાં મેં શું ખોટું કહ્યું ?' જીવકકુમાર બોલ્યો.

વર્ષકારે હાથ લંબાવીને જીવકકુમારને છાના રહેવાની સૂચના આપી. કાક આવેગમાં આવી ગયો.

'એમાં તમે શું ખોટું કહ્યું ! ખોટું નહિ તો શું સાચું કહ્યું ?'

એમણે જે આમળું આપ્યું ભન્તે મહાઅમાત્યજી ! એ ભયંકર હતું. લોટા ભરી ભરીને મારો ઠરડ નીકળી ગયો. હું ત્યાં મરવા જેવો થઈ ગયો !'

જીવકકુમાર હસી પડ્યો : 'અરે પણ તમે ખોટું આમળું પસંદ કર્યું એમાં હું શું કરું ? તમારા દેખતાં જ મેં પણ એક આમળું લીધું તો હતું નાં !'

'હા. પણ તમે લોટાભરણ મને પધરાવી દીધું, તેનું શું ?'

'કેમ ભૂલો છો ભણે કાકમંત્રી ? મેં તો તમને કહ્યું હતું, ગમે તે એક લો. તમે તમારી પસંદગી ખોટી કરી એમાં હું શું કરું ? મેં પણ આમળું લીધું હતું. તમારા દેખતાં લીધું હતું. મને કાંઈ નથી થયું. તમે કાં ખોટું પસંદ કર્યું ?'

'આ જ વાત છે નાં ? બીજી શી વાત છે ?'

'ભદ્દવતી અમને સોંપી દે. બીજી કાંઈ વાત નથી !'

'ભણે મંત્રી કાક !' અજાતશત્રુ હવે પાસેના વૃક્ષ પાછળથી ખસીને તરત નજરે પડ્યો. એ વાતનો સાર સમજી ગયો હતો. એને ભદ્દવતી હાથણીનો મોહ જાગ્યો. વર્ષકારે ધાર્યું હતું તેમ જ થયું. તે અચાનક જ બોલી ઊઠ્યો : 'ભણે મંત્રી કાક ! તમે ભદ્દવતી હવે આંહીંથી પાછી લઈ જઈ શકતા નથી. અમારે એનો ખપ છે.'

અચાનક અજાતશત્રુને જોતાં એક પળભર કાક સ્તબ્ધ જ થઈ ગયો. તેને ભય લાગ્યો. પણ તેણે તત્કાળ યુદ્ધના ટંકારવ સમો પ્રત્યુત્તર વાળ્યો :

'ભદ્દવતી લેવાવાળા તો ભન્તે યુવરાજકુમાર ! લાખોને રણમાં હોમવાનું યુદ્ધ જગાડે છે, એ ભૂલવું ન જોઈએ. તમને ખબર ન હોય તો જાણી લો, કે આ ભદ્દવતી પાછળ તો બબ્બે મહાન રાજ્યોની હજારોની સેના ખડી છે. આવતી કાલે, અવંતી અને વત્સ, મગધને આહ્‌વાન મોકલશે. એને માટે તૈયાર હો તો ભલે. ભદ્દવતી રાખો. હું આંહીંથી પાછો ફરી જાઉં છું. મહારાજ !'

૨૪. વર્ષકારે રસ્તો કાઢ્યો

વર્ષકારને જે ભય હતો તે જ સામે આવીને ઊભો રહ્યો હતો. આ ભારે તક મળી ગઈ છે. એમ માનીને ભદ્દવતી હાથણીને અજાતશત્રુ અત્યારે રોકી પાડે, તો એમાંથી એક મોટું યુદ્ધ ઊભું થઈ જાય. એ યુદ્ધમાં વૈશાલી, અવંતી, વત્સ અને કોશલ બધાં જ સામે પક્ષે હોય. એક જ ખોટું પગલું ભરતાં પોતે કેવી નાજુક પરિસ્થિતિમાં મુકાઈ જાય તેનું અજાતશત્રુને પૂરું જ્ઞાન ન હતું. અથવા તો એ, આવેગ, આવેશ ને તત્કાલમહિમાના મોહમાં હતો. મગધની પરિસ્થિતિ એક રીતે અનોખી જ હતી. એનું હરેક પગલું પ્રત્યાઘાત જન્માવે. ગમે તેમ પણ અત્યારે અવંતીપતિની હાથણીનો આમ ઉપયોગ કરી ન શકાય. એટલામાં એણે જીવકકુમારને જ દૃઢતાથી બોલતો સાંભળ્યો : 'મહારાજ યુવરાજકુમાર ! મંત્રી કાકની વાત જવા દઈએ, તોપણ તમે ભદ્દવતીને આંહીં રોકી શકતા નથી. એના ઉપર હું આવ્યો છું. મારે માટે એક પ્રાણપ્રશ્ન હતો. એ હાથણીનું અપહરણ કરીને કાંઈ હું એને આંહીં લાવ્યો નથી.'

'અપહરણ કરીને તો તમે શું લાવવાના હતા જીવકકુમાર ?' અજાતે ઠંડા ઉપહાસથી કહ્યું : 'પણ એ જ્યારે આંહીં છે, ત્યારે આપણે એનો ઉપયોગ કરવાનો છે !'

'હવે શું ઉપયોગ કરવાનો છે મહારાજ ?' વર્ષકારે બે હાથ જોડ્યા.

'કેમ એમ બોલ્યા મહાઅમાત્યજી ? તમે તો જાણો છો. આપણે આમ વાતોમાં વખત કાઢીએ છીએ. કાકમંત્રી ! તમે આ આરામવત્થુમાં રહી જાઓ. અમે બે દિવસમાં પાછા ફરીશું. એ સમયે ભદ્દવતી તમને પાછી સોંપી દઈશું.'

કાકમંત્રી કાંઈ બોલે તે પહેલાં વર્ષકાર અજાતશત્રુ પાસે સર્યો. તેણે તેના ખભા ઉપર હાથ મૂક્યો : 'મહારાજ ! તમે શું કરી રહ્યા છો એ તમને ખબર છે ?'

'કેમ, શું કરી રહ્યો છું ? સેચનકને પહોંચી વળવાનો આ એક જ માર્ગ છે !'

'આવો જરા, આ બાજુ આવો. હું વાત કહું....'

અજાતને વર્ષકાર એક તરફ લઈ ગયો. 'તમે આ વાત એવી કરો છો યુવરાજકુમાર ! જેમાં પરિણામ અનિશ્ચિત છે. અને જોખમ તો નિશ્ચિત જ છે. અને જોખમ નહિ – ભયંકર જોખમ.'

'શી રીતે ?'

'મહારાજ ! આ વાતને આ રીતે સમજો. અત્યારના ભારતવર્ષમાં બે ગજરાજ અદ્વિતીય ગણાય છે. એક આ ભદ્દવતી. બીજો સેચનક હાથી. એમાંથી કોણ કેટલામાં છે એ યુદ્ધવીરો માટે પણ, હજી અનુમાનનો વિષય રહ્યો છે. એ એક યુદ્ધરહસ્ય જ મનાય છે. તમે ભદ્દવતીને લઈને સેચનકની પાછળ પડો, અને સંભવિત તો નથી, પણ ધારો કે તમે સેચનકને પહોંચી વળો, તો એ જ ક્ષણે મગધના સેચનકનું મૂલ્યાંકન મુકાઈ જશે એ તમે સમજો છો ? તમારા હાથીનું તમે જ મૂલ્યાંકન કરાવી નાખશો. તમે આ જેવું તેવું યુદ્ધરહસ્ય પ્રગટ કરી દો છો ? તમે તમારી જ નબળાઈ પ્રગટ કરી દેશો. ભદ્દવતીને સર્વશ્રેષ્ઠ ઠરાવી દેશો. ભવિષ્યના યુદ્ધમાં શું આની જેવી તેવી અસર હશે ? અત્યારે તો મગધનો સેચનક એક કોયડા સમાન છે. બધાને માટે એ એક યુદ્ધના રહસ્ય સમાન છે. એની ગતિશક્તિનું માપ નીકળ્યું નથી, તમે પોતે જ એ કાઢીને દુશ્મનને આપશો ? પછી સેચનકની કિંમત શું ? સમજવા જેવી તો આ વાત છે. બીજી વાત પણ સમજો. વૈશાલીનો સર્વનાશ એ આપણું પહેલું ધ્યેય છે. અત્યારે તમે ઉતાવળ કરશો તો વૈશાલી રહી જશે. વચ્ચે બીજું જ મોટું યુદ્ધ તમારે માથે આવી પડશે. કેટલા નાના અનિશ્ચિત લાભ માટે તમે આ મોટું જોખમ વહોરો છો ? સમજવાનું તો એ છે, અને હલ્લ – વિહલ્લ આંહીંથી સીધા જ વૈશાલી ગયા હોય તો અત્યારે એ હવે હાથ પણ આવવાના નથી !'

'પણ ત્યારે શું આપણે સેચનક ખોવો છે ?'

'ના, એ ખોવો નથી. આપણે એને પાછો મેળવવા પ્રયત્ન કરવાનો છે. પણ એને મેળવવાની તમારી આ રીતમાં જોખમ ભારોભાર છે. લાભ એક ગુંજાભાર છે. એક જ રસ્તો છે મહારાજ ! હું પોતે વૈશાલી જાઉં. જીવકકુમાર સાથે આવે. સાંભળ્યું છે કે વૈશાલીમાં કોઈ મહામારીનો ઉપદ્રવ શરૂ થવાનાં ચિહ્ન છે. લોકોમાં ગભરાટ છે. શ્રમણ ગૌતમને ફરીને બોલાવવાની વાતો ચાલે છે. જીવકકુમારનું સાથે આવવું શંકાને ટાળશે. એ રીતે હલ્લ – વિહલ્લને પાછા રાજગૃહમાં લાવવાની વેતરણ કરીએ. સફળ થઈશું તો ભવિષ્યમાં જોઈ લેવાશે. અફળ થઈશું તો વૈશાલીનો છેલ્લો પ્રત્યક્ષ પરિચય આપણને મળી જશે. એ જેવો તેવો લાભદાયક નહિ હોય. આમ બંને રીતે એ વસ્તુ યોગ્ય છે. તમે દોડો છો, આ હાથણી ઝૂંટવીને, એ બંને રીતે અયોગ્ય છે. હલ્લ – વિહલ્લ આપણે ત્યાંથી ભાગ્યા છે એ વાત આપણે પોતે જ પ્રગટ કરીએ છીએ. એ પણ ભયજનક છે. હું ને જીવકકુમાર વૈશાલી જઈએ. એ બરાબર છે.'

અજાતશત્રુ વિચાર કરી રહ્યો. એના મનમાં સેચનકની વાત ઢીલમાં પડતાં દેવદત્તના શબ્દો ઘૂમવા મંડ્યા હતા. સેચનક તો હવે ગયા જેવો જ હતો... પાછળ દોડવામાં જોખમ ઘણું મોટું આવવાનું હતું. એના કરતાં તો હવે મગધે જ્યારે સેચનક ખોયો છે ત્યારે, મગધનો પ્રશ્ન પોતે પતાવી દે. રાજા બિંબિસાર પાસે નામની સત્તા પણ ન જોઈએ. એ નામની સત્તાએ આ પરિણામ આણ્યું. અભયકુમાર રાજગૃહમાં ન હતો. હલ્લ – વિહલ્લ ગયા હતા. આ મહાઅમાત્ય ને જીવકકુમાર વૈશાલી જતા હોય તો એ પણ ઠીક છે. પોતે રાજગૃહને જ અજેય ને અભેદ્ય બનાવવાનું પહેલું પગલું ભરી કાઢે.

આ વિચાર એને આવ્યો. રાજા પ્રસેનજિતનું આહ્વાન માથે ઊભું હતું. એ વિચાર પણ એને આવી ગયો. તેણે તરત કહ્યું : 'પણ માનશે ? હલ્લ – વિહલ્લ માનશે ?'

'આપણે પણ એ જ જોઈએ છીએ મહારાજ ! એ ન માને !'

'ન માને ?'

'તો જ મગધ-વૈશાલી યુદ્ધ અનિવાર્ય થઈ રહે. એ યુદ્ધ હવે આવવું જોઈએ. મહારાજ ! કેટલીક વખત યુદ્ધ લાવવાનાં હોય છે. સામ્રાજ્ય સ્થાપના એટલે માત્ર યુદ્ધો નહિ. એમાં યુદ્ધો ક્યારે લાવવાં એ જેટલું જરૂરી હોય છે, એટલું જ યુદ્ધો ક્યારે ન લાવવાં એ જરૂરી હોય છે. આપણે હવે વૈશાલીનું યુદ્ધ લાવવું જ છે. પણ તે પહેલાં મહારાજ ! તમારે કોશલનું પતાવી દેવું પડશે. તમે દેવદત્તને ત્યાં મળ્યા તે પણ એક રીતે ઠીક થયું.'

અજાતશત્રુ આ સાંભળતાં ચમકી ગયો. તેના મનથી તેણે આ વાતને ઘણી છાની રીતે થયેલી ગણી હતી. હજી એ વાત મહાઅમાત્ય પાસે થઈ ન હતી. પણ વર્ષકાર એ જાણે છે એ જાણતાં અજાતશત્રુ નવાઈ પામ્યો. અને સાથે સાથે આ બ્રાહ્મણમંત્રીનો એને વધારે ભય લાગવા માંડ્યો.

વર્ષકાર એ સમજી ગયો. તેણે ધીમા શાંત શબ્દોમાં કહ્યું : 'મહારાજ ! તમને બોલાવવા આવનારને યાદ કરો. એટલે આ વાત મને કેમ મળી તે સમજાઈ જશે. નાલીજંઘ બ્રાહ્મણ શ્રાવસ્તીમાં, ને આર્યક બ્રાહ્મણ વૈશાલીમાં, એ બંને આપણા મિત્ર છે. એ તો મેં જ તમને કહ્યું છે. પણ હું તમને બીજી વાત કહેવા માગતો હતો. આ દેવદત્તનો આપણે માટે જેવો તેવો ઉપયોગ નથી. દેવદત્તને તમે મળ્યા – પણ એની એક વાત સમજવા જેવી છે મહારાજ ! દેવદત્ત દુશ્મન તરીકે ભયંકર છે. પણ તેના કરતાં મિત્ર તરીકે વધારે ભયંકર છે, એને દુશ્મન ન બનાવતા. મિત્ર પણ ન બનાવતા. એને એના ભિખ્ખુસંઘમાં જ ફાટફૂટ પડાવનાર રહેવા દેજો. શ્રમણ ગૌતમનો ભિખ્ખુસંઘ તૂટે, એ પણ આપણે માટે તો ઠીક છે.'

અજાતશત્રુના હોઠ સુધી એક વાત આવી ચડી. રાજગૃહમાં હવે એ સર્વસત્તાધીશ થઈ જવા માગતો હતો. પણ એણે એ વાત અત્યારે ન ઉચ્ચારવામાં ડહાપણ જોયું, પણ એને આ વાત વધુ ગમી ગઈ. સેચનકની પાછળ અફળ જેવી જણાતી દોટ કરતાં એ વધુ લાભદાયી હતી. વર્ષકાર ને જીવકકુમાર વૈશાલીમાં જાય તે.

તેણે મોટેથી કહ્યું : 'તો તો વૈશાલી જવું, એમને વાત કરવી, વાટાઘાટો ચલાવવી, એ એક જ રસ્તો આપણા માટે રહ્યો.'

'મને તો એ લાગે છે.'

'મને પણ બીજો માર્ગ દેખાતો નથી.' અજાત બોલ્યો : 'કાકને કહી દઈએ.' વર્ષકાર ત્યાંથી ખસીને કાક ભણી વળ્યો. 'ભણે કાકમંત્રી ! આંહીં આવો, આંહીં. શું તમે આમળાની વાત કરતા હતા ? તમને ગમે તે એક લેવાની તો છૂટ હતી. પછી ભિષગ્વર જીવકકુમારનો તમે કેમ દોષ કાઢતા હતા ?...'

'અરે ! પણ આવાં લોટાભરણાં જુદ્ધ તે ક્યાંય હોતાં હશે ? મને પગમાં ગોટલા ચડે છે. આ તો કોઈ વખત તમારા ભિષગ્વર ખલાસ કરી નાખે !'

સૌ કાકની મૂંઝવણથી હસી પડ્યા. પણ વાતાવરણ જરાક હળવું જોતાં જ મહાઅમાત્યે ગૌરવથી કહ્યું : 'મહારાજ ! હાથણી ભદ્દવતીને લઈ જવાની અનુજ્ઞા આપો. કાકમંત્રી આમળામાં મૂંઝાઈ ગયા લાગે છે.'

હળવા વાતાવરણમાં અજાતશત્રુએ અનુજ્ઞા આપતો હાથ જરાક ગૌરવથી લંબાવ્યો : 'ભણે કાકમંત્રી ! અવંતીનાથને શ્રમણ ગૌતમની થોડી જ્ઞાનવાર્તા સંભળાવવાની યોજના કરો. ભદ્દવતી તમારે તે વખતે જોઈએ એ સાચું. ભણે જીવકકુમાર ! એમને એ સોંપી દો. અને આપણે આપણી વાત સાંભળીએ. આ આવતો જણાય છે, તે તમને લેવા ગયેલો રથ જણાય છે. એ અધવચ્ચેથી તમારા સમાચાર મળી જતાં, પાછો ફર્યો લાગે છે.'

મહારાજને, જીવકકુમારને, મહાઅમાત્ય વર્ષકારને અભિવાદન કરતો કાકમંત્રી ભદ્દવતી તરફ ચાલ્યો. એ રસ્તે પડ્યો કે તરત વર્ષકાર મહાઅમાત્યે જીવકકુમારને કહ્યું : 'ભણે ભિષગ્વર રાજકુમાર ! આપણે વૈશાલી જવું પડે તેમ છે. ત્યાં મહામારીના ઉપદ્રવના સમાચાર આવ્યા છે !'

'મહામારીનો ઉપદ્રવ ? વૈશાલીમાં ? તો તો દોડવું જોઈએ. ભન્તે અમાત્યજી !' જીવકકુમાર સીધી રીતે બોલ્યો.

'આપણે જઈએ. મારે પણ ત્યાં કામ છે.' વર્ષકારે કહ્યું.

૨૫. રસ્તામાં

જે સમયે જે પરિસ્થિતિ ઊભી થાય તેમાંથી જ પોતાની રાજનીતિનો તંતુ આગળ વધારતો રહેવો, એ મહાઅમાત્ય વર્ષકારની ટેવ હતી. જીવકકુમારને સાથે લઈને એ વૈશાલી જવા માગતો હતો, એમાં પણ આ રાજનીતિ જ કામ કરી રહી હતી.

જીવકકુમાર રાજગૃહ તરફ જાય એ ભયજનક હતું. એને અભયકુમાર માટે ઘણું માન હતું. એ અજાતશત્રુ સાથેનું ઘર્ષણ ટાળતો રહેતો, પણ મનમાં સમજતો કે રાજ, અભયકુમારનું જ હોઈ શકે. પોતે પણ અભયકુમારની પેઠે જ ઊછર્યો હતો. એટલે એની અભયકુમાર તરફ વધારે સહાનુભૂતિ હતી. લોકનો અભયકુમાર તરફનો પ્રેમ, એને અભયકુમારની પાછળ જવા પ્રેરે, એ સંભવિત હતું. જ્યારે આ તરફ વૈશાલીમાંથી, હલ્લ – વિહલ્લના સમાચારે આમ્રપાલી અભયકુમારને મળવા નીકળે. અને રાજા પણ પુત્રના પ્રેમે એની પાછળ હજી જાય. અભયકુમાર પાછો ફરે, તો પોતાનું બધું કર્યુંકારવ્યું ધૂળમાં મળી જાય. એટલે અભયકુમારનું પૂરેપૂરું મુંડન થઈ ન જાય, ત્યાં સુધી એ બળવાન પ્રતિસ્પર્ધી તરીકે ગમે તે પળે ઊભો થાય એ શક્ય હતું. પોતે વૈશાલી જવાનો તાત્કાલિક નિર્ણય કર્યો તેમાં જીવકકુમારને વૈશાલીમાં રોકી રાખવાનો એક હેતુ હતો. આમ્રપાલી વિષે જાણી લેવાય. અજાતશત્રુ રાજગૃહમાં એકલો હોય, એટલે રાજાના હલનચલન ઉપર નિરંકુશ અંકુશ આવી પડે.

એ વૈશાલી જઈ રહ્યો હતો – છતાં એના મનમાં એક ગડભાંગ હતી. અજાતશત્રુ એકલો રહ્યો રહ્યો, રાજગૃહમાં ઓડનું ચોડ ન કરી બેસે એ જોવાનું

હતું. તો વૈશાલીને પોતે ઉશ્કેરી ન મૂકે, એ પણ જોવાનું હતું. આ વખતે તો પ્રગટપણે જ મગધના મહાઅમાત્ય તરીકે એ વૈશાલીમાં જવા માગતો હતો. જીવકકુમારનો સાથ એના પ્રવેશને સરળ બનાવી શકે, એમ એણે માન્યું.

નિર્ણય લેવાયો એટલે અજાતશત્રુ રત્નપાલ ઉપર રાજગૃહ તરફ પાછો ફર્યો. જીવકકુમાર ને વર્ષકાર વૈશાલી જવા ઊપડ્યા.

જીવકકુમાર ને વર્ષકાર વેગીલા રથમાં જઈ રહ્યા હતા. આખે રસ્તે ઠેર ઠેર વૈશાલીની સમૃદ્ધિનાં એમને દર્શન થતાં હતાં. મગધની સીમાથી એ જેમ જેમ દૂર ગયા તેમ તેમ એમણે લોકમાં અજબ સ્ફૂર્તિ દીઠી. એ સ્ફૂર્તિ મુક્ત હવાની હતી. દરેકમાં પોતે પણ, દેશના એક રાજા છે, એ હવાનો આનંદ જણાતો હતો.

વર્ષકારનો રથ ગંગાકિનારે આવી અટક્યો. ત્યાંથી સામે કાંઠે જવું કે ન જવું તેનો વિચાર કરતો એ થોભ્યો. વારાણસી પહોંચીને પોતે ઉક્કાચેલને માર્ગે વૈશાલી ગયો હોત, તો એના આવાગમન વિષે કદાચ બહુ પૃચ્છા પણ ન થાત. પણ એ રસ્તો લાંબો હતો. ને એને સમયની ગણતરી હતી. આંહીં તો પોતે પાટલીગ્રામ પાસે આવીને અટકતો હતો. વચ્ચે ભગવતી ગંગા નદી વહેતી હતી. એના મધ્યજળમાં નૌકા પહોંચે ત્યાંથી ખરી રીતે વૈશાલીવાળા પોતાની સીમા શરૂ થાય એમ માનીને પૃચ્છા કરતા સામે કાંઠેથી નૌકામાં દોડ્યા આવવાના. સામે કાંઠે ઊતરવાની વાત તો પછી હતી. પોતાને પાછું ફરવું પડે તો એ ઘણું ભયંકર ગણી શકાય. કોઈ રીતે સામે કાંઠે પહોંચીને વૈશાલીને માર્ગે એણે પળવું જ રહ્યું.

જીવકકુમારને એણે સાથે ઉપાડ્યો હતો. પણ એના વિષેની કોઈ પૃચ્છા વૈશાલીથી આવી ન હતી. અને આ પાટલીગ્રામના આસપાસના વિસ્તારમાં તો વૈશાલીવાળા અરધી અરધી તસુ જમીન માટે જાગ્રત હતા. અને પોતે પણ એક મહાન દુર્ગની રચના ક્યાં ઉપાડી ન હતી ? એની દુર્ગમ જાડીધીંગી દીવાલો પોતે આંહીં જ્યાં થોભ્યો હતો ત્યાંથી ડોકિયાં કરતી દેખાતી હતી.

વર્ષકાર ગંગાના પ્રવાહ તરફ જોઈ રહ્યો. વૈશાલી ગણતંત્ર એક અભિનવ પ્રયોગ હતો. પણ એનું સામર્થ્ય જેવું તેવું ન હતું. શ્રમણ ગૌતમ જેવાને પણ પોતાનો ભિખ્ખુસંઘ રચવામાં એ ઉપયોગી જણાયું હતું.

પણ વર્ષકારને મન વાત જુદી જ હતી. ગણતંત્રો ગમે તેટલાં બળવાન હોય, છેવટે તો એ માનવજાતના ઉત્કૃષ્ટમાં ઉત્કૃષ્ટ શિખર વિષે અજ્ઞાત રહેવાનાં. એને ત્યાં સઘળું જ સામાન્ય કોટીના ગુણવત્તાના ભંડાર સમું બની જવાનું. અ – સામાન્ય કોટીનાં માનવપુંગવો એની કલ્પનામાં આવી શકવાનાં જ નહિ. વર્ષકારને ગણતંત્રોમાં માનવોનો ઉદય નહિ – હ્રાસ દેખાતો હતો. પ્રચલિત હવામાં એ જુદી જ વિચારસરણીનો એક અને અદ્વિતીય આદમી હતો. ગણતંત્રો વળી શું ? એવી પૃચ્છામાં એ રાચનારો હતો. એ કહેતો, ગણતંત્રોને નિહાળો – એમની શૈલી દેખો. એમની નૃત્યની ભાવના – એટલે સામાન્ય સમૂહના નૃત્યની ભાવના. કોઈ મહાન નારી હિમાચળના ઉત્તુંગ શિખર સમા ગગનપંથે ઊભી હોય, સેંકડો ને હજારો, નૃત્યકારો, નર્તિકાઓ એની પાસે પાણી ભરે. એ કલ્પના જ કોઈને આવે નહિ ! એવું જ ધનુર્વિદ્યાનું. એવું ભિષગ્વિદ્યાનું. એવું યુદ્ધવિદ્યાનું. એવું જ સમૃદ્ધિનું. એવું જીવનવિદ્યાનું. એવું જ રૂપનિર્માણનું. અસામાન્ય રૂપને કરવું છે શું ? કોઈ રૂપને અસામાન્ય ગણવું જ શું કરવા ? બધા જ સરખા જડસા ચીબાં હોય તો બસ છે. રૂપ રહેતું જ નથી. રાજવંશી રૂપની ખુમારી અને – ગૌરવ ગર્વ – અને ઉત્કૃષ્ટ રમણીયતા – એ બધાંને અસામાન્ય ગણીને રાચવાનો મોહ શું કરવા જોઈએ ? અને તેથી રૂપની અભિમાનભરી શ્રેષ્ઠતા પણ રહેતી નથી. આવી આવી વિચારસરણી ઉપર વારંવાર જઈ ચડતા મહાઅમાત્ય વર્ષકારના દિલમાં ગણતંત્રો પ્રત્યે જેવો તેવો રોષ ન હતો, જન્મશ્રેષ્ઠતા, જાતિશ્રેષ્ઠતા, બ્રાહ્મણશ્રેષ્ઠતા, વિદ્યાશ્રેષ્ઠતા, તમામ શ્રેષ્ઠતાની હરરાજી બોલાવનાર શ્રમણ ગૌતમ માટે પણ, એના મનમાં કાંઈ જેવો તેવો અગ્નિ ભર્યો ન હતો. એની કલ્પનાની આંખમાં એક એવી ભયંકર રણભૂમિનું સર્જન બેઠું હતું કે અત્યારે એ કેવળ મૌન – અને ભેદી મૌનને જ ભજતો હતો. એના મોંમાં આંગળાં નાખીને બોલાવો તોપણ એ બોલવાનો કે શ્રમણ ગૌતમ એ એક જ આ યુગને ઘડનારો છે, સરજનારો છે, અને તરત એના મનમાં બેઠેલો ભયંકર ઉપહાસ મોટેથી હસીને એના મનને કહેવાનો કે 'ઠીક છે. એ ભિખ્ખુઓનાં ટોળાં સરજે છે, તક્ષશિલા તરફથી દોડ્યાં આવતાં ટોળાંઓ માટે કાપણી જોગ મોલ એ વાવતો જાય છે !'

એ તો ઇચ્છી રહ્યો હતો કે શાક્યો પણ આ શ્રમણ ગૌતમના પંથે પળે. વિડૂડભના* ધસારાની સામે સેંકડોનાં ટોળાંમાં જુદ્ધ આપવાને બદલે હેતુ વિના કપાઈ જવાના ભીષણ મૃત્યુને ભલે એ ભેટે ! ત્યારે જ એ પંથમાં રહેલી એક મહાન નિર્બળતા વિષે લોકો પોતાની રીતે કાંઈક વિચાર કરતાં થશે. અત્યારે તો શ્રમણ ગૌતમની હવાએ એમના ઉપર મોહિનીમંત્ર છાંટ્યો છે. પંથના રહસ્યને પણ એ ત્યારે પામશે !

વર્ષકારના દિલની એ વાતનું ભવિષ્યમાં જે થવું હોય તે ભલે થાય. પણ અત્યારે બળવાન વૈશાલી સંઘની નૌકાઓ સામે, મગધનો મહાબળવાન મહાઅમાત્ય છતાં એ ફરકી શકે તેમ ન હતો.

એ વિચાર કરી રહ્યો. એણે નૌકાવાળાને બોલાવ્યો. રથને નૌકામાં લઈ જવાનો હતો.

'પણ ભન્તે મહાઅમાત્ય ! નૌકાને ક્યાં લઈ જવાની છે ?'

'સામે કાંઠે !'

નૌકાવાળો મૂંઝાયો. 'ભન્તે મહાઅમાત્ય ! વૈશાલીની નૌકાઓ ગંગાનદીમાં રાત આખી ફરતી રહે છે. જળપ્રવાહની મધ્યરેખાથી એક તસુ પણ આપણી નૌકાને આગળ વધવા નહિ દે !'

'કેમ ?'

'એવી આજ્ઞા છે !'

'કોની ?'

'સેનાપતિ સિંહનાયકની પોતાની.'

---

* Rockhill (Page 117-120) આપ્યું છે તેમ વિડૂડભ જ્યારે કપિલવસ્તુ ઉપર ગયો. ત્યારે શાક્યો સંથાગારમાં ભેગા થયા. વિડૂડભના ધસારાને રોકવા નહિ. એની સામે હથિયાર ઉપાડવામાં કેટલી ધર્મહાનિ છે એનો વિચાર કરવા. આપણે ત્યાં હમણાં જ કોઈકે એક વિચિત્ર વાત મૂકી ન હતી ? ભારતવર્ષમાં શસ્ત્ર ન જોઈએ. સૈન્ય ન જોઈએ ! આવનારાઓને કાપણી કરવાનું ઠીક પડે તેવું ખેતર આંહીં તૈયાર રાખવું જોઈએ. ભારતવર્ષ તો ભારતવર્ષ રહેવું જોઈએ. બોડકી બામણીના ખેતર જેવું !

'તો ભણે નૌકાપતિ ! તું એમને જઈને અમારી વતી કહે. આ લઈ જા, મગધરાજની મુદ્રા. એમને કહેજે કે મહારાજ બિંબિસારે જીવકકુમાર ભિષગ્વરને આ નૌકામાં મોકલેલ છે. વૈશાલીના ઉપદ્રવ માટે એ વૈશાલી જઈ રહેલ છે. ભણે જીવકકુમાર ! આપણે ચાલો.'

એક મોટી નૌકામાં રથને ચડાવવામાં આવ્યો. પાછળ પાછળ એક સુંદર નૌકામાં જીવકકુમાર અને વર્ષકાર ઊપડ્યા.

મધ્યજલની કાલ્પનિક રેખા પાસે જ કેટલીક નૌકાઓ ઊભી હતી. રાતના અંધારામાં એમના ઉપર કોણ કેટલી સંખ્યામાં હતા તે બરાબર કળાતું ન હતું, પણ દીપકોના પ્રકાશમાં સૈનિકોની હિલચાલ જોઈ શકાતી હતી.

'ભણે નૌકાપતિ ! વૈશાલીમાં ઉપદ્રવ કેવોક છે ?' વર્ષકારે પૂછ્યું.

'કે'છે બહુ છે ભન્તે મહાઅમાત્ય ! શ્રમણ ગૌતમ પોતે આવનાર છે. એને બોલાવવા માટે વૈશાલીથી જવાના છે એમ સંભળાય છે.'

'એમ ? ક્યારે આવનાર છે ? હમણાં ક્યાં છે શ્રમણ ગૌતમ ? શ્રમણ ગૌતમ આવે તો ઘણું સારું થાય !'

'શ્રાવસ્તી નગરીથી એ મલ્લ દેશમાં આવવા નીકળેલ છે !'

'ભણે જીવકકુમાર ! તમને મેં એટલા માટે જ સાથે ઉપાડ્યા છે. શ્રમણ ગૌતમ આવે તો આપણે એને મળવું છે. એની પાસે આ લોકની નહિ એવી વસ્તુઓ છે. આપણે એ ઉપયોગી છે. તમે શ્રમણ ગૌતમનું ઔષધ કર્યું છે. આપણે એમને મળવા જવું છે. તમને મેં હજી સુધી કહ્યું નથી. પણ હવે મારે કહેવું જોઈએ. મગધ રંડાઈ ગયું છે !'

'રંડાઈ ગયું છે ?' જીવકકુમાર ગભરાટમાં બોલ્યો : 'શી વાત છે ભન્તે મહાઅમાત્ય ? રંડાઈ ગયું છે એટલે ? શું મહારાજ ઉપર કોઈ આપત્તિ ઊતરી છે ? યુવરાજકુમાર અજાતશત્રુના ક્રોધે પ્રચંડ રૂપ પકડ્યું છે ? શું છે ?'

'એવું કાંઈ નથી ભણે જીવકકુમાર ! આધાર તમારા ઉપર છે. મગધને તમે ઉગારી શકો તેમ છો !'

નૌકા ગંગાના પ્રવાહમાં આગળ વધી રહી હતી. મધ્યરેષા હજી દૂર હતી. પણ તે પહેલાં, જીવકકુમાર વૈશાલીમાં પોતાનું જવું આવશ્યક માને, એમ વિચાર

કરે, તે જરૂરી હતું. અભિમાન ભરેલા રસમાં પડીને પોતાના જવાને ઘણું મહત્ત્વ આપે એ જરૂરી હતું. વર્ષકાર વાતને એ લક્ષ તરફ દોરી રહ્યો હતો.

'પણ ભન્તે મહાઅમાત્યજી ! વાત શી છે ? તમે માંડીને કહો તો સમજાય. રાજગૃહમાં કાંઈ થયું છે ? મારા ગયા પછી કોઈ નવી વાત બની છે ?'

'નવી વાત તો બની છે – પણ એવી બની છે....' વર્ષકાર બોલ્યો. ને પછી ન બોલ્યો.

'શી વાત બની છે ?' જીવકકુમારે ઉતાવળે કહ્યું. પણ વર્ષકારને વાત કહી નાખવાની ઉતાવળ ન હતી. તે ધીમેથી બોલ્યો :

'કહું તમને. પણ તમારો મુલાયમ સ્વભાવ હું જાણું છું. હું કહેતાં ધ્રૂજું છું. પણ કહ્યા વિના છૂટકો નથી. તમે શ્રમણ ગૌતમના પ્રિયજનમાંના એક છો એ હું જાણું છું. અને આ વાત એ સંબંધી છે. તમને ખબર છે, મહારાજે એક નર્તિકા અભયકુમારને ભેટ આપી હતી ?'

'હા, એ સાંભળીને હું ગયો હતો.'

'ત્યારે એ નર્તિકા મૃત્યુ પામી !'

'હેં ? અરર ? શું કહો છો ? પણ એને દર્દ શું હતું ?'

'નૃત્યનું !' વર્ષકાર બોલ્યો. બોલતાં મનમાં મોટું ઉપહાસી હાસ્ય હસી રહ્યો હતો : 'જેવું તમને છે આ શ્રમણ ગૌતમની ઘેલછાનું !' તે મનમાં બોલી ગયો.

'નૃત્યનું ! એવું તે કોઈ દર્દ હોતું હશે ? એને શું થયું હતું ?'

'મેં તમને કહ્યું તે. નૃત્ય કરતાં એ મૃત્યુ પામી. એ તો મૃત્યુ પામી, પણ બીજા અનેકને મૃત્યુ પમાડતી ગઈ !'

'એટલે ?'

'એટલે ભણે જીવકકુમાર ! તમે જાણો છો કે રૂપ શું છે. અરૂપ શું છે. રૂપ–નારી અને પ્રેમ એ શું છે એ પણ તમે જાણો છો. એ બધાં ફોગટનાં છે. તમે એ જાણો છો. એવી દૃષ્ટિ જેને મળી ન હોય તેનું શું થાય ? રૂપ કાંઈ ઓછું ભયંકર છે ? એણે જ દુનિયાને વારંવાર ઉજ્જડ કરી નથી ?

જીવકકુમાર ! આ રૂપ શું છે ? ને એને આંહીં કોણ લાવ્યું છે ? અભયકુમાર એ નર્તિકાના રૂપપ્રેમમાં જાતને જ ખોઈ બેઠા. એ ભિખ્ખુપંથે વળી ગયા !'

'હેં, શું કહો છો ? હોય નહિ. અભયકુમાર ભિખ્ખુ થઈ ગયા ? અને શ્રમણ ગૌતમે એને થવા દીધા ? હોય નહિ, ભન્તે મહાઅમાત્યજી !'

'હું પણ સમજું છું ભણે જીવકકુમાર ! કે એમ ન હોય. એમ હોવું ન જોઈએ. પણ એમ થયું છે, તેનું શું ?'

'એટલે તો મેં તમને કહ્યું કે મગધ રંડાઈ ગયું. મહારાજ અનાથ થઈ ગયા. મગધજનો નિરાધાર થઈ ગયા. આપણે એ અભયકુમારને પાછા લાવવા જઈ રહ્યા છીએ. આપણે વૈશાલી જવું છે એટલા માટે. મહાઉપદ્રવવાળી વાત આવી છે. તમે ત્યાં ભિષગ્વર તરીકે જાઓ છો. વૈશાલીનો પ્રેમ આપણે જીતી લઈએ. આપણે આટલા માટે જઈ રહ્યા છીએ.'

જીવકકુમાર સ્તબ્ધ બની ગયો. કેટલી વાર સુધી કાંઈ બોલી શક્યો નહિ.

વર્ષકારે હલ્લ – વિહલ્લ ભાગ્યા છે એ વાત જ જાણે ઉડાડી દીધી હતી. જાણે એ એમ બની જ નથી. સેચનક હાથીને લઈને હલ્લ – વિહલ્લ અભયકુમારને પાછા સંસારમાં લાવવા માટે વૈશાલી ગયા છે, આમ્રપાલીને મળવા આવ્યા છે, આ રીતે વાત લેવી, એમ પણ એણે નિર્ણય કરી લીધો. વૈશાલીમાં ગયા પછી વધુ શું કરવું તે જોઈ લેવાશે.

૨૬. નગરીમાં પ્રવેશ

વર્ષો પહેલાં મહાઅમાત્ય વર્ષકાર વૈશાલીમાં આવ્યો હતો. ત્યારે એ નગરી મહાન હતી. અત્યારે તો સિંહનાયકના નેતૃત્વ નીચે એ અદ્વિતીય બનેલી હોવી જોઈએ. એ વખતે એ આર્યક બ્રાહ્મણની સાથે સંથાગારમાં ગયો હતો. ત્યારે વૈશાલીમાં આમ્રપાલીનો પ્રશ્ન હતો. એ પ્રશ્ન ઉપર નગરી વિભક્ત થઈ જાય એવો ભય હતો. વર્ષકાર ત્યારે છાને વેશે આવ્યો હતો.* સિંહનાયકની કુનેહથી વૈશાલી નગરીને એ કસોટી પાર કરતી એણે જોઈ હતી. એ વખતે એ આમ્રપાલીને મળ્યો હતો. સેનાપતિ મહાલીની વાત જાણી હતી. ત્યાર પછી તો એ અંધ સેનાપતિએ વૈશાલીમાં પાંચ સો સૈનિકો ઊભા કર્યા કહેવાતા હતા. પણ એ એક મહાલી હતો. આજે વૈશાલીમાં મહાલીના હાથ નીચે શસ્ત્રાસ્ત્ર શીખેલા પાંચ સો અદ્વિતીય યુદ્ધપતિ હોવા જોઈએ. એ એક એક જણ એક એક સહસ્રનાં દળને રોકવાની શક્તિ મેળવેલો હોવો જોઈએ. સિંહનાયકે વૈશાલી નગરીને પોતાની રીતે ઘડીને એને એક અને અદ્વિતીય બનાવી હતી.

ત્યાર પછી તો એ જ સિંહનાયકના વ્યક્તિત્વે, આમ્રપાલી જેવી આમ્રપાલી પાસે, અભયકુમાર જેવાનો ત્યાગ* કરાવરાવ્યો હતો. વૈશાલી બેઠાં બેઠાં એ મહાન વિચક્ષણ નરે મગધમાં બે મહાન પક્ષોનું ઘર્ષણ કલ્પ્યું હતું. અને એ ઘર્ષણ વર્ષકારે આવેલું જોયું પણ હતું. અભયકુમાર રાજગૃહમાં રહ્યો હોત, તો અજાતશત્રુનું સ્થાન કાં ગૌણ થઈ ગયું હોત, કાં યુદ્ધમાં એને નક્કી કરવાનું યુવરાજકુમાર માથે આવ્યું હોત. સિંહનાયકનો આ જેવો તેવો વિજય ન હતો. અને છતાં એણે એક શસ્ત્ર શું, એક કાંકરી પણ રાજગૃહ સામે ફેંકી

---

* જુઓ 'આમ્રપાલી'નાં પ્રકરણ 'વર્ષકારને પત્તો લાગે છે', 'થોડાં વર્ષ પછી' ત્યાં આ સંબંધ છે.

ન હતી ! સિંહનાયકનો ભાઈ ગોપાલ ત્યાર પછી મરણ પામ્યો હતો. અને રાજા બિંબિસારે સત્તા છોડી હતી. છતાં અભયકુમાર – અજાતશત્રુનો કોયડો ઊભો થઈ જ ગયો હોત !

પણ એ જ અભયકુમારને ભિખ્ખુપંથે વળાવ્યો. એ શક્ય બન્યું. એ મગધનો જેવો તેવો વિજય ન હતો. મગધમાંથી બે મહાન પક્ષોનું ઘર્ષણ હવે જતું હતું. અજાતશત્રુ એકલો મગધપતિ બનતો હતો. વર્ષકાર કાંઈક છુટકારાનો દમ ખેંચી શક્યો હોત.

પણ એટલામાં તો હલ્લ – વિહલ્લ સેચનક જેવા ગજરાજને લઈને આંહીં વૈશાલીમાં દોડ્યા આવ્યા, અને રાતોરાત નવો કોયડો ઊભો થઈ ગયો. ગમે તે પળે વૈશાલી રણક્ષેત્ર જગાડી શકે એવી વાત ઊભી થઈ ગઈ. અત્યારે જ રાજા અજાતશત્રુ જો એ ગજરાજને પાછો માગે, તો વૈશાલી લડવા તૈયાર થઈ જાય. અત્યારે જ યુદ્ધ થઈ જાય. આ એક અટપટો નવો કોયડો ઊભો થઈ ગયો. વર્ષકારે એમાંથી હવે રસ્તો કાઢવાનો હતો. બીજો ઉપાય ન હતો.

સેચનક હાથીને લઈને હલ્લ – વિહલ્લ ભાગ્યા છે એ વાત એણે ઇરાદાપૂર્વક જતી જ કરી. જાણે એ ભાગ્યા જ નથી. એ વાત એમ બની નથી એવી ઉપેક્ષા રાખી દીધી. અભયકુમાર ભિખ્ખુપંથે પળ્યો છે. એ ખબર આમ્રપાલીને આપવા માટે એ આંહીં એકદમ દોડ્યા આવ્યા છે. અભયકુમારને રાજગૃહ પાછા લઈ આવવાના છે. એ પ્રયત્ન માટે જ પોતે પણ વૈશાલીમાં આવ્યો છે. રાજા બિંબિસારે મોકલ્યો છે. વૈશાલીમાં કોઈ ઉપદ્રવની વાત સાંભળીને ભિષગ્વર જીવકકુમાર સાથે આવેલ છે.

વર્ષકાર સમજતો હતો. પોતે પ્રગટ રીતે મગધના મહાઅમાત્ય તરીકે આજે વૈશાલીમાં આવી રહ્યો હતો. એટલે એને વૈશાલીપ્રવેશ જ શંકાસ્પદ હતો. પણ સિંહનાયકને અભયકુમારના પ્રશ્નમાં રસ હતો. વૈશાલીનું એમાં હિત હતું. રાજા બિંબિસાર પુત્રપ્રેમથી પ્રેરાઈને એને ભિખ્ખુપંથેથી પાછો વાળવા મથે એ સ્વાભાવિક હતું. આમ્રપાલીને આ વાતની ખબર કરવા માટે મહાઅમાત્યને જ મોકલે. બીજા કોને મોકલે ? એ પણ એટલું જ સ્વાભાવિક હતું. સિંહનાયકને આપવાની આ વાત ઉપર વર્ષકારે મદાર બાંધ્યો. એ રથમાં છેક વૈશાલી સુધી

તો આવ્યો. પણ એના રથને ત્યાં વૈશાલીની બહાર રોકી દેવામાં આવ્યો. દૌવારિકો ત્યાં અભિવાદન કરીને રથને રોકતા સામે ઊભા હતા.

'ભણે દૌવારિક ! અમારે વૈશાલીના સ્વામી સિંહનાયકને મળવા જવું છે. અમારું કામ અગત્યનું છે. આ ભિષગ્વર જીવકકુમાર રાજગૃહથી આવે છે. મારી પાસે મગધપતિ રાજા બિંબિસારનો સંદેશો છે !'

'શું સંદેશો છે ભન્તે મહાઅમાત્યજી ? મને આપો. હું પહોંચાડી દઉં. અને પ્રત્યુત્તર લાવી આપું.'

દૌવારિક પોતાને તરત ઓળખી ગયો એ વૈશાલીની જાગ્રતિનું જેવું તેવું ચિહ્ન ન હતું. વર્ષકાર ઘડીભર વિચારમાં પડી ગયો.

એણે એક રત્નજડિત મુદ્રા દૌવારિક સામે ધરી. 'મગધપતિ મહારાજ બિંબિસારની આ મુદ્રા છે ભણે દૌવારિક ! મહારાજનો પોતાનો મોં મોકલ્યો સંદેશો પણ છે ! અમારે ઉતાવળે આવવું પડ્યું છે. અમે દોડતા જ આવ્યા છીએ. આ રથ પણ એ જ વાત કહે છે.'

'તો ભન્તે મહાઅમાત્યજી બોલે. મારું અવધાન સાંભળી લે પછી હું સંદેશો આપવા જાઉં !'

દૌવારિકની વાત નવી નવાઈની હતી. પણ એ તો માત્ર આજ્ઞા ઉઠાવતો હોવો જોઈએ. વૈશાલીનો બંદોબસ્ત જેવો તેવો ન હતો.

'ભણે દૌવારિક ! મગધપતિનો આ સંદેશો નથી. આ તો રાજપિતાનો સંદેશો છે. રાજકુમાર અભયકુમાર ભિખ્ખુપંથે વળ્યા છે. પિતા, પોતાના પુત્રને પાછા લાવવા માગે છે. એનો આ સંદેશો છે. વૈશાલીના નાયકની મદદ લેવા માટે હું જાતે એટલા માટે જ આવ્યો છું. મારે નાયકને મળવું છે. વૈશાલીમાં કોઈ અકળ ઉપદ્રવનાં ચિહ્ન સાંભળ્યાં. એટલે આ ભિષગ્વર જીવકકુમારને પણ મહારાજે સાથે મોકલ્યા. અમારે નાયકને તત્કાળ મળવું છે. અમારું કામ ઉતાવળનું છે. તમે પ્રત્યુત્તર લઈ આવો. અમે આંહીં થોભીએ છીએ.'

અભયકુમાર ભિખ્ખુપંથે વળ્યા છે એ વાત હલ્લ – વિહલ્લે પહોંચાડી દીધેલી હોવી જોઈએ. અભયકુમારના વ્યક્તિત્વ વિષે વૈશાલીમાં ભાગ્યે જ કોઈ અજ્ઞાત હોઈ શકે. પણ દૌવારિકે, અભયકુમારની વાત આવતાં કાંઈ આશ્ચર્ય બતાવ્યું ન હતું એ સૂચક હતું. મુદ્રા લઈને તે તરત ગયો.

વર્ષકાર ત્યાં રાહ જોતો થોભ્યો.

વૈશાલી અને મગધ વચ્ચે યુદ્ધ અનિવાર્ય હતું, એ એ જાણતો હતો. પણ તે પહેલાં પોતે વૈશાલીની જાતમાહિતી મેળવી શકે તો એ વાત પણ જેવી તેવી ન હતી.

અભયકુમારને પાછા વાળવામાં વૈશાલીનું હિત રહ્યું છે એ વિચારે સિંહનાયક ચડી જાય તો પોતે વૈશાલીમાં પ્રવેશ મેળવી શકે. વૈશાલીમાં તો એના ઉપર જાગ્રતચોકી હશે. પણ આમ્રપાલીના નીલપદ્મભવનને જોતાં જ વૈશાલી વિષે ઘણું મેળવી લેશે.

વર્ષકારને લાગ્યું કે ઘણો વખત જાય છે. એણે જીવકકુમારને હલ્લ – વિહલ્લની વાત હજી કરી ન હતી. એ વાત હવે એ જાણવાનો. એટલે વર્ષકારે ધીમેથી કહ્યું : 'એ તો મહારાજે હલ્લ – વિહલ્લને મોકલ્યા છે. પણ એમનાથી આ કામ પાર પડે, વખતે ન પડે !'

'હલ્લ – વિહલ્લને મહારાજે મોકલ્યા છે ? ક્યાં મોકલ્યા છે ?'

'બીજે ક્યાં ભણે કુમાર ? આંહીં વૈશાલીમાં. કાં નગરશોભિની આમ્રપાલી પોતે આવે – અને એ વાત ન બનતી હોય તો આમ્રપાલીની સેંકડો નર્તિકાઓમાંથી એક અદ્ભુત નર્તિકા આવે. અભયકુમાર એમ પાછા વળે. પણ એ કામ હલ્લ – વિહલ્લથી વખતે ન બને. આપણે આંહીંથી તરત દોડવું છે. શ્રાવસ્તીમાં કહે છે કે જે જાય છે તે ભિખ્ખુ બની જાય છે. ત્યાંની હવા જ એવી થઈ ગઈ છે.'

'તો શું અભયકુમાર ત્યાં ગયા છે ?'

'સમાચાર છે. શ્રમણ ગૌતમ એ તરફ વિચરે છે. આપણે શ્રમણ ગૌતમને પણ મળવું છે !'

'પણ હલ્લ – વિહલ્લ આંહીં આવ્યા છે ?'

'મહારાજે મોકલ્યા છે ને !' વર્ષકારે કહ્યું.

'અને સેચનક ?'

'સેચનક તો એમની સાથે જ હોય નાં ?'

'સેચનક પણ આંહીં છે ?' જીવકકુમારને આશ્ચર્ય થયું.

સેચનક આંહીં છે, હલ્લ – વિહલ્લ આંહીં આવ્યા છે, ત્યાં ઉરુવેલામાં અજાતશત્રુ ભદ્દવતી લઈને દોડવાની વાત કરતો હતો. આ બધી વાતમાં જીવકકુમારને કાંઈ સમજણ પડી નહિ. તેણે વધારે જાણવાના ઉદ્દેશથી કહ્યું : 'ભન્તે મહાઅમાત્યજી ! મહારાજને કેમ છે ?'

'મહારાજને ? મહારાજને હવે શું છે ? હવે તો વિશેષ ઔષધ આપવું હોય તો, તમે આવશો એટલે શરૂ થશે. પણ આ ઘા મહારાજ સહન કરી નહિ શકે. વૃદ્ધાવસ્થા છે. પોતાની જ આપેલી નર્તિકા.... એ વાત એમને આંહીં લાગી છે' વર્ષકારે છાતીએ હાથ મૂક્યો. 'આપણે જો અભયકુમારને પાછા વાળી શકીએ.....'

જીવકકુમાર વિચારમાં પડી ગયો, અભયકુમાર રાજગૃહમાં ન હતો. અજાતશત્રુ ત્યાં હતો. પોતે આંહીં હતો. હલ્લ – વિહલ્લ આંહીં હતા. મહારાજ બિંબિસારની દશા ત્યાં ઘણી કફોડી હોવી જોઈએ. એનું મન રાજગૃહ જવા માટે ઉતાવળું થઈ ગયું. વર્ષકાર એ જાણી ગયો : 'મેં તમને આંહીં શા માટે આણ્યા છે ભણે જીવકકુમાર ! જાણો છો ? આપણે જો આમ્રપાલીને સમજાવી શકીએ, તો અભયકુમાર કદાચ પાછા વળે. મહારાજ બિંબિસારનો ઘા જાય. મને તો ભય છે, ભણે જીવકકુમાર ! ક્યાંક મહારાજ પોતે જ ભિખ્ખુપંથે વળી ન જાય ! તો મગધ સાવ રંડાઈ જાશે. રંડાઈ તો જાશે, પણ વખતે ઊખડી જ જાશે. તમે સાથે છો. વૈશાલીના ઉપદ્રવ માટે તમે ઔષધ બતાવી શકો. વૈશાલીનો સદ્ભાવ આપણને મદદ કરે. નગરશોભિની આવે તો આપણે આંહીંથી શ્રાવસ્તી દોડીએ !'

વર્ષકાર થોડા દિવસ કાઢી નાખવાની વેતરણમાં હતો. દરમ્યાન અભયકુમાર ભિખ્ખુ થઈ જાય, પછી કોઈ ભય ન હતો. આંહીંથી આમ્રપાલી નહિ આવે – ન જ આવે. વૈશાલી નગરીને એ વાત ન રુચે, એ એ જાણતો હતો. પણ કદાચ સેનાપતિ સિંહનાયક જે અભયકુમાર માટે શક્ય બનાવ્યું, તે નગરશોભિની માટે શક્ય બનાવે.... તો ?

તો શું ? વર્ષકાર વિચાર કરી રહ્યો.

એને ભય લાગ્યો. કદાચ અભયકુમાર પાછો ફરે ?

અભયકુમાર માટે હવે એને એ શક્ય જણાતું ન હતું. છતાં વખત લંબાય એમ તો એ ઇચ્છી રહ્યો હતો.

એની વિચારસરણીનો અંત આવ્યો. સામેથી કોઈ બે અધિકારીઓ આવી રહેલા દેખાયા. તે પાસે આવ્યા. એમના ઉત્તમ અશ્વો એમના અધિકારને પ્રગટ કરતા હતા.

'મગધના મહાઅમાત્ય વર્ષકાર કહે છે, તેમને જ અમે સંબોધી રહ્યા છીએ ?' બંને અધિકારીઓ અભિવાદન કરીને બોલ્યા.

'હા. હું વર્ષકાર. મારી સાથે આ રાજકુમાર ભિષગ્વર જીવકકુમાર છે. મગધરાજ મહારાજા બંબિસારને વૈશાલીના ઉપદ્રવની જાણ થઈ. તરત એમણે એમને મોકલ્યા છે. અવંતીનાથનું ઔષધ કરીને હમણાં જ એ પાછા ફર્યા છે !'

'અવંતીનાથને કેમ છે ?' અધિકારીઓએ પૂછ્યું.

એમની વાતચીતની ઢબ ઉપરથી જ વર્ષકાર જાણી ગયો કે સિંહનાયકને પણ પોતે મગધમાં મોકલેલ અભયકુમારનો ભિખ્ખુવેશ રુચ્યો નહિ હોય. એટલે જ એણે એના વૈશાલી પ્રવેશને અનુજ્ઞા આપી જણાય છે. અથવા તો બીજો હેતુ પણ હોઈ શકે. જે હશે તે જણાશે. ત્યાં તો અધિકારીઓ જ બોલ્યા :

'સેનાપતિ સિંહનાયકે અમને તમારી પરિચર્યા માટે જ મોકલ્યા છે. મહાઅમાત્યજીનો આરામ નિવાસ પણ ત્યાં નાયકના પ્રાસાદ પાસે રાખ્યો છે. ભણે દૌવારિક ! દરવાજા ખોલી દો !'

વહેલું પ્રભાત હતું, એટલે દરવાજા બંધ હતા. દૌવારિક તે ખોલવા દોડ્યો.

વર્ષકારને થયું વૈશાલીમાં પ્રવેશ તો મળ્યો !

૨૭. સેનાપતિ સિંહનાયક

વર્ષકાર આરામગૃહમાં પહોંચ્યો તેવો જ પોતાના નિવાસસ્થાનની ચંદ્રશાલા ઉપર ચડ્યો. ચારે તરફ વિસ્તીર્ણ ફેલાયેલી વૈશાલી નગરીને એ નિહાળવા માંડ્યો. નગરીને જોતાં એ છક્ક થઈ ગયો. વર્ષો પહેલાં એણે જોયેલી નગરી આજની આ વૈભવશાળી ઇંદ્રનગરી સમી વૈશાલી પાસે તો પાણી ભરે. એવી વિશાળ સુંદર નગરી એણે ત્યાં પથરાયેલી દીઠી. સપ્તભૂમિપ્રાસાદોની અનેક પરંપરાઓ ચારે તરફથી ત્યાં ડોકિયાં કરી રહી હતી. જાણે નગરીમાં સપ્તભૂમિપ્રાસાદો સિવાય બીજું કોઈ મકાન જ ન હોય !

એમની ઉપરીતલની નાનીમોટી રૂપમઢી ચંદ્રશાલાઓમાં એણે રૂપેરી – સોનેરી અનેક સ્તંભો સૂર્યના પ્રકાશમાં ઝગારા કરી રહેલા જોયા. નગરીનો ખરો વૈભવ જોઈ શકાતો હતો. એમાંના કોઈ ઉપર ધજા ફરકતી હતી. કોઈ ઉપર મયૂર નૃત્ય કરતા હતા. ક્યાંકથી રાજહંસના કલરવ સંભળાતા હતા. તો કોઈ સ્તંભ ઉપર કેવળ રત્નમાણિક્યોની જ શોભા દેખાતી હતી. કોઈ જગ્યાએથી ધીમો શંખઘોષ આવી રહ્યો હતો. ક્યાંકથી તૂર્યનાદ આવતો હતો. કોઈ સ્થળમાં રણભેરી પણ બજી રહી હતી.

'ઓ હો હો !' વર્ષકારના મનમાં ઓ હો હો થઈ ગયું. આ સ્તંભોનાં રૂપભર્યાં દશ્યોએ તો એને ડોલાવી દીધો. એ વિચાર કરી રહ્યો. આ કેવી કલાકારીગરી વૈશાલીએ સિદ્ધ કરી હતી.

પણ એથી વધુ આશ્ચર્ય તો આ હતું. ચંદ્રશાલાઓના આ સ્તંભો ઉપરથી અનેક પક્ષીઓ અનેક પ્રકારના મંજુલ મૃદુ સુંદર શબ્દો કરી રહેલાં સંભળાતાં

હતાં. નગરીની વચ્ચે ફરતા માણસોને તો એમ જ લાગે કે જાણે કે કોઈ મહા ઉદ્યાનમાં ફરી રહ્યો છે !

પણ વર્ષકારે જ્યારે જાણ્યું કે એમાંનું એક પણ પક્ષી સાચું ન હતું. કેવળ કલાભર્યા રૂપરંગી આકારમાંથી આબેહૂબ એનો શબ્દ ઊભો થતો હતો. મયૂર ટહૌકા કરતો હતો, પણ ત્યાં કેવો મયૂર ને કેવી વાત, ત્યારે તો કલાકારીગરીની આ પરમ અવધિ બતાવતા વૈશાલીના નગરજનોને એ અંતરથી નમી પડ્યો ! આ એમણે શી રીતે સિદ્ધ કર્યું હશે એ જ એની સમજમાં ઊતર્યું નહિ. કલાકારીગરીનાં પંખીની સ્પર્ધા કરતાં સાચાં પંખી પણ દેખાતાં હતાં. એ પંખી પણ છેતરાઈ જતાં જણાયાં !

પણ આ એક જ દશ્યે એનું અંતર અંતરમાં બેસાડી દીધું. એને થઈ ગયું, જ્યાં આવી કલાકારીગરી છે ત્યાં બીજું શું શું નહિ હોય ? એણે તૈયાર કરવા માંડેલાં ભયંકર શસ્ત્રોની સામે વૈશાલી નગરી પાસે પણ શું નહિ હોય ? પોતાનાં શસ્ત્રોને ભયંકરમાં ભયંકર સમજનાર અંધારામાં ભુસ્કો મારે, અને આ મહાન નગરી એવો રણરંગ બતાવે કે એનાં શસ્ત્રો બૂઠાં થઈ જાય, તો મગધનું મહારાજ્યસ્થાપન તો એક બાજુ રહ્યું, ગિરિમાલાની વચ્ચે સૂતેલું રાજગૃહ પણ રહે કે નહિ એવો પ્રશ્ન થઈ જાય ! છેક મહાભારતી જમાનાથી ચાલ્યા આવતા મહાન ગિરિવ્રજ નગરને નામોનિશાનથી ટાળવાનું કલંક એના બ્રાહ્મણમંત્રીપદને મળે !

એ ખિન્ન થઈ ગયો. હજી તો એણે વૈશાલીને જોઈ ન હતી. એટલામાં એની નજર દૂર દૂર દેખાતા અતિશય ભવ્ય એક પ્રાસાદ ઉપર પડી. એણે અનુમાને ધાર્યું કે એ ગૌરવભર્યો ઉન્નત મહાલય આમ્રપાલીના નીલપદ્મભવન સિવાય બીજો ન હોઈ શકે !

એની ચંદ્રશાલા ઉપર એની નજર ગઈ. લાલ હીંગળોક વર્ણનો એક અદ્ભુત સ્તંભ એણે ત્યાં જોયો, એ સ્તંભ ઉપર નાની, નાજુક, પણ રૂપરૂપના અંબાર સમી કોઈ નર્તિકા નૃત્ય કરી રહી હતી ! પવનની લેરખી લેરખી સાથે તાલબદ્ધ નાચતી એ નર્તિકાને વર્ષકાર જોઈ જ રહ્યો ! સ્તંભ ઉપર એ જેમ જેમ વર્તુલાકાર ફેરફુદરડી ફરતી રહે તેમ તેમ એના અંગ અંગમાંથી જાણે

તેજના ફુવારા પ્રગટતા હોય તેમ, રત્ન, નીલમ, માણિક્ય, હીરાનાં તેજકિરણો પ્રગટતાં હતાં. સૂર્યકિરણમાં પરિવર્તન પામતાં એ કિરણો વૈશાલી નગરીના વિશાળ રાજપથ ઉપર ફેંકાતાં હોવાં જોઈએ; કારણ કે ત્યાં વર્ષકારે ઝીણી દૃષ્ટિ કરીને બરાબર જોયું, તો રાજપથ ઉપર અનેક માણસોની ઠઠને આ ચંદ્રશાલા ઉપર દૃષ્ટિ કરતા ઊભેલા એણે દીઠા.

આ નર્તિકાએ તો એને પાણીમાં બેસાડી દીધો ! એવી કલાપ્રતિમા એણે કદી જોઈ ન હતી, એનાં રૂપ, રંગ, નૃત્ય, એની મોહક ગતિ.... વર્ષકાર સ્તબ્ધ બનીને એ જોઈ જ રહ્યો.

વૈશાલીનાં સોનેરી, રૂપેરી અને તામ્રવર્ણાં ભવ્ય શિખરો ચારે તરફ દેખાતાં હતાં. પણ એ તો એણે તે પહેલાં પણ જોયાં હતાં. એ વાતની એને નવાઈ ન હતી. પણ આ જોઈને તો એણે પોતાની કલ્પનાના મહાન પાટલીપુત્ર નગરને અદશ્ય થતું અનુભવ્યું. કોઈ અચાનક અવાજથી જેમ સ્વપ્નની સ્વર્ગસુંદરીને અદશ્ય થતી નિહાળીને માણસ અસ્વસ્થ જાગી જાય, તેમ બ્રાહ્મણમંત્રી વર્ષકાર અસ્વસ્થ જાગી ગયો ! તેણે પોતાની સ્થાપવા ધારેલી નગરીને, મગધના મહાન રાજ્યને, પોતાના એક ચક્રવર્તી ભારતશાસનના સ્વપ્નને, શ્રેષ્ઠ નરપુંગવોના યુગને, એકી સાથે ઊડી જતાં જોયાં !

ઘડીભર એ પોતાના મનમાં ને મનમાં તો ભિખ્ખુનો પણ ભિખ્ખુ થઈ ગયો.

એને લાગ્યું કે એ ક્યાંક ભિખ્ખુ, સંન્યાસી, નગનપંથી, પાંશુકુલિક, હત્થીતાપસ,* કાંઈક પણ થઈ જાય તો સારું ! આ નગરીની મહત્તાને મગધ કોઈ દિવસ પહોંચી શકવાનું નથી. એને આજે પહેલી વખત સમજાયું કે નગરીમાં માત્ર એક જ મહાન, ભવ્ય, ઉદાત્ત, ગૌરવભરી નારી હોય, તો એ નગરીને કેટલા ઉન્નત શિખર ઉપર પહોંચાડી દે ! એક જ નારી – અને નગરીની ઉત્કૃષ્ટ સર્જન કલા. એની પરાક્રમ મહેચ્છા, એની સૌન્દર્યશક્તિ, એનાં પ્રેરણાનીર, એની મહત્તા, એની ભવ્યતા, એનાં ગર્વ, ગૌરવ અને ગુણ, તમામનો,

---

* અસંખ્ય પશુઓને મારવા કરતાં એક હાથીને ભોજન માટે મારવો એટલે ઓછી હિંસા એમ માનનારા તાપસો.

કોઈ ગિરિમાંથી કુદરતી સ્રોત ઝરે તેમ સ્રોત વહેવા માંડે. જનસમુદાયમાં છાની સૂતેલી મહાન શક્તિઓને કોઈ એક જ નારી એવી હોય છે, જે ફૂલની પાંદડીની જેમ પોતાની અદશ્ય હવાથી વિકસાવે છે ! પણ નારી..... નારી ક્યાં છે ? જે નગરીમાં એક નારી નથી, એ નગરીને નગરી કોણ કહે ? એના રાજગૃહમાં પેલી એક સાલવતી હતી. જીવકકુમારની માતા. એ પણ ભિખ્ખુપંથે પળી. એની અદ્ભુત સૌંદર્યવતી પુત્રી છે. એ પણ ભલું હશે તો ભિખ્ખુપંથે જ પળવાની ! વર્ષકારના મનમાં સ્ફુર્યું. આ નગરી વૈશાલી એ આમ્રપાલી છે, અને આમ્રપાલી એ જ વૈશાલી છે !

આમ્રપાલી ભિખ્ખુપંથે પળે ત્યારે આ નગરી પડે. ત્યારે આંહીં સૌંદર્ય, સર્જન, પ્રેરણા, તેજ, એમની ભરતી મોળી પડે. ઓટ આવે. એ આવે એટલે ઘર્ષણ જન્મે ! સર્જનપ્રિય પ્રજા મરતી નથી. ઘર્ષણી, કંકાસી, મતભેદી, હુંપદી, એ પ્રજા મરે છે. આમ્રપાલીની હવામાં આ બધું મરી ગયું છે. પણ એમ ન બને ? અભયકુમારને સમજાવવા જતાં આ આમ્રપાલી પોતે જ ભિખ્ખુણી બની જાય ! એ પણ એક શક્યતા છે. પણ આમ્રપાલી–આમ્રપાલી શું કહેશે ?

મહાઅમાત્ય વર્ષકાર કોણ જાણે કેવા કેવા વિચારતરંગે ચડી જાત, પણ એટલામાં એણે એક મહાન શંખઘોષ સાંભળ્યો – અને ચમકી ગયો.

શંખઘોષ થઈ રહ્યો હતો : ‘જે કોઈ ભિષગ્વર, પછી વૈશાલીનો હો, શ્રાવસ્તીનો હો, અવંતીનો હો, તક્ષશિલાનો હો, કોસાંબીનો હો, નગરી ગિરિવ્રજનો હો, ચંપાનો હો, તામ્રલિપ્તિનો હો, સિંહલદ્વીપનો હો, ગાંધાર કમ્બોજનો હો, ગમે ત્યાંનો હો, પણ જે કોઈ ભિષગ્વર, જનપદ કલ્યાણી દેવી આમ્રપાલીને ચિરયૌવનનું રસાયન બતાવી શકશે, તેને દેવી આમ્રપાલી પોતાના કંઠનો મહામૂલ્યવાન શતકોટી સુવર્ણનો હાર અર્પશે ! આ હારમાં એક હીરક એવો છે જે અર્જુનપુત્ર અભિમન્યુના કંઠમાં એના વીરમૃત્યુ સમે શોભી રહ્યો હતો ! સાંભળજો, વૈશાલી નગરીનાં નગરજનો હો, દેવી આમ્રપાલી આ ઘોષણા કરાવે છે ! પૃથ્વીમાં બે વસ્તુ અમર થવા માટે આવી છે, સૌંદર્ય અને યૌવન. ભુલાઈ ગયેલી જીવનકલાનો આવિર્ભાવ વૈશાલી નગરીના આંગણેથી પ્રગટે, માટે આ ઘોષણા જનપદકલ્યાણી કરાવે છે ! નગરશોભિનીનો વિજય હો !

વૈશાલી નગરીનો વિજય હો ! ચિર યૌવનનો વિજય હો ! સૌંદર્યનો વિજય હો !'

વર્ષકાર ઘોષણા પૂરી થતાં વધારે ચમકી ગયો. વૈશાલી નગરીના ચિરયૌવનના પ્રતીક સમી આ ઘોષણા હતી. પોતે અંતરમાં ઇચ્છી રહ્યો હતો, કે મહાન પાટલીપુત્ર નગર, એક સહસ્ર વર્ષનું ચિરયૌવન મેળવે, એ જ સ્વપ્ન આંહીં આ નારી, વૈશાલી નગરી માટે સેવી રહી હતી. ઘોષણા દ્વારા એ જન-જનના અંતરમાં રહેલા યૌવનના ઉત્સાહને પ્રેરણા આપી રહી હતી ! ઘોષણાનો એ અર્થ હતો !

જાણે કે શ્રમણ ગૌતમની મોહિની ભરેલી હવાને વૈશાલી નગરીનો આ પ્રત્યુત્તર હતો !

જનજનના અંતરમાં રહેલી, સૌંદર્યની ભાવનાને પ્રગટ કરવા સમી આ ઘોષણા હતી. એમાં કેટલી બધી ઉત્સાહશક્તિ હતી ? આમ્રપાલીના નીલપદ્મભવનમાં કેવી હવા વહી રહી હશે, એનું આ એક પ્રતિબિંબ હતું. ત્યાં કેવળ યૌવન હશે. કેવળ ઉલ્લાસ હશે. કેવળ જીવન હશે.

પણ ચિરયૌવન વિષે કોઈ કોઈ વખત જીવકકુમાર ઘેલા આદર્શ ઘડતો હતો ખરો. વર્ષકારને એ ખબર હતી. પોતાની પડખે હમણાં જ નીચેથી આવી ચડેલા જીવકકુમારના ખભા ઉપર એણે હાથ મૂક્યો: 'ભણે જીવકકુમાર ! આ વાત શું સાચી હશે ? ચિરયૌવનનું કોઈ રસાયન માનવને ક્યારે ય મળ્યું હશે ખરું ?'

'ક્યારે ય એ મળ્યું હશે એટલે ? એ ક્યારે આંહીં ન હતું, ભન્તે મહાઅમાત્યજી ! કે એને મેળવવાનું હોય ? એ તો આંહીં જ છે. મારી પાસે છે. તમારી પાસે છે. બધાની પાસે છે !'

'બધાની પાસે છે ? મારી પાસે પણ છે ?'

'હા, ભન્તે મહાઅમાત્ય ! આંહીં આ પૃથ્વીમાં કેવળ ચિરયૌવન છે. પૃથ્વી પોતે જ ચિરયૌવનનું પ્રતીક છે, એને તમે વૃદ્ધ થતી ક્યારે જોઈ ! ચિરયૌવન સિવાયની બીજી, કોઈ વૃદ્ધ જેવી અવસ્થા માનવજાત માટે છે જ નહિ ! ત્રણ ત્રણ હજાર વર્ષ સુધી મધ બગડતું નથી એ તમે જાણો છો ?'

'માણસનો અતિઉત્સાહ અને વિદ્યાપ્રિયતા એ બંને વચ્ચેનું અંતર ગુરુ આત્રેયે તમને બતાવ્યું તો હશે ભણે રાજકુમાર ! એ અતિ ઉત્સાહ પણ એક પ્રકારની ઘેલછા હશે ભણે જીવકકુમાર ?' વર્ષકાર બોલ્યો. જીવકકુમાર સમજી ગયો. પણ એ તો વધારે ઉત્સાહથી બોલ્યો :

'ના. ઉત્સાહ એટલે જ ચિરયૌવન. એ જેનો મરતો નથી, તે મરતો નથી. તમારો ઉત્સાહ મરે, ત્યારે તમે મરો. તે પહેલાં નહિ.'

વર્ષકારને જીવકકુમાર કાંઈક સીધો લાગતો હતો. આદર્શને વરેલો. આજે એને એ ઘેલો લાગ્યો.

'એ બધી વાત જવા દો ભણે જીવકકુમાર ! પણ તમે એવું કોઈ રસાયન જાણો છો ?'

'કેવું ?'

'ચિરયૌવન આપે તેવું ?'

'હા.'

'તો બીજા કોઈને નહિ, મહારાજ બિંબિસારને એ આપો !'

'ના.'

'કેમ ?'

'અપૂર્ણતાને ચિરયૌવન મળતું નથી. ચિરયૌવન મળે છે સંપૂર્ણતાને.'

'એટલે કે કોઈને નહિ !'

'એમ પણ નહિ. એટલે કે કોઈક એક બે વિરલને – અને તે પણ યુગયુગાંતરને અંતે.'

'માણસ શું ચિરંજીવ છે ભણે જીવકકુમાર ?'

'એ મને ખબર નથી, ભન્તે મહાઅમાત્ય ! માણસને મૃત્યુ નથી, એટલી જ મને ખબર છે !'

જીવકકુમારની વાતનો વર્ષકારને કોઈ અંત દેખાયો નહિ. પણ એને તો આમ્રપાલીની આ ઘોષણાનો લાભ ઉઠાવવો હતો. સિંહનાયક શું જવાબ આપશે એ હજી નક્કી ન હતું. જ્યારે આ ઘોષણા તો સૌ માટે હતી.

'તો આપણે એમ કરીએ ભણે જીવકકુમાર ! નગરશોભિનીની આ ઘોષણા તમે સાંભળી ? આપણે ચિરયૌવનનું રસાયણ વૈશાલીની નગરશોભિનીને બતાવીએ. એક શતકોટી સુવર્ણનો હાર મેળવીએ. વીર અભિમન્યુના કંઠને સ્પર્શેલો હીરક, એ જેવી તેવી વાત નથી ભણે જીવકકુમાર !'

'ભન્તે મહાઅમાત્યજી ! હીરા, વિભૂતિ અને સિદ્ધિ, એ વર્ષોને અંતે નહિ, યુગોને અંતે મળે છે. મેં જે કહ્યું તેને તમે ઘેલછા માનો છો, પણ આ ધરતીને તમે ચિરયૌવન વિનાની ક્યારે દીઠી ? એને બીજા કોઈ સ્વાંગમાં ક્યારે જોઈ ? આજે કોઈ મહાન નગરી સર્વનાશના પંથે હોય, કાલે જુઓ તો ત્યાં ચિરયૌવન ! ઋતુ ઋતુનાં ધરતીનાં રંગરૂપ શોભાને નિહાળોને ! ઋતુવસંત આવે છે, અને કેટલાં રૂપરંગ પ્રગટે છે ? શરદની સંધ્યા ને હેમંતનું પ્રભાત, એમાં ક્યાંય યૌવન વિનાનો બીજો કોઈ રંગ દીઠો ? વર્ષાની જલધારાને આકાશમાંથી પડતી એક વખત તો જુઓ. તમને પોતાને જ લાગશે ભન્તે મહાઅમાત્યજી ! કે આ જલધારા નહિ, જીવનધારા આવી રહી છે. આંહીં ધરતીમાં જ્યાં ચિરયૌવન વિલસી રહ્યું છે, ત્યાં તક્ષશિલા વિદ્યાલયનો, ગુરુ આત્રેય જેવાનો શિષ્ય હું, ધરતીનો બાળક, તમને એમ કહું કે ધરતીમાં ચિરયૌવનનું રસાયન બધે છે, એ તમને ઘેલછા લાગે, એ જ શું ઘેલછા નથી ? ભન્તે મહાઅમાત્યજી ! ચિરયૌવન છે. માણસ માટે છે. માણસને એ મળે છે. એ મેળવાય છે. એ રહે છે. એ રહી શકે છે. પણ એ સિદ્ધિ છે. એ એમ આવતી નથી. એમ અપાતી નથી, હીરામાણેક મોતી સાટે આપવા માટે એ નથી. એ તો વિરલને ભેટ આપવાની વસ્તુ છે. આમ્રપાલીને તો મળે.....જો મને એ અધિકારી લાગે તો..... શતકોટીહારની વાત ન કરતા. રસાયન એ માટે નથી.'

વર્ષકારને લાગ્યું કે ઔષધી, ઔષધ ને શ્રમણ ગૌતમ એ ત્રણ વાતો આવતાં જીવકકુમાર અજબ રંગ ધારી લેતો હતો. સેનાપતિ સિંહનાયકને મળવા જવાનો હવે સમય થયો હતો. એટલે એણે વાત બદલાવી નાખી. હલ્લ – વિહલ્લની વાત હજી ખીલે બંધાણી ન હતી.

'ભણે જીવકકુમાર ! નગરશોભિની આપણી સાથે પળે તો અભયકુમાર રાજગૃહમાં આવે. આપણે સેનાપતિ સિંહનાયકને એ વાત કરવાની છે અને આ ચિરયૌવનની ઘોષણા થઈ છે તો એ વાત કરવી. વૈશાલીના ઉપદ્રવ વિષે તો છે જ !'

'એ તો બરાબર છે ભન્તે મહાઅમાત્યજી ! એટલા માટે તો આપણે આવ્યા છીએ.'

'અને જો હલ્લ – વિહલ્લ પાછા ફરે....'

'એ તો પાછા ફરવાના જ. આંહીં રહીને શું કરે ?'

'હું પણ એ જ કહું છું. અરધું મગધ, મહારાજ એમને આપવાના. આંહીં વધારે રહે એ ઠીક નહિ. મગધજનોને શંકા જાગે. આપણે એ વાત પણ કરવી.'

વર્ષકારે આ સાધારણ ભૂમિકા તૈયાર કરી. એટલામાં એણે પેલા બે અધિકારીઓને આવતા દીઠા.

તે નીચે ઊતર્યો. એનો રથ તૈયાર હતો. જીવકકુમાર સાથે એ સિંહનાયકને મળવા ઊપડ્યો.

સિંહનાયક શી વાત કરશે એ વિષે એ કાંઈ જાણતો ન હતો. તેણે અશ્વ ઉપર આવી રહેલા બે અધિકારીઓ સાથે વાત કરવાનો પ્રયત્ન કર્યો :

'ભણે અધિકારી ! સેનાપતિ સિંહનાયક ઉપદ્રવ વિષે ચિંતાતુર હશે !'

'ભન્તે મહાઅમાત્યજી ! ચિંતાતુર હતા. પણ આજે ત્રણેક દિવસથી ઉપદ્રવ શમવાનાં ચિહ્ન જણાય છે. રાજકુમાર હલ્લ – વિહલ્લ સેચનક ગજરાજ સાથે આવ્યા, ત્યારથી ઉપદ્રવ શમવા મંડ્યો. મંગલ હસ્તીની વાત જ જુદી છે !'

વર્ષકાર તો સાંભળીને સડક જ થઈ ગયો. ઓત્ તારીની ! આ તો જે ઉપદ્રવ માટે આપણે દોડ્યા આવવાની ઉત્સાહભરી વાત કરીએ તે ઉપદ્રવ શમાવવા માટે સેચનકની હાજરી જ અનિવાર્ય ગણવાની વાત આવી !

એ બોલનાર અધિકારી સામે જોઈ રહ્યો. વર્ષો પહેલાંનો એક પરિચિત ચહેરો એમાંથી ઊભો થતો એણે જોયો.

'ભણે વજ્જિપુત્તક !'*

વજ્જિપુત્તક આશ્ચર્યથી મહાઅમાત્યની સામે જોઈ રહ્યો. સિંહનાયકે શા માટે આની તલેતલ હિલચાલને નોંધવાનું કહ્યું હતું તે હવે તેને સમજાયું.

'ભન્તે મહાઅમાત્યજી ! તમને વૈશાલી ઉપર પ્રીતિ લાગે છે. મારા જેવા સામાન્ય દ્વારપતિને પણ તમે ઓળખતા લાગો છો.'

'તમારું નામ મેં સાંભળ્યું હતું ભણે વજ્જિપુત્તક ! પણ તમારા સાથીદારનું નામ હજી જાણ્યું નથી. નામનો મહિમા કાંઈ જેવો તેવો છે ? ન જાણો ત્યાં સુધી માણસ, માણસ રહે. જાણો એટલે એક નવી દુનિયા ઊભી થાય !'

'એ છે આર્યભદ્રિક. એ પણ દ્વારપતિ છે. પશ્ચિમ દ્વારમાં હું; પૂર્વમાં એ.'

'એમ ? ભણે આર્યભદ્રિક ! અમારા મગધરાજકુમારોને તમે ખરેખર માન આપ્યું કહેવાય. ઉપદ્રવ શમી ગયાનું મહામાન એમના પ્રવેશને મળ્યું એ જેવી તેવી વાત છે ?'

'ખરી રીતે તો એમના મંગલહસ્તી સેચનક ગજરાજને ! મગધરાજે બરાબર પળે પળ જાળવી. વૈશાલી નગરી ઉપર એમને પ્રીતિ છે. શ્રમણ ગૌતમને પોતાને આ ઉપદ્રવની જાણ કરવા માટે વજ્જિપુત્તક ને હું જવાના હતા, બરાબર એ જ સમયે, આ મંગલહસ્તીનો પ્રવેશ થયો અને ઉપદ્રવ – જાણે હતો જ નહિ !'

વર્ષકાર કાંઈ બોલ્યો નહિ. એ સચિંત થઈ ગયો. એ સમજી ગયો. આ ગજરાજની પ્રશંસા ન હતી. પણ સેચનક ગજરાજ હવે આંહીંથી નીકળી રહ્યો, એ ધ્વનિ એમાંથી ઊઠતો હતો.

એ તો સારું હતું કે સાત સાત ડુંગરની શિખરમાળાઓ – વૈભાર, વિપુલ, પાંડવ, રાજગૃહ નગરીને રક્ષી રહી હતી. ત્યાંની દુર્ગદીવાલે બેઠેલો એક ધનુર્ધર એક સહસ્રધનુર્ધરોને રોકી રાખે. નહિતર આ સેચનક જેવા મહાબળવાન ગજરાજના હુમલાની સામે દુર્ગદ્વારનું રક્ષણ કેટલી વાર ટકે ? એ સેચનક હવે વૈશાલીનો હતો ! હલ્લ – વિહલ્લ આંહીં હતા. એમને જ સિંહનાયક મગધપતિ તરીકે સ્વીકારવાનો. ભયંકર ભયંકર. વાત ખરેખર ભયંકર બની ગઈ હતી.

---

* જુઓ 'આમ્રપાલી'નું પ્રકરણ 'થોડાં વર્ષ પછી'

અને વધારે ભયંકર તો આ હતું. એ ગજરાજને આંહીં દેખવાનો હતો. અને છતાં પ્રસન્ન થતાં થતાં સેનાપતિ સિંહનાયકને, એ જ મંગલહસ્તીપ્રવેશના અભિનંદન પણ પોતાને આપવાના હતા ! જાણે કે મગધ એમાં રાજી હોય !

વર્ષકાર જરા ખિન્ન જેવો થઈ ગયો. ઘડીભર તો પોતાના ભાગ્યમાં આવા કેટલા નટખેલ હજી લખાયા હશે એની ઊંડી ફિલસૂફીમાં ઊતરી ગયો.

પણ એ કાંઈ ફિલસૂફીનો આત્મા ન હતો. બીજી જ ક્ષણે એણે નિરાશાને ખંખેરી કાઢી. સિંહનાયક જોતો રહેશે અને પોતે વૈશાલીના બળનું સાચું માપ કાઢી લેશે. એ યુદ્ધ ત્યારે જ કરશે જ્યારે એ પહેલું ને છેલ્લું હશે. જ્યારે વૈશાલીની માત્ર ભસ્મ જ બાકી રહેશે. ભસ્માવશેષ વૈશાલી...... એ ભીષણ ઘોષ એના અંતરમાં શંખનાદ સમો સંભળાયો.

સેનાપતિ સિંહનાયકના મહાલયમાં તે પહોંચ્યો. દૌવારિક તેમને અંદર લઈ ગયો. ખંડમાં સિંહનાયક એકલો ન હતો. વર્ષકારે બીજું કોણ હતું એ જોવા જરાક દૃષ્ટિ ફેરવી. એ ચમકી ગયો. હલ્લ અને વિહલ્લ બંને રાજકુમારો પણ ત્યાં બેઠા હતા.

સેચનક ગજરાજની વાતને ઉખેળવી એ તત્કાલની રણઘોષણાને આમંત્રણ આપવા સમાન હતું.

વર્ષકારે રાજકુમારોને જોતાં જ તરત પોતાનો નિર્ણય લઈ લીધો.

સેચનક ગજરાજની વાતને એ સ્પર્શવા માગતો ન હતો.

સેનાપતિ સિંહનાયકે જેવો એને આવતો જોયો કે તરત એ એની સામે ચાલ્યો. હલ્લ – વિહલ્લ પણ બે ડગલાં આગળ વધ્યા.

'ઓ હો ! ભન્તે મગધ મહાઅમાત્ય !' સેનાનાયકના અવાજમાં હર્ષ પ્રગટતો હતો : 'તમે આમ અચાનક વૈશાલીમાં ક્યાંથી ? પહેલાં તો તમારા આવવાની વાતને હું માની જ શક્યો નહિ. રાજગૃહ સમી નગરી છોડીને મગધ મહામંત્રીશ્વર આંહીં આવવાનો સમય ક્યાંથી મેળવે ? અને તે પણ પાટલીગ્રામ પાસે અભિનવ નગરી વસી રહી હોય ત્યારે – પણ પછી મેં જાણ્યું. રાજકુમાર હલ્લ – વિહલ્લે ખબર આપ્યા. શું અભયકુમાર ખરેખર ભિખ્ખુપંથે

પળ્યા ? શા માટે ભન્તે મહાઅમાત્ય ? એવું શું બન્યું ? યુવરાજકુમાર ક્યાં રાજગૃહમાં છે ? મગધ તો શોકમાં ડૂબી ગયું હશે !'

'કહેવાની વાત નથી. ભન્તે સેનાનાયક ! હું આંહીં દોડ્યો આવ્યો છું. જ એટલા માટે. ગમે તે રીતે અભયકુમારને પાછા લાવવા જ છે. તમે અનુજ્ઞા આપો. હું જનપદકલ્યાણીને મળીને આ કહેવા માટે આવ્યો છું. ગમે તેમ પણ છેવટે એ માતા છે. જનેતા છે. એને પોતાના પુત્રના ભિખ્ખુપંથ વિષે કાંઈ સમાચાર ન મળે એ મહારાજ બિંબિસારનું દિલ ખમી શક્યું નહિ. મહારાજે આ રાજકુમાર હલ્લ – વિહલ્લને તરત આંહીં મોકલ્યા. મને કહ્યું, તમે પણ દોડો. વૈશાલીમાં એની જનેતાને ખબર કરો. મહારાજ બિંબિસારનું હૃદય, એ તો કોણ જાણે શાનું બન્યું છે, શ્રમણ ગૌતમ જેવા પાસે એ મળે ! મહારાજની પાસે અદ્‌ભુત હૃદય છે. એ પોતાની કલ્પનામાં, હરેકનું હરેક દુઃખ જોઈ શકે છે. આ કાંઈ જેવો તેવો હૃદય વૈભવ છે ?'

'પણ અભયકુમાર અત્યારે હશે ક્યાં ?'

'એ આપણે શોધવાનું છે ભન્તે સેનાનાયક ! જ્યાં શ્રમણ ગૌતમ હશે, ત્યાં એ હશે. શ્રમણ ગૌતમ હમણાં ક્યાં હશે.... આંહીં ખબર હશે નાં ?'

'અરે હા, ભન્તે મહાઅમાત્ય !' સેનાનાયક અચાનક સાંભર્યું હોય તેમ બોલ્યો :

'મંગલ હસ્તીરાજ સેચનકનો પ્રવેશ તો ભારે ચમત્કારિક છે ! એ આવ્યો. વૈશાલીમાં પ્રવેશ્યો. એક નગરપર્યટન એણે લીધું – અને આજે જાણે હવામાં ક્યાંય કોઈ રોગનું નામનિશાન જ નથી ! અદ્‌ભુત, અદ્‌ભુત, જુઓ ને ત્યાં ઊભો....' સામેના એક સુંદર ગવાક્ષમાંથી સેનાનાયકની દૃષ્ટિ બહાર ગઈ. વર્ષકારે નાયકની સામે જોયું. પછી બહાર દૃષ્ટિ કરી.

ત્યાં મેદાનમાં એક મહાન વટવૃક્ષની પાસે મહાન ડુંગર સમો શ્રેયનાગ ગજરાજ ઊભો હતો. હલ્લ – વિહલ્લ તેના ઉપર હમણાં આવેલા જોઈએ. એની રત્નજડિત સોનેરી અંબાડી અને લાખો હિરણ્યનાં આભૂષણ ત્યાં સોનેરી તાપમાં ઝગારા મારી રહ્યાં હતાં. સોનેરી જાળીથી ઢંકાયેલો એનો દેહ આખો

સોનાનો ડુંગર ઊભો હોય તેવો દેખાતો હતો. કોઈક સવારીમાં પર્યટન માટે જવાની એની તૈયારી જણાઈ.

પણ વર્ષકારે એ વાતને જ ઉડાડી દીધી. સહેજ સ્મિત કર્યું : 'ભન્તે સેનાનાયક ! તો તો અમે નગરશોભિનીના નીલપદ્મભવન તરફ જ જઈએ. કેમ ભણે જીવકકુમાર ? ઉપદ્રવ શાંત છે. મહારાજે આ મહાનભિષગ્વરને મારી સાથે મોકલ્યા હતા જ એટલા માટે ભન્તે સેનાનાયક ! શું મહારાજ બિંબિસારનું હૃદય છે ! એ હૃદયમાં હવે કોઈ મિત્ર રહ્યો નથી, અમિત્ર રહ્યો નથી. બધા જ સ્વજન બની ગયા છે !'

સિંહનાયકે જ અભયકુમારને મગધ મોકલ્યો હતો, મગધને વિભક્ત કરવાની એ ગોપાલની યોજના હતી. વર્ષકારને એ ધ્યાનમાં હતું. પણ આજે અભયકુમારને પાછા વાળવાની વાતમાં સિંહનાયકે ખાસ તત્પરતા બતાવી નહિ. વર્ષકારને એ અત્યંત સૂચક જણાયું. વૈશાલીની રાજનીતિ બદલાયાનો એ ધ્વનિ હતો.

મગધને બે પક્ષોમાં વિભક્ત કરવા માટે હલ્લ – વિહલ્લ પોતે જ હવે આંહીં આવી ગયા હતા. સેચનક જેવો દિવ્ય ગજરાજ હાથમાં આવી પડ્યો હતો. મગધમાં અભયકુમાર હતો એ સ્થિતિ ઘણી જ અનુકૂળ હતી. પણ એની રણપ્રિયતા વિષે શંકા હતી. અને હવે જ્યારે ભિખ્ખુપંથ સ્વીકારવા માટે એ તૈયાર થયો છે ત્યારે એ રાજકુમાર મગધ પાછો ફરે તોપણ રાજગૃહ નગરી હવે એ સહી શકે નહિ. શ્રમણ ગૌતમની અસર નીચે આવેલી એ નગરી હતી. એનો પક્ષ વૈશાલી લે એ પણ ખોટનો ધંધો નીકળે.

હલ્લ – વિહલ્લ ને સેચનક એ ત્રણ ઉપર નાયકની રાજનીતિ કેન્દ્રિત થઈ ગઈ હતી. વર્ષકારે એ જોઈ લીધું. એનો અર્થ સ્પષ્ટ હતો. વૈશાલી લડાઈ કરશે જ. આ હલ્લ – વિહલ્લના સંબંધમાં જ એ લડાઈ જગાવશે.

સિંહનાયક કાંઈક વિચાર કરતો જણાયો. એણે મનમાં કાંઈક નિર્ણય લીધો. નીલપદ્મભવન ભલે આ જોતા. વૈશાલીનું સામર્થ્ય કદાચ એમને ઢીલા પાડશે – ખાસ કરીને હલ્લ – વિહલ્લ ને સેચનક ત્રણેને એમણે ગુમાવ્યા છે ત્યારે. છતાં ગર્જના કરશે તો ખબર પડશે કે જે ભયંકર શસ્ત્રોની વાત

એ ફેલાવતા રહે છે, એ ભયંકર શસ્ત્રો ખરેખર એમની પાસે છે. પછી તો જેવી વૈશાલીની રણતૈયારી.

મગધ વૈશાલીનો પ્રશ્ન ઘણો જ વખત લટકી રહ્યો. હવે એનો અંત આવવો જોઈએ. કાં મગધ, અજાતશત્રુ, રાજા બિંબિસાર, રાજગૃહ, પાટલીગ્રામ, ત્યાં થતી એ ભયંકર દુર્ગરચના – આ વર્ષકાર મહામંત્રી, બધાએ વિદાય લેવી જોઈએ; અથવા વૈશાલી એ ભસ્માવશેષ બની જવું જોઈએ. ગણતંત્રીએ જવું જોઈએ. આ ભયંકર બ્રાહ્મણમંત્રી હતો. ત્યાં સુધી ત્રીજો કોઈ માર્ગ જ ન હતો. પણ તેણે એક નવી આશાનો દોર જોયો.

'ભન્તે મહાઅમાત્યજી ! તમે તો શ્રમણ ગૌતમને મળ્યા હશો. કહે છે એનું આકર્ષણ ગજબ છે. એની વાણીમાં કોણ જાણે શું રહ્યું છે, પણ એક વખત જે એને સાંભળે છે, પછી બીજી કોઈ વાણીમાં એને શાંતિ મળતી નથી. એ જાણે એના જ પડઘા સાંભળ્યા કરે છે ! એ સાચું ભન્તે મંત્રીશ્વર ?'

'ખરેખર ભન્તે સેનાનાયક ! એ સાચું છે. એક વખત શ્રમણ ગૌતમને મળવા જેવું છે. એનામાંથી કોણ જાણે કેવી પ્રેમહવા વહે છે. પણ ધૂર્તમાં ધૂર્ત મસ્ત હસ્તીરાજ એનો સ્પર્શ પામતાં શાંત જલતરંગ સમો બની જાય છે !'

'ભન્તે મહાઅમાત્યજી ! તમે કોઈ દિવસ અમારા* નિર્ગ્રન્થ જ્ઞાતપુત્ર શ્રમણ મહાવીરને મળ્યા છો ?'

'ના.'

'તો વૈશાલીની એ એક પરમ શોભા છે. પરમ વિભૂતિ છે. જે એને મળ્યો નથી, એણે તરંગવિહોણા, ઊર્મિવિહોણા, ગતિવિહોણા, મહાસરોવરની અગાધ શાંતિ જોઈ નથી. દેખાય નહિ, પણ પ્રાણેપ્રાણને અજબ જેવી મહાશાંત તાજગીથી ભરી દેતો પરિમલ જેમ કોઈ પુષ્પઉદ્યાનમાંથી વહી રહ્યો હોય, તેમ નિર્ગ્રન્થ જ્ઞાતપુત્ર મહાવીરના સાન્નિધ્યમાં માણસની વાણી, શબ્દ, પ્રકૃતિ, વૃત્તિ, તમામ જાણે એકદમ શાંત શાંત બની જાય.... પોતે પોતાનામાં શમી જાય. પ્રફુલ્લ પદ્મ જેમ એક નાની સુંદર કળીમાં સમાઈ જાય તેમ. ત્યાં એના સાન્નિધ્યમાં કોઈ તરંગ જન્મે નહિ. વિચાર આવે નહિ. વૃત્તિ થાય નહિ. પ્રવૃત્તિ

* સિંહનાયક પહેલાં જૈન હતો. પાછળથી બૌદ્ધ થયાનો ઉલ્લેખ છે.

દેખાય નહિ. કોઈ સંકલ્પ ઊભો થાય નહિ. કોઈ વિકલ્પ ઉદ્ભવે નહિ. કોઈ કલ્પના પણ આવે નહિ.... કેવળ શાંતિ, શાંતિ, અગાધ શાંતિની અગાધ હવામાં, માણસ નિર્વિકલ્પી બનીને, પોતે પોતાનામાં પાછો શમી જાય... જ્યાંથી એ આવ્યો હતો ત્યાં જ જાણે એ પાછો વિહરવા માંડે ! નિર્વિકલ્પી નિરીચ્છા મન. જ્ઞાતપુત્ર મહાવીરના સાન્નિધ્યમાં આપણે એક વખત જઈએ ભન્તે મહાઅમાત્યજી !'

મહામંત્રી બ્રાહ્મણ વર્ષકાર સેનાનાયક સિંહની વાણી સાંભળીને મનમાં ને મનમાં હસી પડ્યો : 'આ પણ એક ખેલ છે...' તે મનમાં ને મનમાં બોલ્યો : 'મારે એને મૂંડવો છે, એ મને મૂંડી નાખવા માગે છે ! ઇચ્છા વિનાના મનને મારે શું ધોઈ પીવું છે ? મારે તો ઇચ્છાઓને, પરાક્રમોને, અખૂટ સમૃદ્ધિને, સંસારના સર્વ રસોને, આંહીં આ પૃથ્વીમાં ફરી ફરીને પ્રાદુર્ભાવ પામ્યા કરે તેમ વાવવાં છે. ત્યારે આ ભાઈ મને જ મૂંડી નાખવાની વાત કરે છે. આપણે એ નિર્ગ્રન્થ જ્ઞાતપુત્રને પણ મળવું. અને પેલા અચેલ કોરમટ્ટકને જોવો. નીલપદ્મભવન જોવું. નગરી જોવી. આપણે ક્યાં ઉતાવળ છે ? પછી ચાલ્યા જઈશું.'

ચાલ્યા જવું એ નક્કી છે. યુદ્ધ કરવું એ નક્કી છે. આ હલ્લ – વિહલ્લ ને સેચનક જ જુદ્ધ જગવશે એ પણ નક્કી છે. અને મગધ મહારાજ્યનો વિજય...

'હા, હા, એ પણ નક્કી છે...' અચાનક સિંહનાયકને પોતાને બોલતો સાંભળીને વર્ષકાર ચમકી ગયો. પોતાનાથી કોઈ શબ્દ મોટેથી બોલાઈ ગયો કે શું, એ વિચાર આવતાં એ ક્ષોભ પામી ગયો. પણ ત્યાં તો સિંહનાયક હલ્લ – વિહલ્લની કોઈ વાતનો પ્રત્યુત્તર આપી રહેલો જણાયો ને તે શાંત થઈ ગયો. હલ્લ – વિહલ્લ કહી રહ્યા હતા :

'એક વખત મહાઅમાત્ય ને જીવકકુમારને બંનેને ત્યાં લઈ જવા...'

'એ પણ નક્કી છે...' સિંહનાયક ફરીને બોલ્યો : 'અત્યારે તો એમના રથને નીલપદ્મભવન તરફ તમે જ દોરો.' સેનાપતિ સિંહનાયક અદ્વિતીય યોદ્ધો હતો એ વર્ષકાર જાણતો હતો. આજે એણે એને અદ્વિતીય રાજદ્વારી તરીકે જોયો. 'ભણે હલ્લ – વિહલ્લ ! સૈન્ધવ અશ્વો ત્યાં ખડા છે.'

અને વર્ષકાર મહાઅમાત્ય અકસ્માત આવી પડેલા સેનાનાયક સિંહના શબ્દોને ઘણી વાર સુધી સંભારતો રહ્યો. એ ઇચ્છી રહ્યો કે જેવો એ અદ્વિતીય યોદ્ધો હતો, અદ્વિતીય રાજદ્વારી હતો, એવો જ અદ્વિતીય ભાવિ આલેખનાર કેમ ન હોય ?

સેનાપતિ સિંહનાયક ભાવિનો આલેખનાર હો કે ન હો, પણ એક વાત ચોક્કસ હતી. એ લોકમાનસનો ગજબનો જાણકાર હતો. અભયકુમાર ભલે ગમે તેટલો લોકપ્રિય હોય, પણ ભિખ્ખુપંથેથી પાછો ફરેલો અભયકુમાર, હવે રાજકારણમાં એક કુડ કાર્ષાપણનું મૂલ્યાંકન પણ ધરાવી શકે નહિ. લોકો એને રાજપદ આપી શકે જ નહિ. એ સમજતાં એને વાર લાગી નહિ.

એટલે એણે હલ્લ – વિહલ્લને સૂચના આપીને મહાઅમાત્ય સાથે મોકલ્યા. પોતે ફરક્યો જ નહિ. એ આમ્રપાલીને પણ જાણતો હતો. આમ્રપાલી આ વાતને કદી મદદ આપે નહિ. અને એ વર્ષકારને સમજતો હતો. એ ધૂર્ત બ્રાહ્મણે જ ભલું હશે તો રાજકુમારની પ્રેમહવાને નવા ચીલે ચડાવી દીધી હશે !

આંહીં તો એ વૈશાલીની તૈયારી જોવા માટે આવ્યો હતો. જે એને જોવાનું નથી એ એને જોવા મળવાનું નથી. ને જે એને બતાવવાનું છે, તે ભલે એ જોતા ને સંતોષ માનતા.

એણે જીવકકુમારને એક શબ્દ બોલતો જોયો ન હતો. એનો અર્થ એ કે વર્ષકારની વાત એ જુદી જ રીતે લેતો હોવો જોઈએ. મહાભિષગ્વર છે. ચિરયૌવનની જનપદકલ્યાણીની ઘોષણા એણે સાંભળેલી હોવી જોઈએ. એ બોલ્યો નહિ, એ પણ અભયકુમાર વિષે સૂચક હતું. સિંહનાયકે આ બધી વાત વિચારી લીધી. તેણે મગધ મહાઅમાત્યને જનપદકલ્યાણીને મળવા જવાની અનુજ્ઞા આપી દીધી. હલ્લ – વિહલ્લને એમની સાથે મોકલ્યા. સિંહને ત્યાંથી નીકળીને વર્ષકાર જીવકકુમાર નીલપદ્મભવન પાસે પહોંચ્યા. પણ ત્યાં બહારની સીમામર્યાદા પાસે જ હલ્લ – વિહલ્લના ઘોડા ઊભા રહી ગયા :

'મહાઅમાત્યજી ! તમે હવે દૌવારિકદાસી સાથે શબ્દ મોકલો. અમે આંહીં તમારી રાહ જોતા થોભીએ છીએ.'

'અને તમે રાજકુમાર ? તમે નથી આવતા ?'

'અમે તો કહેવાનું કહી દીધું છે.' હલ્લ – વિહલ્લ બોલ્યા.

'કોને ?'

'બીજા કોને ભન્તે મહાઅમાત્ય ! જનપદકલ્યાણીને પોતાને.'

'અને પરિણામ ? જનપદકલ્યાણી નીકળવાનાં છે ? તો તો આપણે સેચનક હાથીને લઈને ઊપડીએ.'

જવાબમાં હલ્લ – વિહલ્લ ન સમજાય તેવું હસી પડ્યા :

'મહાઅમાત્યજી ! આ તો આપણે વૈશાલી નગરીમાં છીએ. આંહીં વૈશાલીમાં કાલ નથી. પરાજ્ય નથી, અને દારિદ્રદીનતા નથી. એ ત્રણેને આંહીં કોઈ ઓળખતું નથી, આમ્રપાલી ત્યાં કાલ નથી. એમાં બધું આવી ગયું.'

વર્ષકાર ને જીવકકુમાર સાંભળી રહ્યા. એમને કાને હજી પણ પેલો ચિરયૌવનનો ઘોષ સંભળાઈ રહ્યો હતો.

૨૮. આમ્રપાલીનું નીલપદ્મભવન

વૈશાલીના પથિકો પણ કહેતા કે વૈશાલીમાં બે વસ્તુ શોધી નહિ જડે; એક કાલ, બીજી ઋતુ. ત્યાં કાલ રહેતો નથી. ઋતુનું નિશ્ચિત સ્થાન નથી. વૈશાલીના એક ખૂણામાં ગ્રીષ્મ અનુભવો. એના બીજા જ ખૂણામાં વર્ષાની ઠંડી સુગંધ જલાધારા વહેતી હોય. એક સ્થળે વસંત ઋતુ ચાલતી હોય, બીજી જગ્યાએ હેમંતનો મૃદુ તાપ અનુભવાતો હોય ! અને કાલ, એ તો આંહીં અ-કાલ હતો.

આમ્રપાલીના નીલપદ્મભવન પાસે મહાઅમાત્ય વર્ષકારને એનો પૂરેપૂરો અનુભવ થઈ ગયો. એણે ત્યાં એટલા તો રંગ જોયા, વિવિધ અને સુંદર, કે રંગો આટલા છે એ જોઈને જ એ છક્ક થઈ ગયો. એવી સુગંધહેલી એણે માણી, કે સુગંધની સૃષ્ટિમાં આટલી વિવિધતા છે એ નવીન જ અનુભવ થયો. સ્વરોની સૃષ્ટિએ ત્યાં એટલી એટલી તો રમ્ય મોહક ગીતાવલિઓ વિહરતી મૂકી હતી કે ઘડીભર એને એમ જ થયું કે આ આખી જ સૃષ્ટિ, કોઈના મનનું સ્વપ્ન હોવું જોઈએ. ને દશ્યસૃષ્ટિ ન હોવી જોઈએ !

એણે વિદ્વાનોને બોલતા સાંભળ્યા હતા કે માનવને જેમ સ્વપ્ન આવે ને એ સ્વપ્નમાં એ પોતે જ પદ્મસરોવર બને, અપ્સરા બને, પુષ્પોદ્યાન બને, પોતે જ પ્રિયતમ બને, અને પોતે જ પ્રિયા બને ! માનવના દિલનું એ સ્વપ્નું જેમ ગપ છે, ને છતાં કવિત્વભર્યું એવું એક સુંદર અસત્ય છે કે જે છોડતાં માનવ, માનવ ન રહે. એવું જ આ સંસારનું પણ એક નાટક ચાલે છે ! માનવ બીજું કાંઈ નથી. એ ઈશ્વરને આવેલું સ્વપ્નું છે ! ઈશ્વરનું એ સ્વપ્નું ઊડી જાય તો આંહીં કાંઈ હોય જ નહિ. હોય કેવળ જલતરંગો ને ખાલી અનિલની લહરીઓ !

મહાઅમાત્ય વર્ષકારને લાગ્યું કે સંસાર એ જેમ ઈશ્વરને આવેલું સ્વપ્નું કહેવાય છે, તેવું જ કાંઈક આ અદ્‌ભુત સૃષ્ટિનું હોવું જોઈએ. કોઈકને સ્વપ્નું આવ્યું છે ને એ સ્વપ્નું આંહીં અનુભવાય છે. કદાચ એ હશે તો નહિ જ ! ભલું હશે તો વૈશાલીના પેલા અચેલ કોરમટ્ટકનું આ સ્વપ્નું હોવું જોઈએ !

એ જે હો તે. પણ તે પહેલાં એણે આ નીલપદ્મભવન જોયું હતું. અને આજે એ ફરીને જોયું. એ બંનેમાં તો ધરતી અને આકાશ જેટલું અંતર એને દેખાયું !

આજે આમ્રપાલીનું આ નીલપદ્મભવન એ વૈશાલીનું શું ન હતું એ કહેવું મુશ્કેલ હતું. વૈશાલીનું એ સંસ્કૃતિ ભવન દેખાતું હતું. એનું એ સંગીતધામ જણાતું હતું. નૃત્યભવન હતું. તો આંહીંથી જ કલા પ્રેરણા લેતી જણાતી હતી. ત્યાં આસપાસ ચારે તરફ બેઠેલા સેંકડો કારીગરો બતાવતા હતા કે આંહીં જ કારીગરી પ્રાદુર્ભાવ પામતી હતી. આંહીંથી પ્રેમની સૃષ્ટિ બધે ફેલાતી. આંહીં માનવ માનવ ન રહે. માનવ આંહીં આવે અને એ ફરી જાય એ ભીખમાં, ભિક્ષામાં, દરિદ્રતામાં દીનતામાં રાચનારો અકિંચન મટી જાય. એને સમૃદ્ધિ ગમે. સંપત્તિ રુચે. શક્તિ ગમે. કાં એ સ્વપ્નદ્રષ્ટા થઈ જાય, કાં પદક* થઈ જાય. કાં સંસારના રસસાગરનો તરવૈયો થઈ જાય. આમ્રપાલી, નીલપદ્મભવન, સંથાગાર, અને સિંહનાયક – એ ચાર મહાન સ્તંભો ઉપર વૈશાલીનો ભારતવિખ્યાત સિંહધ્વજ ફરકી રહ્યો હતો ! વૈશાલી નગરી ખરેખર અદ્વિતીય હતી.

વર્ષકાર તો ત્યાં ઊભો ઊભો પહેલાં તો નીલપદ્મભવનને જ જોઈ રહ્યો. સેંકડો મહાન જળાશયોની વચ્ચે જાણે ઇંદ્રના ઐરાવતે ધીમેથી નીલપદ્મ મૂકી દીધું હોય, એવું એ સુંદર નાજુક, શોભી રહ્યું હતું. એ ભવ્ય હતું ને સુંદર લાગતું. મહાન હતું ને નાનું જણાતું. એનો વિસ્તીર્ણ વિસ્તાર જોતાં આંખ થાકીને પાછી ફરે એટલી વિશાળ જગ્યામાં એ પથરાયેલું હતું, છતાં એ વિસ્તારમાં એકે વિસંગતિ ન હતી. ત્યાં ચારે તરફ વર્ષકારે રથો, રથીઓ, પાલખીઓ, ગજરાજો, સૈન્ધવ અશ્વો, કામ્બોજ અશ્વો, વાહિનીઓ, અનેક પ્રકારનાં વાહનોની

---

* કવિ.

ઠઠ જામેલી જોઈ. બધે ઉત્સાહ, આનંદ, ઉલ્લાસ, રંગ, પ્રેમ, આશા, મહેચ્છા, બસ એ જ દેખાતાં હતાં. ક્યાંય કોઈ રોગી, નિરાશ, સોગીઓ, દુનિયાના દુઃખમાં ડૂબેલો એવો માણસ જ જણાતો ન હતો.

વર્ષકાર નીલપદ્મભવનના સપ્તભૂમિપ્રાસાદને નીરખી જ રહ્યો. એની શોભા અદ્‌ભુત હતી. પણ એની રંગછટા એ તો એની જ હતી. એ કેમ આવી હશે એ એક મોટો કોયડો હતો. એ કલ્પનામાં પણ આવે તેમ ન હતું. નીલપદ્મભવનના બહારના ઉદ્યાનમાં વર્ષકારે પ્રવેશ કર્યો અને એ ધારી ધારીને જોવા માટે થોભી ગયો.

ત્યાં વનસ્પતિઓની, ફૂલોની, વેલોની, લતાઓની, પુષ્પછોડોની, લઘુવૃક્ષોની, લતિકાઓની એવી તો એક આભરણ સમી રચના હતી કે એ રચના જોનારો ત્યાંથી આઘો જ ન ખસે ! આ લીલા રંગમાં જ કેટલા લીલા રંગ હતા ? સમંદરનીલજલ સમો લીલો રંગ. ઘાસ સમો લીલો રંગ. ચકચકાટ નીલરંગ. છાયાનીલ. મધ્યમનીલ. ઘટ્ટઘેરા નીલ. ઘનીભૂત નીલ. કેટલા રંગ ? વર્ષકારે સાંભળ્યું હતું અને તે પહેલાં અનુભવ્યું પણ હતું, કે લિચ્છવીઓ રંગની પાછળ તો ઘેલા છે ! એમણે સૃષ્ટિના બધા રંગોની બધી જ નાની, મોટી, ઘેરી, ઘટ્ટ, ઝાંખી છાયાઓ આંહીં ઊભી કરી હતી.

આ લિચ્છવીઓ વાદળમાં રંગ જુએ ને ઘેલા બને. તડકો જુએ ને ગાંડા થાય. ઋતુમાત્ર એમને દીવાના કરી મૂકે. એ દીવાનાપણાને આમ્રપાલીએ જીવનના રસની ચષકો આપી હતી. દીવાનાપણું ચાલ્યું ગયું હતું. જીવન – લખલખતું જીવન ઉદ્‌ભવ્યું હતું. લિચ્છવી એકે, નિરાશ દેખાતો ન હતો. કૃશ જણાતો ન હતો. કૃપણ ન હતો. દીન, હીન, ભિખારી, થવામાં મહત્તા માનનારો મૂંડકપંથી લાગતો ન હતો. એ તો જાણે મૃત્યુ સમયે આ ધરતીને ઉપાડી જવાની હોય તેમ ધરતીમાં રસ લેતો થઈ ગયો હતો.

અને વર્ષકાર આ ફેરફાર જોઈને છક્ક થઈ ગયો.

આંહીં એણે શ્રમણ ગૌતમની પણ ઓછી અસર દીઠી. નિર્ગ્રન્થ જ્ઞાતપુત્ર મહાવીર તો પોતાની હિમાચળ સમી ઉત્કૃષ્ટ શિખરાવલિ ઉપર એકલા શાંત

આનંદ માણતા કૈવલ્ય સાધુ સમ બેઠા હતા ! એ અસર – ન અસરથી પર હતા.

વર્ષકારને લાગ્યું કે વૈશાલી કદાપિ પણ પોતાનું સ્થાન નહિ ગુમાવે.

તે આગળ વધ્યો. ચારે તરફ સુંદર ઉદ્યાનમાં પુષ્પો હસી રહ્યાં હતાં. વચ્ચે વચ્ચે જલાશયોમાં પંખીઓ હલેસાં મારતાં ફરતાં કલરવ કરી રહ્યાં હતાં. સાત...હજાર સાત સો ને સાત પુષ્કરિણીઓમાંથી આવતાં પંખીનાં ગાન વાતાવરણને મોહક બનાવી દેતાં હતાં.

એમના આસપાસ કુંજો નિકુંજો, ઉદ્યાનો અને વાટિકાઓ આવી રહી હતી. નગરી આખી મનોરમ વનસ્થલી સમી શોભતી હતી. વર્ષકાર ને જીવકકુમાર એ બધું જોતા જોતા આગળ વધ્યા. દૂર દૂરનાં મેદાનો ઉપર અસંખ્ય ધનુર્ધરો ધનુર્વિદ્યાના પ્રયોગો કરતા હોય તેમ લાગ્યું.

આઘે અશ્વારોહીઓ અશ્વોને ખેલાવતા હતા. ગજદળો, રથીઓ ને પદાતીઓ પણ તાલીમ લેતા હતા.

ક્યાંક નૃત્ય ચાલતું હતું, ક્યાંક ખેલ હતો, ક્યાંક નટખેલ થઈ રહ્યો હતો. ક્યાંક ભવિષ્યદર્શન બોલતું હતું. ક્યાંક મહાવૃષભનું અને માણસનું દ્વંદ્વ યુદ્ધ ચાલતું હતું. હજારો માણસો એ જોવા માટે ત્યાં ઊભા રહી ગયા હતા.

એક અખંડ ઉલ્લાસના સાગરમાં નાહી રહી હોય એવી આ નગરીની હવા વર્ષકારને પણ સ્પર્શી ગઈ. તેણે પોતાની પાસે ચાલી રહેલા જીવકકુમારના ખભા ઉપર ધીમેથી હાથ મૂક્યો : 'ભણે જીવકકુમાર ! તમે હવે મને સાચું કહો. ચિરયૌવનનું કોઈ મહા રસાયન ગુરુ આત્રેયે તમને બતાવ્યું છે ખરું ? બતાવ્યું હોય તો એ તમે ન બતાવો ?'

પોતાનો પ્રિય વિષય આવતાં જીવકકુમાર જરાક ઉલ્લાસમાં આવી ગયો : તેનો ઉત્સાહ તેના ચહેરા પ્રગટી નીકળ્યો : 'ભન્તે મહાઅમાત્ય ! તમે શું કહ્યું ? મેં તમને નથી કહ્યું, કાલ અ-કાલ બની જાય, એટલે માણસ એક અખંડ અનંત યૌવનના સ્રોત સમ બની રહે. આંહીં આ ધરતીમાં માણસ માટે ખરી રીતે એક જ અવસ્થા છે. એવાં મહારસાયનો ભૈષજ્યવિદ્યાને અજાણ્યાં નથી !'

'અજાણ્યાં નથી ? શું તમે કહ્યું ?' વર્ષકારે ઉતાવળે કહ્યું.

પણ જીવકકુમારને તરત પોતાની વધુ પડતી સરળતામાં રહેલી ભયંકર ભૂલ સમજાઈ ગઈ. આ ધૂર્ત બ્રાહ્મણને મનથી તો ધિક્કારતો હતો. પોતાની પાસેથી એવું મહા જીવનરસાયન મેળવીને એ પોતે સત્તાધીશ થઈ રહેશે. આ બ્રાહ્મણમંત્રી ભયંકર હતો. વિદ્યાનું રહસ્ય એના જેવા માટે ન હતું. તેણે તરત જ ફેરવી તોળ્યું : 'ભન્તે મહાઅમાત્ય ! એવાં જીવનરસાયન એ કાંઈ પળ બે પળમાં પ્રાપ્ત થતાં નથી. એ તો વર્ષોની એકાંત ઉપાસના માગે છે. એ તો ગંગાજલને હિમાચળથી લાવવા જેવું કામ છે. હું તમને કહેતો હતો કે એમ હોઈ શકે, વાત અશક્ય નથી.'

વર્ષકાર સમજી ગયો લાગ્યો. પણ તેણે બીજી રીતે વાત મૂકી : 'એવું કોઈ રસાયન હોય ભણે જીવકકુમાર ! અને શ્રમણ ગૌતમ જેવાને એ પ્રાપ્ત થયું હોય, તો પૃથ્વીની એ પરમ શોભા બની રહે. માણસજાતને આનંદ આનંદનો વારસો મળી રહે. પણ એ ક્યાંથી બને ?'

જીવકકુમાર બોલ્યો નહિ. એ બંને આગળ વધ્યા.

નીલપદ્મભવનના મુખ્ય દ્વાર પાસે હવે તે આવી પહોંચ્યા હતા. ત્યાં દ્વારની બંને બાજુ સ્ફટિક સમા સુંદર સ્તંભો ઉપર બે મહાન સિંહો બેઠા હતા. એમના ઉપરની રત્નમઢી તોરણાવલીમાં વચ્ચે પ્રકાશની રેલંછેલ કરતો એક મોટો દીપજ્યોતિ સમો હીરક લટકતો હતો. બંને વનરાજો એના અજવાળામાં જાણે નાહી રહ્યા હતા. વર્ષકાર આ દૃશ્ય જોઈ રહ્યો. એટલામાં ત્યાં મહાદ્વારની બંને બાજુએ સ્થિર શાંત ઊભેલા ગજરાજો એની દૃષ્ટિએ પડ્યા અને એ ચમકી ઊઠ્યો.

'અરે ! ભણે જીવકકુમાર ! હલ્લ – વિહલ્લ તો આપણી પહેલાં આંહીં આવ્યા જણાય છે. પણ આ ક્યાંથી ?'

તેણે મહાદ્વારની એક તરફ સામે ઊભેલ મહાન હસ્તિની ભદ્દવતી તરફ જીવકકુમારની નજર દોરી.

જીવકકુમાર વર્ષકાર તરફ જોઈ રહ્યો. પછી ધીમેથી બોલ્યો : 'ભન્તે મહાઅમાત્યજી ! આંહીંની આ સૃષ્ટિ વિરલ છે. આંહીં કાલ થંભી જાય તેવું

છે. તમે જુઓ છો તે હસ્તીરાજ સેચનક ને ભદ્દવતી નથી. એમનાં શિલ્પો છે ! શિલ્પી અદ્દ્ભુત હોવો જોઈએ !'

વર્ષકાર આંખો ચોળતો આશ્ચર્યમાં લીન થઈ ગયો : 'હેં ! શું કહો છો ? હા... આ તો શિલ્પ છે. ખરેખર....'

'ધીમેથી ભન્તે મહાઅમાત્યજી ? તમને સાંભળવાવાળા સાંભળે છે. તમે ઊભા છો ત્યાં જ ઊંચે જુઓ. સોનેરી પિંજરમાં બેઠેલું સોનપંખી તમારી વાત સાંભળી રહ્યું છે !'

વર્ષકારે ઊંચે જોયું. એના માથા ઉપર જ એક પિંજર લટકતું હતું. તે શાંત થઈ ગયો. આટલી કલા, કારીગરી, નાજુક શિલ્પ, આવી ઉત્કૃષ્ટ સૌન્દર્યદષ્ટિ, એને થયું કે એ વિચારે ચડશે તો છેવટે વિચાર શમી જશે. તે બોલ્યા વિના જીવકકુમારની સામે જોઈ રહ્યો.

પણ એટલામાં તો એક ઊંચો સશક્ત, કદાવર દૌવારિક જેવો આદમી ત્યાં, ભાલાને સહેજ નમાવતો તેની સામે ઊભો રહી ગયો હતો. તે ધીમેથી બોલ્યો : 'મગધરાજના મહાઅમાત્ય વર્ષકારને જોવાનું સદ્દ્ભાગ્ય મને મળ્યું છે, એમ સમજવું ભન્તે મહાશય ?'

વર્ષકાર સાંભળી રહ્યો. સિંહનાયકે આંહીં સમાચાર મોકલી દીધા હોવા જોઈએ.

તેણે તરત પોતાની શૈલી ફેરવવાની જરૂરિયાત જોઈ લીધી. આંહીં બધી જ વસ્તુઓ સૌન્દર્ય ધારીને ઊભી રહેલી એણે જોઈ. માણસ અને વાણી, સ્તંભ, શિલ્પ અને વનકુંજો, તોરણ રત્નો ને દીપિકાઓ, ધ્વજાઓ, અવાજો અને પંખીઓ, શબ્દો, અનિલ ને પરિમલ, બધાં હતાં એનાં એ. પણ બધાં જ જાણે સૌંદર્યજળમાં નાહીને આંહીં ઊભાં રહી ગયાં. હતાં. સુંદરતા વિના બીજી હવા જ આંહીં ન હતી. તેણે બોલ્યા વિના સહેજ શીર્ષ નમાવ્યું.

દૌવારિક ઘણો ચતુર લાગ્યો. તેણે ફરીને ભાલાને જરાક જ નમાવ્યો. ધીમેથી બોલ્યો : '...અને... ?'

'અને' શબ્દની પાછળ લટકતા ધ્વનિભર્યા પ્રશ્નાર્થને સમજતાં, કલાનો આત્મા, આંહીં રજકણે રજકણમાં કેવો આવીને વસ્યો છે એ જોઈને વર્ષકાર

છક્ક થઈ ગયો. એને મનમાં એમ પણ થયું કે ભલે એ વૈશાલીને જીતે. વૈશાલીનો આત્મા એને કદી ન મળે. એ તો એક હવારૂપે વહી રહ્યો હતો. હવાને કોઈ જીતી શકે ? એણે તરત જવાબ વાળ્યો : 'અને મગધ રાજકુમાર ભિષગ્વર જીવકકુમાર. ચિરયૌવનની રસજ્યોતિ લઈને એ આવ્યા છે. ખબર કરો. આ લ્યો...' વર્ષકારે પોતાની મુદ્રા તેના હાથમાં આપી.

દૌવારિક શીર્ષ નમાવીને પાછો ફરી ગયો.

વર્ષકાર ને જીવકકુમાર ત્યાં ઊભા રહી ગયા, પળ બે પળમાં જ તેમણે એક કોઈ સુંદર પંખીના, મુધર, ઊંચા, જરાક તીણા જણાતા અવાજને સાંભળ્યો. અને એ કોણ પંખી બોલ્યું, એ જોવા વર્ષકારે જરાક ડોક ફેરવી, ત્યાં તો મુખ્ય દ્વાર ઉપર ઊભેલા બંને દૌવારિકોએ બોલ્યા વિના જ ઢળેલા ભાલા જરાક શીર્ષ નમાવીને જાણે હાથ અભિનયથી અંદર રહેલી મનોરમ સૃષ્ટિ એમને આમંત્રી રહી હોય એવો ભાવ વ્યક્ત કર્યો. બોલ્યા વિના જ વર્ષકાર સમજી ગયો. તે નવાઈ પામ્યો. પણ આંહીં જાણે શબ્દમાં મૌન બેઠું હતું, તો મૌનમાં શબ્દો બેઠા હતા.

વર્ષકાર ને જીવકકુમાર તરત આગળ વધ્યા. પણ આંહીં એક એક પળમાં કલા અને સૌન્દર્યની અભિનવ અભિરામ સૃષ્ટિ ખડી થતી રહેતી હતી, ત્યાં પોતે જરાક જ કુતૂહલ બતાવશે, અને મૂરખ બની જશે, એ વિચારભાર એમના બંનેના પગમાં આવીને વસી ગયો હતો. હમણાં જ જે પંખીબોલી એમણે સાંભળી, એ ખરી રીતે એમને સપ્તભૂમિપ્રાસાદમાં આવવા દેવા માટેની, ઉપરીતલથી કોઈ દાસીએ આપેલી અનુજ્ઞા હોવી જોઈએ એ સમજતાં વર્ષકારને વાર ન લાગી. પણ આના પ્રમાણમાં આમ્રપાલીનું પોતાનું સાન્નિધ્ય કેટલું ધ્વનિભર્યું હશે, ત્યાં એક સહેજ નેત્રસંજ્ઞામાં, કેટલી કલા – કાવ્યસામગ્રી હશે એ વિચારે વર્ષકાર જાગૃત બની ગયો. તેણે એક એક પળ ને એક એક પગલામાં આંહીં માનવની -આકરામાં આકરી કસોટી દીઠી. વૈશાલીની નગરશોભિની એટલે શું એનું એને આજ ખરેખરું જ્ઞાન થઈ ગયું. ! આમ્રપાલીએ કાલને ખરેખર આંહીં અ...કાલ બનાવી દીધો હતો.

એણે હરેક નાનામાં નાની ક્ષણને સૌંદર્યથી ભરી દીધી હતી.

આંહીંની એક ક્ષણ સૌન્દર્ય વિનાની ન હતી. એક પળ કલાવિહોણી ન હતી. આંહીં એક પળ ગયાનો ભાર જણાતો ન હતો. જળમાં સોનેરી માછલી સરે તેમ આંહીં કાળસમુદ્રમાં એક એક પળ સરતી જતી હતી!

તે આગળ વધ્યો. સામે જ બે કુંભદાસી સોનેરી કુંભોમાં જળ લઈને ઊભી હતી.

પણ મોટા મોટા નરપુંગવોને શિશુની જેવી કુતૂહલવૃત્તિ દાખવતા બનાવી દે, એવી રૂપરમણી જેવી આ બંને દાસીઓ હતી. એમના બંનેના કુંભ, એવો તો એક રમ્ય મોહભર્યો આકાર પ્રગટાવતા હતા કે રૂપભરેલી એ યૌવનવસંતને જોઈને માણસ થંભી જ જાય !

એ કુંભ હતા... અને કુંભ ન હતા. બંને દાસીઓના હાથમાં જાણે એમણે પોતપોતાની રૂપભરેલી યૌવનવસંતનાં પ્રતીકો ધાર્યાં હતાં !

વર્ષકાર ને જીવકકુમાર પાદપ્રક્ષાલન કરીને આગળ વધ્યા.

એમની સામે એક સુંદર તરંગવિહીન શાંત જલસરોવર રેલાઈ રહ્યું હતું. તેમાં એટલું તો સ્ફટિક સમું સ્વચ્છ જળ દેખાતું હતું, કે એને તળિયે મૂકેલાં અનુપમ રત્નમાણિક્યોની તેજછટા એમાંથી નીકળીને આખા સરોવરને વિવિધ રંગરંગીન જળમાં રૂપાંતર પમાડતી હતી, છતાં, એની શુભ્ર કૌમુદી સમ ધવલતા સર્વોપરી જ રહેતી હતી ! વર્ષકાર ને જીવકકુમાર એ સરોવરની વચ્ચે થઈને ચાલી જતી એક નાની પગકેડી પકડીને સામેના સપ્તભૂમિપ્રાસાદની વિશાળ લાંબી રમ્ય ઓશરી તરફ ગયા.

ઉપરીતલ ઉપર જવા માટે ત્યાં એમણે પગ મૂક્યો. જે જોયું તે માનતા ન હોય તેમ એક પળભર બંને ખંચાઈને ઊભા રહી ગયા. સામે કેવળ સ્ફટિકની હોય તેવી સોપાનપરંપરા એમને આમંત્રણ આપતી ઊભી હતી.

એ સોપાન પરંપરાના શરૂઆતના સોપાન ઉપર એક મોટી સુંદર કમાન આવી રહી હતી. તેમાં અંગૂર અંગૂર જેવડાં સાચાં મોતીનું તોરણ લટકતું હતું.

પણ પોતે જેવાં મોતી ક્યાંય જોયાં ન હતાં એવાં આ મોતી હતાં.

દરેક મોતી ગુલાબી રંગનું હતું. અને દરેકનો ગુલાબી રંગ, પોતાના પાડોશીના ગુલાબી રંગથી જુદો હતો !

વર્ષકાર તો એ જોઈ જ રહ્યો. જોવું એ મૂર્ખાઈ હતી, અને એ જાણતો હતો, પણ ન જોવું એ તો જડત્વની પરિસીમા હતી.

કેટલા ગુલાબી રંગો – અને દરેક ગુલાબી રંગની છાયા જુદી ! એક જેવો બીજો મળે નહિ.

સૃષ્ટિમાં એક ગુલાબી રંગમાં આટલી વિવિધતા વસી રહી છે એ જોતાં જ માણસ પોતે પોતાની જાતને ત્યાં ખોઈ બેસે એવી રંગસૃષ્ટિ આંહીં વિલસી રહી હતી. અને હજી આ તો ઉપરીતલ ઉપર જતા સોપાન પરંપરાની એક નાનકડી કમાન હતી !

વર્ષકારને ઘડીભર તો એમ થયું કે પોતે આંહીં પોતાની જાતને ખોઈ દેશે. એણે આંહીંથી જ પાછા ફરવું. એની પડખે ચાલી રહેલો જીવકકુમાર ડોલી ગયો હતો. એણે તો એને કહ્યું પણ ખરું, આવી સૌંદર્યસૃષ્ટિ જે પ્રગટાવી શકે, તે ચિરયૌવનનો અધિકાર મેળવે.

વર્ષકારને બીક લાગી. આ જીવકકુમાર ક્યાંક આંહીં જ પોતાની રસાયનવિદ્યાનો કુંભ ખાલી કરીને મૂકી દેશે. હલ્લ – વિહલ્લ બે તો આંહીં દોડ્યા આવ્યા છે. જો જીવકકુમાર પણ આંહીં દોડ્યો આવશે, તો મગધ વગર લડાઈએ જ અ-કિંચન જેવું થઈ રહેશે.

પણ હવે તો એણે ઉપર ગયે છૂટકો હતો. તે આગળ વધ્યો.

પરંતુ આ સોપાનપરંપરા એ કાંઈ જેવા તેવા મહાલય માટેની સોપાનપરંપરા ન હતી. એ તો આમ્રપાલીના સપ્તભૂમિપ્રાસાદની સોપાન-પરંપરા હતી. એક એક સોપાન ઉપર એક એક સ્તમ્ભિકા, એક બાજુ ખડી હતી. સ્તમ્ભિકા ઉપર એક અનુપમ સ્ત્રી ઊભી હતી. તેના લંબાયેલા કમળ-દંડ સમા હસ્તની, રૂપભરેલી હથેલીમાં, પ્રકાશને પ્રગટાવતું એક એક રત્ન, જાણે આંખની કીકી બેઠી હોય તેવું બેસી ગયું હતું.

રત્નોના એ તેજથી આખી સોપાનપરંપરા જાણે પ્રકાશમાં નાહી રહેલી દેખાતી હતી ! માણસ તેજમાં ચાલતો હોય તેમ ત્યાં તેજની એક મહાનદી વહી રહી હતી. સોપાન ઉપર એક તરફ ઊભેલી એક એક નારીમાં શિલ્પીએ જે સૌંદર્ય મૂક્યું હતું, એમને દરેકને જે એક એક અભિનવ અભિનય આપ્યો હતો, તેને જોતાં માણસની આંખ સૌંદર્યમૂર્તિઓથી ભરાઈ જાય.

સૃષ્ટિમાં સૌંદર્ય વિના બીજું કાંઈ પછી એ જોઈ જ ન શકે.

વર્ષકાર આગળ વધ્યો. ઉપરીતલ ઉપર ઉપરીતલ વટાવતો, એ છેક સપ્તમભૂમિપ્રાસાદ ઉપર પહોંચ્યો.

ત્યાં બે અદ્‌ભુત નારી સામે ઊભેલી એમણે જોઈ. એમને જોતાં જ એ બંનેએ આંખ ઢાળીને જરાક અભિવાદન કર્યાં. એ બંને ચંદ્રશાલા તરફ ગઈ. સામે જ સપ્તમભૂમિપ્રાસાદનું ચંદ્રશાલાભવન દેખાતું હતું.

એ ચંદ્રશાલાભવનમાં વૈશાલીની નગરશોભિની અદ્‌ભુત આમ્રપાલી બેઠેલી હોવી જોઈએ.

'ભણે જીવકકુમાર !' વર્ષકાર મહાઅમાત્યે અત્યંત ધીમા શાંત શબ્દોમાં કહ્યું : 'ચિરયૌવનની રસજ્યોતિની વાત તમે પહેલાં કરજો. પણ આપણે એની વાત જ કરવાની છે હો. રહસ્ય પ્રગટ કરવું નથી. અભયકુમારની વાત પછી થશે !'

'ભણે મંત્રીરાજ ! મારી વિદ્યાની સાર્થકતા જ મને આંહીં જણાય છે. ચિરયૌવનની રસકૂંપી અત્યારે મારી પાસે છે. હું મારી વિદ્યાને સાર્થક કરવા માગું છું. હું વિદ્યાદ્રોહ કરી શકતો નથી !'

'અરે ! પણ ભણે રાજકુમાર ! તો તો આ ચિરયૌવન જોશે !'

'ચિરયૌવન આંહીં છે જ ભન્તે મહાઅમાત્ય ! આંહીં જ્યાં કાલ જ નથી, ત્યાં કાલ નથી, એટલું મારે પ્રગટ કરવાનું છે. ને તે હું પ્રગટ કરીશ !'

વર્ષકાર કાંઈ બોલ્યો નહિ. એને જીવકકુમાર માટે ચિંતા થઈ પડી. એટલામાં પેલી બે રૂપરમણીઓ પાછી આવતી દેખાઈ. તેણે ઉતાવળે જીવકકુમારને કહ્યું : 'હું અભયકુમારની વાત કરીશ. પછી તમે વાત કરજો.'

જીવકકુમારે મૌનથી એ વાત સ્વીકારી લાગી.

એટલામાં પેલી રૂપરમણીઓ ત્યાં સામે ઊભી રહી ગઈ.

તેમણે નીચા નમીને બોલ્યા વિના માત્ર હાથનો અભિનય કર્યો.

વર્ષકાર ને જીવકકુમાર આગળ વધ્યા.

૨૯. નગરશોભિની આમ્રપાલી

આમ્રપાલીના સાન્નિધ્યમાં જતાં પોતે વર્ષો પહેલાં આંહીં આવ્યો હતો તે સાંભરી આવ્યું. વર્ષકાર તે વખતે રત્નમાણિક્યનો શ્રેષ્ઠી બનીને આવ્યો હતો. એની મુદ્રિકામાં એક શ્યામરંગીન મહાન મૌક્તિક હતું. ડોકમાં મૌક્તિકની માળા પડી હતી. હતી. એની પાસે ક્ષીરસ્ફટિક, ઇન્દ્રમણિ એવાં એવાં અદ્ભુત રત્નો હતાં* એ વખતે એણે આમ્રપાલીને જોઈ હતી. તામ્રલિપ્તિના રત્નશ્રેષ્ઠી તરીકે તેની પાસેથી આમ્રપાલીએ એક મહામૂલ્યવાન નીલમણિ લીધો હતો. એ નીલમણિ, એણે અંધ બનેલા મહાવીર મહાલીના નેત્રલાભ માટે લીધો હતો.

મહાલી પોતે તો અદશ્ય જ હતો. વર્ષકાર મહાઅમાત્યને એ સાંભરી આવ્યું. વૈશાલીનો એ મહાન ધનુર્ધર યુદ્ધ વખતે પ્રગટ થાય ને યુદ્ધનો રંગ જ ફેરવી નાખે. એ એક કોયડો થઈ ગયો હતો.

એણે આમ્રપાલીના કૌમુદીના મહોત્સવ સમા શૃંગારઘર તરફ પ્રયાણ કર્યું. માણસ જેમ જન્મજન્માંતરની વાત ભૂલી જાય, તેમ એ હવે બધું જ ભૂલી ગયો. એ શૃંગારઘરમાં પેસતાં એણે ત્યાં રંગોની, સ્વરોની, ચિત્રાંકનોની, સૌન્દર્યશોભાની, એવી એવી તો અદ્ભુત સૃષ્ટિ જોઈ કે એક નાનામાં નાની વસ્તુ પણ એની નજરને વીજળીની જેમ આકર્ષી રહી. શૃંગારઘરમાં બધે જ જાણે સુંદરતાનું લોહચુંબક આકર્ષણભર્યું લાગતું હતું. એક નાનકડી દીપિકા હોય, કનકદંડ હોય, સ્તમ્ભિક હોય, કે પ્રતિમા હોય, પણ એવી છટાથી ત્યાં મુકાયેલી હોય, એવે સ્થાને મુકાયેલી હોય, એવી રમણીય તેજછાયામાં એની સ્થિતિ હોય, અને એવી તો કોઈ સૌન્દર્યશોભા એની આસપાસમાંથી ત્યાં પ્રગટતી હોય, કે આખા શૃંગારઘરનું એ એક અનુપમ સૌન્દર્યમોતી બની

---

* જુઓ 'આમ્રપાલી'નું પ્રકરણ 'વર્ષકારને પત્તો લાગે છે'

જાય ! અને છતાં ખૂબી એ હતી કે આ શૃંગારઘરમાં દરેકે દરેક વસ્તુમાંથી જાણે સરખું સૌન્દર્ય પ્રગટતું દેખાતું હતું ! કોઈ અધિક ન હતું. કોઈ ઓછું ન હતું. પછી એ લાલ ચંદનની બેઠક હોય, કનકનો દીપદંડ હોય, સ્ફટિકની સ્તમ્ભિકા હોય, કે મેના અથવા અગનપંખીની સજાવટ હોય ! વર્ષકારે દ્વારમાં પ્રવેશ કર્યો કે તરત જ પેલી બંને રૂપરમણીઓ એને અભિવાદન કરતી જળમાં સોનેરી માછલી સરે તેમ, પળભરમાં અદશ્ય થઈ ગઈ. વર્ષકારે એમને બહાર જતાં જોઈ નહીં, અંદર જતાં જોઈ નહીં, પડખે સરી જતાં જોઈ નહીં, એ ક્યાં ગઈ, કયે રસ્તે ગઈ, એ પણ એક કોયડો બની ગયો. એમની ગતિમાં એવી અવાજવિહીનતા આવી ગઈ હતી. એ આશ્ચર્યચકિત થઈ ગયો.

બંને આગળ સર્યા. ત્યાં શૃંગારઘરની ભીત્તિકાઓ ઉપર સુંદરમાં સુંદર ચિત્રો એમણે જોયાં. ક્યાંક રતિ હતી. ક્યાંક અનંગદેવ એકલો બેઠો સૃષ્ટિને મોહ પમાડી રહ્યો હતો. ક્યાંક અપ્સરાઓ હતી. ક્યાંક મહાભારતની તેજસ્વી નારીઓ હતી. એક સ્થળે માત્ર બે પંખી એક પર્ણવિહીન વૃક્ષ ઉપર બેસી ગયાં હતાં. ઉપરથી અનરાધાર મેઘ પડતો હતો ને એ બે ત્યાં એકબીજાને આધારે બેઠાં હતાં ! રતિ અને કામદેવ એ પંખીજોડી પાસે જાણે ફિક્કાં પડી જતાં હતાં. ધરતી સાથે જન્મેલી પ્રેમમાયા પોતે ત્યાં પ્રગટી હતી ! પ્રાણી, પંખી, વૃક્ષો. બધાં, જાણે પ્રેમની ભાષા બોલતાં હતાં. સામેની એક બીજી આસમાની રંગની ભીંત તરફ તેણે જોયું. અને એ છક્ક થઈ ગયો. ત્યાં ચિત્રો ન હતાં. પણ રંગછટાની અવધિ હતી.

આકાશના વાદળાં ને આકાશ પોતે, ઋતુ ઋતુમાં જેટલા રંગ સંઘરે, તે બધા જ રંગો આંહીં રંગરેજે મૂક્યા હતા. ત્યાં ચારે બાજુ એણે ગુલાબી, કેસરી, આસમાની, લાલ, લીલો, પીળો, ધોળો, શ્યામ, હરેક પ્રકારનો રંગ જોયો.* એ એક ભીત્તિકા ઉપર કેવળ રંગની જ લીલા હતી. એ એક એક

---

* લિચ્છવી પ્રજા ઘણી જ રંગપ્રિય હતી. એક વૈશાલી – વેચ્છાલી, આરાકાનમાં છે. ડુંગરી પ્રજાઓમાં રંગ એ ઘણી જ પ્રિય વસ્તુ છે. આ લિચ્છવીઓ કદાચ આરાકાનમાંથી આવ્યા હોય એમ પણ હોય, એમના રંગશોખ વિશે વારંવાર ઉલ્લેખો મળે છે.

રંગની છાયા જોતાં માણસ ચકિત થઈ જાય. આકાશી આસ્માની, વાદળરંગી આસ્માની, મેઘરંગી આસ્માની, મધ્યવર્તી આસ્માની, સામુદ્ર આસ્માની, ઘટ્ટ આસ્માની, અને આસ્માન આસ્માની ! એ એક રંગ અને એના સહસ્ર ભેદ-પ્રભેદ અને છાયાભેદ ! તામ્રલિપ્તિના રંગરેજો જે જાંબુડિયા રંગ માટે ભારત વિખ્યાત ગણાતા, એ જાંબુડિયો રંગ પણ આંહીં હતો.

વર્ષકાર રંગની આ મોહક સૃષ્ટિમાંથી કોણ જાણે ક્યારે જાગત, પણ એટલામાં એણે એ આકાશની શાંત હવામાંથી જાણે કોઈ કિન્નરીનો કંઠરવ સંભળાતો હોય તેવો, સુંદર, મધુર, કર્ણને પ્રિય લાગે તેવો અત્યંત મોહક સ્વર સાંભળ્યો. ને એ ચમકી ગયો !' 'આવો મગધમંત્રીરાજ ! આંહીં આ ચંદન આસન ઉપર આવો. આવો. ભિષગ્વર ! તમે પણ આવો.'

વર્ષકાર આગળ વધ્યો. પણ એ આમ્રપાલીને જોઈને આશ્ચર્યમાં પડી ગયો. એને લાગ્યું કે કાં તો એ જે જુએ છે તે ખોટું હોય, કાં પોતાની આંખનું એણે તેજ ખોયું હોય. અથવા તો આ એક મોટો ઇન્દ્રજાલી ભ્રમ હોય. એ જે હોય તે. પણ આ સૃષ્ટિમાં ક્યાંક ભ્રમ પોતે બેઠો હતો એ ચોક્કસ. ત્યાં એણે પોતાની સામે જ આમ્રપાલીને જોઈ. રત્નમંડિત સોનેરી – રૂપેરી સુખાસન ઉપર એ એવી રીતે પાછળના રેશમ મોતીભર્યા આસનને અઢેલીને બેઠી હતી કે એનું એક ચરણ છટાભર્યું જરાક નીચે લટકતું હતું. અને એ બેઠી છે કે આડે પડખે પડી છે, એનો કોઈ નિર્ણય ન થાય એવી મોહકસૃષ્ટિ ઊભી કરતું હતું.

વર્ષકાર પહેલાં તો માની શક્યો નહિ કે પોતે વર્ષો પહેલાં જે આમ્રપાલી જોઈ હતી તે જ આ હોઈ શકે !

પોતે જે આમ્રપાલી જોઈ હતી તે હજી પણ એની સ્મૃતિમાં બેઠી હતી. નીલ સમુદ્રમાંથી ઉદ્ભવતી કોઈ મનોહર જલસુંદરી સમી હજી એ એનાં સંસ્મરણોમાં હતી. એવી જ મનોહર આમ્રપાલી આંહીં જોવાની એણે ધારણા રાખી હતી. પણ આ વહેતી રૂપસરિતા સમી જે આમ્રપાલી એણે આંહીં જોઈ, એ એનાં પોતાનાં સંસ્મરણોમાં રહી ગયેલી આમ્રપાલી કરતાં પણ, વધારે તરુણ

હતી. જાણે કે એ સમય પરત્વે ઊલટાની પાછળ પાછળ જીવતી હોય ! એના ઉપર એક વર્ષનો; એક દિવસનો, કે એક પળનો ઘસારો લાગ્યો ન હોય તે સમજી શકાય. પણ વધારે તરુણ અવસ્થા શી રીતે પ્રગટે ? આ આમ્રપાલી તો વધારે તરુણ હતી. એ તરુણ દેખાતી હતી, એમ પણ ન હતું. એ વધારે તરુણ હતી. આશ્ચર્ય તો આ હતું.

આંહીં આ નગરશોભિનીએ કાલને અ.....કાલ બનાવી દીધો છે, એ કૌમારભૃત્ય ભિષગ્વર જીવકકુમારની વાણીને વર્ષકાર સાંભળી રહ્યો !

સામે પડેલા લાલ ચંદનના એક સુંદર સુખાસન ઉપર વર્ષકારને બેસવા માટે એણે હાથ અભિનય કર્યો, વર્ષકાર ત્યાં બેઠો, તેની પાસે જીવકકુમાર બેઠો. જેવા ચંદન આસન ઉપર એ બેઠા કે તરત બંને એક નવા અનુભવથી ચમકી ગયા. એમને બંનેને જણાયું કે કોઈ મધુર પંખી સમો નારીકંઠ એમના કાન પાસે કાંઈક ગુંજતો હવામાં અદશ્ય થઈ ગયો. જ્યાં જરાક જ પાછળ જુએ છે, ત્યાં એમની પડખે જ ચામરધારિણી ચંદનપ્રતિમાઓ ચામર લઈને ધીમી વાયુ–લહર પ્રગટાવતી ઊભી રહી ગયેલી એમણે દીઠી !

એ બંને પ્રતિમાઓ રૂપે, રંગે, આકારે, દેખાવે, વેશભૂષાએ, એવી તો સજીવ ચામરધારિણી દાસી સમી હતી કે એમના દેહમાંથી શાંત, ધીમી ધીમી આવી રહેલી ચંદનસુગંધી પ્રગટતી ન હોત તો બંને જણા એમને સજીવન જ ધારી લેત !

વૈશાલી નગરીની આ અદ્દ્ભુત કલાકારીગરીના આશ્ચર્યજનક અનુભવમાં વર્ષકાર પડી ગયો. એટલામાં એણે શૃંગારખંડના એક દ્વાર પાસે કલહંસરવ સમો એક રવ સાંભળ્યો. અને તરત તેની પાછળ સોનેરીરૂપેરી ઘૂઘરીઓના રણકાર સમો રણકાર સંભળાયો. એ શું છે એ જાણવા માટે વર્ષકાર પોતાની આંખને જરા તૈયાર કરે છે, તે પહેલાં તો પેલી બે રૂપરમણી પાસેના ખંડમાંથી આવતી દેખાણી. સરોવરજલમાં શાંત વહેતી સોનેરી માછલીઓ હોય તેમ એમના પગનો જરા અવાજ થયો ન હતો, કે સ્થાનમાં એમની હાજરી જણાઈ ન હતી. જાણે એ હવામાંથી પ્રગટી હોય એમ લાગતું હતું !

તે આવીને અભિવાદન કરતી આમ્રપાલીની સામે શાંત નતમસ્તકે ઊભી રહી ગઈ.

વર્ષકાર ઘડીભર તો મંત્રમુગ્ધ બની ગયો. આટલી બધી કલાસર્જકતા જે નગરીમાં હોય તે નગરીને કોઈ વાત અજાણ હોય ખરી ? એનાં શસ્ત્રઅસ્ત્ર......

પણ એણે વિચારના એ તંતુને તૂટી જતો અનુભવ્યો. એટલામાં પેલી બે રૂપરમણીઓને આમ્રપાલી કાંઈક કહેતી સંભળાઈ : 'હલ્લે ! સુગંધભાજનને કહે. દ્રાક્ષારસ. કપિશા નગરીનો, હો !'

જેમ આવી હતી તેમ બંને રૂપરમણીઓ સરી ગઈ.

વર્ષકારે હવે પહેલી વખત પોતાની નજર આ અદ્દ્ભુત નગરશોભિનીને નિહાળવા માટે જરાક સ્થિર કરી.

એની કલ્પના કામ કરતી ન હતી. આ નગરીમાં એવું શું હતું કે જેથી એ રૂપ તમામને, અ–રૂપ કરી દેતું હતું ? કાલને, અ–કાલ બનાવી દેતું હતું. માનવને અ–માનવ–દેવ સરજી દેતું હતું. એવું આ નગરીમાં હતું શું ? શું હતું ? વર્ષકારના મનમાં મોટો પ્રશ્ન ઊભો થયો. એવું શું હતું ?

જે જીવનભરનો રાજકારણનો જીવડો હતો, જેણે શ્રમણ ગૌતમ જેવાની હવાને પણ એ સંસારની મશ્કરી છે, એમ માનીને, ઘોળી પીધી હતી, જેને ત્યાગની પરિસીમા દર્શાવતા, વૈશાલીની મહાન વિભૂતિ સમા, નિર્ગ્રંથ સાંતપુત્તનો શાંત ત્યાગ પણ, હવાઈ દુર્ગ સમ જણાતો હતો, તે બ્રાહ્મણમંત્રી વર્ષકાર, આમ્રપાલીના સાન્નિધ્યમાં સૌન્દર્ય હવાની કોઈક અનોખી લેરખી અનુભવી રહ્યો હતો. સૌન્દર્ય એટલે શું એનો જિંદગીમાં કદાચ આજે એને પહેલો જ અનુભવ થયો.

એને લાગ્યું કે આંહીંની હવાના કણેકણમાં એક જ વસ્તુ વસી છે – સૌન્દર્ય.

એક એવો તો મહાન પ્રેમસાગર આંહીં રેલાઈ રહ્યો હતો કે એના સાન્નિધ્યમાં બધું જ સૌન્દર્યમય બની જતું હતું. આંહીં કોઈ સ્થળે ક્યાંય લેશ પણ અ–સુંદરતા ન હતી ! ક્યાંય વિસંવાદિતા ન હતી. ક્યાંય ઘર્ષણ ન હતું.

જડ પદાર્થો પણ આંહીં એકબીજાને જાણે પ્રેમથી નિહાળી રહ્યા હતા. દીપિકા, કનકકળશને કાંઈક પ્રેમસંદેશો આપી રહી હતી, તો કનકકળશ, લાલચંદની સુખાસનને, પ્રીતિની વાત કહી રહ્યો હતો. પ્રેમકથા આંહીં જૂની થતી ન હતી. એનો રસ ખૂટતો ન હતો. એના જીવનનું ચિરયૌવન એક પળનો પણ ઘસારો આંહીં સહતું ન હતું. કોઈ શિલ્પી જેમ પ્રેમસૃષ્ટિ મૂકે, અને પછી કાળનો ઘસારો એના સૌન્દર્યને લાગે નહિ, એવું કાંઈક આંહીં હતું. આંહીં અસુન્દરતા ન હતી, કાલ ન હતો.

એ આમ્રપાલીને નિહાળી રહ્યો. એણે જોયું કે ત્યાં કોઈ સામાન્ય કે અસામાન્ય રમણીનું રૂપ બેઠું નહોતું. એણે રમણીઓ અનેક જોઈ હતી. પણ એમાંની કોઈ જેવી ન હતી. ત્યાં આકર્ષક શૃંગાર સૌન્દર્ય ન હતું. ત્યાં કોઈ રાજકારણીની આકાશ અડતી ગૌરવછટા ન હતી. કોઈ રૂપનારીની અલૌકિક શોભા પ્રગટતી ન હતી. જે સૌન્દર્ય આંખને અળગી થવા ન દે, એવી કોઈ સુંદરતાની લીલા ન હતી.

– અને છતાં ત્યાં શું હતું એ કહી ન શકવામાં જ, આ નારીનું બધું રૂપ આવી જતું હતું ! શું હતું એ કોઈ કહી ન શકે. અને ત્યાં શું ન હતું..... એ પણ કોઈ કહી ન શકે. જે રૂપને આંખ પકડી શકતી નથી, મન અનુભવી શકતું નથી, કેવળ કલ્પના વડે જ, જે જરા જરા અનુભવાય છે, એ આ રૂપ હતું. રૂપ રૂપની સરિતા સમી આમ્રપાલીનું રૂપ, જલધારા પેઠે જ વહ્યા કરતું હતું. કોઈ મહાન પ્રેમનો લોલ – વિલ્લોલ હિલોળો દેતો પ્રેમસાગર હોય એવી એ બની ગઈ હતી !

જે એને જુએ એ પછી બીજું કાંઈ ન જુએ. એ પ્રેમસાગરને કિનારે કેવળ મૃત્યુ હતું. પ્રતીક્ષામાં વધુ મોટું મૃત્યુ હતું. જે એમાં ડૂબી ન શકે, એને જીવનભર માત્ર અગ્નિ સમો ભયંકર તાપ જ મળે. છતાં આ નારીની ખૂબી એ હતી, એનું રૂપ, એ સર્જકરૂપ હતું. કાં એના સાન્નિધ્યમાં માણસ દેવ બની જાય. નહિતર એની જીવનભર ખાખ થતી રહે ! એ રાખ એને નવું રૂપ આપે !

વર્ષકાર એને જોઈ જ રહ્યો. જેમ જેમ એને એ જોતો ગયો તેમ તેમ એને લાગ્યું કે એનું રૂપ વધુ ને વધુ પ્રેમરંગી બનતું જતું હતું. રૂપસાગર જાણે

પ્રેમસાગરમાં પલટાઈ જતો હોય ! એનું યૌવન પણ સોળ કળાએ ખીલતા અમીવર્ષણ ચંદ્રરાજ સમું વધુ ને વધુ કલ્પનારંગી થતું ગયું !

વર્ષકારને લાગ્યું કે જો એ પ્રમાણે આમ્રપાલી જોયા જ કરશે, તો એનામાં પણ પ્રેમ ને કલ્પના સિવાય ત્રીજી કોઈ વાત જ નહિ રહે !

એ એકદમ જાગૃત થઈ ગયો, તેણે બે હાથ જોડ્યા : 'દેવી ! એક અત્યંત દુઃખદ ઘટના તમને કહેવા માટે આવ્યો છું. તમારી પાસે પહેલી જ વખત આવ્યો. અને આવ્યો ત્યારે દુઃખદ વાત કહેવા માટે આવ્યો. એનું મને દુઃખ છે. પણ મગધ મહારાજે મને મોકલ્યો છે. અભયકુમાર ભિખ્ખુપંથે પળ્યા છે. મહારાજે આ સંદેશો મોકલ્યો છે. દેવી એમને પાછા વાળે !'

આમ્રપાલી વર્ષકારને સાંભળી રહી. વર્ષકારે ધાર્યું હતું કે એ આકુળવ્યાકુળ થઈ જશે. પણ તરંગવિહીન કોઈ મહાન સરોવર, સંધ્યા સમયે જેમ અજબની મધુરદર્દભરી શાંત પ્રેમબંસી બજાવતું લાગે, અને એ પ્રેમબંસી જીવનની તમામ રસકથાનું પ્રગટીકરણ કરે, કે જેમાં દર્દ, વેદના, દુઃખ, બધાં પ્રેમમય બની રહે, પ્રેમ સિવાય કાંઈ જ ન રહે, તેમ આમ્રપાલી શાંત – અત્યંત શાંત હતી. અને છતાં ત્યાં વેદના અપરંપારની હતી.

એ શાંત હવામાંથી ગજબની દર્દભરી પ્રેમબંસીની એકલ સુરાવલિ આવી રહેલી વર્ષકારે પણ અનુભવી.

થોડી વાર પછી આમ્રપાલીએ વર્ષકાર સામે જોયું. એની આંખની પ્રેમકથા સ્વસ્મય બની ગઈ. તે ધીમેથી બોલી : પણ એ બોલમાં જે મધુરતા હતી જે વેદના હતી, વર્ષકારે એ બોલ સાંભળતાં, વાણીદેવતા બોલે તો કેવું બોલે તેનો પ્રત્યક્ષ અનુભવ લીધો.

'મગધમંત્રીશ્વર ! આંહીં આ સૃષ્ટિમાં પ્રેમનાં બધાં રૂપ વસે છે. સુંદરતા આંહીં પ્રેમ બને છે. પ્રેમ સુંદરતા થાય છે. એક અખંડ જીવન જલધારા વહે છે. એમાં કાંઠેથી કંકર નાખનારો શિશુ સમાન અજ્ઞાન ન હોય, તો વૃક્ષ સમો જડ હોય !'

'દેવી ! તમને વાત કહું. નર્તિકા પ્રેમા......'

આમ્રપાલીએ એને આગળ બોલતો રોકી દેવા પોતાનો હાથ સહેજ – જરાક જ ઊંચો કર્યો. એ હાથનો અભિનય જ કોણ જાણે કેમ વર્ષકારને સમજાવી ગયો કે આમ્રપાલીને બધી જ વાત જાણમાં છે. એટલામાં આમ્રપાલી બોલી : 'મંત્રીરાજ ! આ તો પ્રેમધામ છે. શબ્દોનું આંહીં કોઈ મૂલ્યાંકન નથી.'

વર્ષકારને શું બોલવું તે ખબર પડી નહિ. એટલે તેણે શૃંગારઘરમાં ચારે તરફ એક દૃષ્ટિ કરી. ત્યાં છેક ખૂણામાં એક કનકસ્તમ્ભિકા ઉપર યૌવનના કુંભમાંથી જીવનજલને વહાવતી એક રૂપરૂપભરી નારીપ્રતિમા ઊભેલી એણે જોઈ. અત્યાર સુધી એની નજરે એ કેમ પડી નહિ તેનું એને આશ્ચર્ય થયું. આમ્રપાલીની દૃષ્ટિને ત્યાં જતી એણે જોઈ. વર્ષકાર મનોમંથન કરી રહ્યો. આંહીં પ્રેમ, સૌન્દર્ય અને મૌન એ જ વાણીરૂપ હતાં. શબ્દો બિચારા અપંગ હતા. વર્ષકાર આમ્રપાલીની દૃષ્ટિનો ભેદ પામવા માથું ખંજવાળી રહ્યો.

એટલામાં એણે એ પ્રતિમાના જીવનજલ વહાવતા રસકુંભની, પાસે જ, એક નાનકડી રૂપેરી સ્તમ્ભિકા દીઠી. તેના ઉપર સ્ફટિકનું એક કમંડલ માત્ર બેઠું હતું. આંહીં જ્યાં દરેક સ્થળે એક વસ્તુ બીજાની સામે પ્રેમભરી કવિતા બોલી રહી હતી, ત્યાં રૂપ અને ચિરયૌવનના પ્રતીક સમી તરુણ સુંદર નારી, અને તેની પાસે જ બેઠેલું *સ્ફટિકનું કમંડલ – ભિખ્ખુપાત્ર જેવું – વર્ષકાર એ દૃશ્ય જોઈ રહ્યો.

અને એમાંથી અર્થ સમજતાં તો એ પોતે પોતાના મનમાં ને મનમાં ડોલી ગયો ! 'ઓ હો હો !' એને થઈ ગયું, આર્યજનો જેને સાક્ષાત્ ભારતી ગણતા તે આવી જ હોવી જોઈએ. આ નારીએ શૃંગારઘરને શું નું શું બનાવ્યું છે ? પ્રેમ, સૌન્દર્ય, મૌન, યૌવન, કાલ એવાં એવાં જે કોઈ દિવસે બોલતાં નથી, એમને એણે આંહીં બોલતાં કર્યાં છે ! ચિરયૌવનના પ્રતીક સમી પેલી રૂપરમણી પાસે, જીવનસંધ્યાના રંગ સમું કમંડલ આંહીં બેઠું છે. વધારે ઊંડો ઊતરતાં તો વર્ષકાર છક્ક થઈ ગયો. એને લાગ્યું કે એ આંહીંથી ક્યાંક કલ્પનાનો ભયંકર રોગ લઈને જશે ! શું આ નારીને ભૂત, વર્તમાન અને ભવિષ્ય પણ જાણમાં હશે ? ચિરયૌવન સમી જલધારા વહાવતી સુંદરી પાસે એણે

* હર્ષચરિતમાંથી, શ્રી. અગ્રવાલના લેખને આધારે.

કમંડલ મુકાવ્યું હશે, એ શું આજે જે સ્થિતિ પ્રગટી છે, તેનું જ સૂચક હશે ? આમ્રપાલી.... અને અભયકુમાર.... ચિરયૌવન અને ભિખ્ખુપાત્ર ! બંને પ્રેમભર્યાં, બંને સૌન્દર્યભર્યાં – કે પછી એ એના પોતાના જીવનનું ભવિષ્યદર્શન હશે ? કોણ કહી શકે ?

વર્ષકાર કાંઈ સમજી શક્યો નહિ. પૂછી તો શક્યો જ નહિ. એટલામાં આમ્રપાલીની દૃષ્ટિ ત્યાંથી ફરીને પાછી એને નિહાળી રહી હતી.

'આ ભિષગ્વર જીવકકુમાર આવ્યા છે તે મગધના રાજકુમાર છે.' વર્ષકારે તરત કહ્યું : 'તમારી ઘોષણાએ એને આંહીં આણ્યા છે, દેવી ! એ તક્ષશિલાના ગુરુ આત્રેયના શિષ્ય છે.'

'એમ ? ભિષગ્વર ! તમારી પાસે એવું કોઈ ઔષધ છે કે જેથી કાલ અ....કાલ થઈ રહે ? મારે એવું ઔષધ જોઈએ છે. એક પળ જાય છે એમ જણાવું ન જોઈએ. મૂરખાઓ ને ઘેલાઓ તો એ જાણતા નથી. પણ એ બે સિવાય, ત્રીજા કોઈ માટે એ નહિ હોય ?'

'એને જ બીજી રીતે તમે ચિરયૌવનનું ઔષધ કહી શકો દેવી ! હા. મારી પાસે એ છે. એ રસાયન મને મળ્યું છે !' જીવકકુમાર ઉત્સાહથી બોલી ગયો.

વર્ષકારને એની સાથે થયેલી વાત સાંભરી આવી. પોતે માંડ માંડ કલ્પનાની ઘેલછામાં પડતો બચ્યો હતો, એમ એ માનતો હતો. ત્યાં તો આ રાજકુમાર હવે કલ્પનાની ઘેલછાનો કાં તો ભોગ થઈ જશે, કાં તો એ આંહીંથી ખસી જ નહિ શકે. આંહીંની હવામાં જ કાંઈક એવું છે. એને જીવકકુમાર માટે ચિંતા થઈ ગઈ.

આમ્રપાલી બોલતી હતી : 'રાજકુમાર ! તમે એ ક્યાંથી મેળવ્યું ? મને તો કોઈકે કહ્યું હતું કે એનો વાસ માણસના હૃદયમાં છે. અને એ હૃદયનો વાસ પ્રેમના સાગરમાં છે ! બીજે બહાર એ ક્યાંય નથી !'

'એ બધી જ એકસરખી વાતો છે. દેવી ! બુદ્ધિ કાલને જાણે. હૃદય અ....કાલને. હૃદય વિના પ્રેમ નહિ. પ્રેમ વિના ઉપાસના નહિ. ઉપાસના વિના સિદ્ધિ નહિ. આ રસાયન મેં પોતે સિદ્ધ કર્યું છે. અ-કાલની ઉપાસનાથી.'

'આંહીં છે તમારી પાસે ?'

'હા.' જીવકકુમાર અતિ ઉત્સાહમાં આવી ગયો હતો : 'અસર કરે એટલું કે એવું નહિ. ખાતરી કરવા પૂરતું.' જીવકકુમારે પોતાની કેડેથી એક નાની નાજુક અત્યંત સુંદર હીરકકૂંપી કાઢી. તેમાં ભાગ્યે જ ચાર કે છ જલબિંદુ જેટલો કૌમુદીશુભ્ર કોઈક રસ દેખાતો હતો. પણ એ રસની એક ખૂબી હતી. હીરકકૂંપીને એ પારદર્શક બનાવી દેતો હતો. અને શૃંગારઘરની હરેકે હરેક વસ્તુનું એ પોતાનામાંથી પ્રતિબિંબ પ્રગટ કરતો હતો. ત્યાં આમ્રપાલી પોતે પણ હતી ! એક નાની સુંદર તિલ સમી પ્રતિમામાં, આબેહૂબ સાંગોપાંગ એનું દર્શન હતું. પણ એ એટલું તો મનોરમ બની ગયું હતું કે આમ્રપાલી પોતે પોતાને જોઈ રહી ! જોઈ રહી શું..... પોતે પોતાના ઉપર મોહી રહી !

'આનું નામ અ....કાલ દેવી !' જીવકકુમાર બોલ્યો. આ રૂપપ્રતિમાને જોતાં 'બસ' એમ કોઈ નહિ કહી શકે. એનું નામ અ....કાલ. એ જ ચિરયૌવન. એ જ આ રસાયન. આ રસાયન એ જ આપે છે. સૃષ્ટિ કેટલી સુંદર છે ? એનાં માટી, પાણી, પાન, વાદળ, રંગ, ઋતુ, પુષ્પ, છોડ, પ્રભાત, સંધ્યા, તારા, ચંદ્ર, રજની એમાં કેટલી સુંદરતા છે ?'

'એટલે કે કેટલો પ્રેમ છે, બરાબર.' આમ્રપાલી બોલી.

'હા. કેટલો પ્રેમ છે. જીવનમાં પ્રેમ હોવો જોઈએ. જીવન સાથે પ્રેમ હોવો જોઈએ. જીવન પ્રત્યે પ્રેમ હોવો જોઈએ. ધરતીનો પ્રેમ, માણસજાતનો પ્રેમ. એ ચિરયૌવન ! મારા આ ઔષધમાંથી જીવનમાં એ પ્રગટે છે !'

'તો તમે આંહીં રહો ભિષગ્વર ! રસાયન સિદ્ધ કરતાં કેટલો વખત થાય ?'

'બાર વરસ !'

'બાર વરસ ?'

'ખરી રીતે તો ચોવીશ. એક વખત વખતે કાંઈક ભૂલ થઈ જાય !'

વર્ષકાર તો જીવકકુમારની વાત સાંભળીને દિઙ્મૂઢ બની ગયો. તેને થયું કે ચોક્કસ આ જીવકકુમાર કાં તો આંહીં જ રહી જશે. અને ત્યાં તો જીવકકુમાર બોલ્યો : 'હું આંહીં રહું ભલે. પણ મારે આને માટે ઔષધો જોઈએ. ગજરાજ જોઈએ. સપ્તભૂમિપ્રાસાદપ્રમાણ ભૂગર્ભવાસ જોઈએ.'

'તો તો એ બધું તૈયાર થાય, પછી તમે આવો....જીવકકુમાર !' વર્ષકાર ઉતાવળે બોલ્યો : 'એટલા સમયમાં મહારાજ બિંબિસારનું ઔષધ પણ બરાબર થઈ રહેશે. આ તો આ એક વસ્તુ છે, એ આપણે બતાવવા માગતા હતા.'

'હા, એમ જ.' જીવકકુમાર બોલ્યો : પણ એને તો પોતાની વિદ્યાની તાલાવેલી લાગી હતી. 'આ વસ્તુ છે. ચિરયૌવન છે. માણસને મરવા માટે વૃદ્ધ થવાની જરૂર જ નથી.'

આમ્રપાલીને રાજકુમારમાં રસ પડ્યો.

'માણસ યુવાન રહી શકે. ઇચ્છે કે હવે આ અનુભવથી જુદો અનુભવ લેવો છે, ત્યારે પોતે પોતાની મેળે જ દેહ છોડી દે. ચિરયૌવન છે, દેવી ! એ છે. એ બધા માટે નથી. એ પ્રાપ્ત કરવાનો તમારો અધિકાર છે. માટે હું અવશ્ય આવીશ.....'

જીવકકુમારની કલ્પનાતંરગાવલિ કોણ જાણે ક્યાં જઈને અટકત પણ એટલામાં વૈશાલીનો કોઈ મહોત્સવ હોવાથી હજારો પુરુષો ને સ્ત્રીઓનું જનગણમંડળ વૈશાલીનું અમરગાન ગાતું નીચે ઊભરાઈ રહ્યું લાગ્યું. આમ્રપાલી તરત ઊઠી. તે આવીને ગવાક્ષમાં ઊભી રહી ગઈ. એણે પોતાનો એક હસ્ત જરાક ઊંચો કર્યો અને સેંકડો ને હજારોના કંઠમાંથી વૈશાલીનું ગાન ઊપડ્યું.

'વૈશાલી નગરી અમર રહો !'
'એની જીવન જ્યોત અખંડિત હો !'

રંગરંગીન વસ્ત્રોમાં શોભતું પુરુષમંડળ બોલતું હતું :

'વૈશાલી નગરી અમર રહો.'
અડગ અજર ને અભય બનો.

સામેથી સ્ત્રીઓના કંઠમાંથી ગાનનો મોહક પડઘો પડ્યો :

'યુગ યુગનાં જળ વહતી નગરી,
નિત નિત એનું યૌવન હો !
ભવ્ય હિમાચલ ભાનુ પ્રકાશિત,
દીપ્તિ સમ એ દીપ્તિ રહો !

એક અખંડિત યૌવનની ભરી,
નગરી અમારી શોભી રહો !'

*

વૈશાલી નગરી અમર રહો !

હજારો કંઠમાંથી ઊપડતી નગરીના ગૌરવગાનની એ પંક્તિઓ, વૈશાલીના સાત હજાર સાત સો સત્યોતેર કૂટાગારમાંથી, સાત હજાર સાત સો સત્યોતેર ઉદ્યાનગૃહોમાંથી, સાત હજાર સાત સો સત્યોતેર પુષ્પકરિણીઓમાંથી પડઘાઓ પાડતી દૂર દૂરના મેદાનમાં ફેલાઈ જતી હતી.

વર્ષકારે આમ્રપાલીને નવા જ રૂપમાં દીઠી. જનપદકલ્યાણીના પ્રેમપ્રોત્સાહનમાં હજારો માણસો પોતપોતાની વચ્ચેનું અંતર ભૂલીને એક વ્યક્તિ હોય તેમ 'વૈશાલી નગરી અમર રહો'ના ગાનમાં ભળી ગયા હતા.

જનપદકલ્યાણીનો આ જેવો તેવો પ્રભાવ ન હતો. આંહીં આવ્યો ત્યારે વર્ષકાર જે વિચારી રહ્યો હતો, કે આમ્રપાલી જ વૈશાલી છે. આમ્રપાલી જાય તો વૈશાલી જાય. એ વિચાર એનો દૃઢ થઈ ગયો.

નીચે લોકસમૂહમાંથી ગાન આવતું હતું.

'માનવ સરજી ધરતીનું એ,
પુષ્પ અમૂલક અમર રહો,
યુગયુગના સંસ્કાર વહંતી
અનંત એનો સ્રોત વહો !
જનમનગણને નિત નિત એનો
ભવ્ય જીવનસંદેશ મળો !
એક અખંડિત ભાગ્ય વહો,
એની જીવનજ્યોત પ્રકાશિત હો !

*

વૈશાલી નગરી અમર રહો !

હજારો કંઠમાંથી ઊઠતું આ ગાન વૈશાલીનું સામર્થ્ય દર્શાવતું દૂર દૂરના મેદાનમાં પથરાઈ જતું હતું. એના પડઘાઓથી ધરતી–ડુંગર ગાજી રહ્યા હતા.

એને પોતાની પાસે ઊભેલા જીવકકુમારની ચિંતા થઈ પડી. સ્વભાવથી એ સામાન્ય જનસમૂહમાં રાચનારો હતો. નિર્મળ હતો. આદર્શવાદી હતો. એને આ ગાનનો સ્પર્શ નિત્યને માટે આંહીંનો બનાવી દેશે એવો ભય વર્ષકારને લાગ્યો. જમાનાજૂના રત્નશ્રેષ્ઠીઓ જેવો એ હતો. એ શ્રેષ્ઠીઓ પોતાની પાસેનાં અમૂલ્ય રત્નોને જ્યાં ત્યાં તો ગમે તેટલી સમૃદ્ધિ માટે પણ ન આપતા. એ રત્નોને સાચવી રાખે, ગમે તેને ન આપે. એમને મન રત્નો આકાશી દિવ્ય વસ્તુ હતી. એને અનુરૂપ કોઈ નારી જ્યારે ભેટી જાય, ત્યારે એ રત્નને એને માટે આપે. ત્યાં સુધી એ એને સાથે ને સાથે ફેરવતો રહે.

આ જીવકકુમાર પણ એવો રસાયની હતો. જમાનાજૂના શ્રેષ્ઠીની જેમ એણે પોતાના રસાયનને આંહીં પ્રગટ કર્યું હતું. વર્ષકારને એની ચિંતા થઈ પડી.

નીચેથી હજી ગાન આવી રહ્યું હતું :

'નગરી અમારી નિત નિત હો !
વૈશાલી નગરી અમર રહો !
નહિ દરિદ્રી, નહિ કો દુખિયો,
નગરીમાં ના દીન કો હો !
હાથ લંબાવે એવો યાચક !
નગરીમાં ના એક મળો !

*

– નગરી અમારી અમર રહો

*

સંપદ સૌની, આપદ સૌની,
વિષાદનો પણ ઉત્સવ હો !
સંથાગાર અમારું નિત નિત,
એક અનંત વસંત વસો !
શિખર વિભૂષિત ભવ્ય મહાલય,

લેશ ન લઘુતા ક્યાંય રહો.
નગરી અમારી મહાજનોની,
ધાત્રી થઈને અમર બનો !

*

– વૈશાલી નગરી અમર રહો !
અડગ અજય ને અભય રહો !

વર્ષકારે આ તક જોઈ. ધીમેથી જીવકકુમારને કહ્યું : 'ભણે જીવકકુમાર, આપણે હવે જઈએ. અનુજ્ઞા લઈ લઈએ. આપણે સંદેશો આપી દીધો. જવાબ મેળવી લીધો. ચાલો......'

જીવકકુમારને ગમે તેવી વાત હતી. તેણે તરત બે હાથ જોડીને આમ્રપાલીને અભિવાદન કર્યાં. વર્ષકારે પણ બે હાથ જોડ્યા.

જનગણ તરફથી નજર ફેરવ્યા વિના, એક સહેજ નેત્રપલ્લવી અને એમાં અપાયેલી જવાની અનુજ્ઞા. વર્ષકાર મહાઅમાત્ય નગરશોભિનીના સૌન્દર્યની અવધિ જોતો હોય તેમ નમીને આઘે ખસી ગયો. લોકકંઠની હલક સમર્થ ને સમર્થ બનતી જતી હતી.

વર્ષકાર ને જીવકકુમાર ઉતાવળે પગલે નીચે જવા માટે નીકળ્યા.

લોકકંઠનું જબરજસ્ત સમર્થ ગાન પુષ્કરિણીઓ, કૂટાગારો. સપ્તભૂમિ પ્રાસાદો, અને ઉદ્યાનોને વીંધતું પશ્ચિમ દિશામાં સપ્તામ્રકને વટાવીને, પૂર્વ દિશાના ઉદયન ચૈત્યને વટાવીને, ઉત્તરમાં બહુપુત્રક ચૈત્ય વટાવીને અને દક્ષિણમાં રહેલા ગૌતમકને વટાવીને મહાવનમાં સોંસરવું નીકળી જતું હતું.*

કોઈ જોતું ન હતું પણ પશ્ચિમ દિશાનાં વનમાં એ વખતે પેલો નગન જોગંદર અચેલ કોરમટ્ટકx એ સાંભળીને ભીષણ ખડકોની સામે ઊભો ઊભો, એકલો એકલો ગાંડાની માફક હસી રહ્યો હતો ! ને હસતો હસતો ગાઈ રહ્યો હતો :

---

* વૈશાલી લગભગ ૨૨૫ ચો. માઈલ વિસ્તારમાં હોવાનો સંભવ છે.

x જુઓ 'આમ્રપાલી'નું પ્રકરણ 'વર્ષકારે જોયેલું વૈશાલીનું દૃશ્ય'

મિટ્ટી પથ્થર, ખડક, રેતકણ,
કંકર શંકર ને ભૈરવ ગણ,
ભીષણ વસ્તુ સબ અમર રહો.
બસ ખાખ રહો, એક રાખ રહો,
એની અમર ખાખ ને રાખ રહો !
વૈશાલી નગરી અમર રહો !

૩૦. વીજળી પડી

જીવકકુમાર ને વર્ષકાર ઝપાટાબંધ નીચે આવ્યા. એમને આ જનમહોત્સવ જોવો હતો. એમણે સાંભળ્યું હતું કે વૈશાલીના સબ્બ રતિ મહોત્સવ જેવા મહોત્સવો તો નાનાને, મોટાને, બધા જ લિચ્છવીઓને, આનંદમેળામાં ભેગા કરીને એક અને અખંડ વૈશાલીનું સર્જન કરે છે. આ મહોત્સવ પણ એવો હતો. કાર્તિક સુદિ પૂર્ણિમાનો એક મહોત્સવ થતો. પણ એ સમય તો હજી દૂર હતો. આ મહોત્સવ શા માટે છે એ એ સમજ્યા ન હતા.

પણ નીચે આવ્યા. દ્વાર વટાવ્યું. ઉદ્યાનમાંથી બહાર નીકળ્યા. મેદાનમાં આવ્યા. હલ્લ – વિહલ્લને જોવા ચારે તરફ દૃષ્ટિ કરી, પણ એ બંને દેખાયા નહિ.

એને ઇષ્ટાપત્તિ માનીને વર્ષકારે જીવકકુમારને કહ્યું : 'ભણે જીવકકુમાર ! ચાલો આપણે આ લોકગાનમાં જ ભળી જઈએ.'

જીવકકુમાર તેની પાછળ ચાલ્યો. વર્ષકાર આગળ વધ્યો. જ્યાં વધારેમાં વધારે ભીડ લાગતી હતી ત્યાં એ ગયા. ત્યાં એક માણસના માથા ઉપર નર્તિકા નૃત્ય કરતી હતી. માણસે પોતાના માથા ઉપર એક મોટી ગાગર મૂકી હતી. તેની ઉપર એક પાતળી સુંદર કાષ્ટપાટ હતી. તેની ઉપર એક નર્તિકા નાચી રહી હતી. નીચે મૃદંગઘોષ કરવાવાળા – બંને બાજુ ઉપર ઊભા રહીને તાલ આપી રહ્યા હતા. જનસમૂહમાંથી તાલબદ્ધ તાલીઓ આવતી હતી. ગાગર ધારણ કરનારો એ દરેક તાલે તાલને અનુરૂપ શરીરભંગ કરીને નર્તિકાને, પોતાની ભૂલથી જરા પણ ખોટી ચાલ ન કરવી પડે, તેનું ધ્યાન રાખી રહ્યો હતો. હજારો માણસો એ પ્રશંસાથી જોઈ રહ્યા હતા.

પણ આ બધું શા માટે છે એ વર્ષકારને હજી સમજણ પડતી ન હતી. તેણે પોતાના આગળના એક લિચ્છવીને પકડ્યો : 'ભણે મહાશય ! આ શાનો મહોત્સવ છે ? કોઈ મધુપર્વ છે ?'

'ભન્તે આર્ય ! ત્યાં આગળ જુઓ. વૈશાલીનગરીમાં મંગલહસ્તીનો પ્રવેશ થયો છે. તેનો આ ઉત્સવ છે !'

વર્ષકાર ચોંકી ગયો. લિચ્છવીએ બતાવ્યું હતું તે દિશામાં તેણે દૃષ્ટિ કરી સોનેરી જાળી સેચનક ગજરાજના શરીરને શોભાવી રહી હતી. ઝળાંઝળાં થતાં સૂર્યકિરણમાં હસ્તીરાજ જનસમૂહમાં સૌથી આગળ જઈ રહેલો એની દૃષ્ટિએ પડ્યો. ત્યારે હલ્લ – વિહલ્લ ત્યાં હોવા જોઈએ, વર્ષકારે અનુમાન કર્યું. પણ સિંહનાયકે આનો મહોત્સવ કર્યો હતો. અને લિચ્છવી તમામ, સેચનક ગજરાજને વૈશાલીનો માનવા લાગ્યા હતા. હલ્લ – વિહલ્લ તો આંહીંના હતા જ. વર્ષકાર ઊંડા મનોમંથનમાં પડી ગયો. મગધે સેચનક જેવો સેચનક ગુમાવ્યો હતો !

લોકભીડમાંથી જરા દૂર થવા માટે બંને પાછળ રહી ગયા. એક સ્થળે લોકોની ભીડ જોઈને એ તરફ વળ્યા. ત્યાં કોઈ જ્યોતિષ્ક ભવિષ્યકથન કરી રહ્યો હતો. માણસો ચારે તરફ ઊભાં હતાં. તે પોતાની ઢબે ઊંચેથી લલકારીને ભવિષ્યકથન બોલતો હતો. કોઈ ન દેખે માટે વર્ષકાર ને જીવકકુમાર સૌની પાછળ ઊભા રહી ગયા.

એનું ભવિષ્યકથન સાંભળતાં સૌ ચમકી જતા લાગ્યા. કદાચ એ ચમકાવવા માટે જ બોલતો હોવો જોઈએ. જે માણસ એની પાસે જાય તેની તલવાર સૂંઘીને એ માણસનું ભવિષ્યકથન કહેવા માંડતો હતો.

એક કોઈ લિચ્છવી સૈનિક તેની પાસે આવ્યો. તેની મ્યાનબદ્ધ તલવાર તેણે તેને સોંપી. તેણે મ્યાનમાંથી તલવાર કાઢી. ઘણી વાર સુધી તલવારમાં કાંઈક નિહાળતો હોય તેમ એ જોઈ રહ્યો અને પછી એ તલવાર નાક પાસે લઈ ગયો. એને સૂંઘવા લાગ્યો. તરત સૈનિકનું ભવિષ્યકથન આવવા માંડ્યું :

'ભણે ભાણ્ડગ્રામિક ! જ્યારે મગધ વૈશાલીનું મહાયુદ્ધ થશે, ત્યારે પશ્ચિમ દ્વારનું રક્ષણ કરતાં તમે ત્યાં વીરમૃત્યુ પામશો !'

લિચ્છવી જુવાનો આ સાંભળતાં ચમકી ગયા લાગ્યા.

'પણ એ યુદ્ધ ક્યારે થશે ભન્તે જ્યોતિષ્ક મહારાજ ? એ જાણો છો ?'

'તે પહેલાં તો દેશભરમાં મોટી ઊથલપાથલ થાશે. શ્રાવસ્તી નગરી લૂંટાશે. રાજા પ્રસેનજિત રાજ છોડશે. કોઈનાં ઘર સલામત નહિ હોય. આંહીં મહામારી આવશે.'

'આ અમારા ભદ્રિકનું ભવિષ્યકથન કરો તો.' એક કોઈ માણસ લિચ્છવી સૈનિકોના ટોળામાંથી બોલ્યો હતો.

વર્ષકારની દષ્ટિ તે તરફ ગઈ. તે વાત માનતો ન હોય તેમ ચમકી ગયો. તેણે જીવકકુમારને ખભે હાથ મૂક્યો : ધીમેથી કહ્યું : 'જીવકકુમાર ! ત્યાં જુઓ તો. આ છેલ્લો બોલનારો કોણ છે ? સિંહનાયક તો ન હોય ?'

'નાયક પોતે ?' જીવકકુમાર પણ ચમકી ગયો. તેણે વર્ષકારે બતાવ્યું હતું ત્યાં જોયું. હતો સિંહનાયક પોતે જ. પણ તે પગપાળો હતો. અને એટલા સાદા વણિકજનના વેશમાં હતો, કે કોઈ નિહાળી નિહાળીને ન જુએ, તો એને ઓળખે પણ નહિ. લિચ્છવીઓ બધા પોતપોતાના તાનમાં મસ્ત હતા, એટલે તેના તરફ કોઈનું ધ્યાન ગયું લાગ્યું નહિ. વર્ષકાર વધારે ધ્યાનથી જોવા લાગ્યો. સિંહનાયકને ભવિષ્યકથક પ્રત્યે શંકા ઊભી થઈ લાગી. તે ક્યાંકનો ગુપ્તચર હોય તો નવાઈ નહિ. સિંહનાયક સૈનિકના કાનમાં કાંઈક કહી રહ્યો જણાયો. કહેવાનું પૂરું કર્યું. અને તેણે પોતાની પાસેની તલવાર તેને આપી દીધી. સિંહનાયક ટોળામાં જરાક વધારે પાછળ રહી ગયો. પેલો સૈનિક આગળ વધ્યો. તે ભવિષ્યકથક પાસે પહોંચ્યો : 'ભન્તે જ્યોતિષ્ક મહારાજ !' તે જ્યોતિષીને નમીને બોલ્યો :

'હું કોશલક છું. મારું ભવિષ્ય જોઈ દો. આ મારી સમશેર લ્યો : પણ હોય તેવું કહેજો હો ! આજ મરણ હોય તો આજ કહેજો. હું મૃત્યુથી ડરતો નથી. હું પણ સૈનિક છું !'

ભવિષ્યકથનાર ઉત્સાહમાં આવી ગયો હતો. એને લાગ્યું કે એણે જનસમૂહમાં રસ ઊભો કર્યો છે. એની ખરી વાત તો હજી હવે આવવાની હતી. આ તો એ ભૂમિકા તૈયાર કરતો હતો. પણ વૈશાલી ઉપર મગધની આફત

ઊતરશે, માટે વૈશાલી અમને મળે એવો ધ્વનિ ઊભો થતો હતો. તે અવંતીનો હોવો જોઈએ એમ વર્ષકારને લાગ્યું. તે વધુ ને વધુ મોટેથી બોલવા લાગ્યો : ‘જ્યારે એક કોઈ મહાન નગરીના મહાવનમાં રહેતો નગનજોગંદર બોલશે, બાર વરસ થયાં જે બોલ્યો નથી તે જ્યારે બોલશે; ત્યારે ઉત્તરાપથનો એક રાજા મૃત્યુ પામશે. શાક્યો ભાગશે. શ્રાવસ્તીનગરી હતી ન હતી થશે. ગાંધારનો રાજા પુકકુસાતિ..... મગધમાં આવશે..... એ મિત્રો બનશે..... ત્યારે.....’

‘હવે મગધનું પછી કહેજો. પહેલાં મારું તો કહો.....’ કોશલકે પોતાની તલવાર ઉપર હાથ મૂક્યો. તલવાર હજી મ્યાનમાં હતી.

‘ત્યારે ગણરાજ્યો ને મગધ વચ્ચે મોટું યુદ્ધ થશે. ત્યારે ભણે સૈનિક ! તમે.....’

ભવિષ્યકથકે સૈનિકની તલવાર ઉતાવળે મ્યાનમાંથી બહાર કાઢી. પણ એ બહાર કાઢતાં જ એને ઉપરાઉપરી છીંકાછીંક થઈ પડી. મ્યાનમાંથી મરચાંની ભુક્કીના ગોટેગોટા ઊડ્યા હતા. એની આંખમાં આંસુ માતાં ન હતાં. ને ‘હા છીક ! હા છીક ! છીક, છીક છીક’ તો ચાલુ જ હતું ! ‘હા છીક’ કરતાં કરતાં જ તેનું માથું ઉઘાડી તલવાર તરફ ઢળી ગયું. ને એને ધ્યાન પણ ન રહ્યું પણ એના નાકનું ટેરવું છીંક ખાતાં પોતાના હાથે જ કપાઈ ગયું !

તલવાર ભારે તેજસ્વી ને પાણીદાર હતી. ત્યાં લોહીની ધારા ચાલી. ચારે તરફ દોડાદોડી થઈ પડી. વર્ષકારે જીવકકુમારના ખભા ઉપર હાથ મૂક્યો; ‘આપણે ચાલો રાજકુમાર ! આ કોશલ કે અવંતીનો ગુપ્તચર હોવો જોઈએ. સિંહનાયકે બોલ્યા વિના એના હાથે જ એનું નાક કપાવી દીધું એ તમે જોયું નાં ? આટલી બધી આંહીં જાગૃતિ છે !’

‘પણ આપણે એનું નાક આમ સરખું કરી દઈએ !’ જીવકકુમાર બોલ્યો.

વર્ષકારને રાજકુમારની સીધીસાદી વાતનો ભય લાગ્યો. ‘એ પણ આપણે કરીશું. સિંહનાયક પાસે આની દાદ-ફરિયાદ આવશે, ત્યારે આપણે મદદ કરીશું !’ પણ વર્ષકારને મનમાં ચિંતા થઈ પડી. આ સાદો, ભલો, ભોળો, આદર્શઘેલો રાજકુમાર એટલું પણ જાણતો ન હતો કે, એની શસ્ત્રઘાતની

ચિકિત્સા તો એને આંહીં જ તળ રાખી દેશે. એ બહાર જવા નહિ પામે. વર્ષકારને પોતાને પણ જીવકકુમારની ચિંતા થઈ પડી. તે ટોળામાં પાછળ ને પાછળ રહેતા ગયા. છેવટે એ એકલા જેવા દેખાયા. વર્ષકાર ઉતાવળે બોલ્યો : 'ભણે રાજકુમાર ! આપણે ચાલો. તમે કહો ન કહો, પણ મને મનમાં કાંઈનું કાંઈ થાય છે. આ ભવિષ્યકથનારે મહારાજનું ભવિષ્ય કહ્યું નથી, પણ મહારાજ ત્યાં રાજગૃહમાં એકલા છે, તમે આંહીં છો, હલ્લ – વિહલ્લ આંહીં છે, જયસેન શિલાવત બંને તો ભિખ્ખુ થઈ ગયા છે. અને અભયકુમાર ભિખ્ખુપંથે પળ્યા છે. કદાચ રાજમાતા વૈદેહી રાજા પ્રસેનજિતની ગંભીર માંદગી પછી શ્રાવસ્તી જવાનો વિચાર કરતાં હોય તો આપણે ઊપડી જઈએ. આપણું આંહીંનું કામ થઈ ગયું છે. સંદેશો આપણે આપી દીધો છે. તમે આજ ને આજ હલ્લ – વિહલ્લને કહો. એ પણ આપણી સાથે આવે. મહારાજ એકલા છે. ને યુવરાજ અજાતશત્રુનો સ્વભાવ તમે જાણો છો....' ઉતાવળે ઉતાવળે પણ બહુ ધીમેથી વાત કરતા તે આગળ વધ્યા. પોતાના નિવાસ તરફ જવા માટે રથની પાસે આવ્યા. હજી હલ્લ – વિહલ્લ આવ્યા ન હતા. વૈશાલીનગરીના ગગનપડઘા હજી ગગનમાંથી આવી રહ્યા હતા.

સેચનક હસ્તીરાજ વૈશાલીનગરીમાં ફરવા નીકળ્યો હોય તેમ જણાતું હતું.

હસ્તીરાજ આવ્યો ને આવતાંવેંત તરત જ વૈશાલીની ગૌરવગાથાના પ્રતીક સમાન બનાવી દેવાનો સિંહનાયકનો પ્રયત્ન ફળ્યો હતો. લિચ્છવી દરેક હવે એ ગજરાજ માટે મરી ફીટે એવું વાતાવરણ એણે સરજી દીધું હતું, અને તે પણ ઘડીના છઠ્ઠા ભાગમાં. વૈશાલીની તત્પરતા એ જેવી તેવી વસ્તુ ન હતી.

વર્ષકાર ને જીવકકુમાર બંને પોતાના નિવાસસ્થાને પહોંચ્યા. ત્યાં એમણે હલ્લ – વિહલ્લને આવેલા દીઠા નહિ. દેખીતી રીતે એ સેચનક ગજરાજ સાથે ફરતા હોવા જોઈએ. એ મગધના મટી ગયા હતા એ સ્પષ્ટ હતું. પણ વર્ષકાર એ વાતને વધારે સ્પષ્ટ કરવા જ માગતો ન હતો, ને જીવકકુમાર એ રીતે જ સમજે એમ કરવા માગતો હતો.

તે ઉપરીતલ ઉપર ગયા. હજી 'વૈશાલીનગરી અમર રહો !' ના પડઘા આવી રહ્યા હતા.

વર્ષકાર વિચારમાં પડી ગયો. આમ્રપાલીને મળ્યો. આમ્રપાલી છે ત્યાં-સુધી વૈશાલી એક – અખંડ રહેશે એ અનુભવથી જાણ્યું. સેચનક આંહીં છે એ જાણ્યું. એટલી વારમાં તો હરેક લિચ્છવી માટે ગૌરવગાથાના પ્રતીક સમાન બની ગયો હતો. એને માટે હવે હરેક લિચ્છવી પ્રાણ આપવા તૈયાર થઈ જાય.

આ સેનાપતિ સિંહનાયક અદ્ભુત હતો. તે રંગમાંથી, ઉત્સવમાંથી, ગાનમાંથી, મેળાઓમાંથી, નીલપદ્મભવન જેવા આમોદપ્રમોદના સ્થાનમાંથી, પ્રજાની એકતા ઊભી કરી શકતો હતો. એણે એ એક કલા જ હસ્તગત કરી હતી. એ હતો ત્યાં સુધી વૈશાલીનગરી એક હતી. અખંડ રહેવાની હતી. સમર્થ રહેવાની હતી.

પોતાનું સ્વપ્ન જેમ લંબાતું હતું તેમ તેમ મગધ નબળું પડતું જતું હતું, એ એ જાણતો હતો. પણ હજી એ જોઈ શકતો હતો કે મગધ પ્રત્યેનો તિરસ્કાર દરેક રાજ્યમાં બેઠો હતો. એટલે વૈશાલી – મગધ લડે તો એ બધાં મગધ સામે થઈ જવાનાં !

એ બધાંને મેળવવા માટે તો ઘણો વખત લાગે. પણ જો વૈશાલી પોતે જ અંદરથી વિભક્ત થાય તો મગધ વિજય વહેલો મેળવે.

એણે એ રસ્તો શોધવો રહ્યો. પણ હજી તો એને રાજગૃહ મૂક્યે પૂરું અઠવાડિયું પણ નહિ થયું હોય ત્યાં – ત્યાં શું હશે એની એના મનમાં ચિંતા ઊભી થતી હતી. આવી પરિસ્થિતિ રાજગૃહમાં હતી. અને વૈશાલીની વાત જુદી હતી. તે ઊભો થયો. ચારે તરફ એક આંટો માર્યો. નીચે નજર કરી. એક કોઈ બ્રાહ્મણ દ્વારપાલ પાસે ઊભેલો તેની દૃષ્ટિએ પડ્યો.

'કોણ હશે ?' તેના મનમાં વિચાર આવ્યો. એટલામાં દ્વારપાલ ઉપર આવ્યો.

'ભન્તે મહાઅમાત્યજી ! એક બ્રાહ્મણ મળવા આવ્યો છે !'

'કોને મળવા આવ્યો છે ? કોણ છે ભણે દ્વારપાલ ? એને શું કહેવું છે ?'

'એ કાંઈ એણે કહ્યું નથી. એનું કામ ઉતાવળનું છે !'

વર્ષકારે બ્રાહ્મણને ઉપર બોલાવરાવ્યો. બ્રાહ્મણ આવ્યો, પણ તે ગભરાયેલો જણાતો હતો. દ્વારપાલ ત્યાં ઊભો હતો. બ્રાહ્મણને કાંઈક કહેવું હતું, પણ તે બોલી શકતો ન હતો.

'કેમ ભન્તે બ્રાહ્મણ ! શું કહેવાનું છે ?'

'કહેવાનું તો કાંઈ નથી મહારાજ ! પણ હું રસ્તે ચાલ્યો જતો હતો. હું તો મારા કામે જતો હતો. પણ ત્યાં બે પંખી બેઠાં વૃક્ષની ડાળીએ વાતો કરતાં હતાં તે મેં સાંભળ્યાં ને હું આંહીં આ નગરીમાં આવ્યો. એ વાતનો મર્મ આ નગરીમાં કોઈ બતાવે તો. આંહીંથી જતો હતો ત્યાં ખબર પડી કે મગધના મહાઅમાત્ય આંહીં આવ્યા છે. સાથે કુમારભૃત્ય જીવકકુમાર છે. એટલે આંહીં આવ્યો. બીજું કાંઈ કામ નથી.'

વર્ષકારે જીવકકુમાર સામે જોયું. જીવકકુમારની દિગંતમાં કીર્તિ ફેલાયેલી હતી. એની નામના જેવી તેવી ન હતી. પક્ષીની ભાષાના જાણકાર તરીકે પણ એ જાણીતો હતો. વર્ષકારે દ્વારપાલ સામે જોયું. તેને પણ બ્રાહ્મણની વાતમાં રસ પડ્યો હતો. વળી વાત સાચી લાગતી હતી !

'ભન્તે બ્રાહ્મણ ! પંખીની વાત શું હતી ?'

બ્રાહ્મણે ચારે તરફ જોયું. દ્વારપાલ હજી ત્યાં હતો. વર્ષકાર બ્રાહ્મણની દૃષ્ટિને બરાબર જોઈ રહ્યો હતો. તે હવે તત્કાળ સમજી ગયો. બ્રાહ્મણ રાજગૃહથી દોડ્યો આવ્યો લાગે છે. રાજગૃહમાં કાંઈક બન્યું છે. તેણે તરત કહ્યું : 'ભન્તે બ્રાહ્મણ ! અમને તો એ વાતમાં કાંઈ ગતાગમ નથી. પણ નગરી આવડી મોટી વિશાળ છે, ને કોઈ ન કોઈ જાણકાર તમને મળી રહેશે !'

'ભન્તે મહાઅમાત્યજી ! રાજકુમાર જીવકકુમાર એના જાણકાર સાંભળ્યા છે. એ આશાએ હું આવ્યો છું.'

'તો એ આ રહ્યા. એને કહો.'

બ્રાહ્મણે બે હાથ જોડ્યા : 'ભન્તે મહાઅમાત્યજી ! કહેવામાં કાંઈ વાંધો નથી. વાત સાંભળીને જ થઈ ગયું છે કે મૃત્યુ આવે તો ભલે, પણ આનું રહસ્ય તો મેળવવું જ મેળવવું. પણ બ્રહ્મહત્યા મહાઅમાત્યને કપાળે ચોટશે !'

'અરે હા, હા,' કરતો વર્ષકાર ઊભો થઈ ગયો. 'પંખીની વાણી જાણભેદુઓ સિવાય બીજાને ન સંભળાય. સંભળાવે તો સંભળાવનારો ઢળી પડે. એ વાત તો મને ધ્યાનમાં જ ન રહી. ભણે દ્વારપાળ ! આપણે જરા આઘેરા ખસો. મફતની બ્રહ્મહત્યા કપાળે ચોટશે !'

દ્વારપાળ આઘો ખસી ગયો. વર્ષકાર દૂર ચાલ્યો ગયો. તે વૈશાલીનગરીને જોઈ રહ્યો, પણ એનું મન ત્યાં હતું. રાજગૃહમાં શું થયું હશે ? આ બ્રાહ્મણ આવ્યો છે ત્યાંથી, તો એટલી વારમાં શું થઈ ગયું હશે ?

બ્રાહ્મણ ને જીવકકુમાર એકલા પડ્યા કે બ્રાહ્મણે તરત કહ્યું : 'મહારાજ ! હું રાજગૃહથી દોડતો આવ્યો છું. માંડ માંડ આવ્યો છું. દેવ ! જલદી રાજગૃહ પાછા ફરો. ઈશ્વરી કોપ થઈ ગયો છે. મગધ ઉપર આફત ઊતરી છે !'

'પણ છે શું ભન્તે બ્રાહ્મણ ?'

'બીજું કાંઈ નથી દેવ ! રાજગૃહમાં જલદી આવો. રાજગૃહ રંડાઈ જશે. મહારાજ બિંબિસારને યુવરાજ અજાતશત્રુએ સાચેસાચ બંધનગૃહમાં નાખ્યા છે !'

'હેં !' વીજળી પડી હોય તેમ જીવકકુમાર અવાક્ થઈ ગયો.

બ્રાહ્મણ તરત ઊભો થઈ ગયો. તે એકદમ ખંડમાંથી બહાર નીકળી ગયો. તે નીકળતાં નીકળતાં બોલી રહ્યો હતો : 'વાહ્ ! ભિષગ્વર વાહ ! શી મર્મકથા બતાવી ! હાશ, હવે હું નિરાંતે મારે ઘેર જઈને આજે મધુગોલક, અને શાલભાત તથા કુલ્માષ* સ્થાલીપાક+ ભરીને બરાબર ઝાપટીશ. ને ઉપર મેરેય× પણ ચડાવીશ !'

---

* દાળ, + થાળી, × મદ્ય.

૩૧. રાજગૃહમાં શું બન્યું હતું ?

માગધ બ્રાહ્મણ નીચે ગયો કે તેની પાસેથી વધુ હકીકત મેળવી લેવા માટે દ્વારપાળ પણ તેની પાછળ ગયો. તરત મહાઅમાત્ય વર્ષકાર જીવકકુમાર પાસે આવ્યો. 'ભણે જીવકકુમાર !.....' પણ પણ એ બોલતાં બોલતાં વચ્ચે જ થંભી ગયો.

જીવકકુમારના ચહેરા ઉપર એટલો વિષાદ એણે દીઠો કે કોઈ અમંગળની શંકાથી મહાઅમાત્ય બોલતો અટકી ગયો. તે ધીમે પગલે જીવકકુમારની છેક પાસે ગયો. તેના ખભા ઉપર ધીમેથી હાથ મૂક્યો. 'ભણે રાજકુમાર ! શું છે ?'

જવાબ આપવાને બદલે જીવકકુમાર તેની સામે જોઈ રહ્યો. તેના ચહેરામાં અસહ્ય વેદના હતી. વર્ષકાર એને જોતાં ધ્રૂજી ગયો. તેને ભય લાગ્યો. મગધમહારાજ ભિખ્ખુ થઈ ગયા હોવા જોઈએ. 'રાજકુમાર ! શું સમાચાર છે ? આ બ્રાહ્મણે શું કહ્યું ? એ રાજગૃહથી જ આવ્યો હતો નાં ?'

'ભન્તે મહાઅમાત્ય !' જીવકકુમારે ધ્રૂજતા અવાજે કહ્યું : 'એ રાજગૃહનો જ હતો. રાજગૃહ લૂંટાઈ ગયું છે. મહારાજને બંધનાગારમાં નાખ્યા છે !'

'મહારાજને બંધનાગારમાં કોણે નાખ્યા છે ? અરે ! કોણે ?'

'યુવરાજકુમાર અજાતશત્રુએ !'

'હોય નહિ ?'

'હોય નહિ, હોવું ન જોઈએ, પણ છે, તેનું શું ? અત્યાર સુધી તો મહારાજ સત્તાહીન હતા. પણ બ્રાહ્મણે કહ્યું એને હવે તો બંધનાગારમાં જ પૂરી દીધા છે. કોઈ મળી શકતું નથી. પિતાને બંધનમાં નાખનાર આવા ઘાતકીને તમે યુવરાજ કહો છો ? મહાઅમાત્ય ! હું તમને પૂછું છું તમે બ્રાહ્મણ છો કે

અ–બ્રાહ્મણ ? પિતાને કોઈ પુત્ર બંધનમાં નાખે ખરો ? આ બધાનું મૂળ
તમારામાં રહ્યું છે મહાઅમાત્ય ! પણ જુઓ.....' જીવકકુમારનો અવાજ ફરી
ગયો. તેનો ચહેરો પણ બદલાઈ ગયો. તેની આંખમાં એક પ્રકારની ભયંકરતા
આવી ગઈ. અવાજ મક્કમ થઈ ગયો : 'જુઓ, હું તમને કહી દઉં મહાઅમાત્યજી
! જો રાજાને અજાતશત્રુ બંધનમાં રાખશે, એનો એક વાળ વાંકો થાશે, તો
આખી રાજગૃહનગરી હતી ન હતી થઈ જશે. રાખોડી ઉપર રાજ ચલાવવું
સારું નહિ લાગે. હું સમજું છું કે રાજા તરીકે અજાતશત્રુ આવે. પણ તે આવી
રીતે ? ભલે હું બોલતો નથી. પણ તમે સમજી લ્યો. હું પણ કાંઈક છું. હું
ઘડીના છઠ્ઠા ભાગમાં રાજગૃહનગરીને, તમારા અધિકારીઓને, સૈનિકોને,
આખા દેશને ઉજ્જડ કરી મૂકીશ. મારી પાસે હથિયાર નથી. પણ તમારી પાસે,
મારું હથિયાર નથી !'

'જીવકકુમાર ! આ રાજગૃહ નથી. આ વૈશાલી છે. આંહીં આ ભીંતને
પણ કાન છે. તમારી વેદના હું સમજી શકું છું. પણ કેટલાક વેદના બોલે છે,
કેટલાક વેદના પીએ છે. તમે ભૂલો છો. હું પણ મહારાજ બિંબિસારની પાછળ
પાછળ જેવા તેવા રણક્ષેત્રમાં ઘૂમ્યો નથી. પણ આપણે આ વાતને હવે આંહીં
જ દાબી દો. આંહીં ભીંત પણ આપણને સાંભળે. બોલો, ભણે રાજકુમાર !
આપણે ક્યારે ઊપડવું છે, એ વાત કહો. આપણે જવું જોઈશે. ક્યારે ઊપડીશું !'

'આ પળે, મહાઅમાત્યજી !'

'તો આપણે તૈયાર થાઓ. પણ જુઓ પેલો બ્રાહ્મણ આવ્યો. તમને મળ્યો.
એણે કાંઈક વાત કરી. તમે જવા તૈયાર થાવ છો.... એમાંથી શું અનુમાન થશે ?'

'જે થવું હોય તે થશે. નહિતર પણ શું દેશભરમાં આ વાત નહિ ફેલાય ?
મગધ પ્રત્યે સૌને તિરસ્કાર હતો. હવે ઘૃણા થશે. એ તો ઠીક, પણ આપણે
ત્યાં જઈ પહોંચીએ. પછીની વાત પછી.'

'તો તમે એમ કરો. આજે જ એક વખત હલ્લ – વિહલ્લને મળો. તેને
સમજાવો. મહારાજના બંધનાગાર વિષે કાંઈ ન કહેતા. નહિતર એ ડગલું જ
નહિ માંડે. પણ ચિરયૌવનની વાત એમને કરો. હલ્લ – વિહલ્લ એ વાતે ડગે
તેવો સંભવ છે, સિંહનાયક પણ તરત ઇચ્છશે કે આ હવે આંહીંથી વિદાય

લે તો સારું. હલ્લ – વિહલ્લ આવે તો સેચનક ઉપર જવાય. કાલે આપણે ઊપડીએ. આપણે જે બન્યું છે તે પણ ત્યાં જ દાટવું છે !'

'એ તો હવે શી રીતે બનશે ? હલ્લ – વિહલ્લ આંહીંથી હમણાં નહિ ખસે. મહારાજ બંધનાગારમાં છે, એ બધા જાણશે, તેમ એ જાણશે. આવો કૃતઘ્ન પુત્ર તમે કોઈ જોયો છે ખરો ? તમે શું એને મગધરાજ બનાવવા માગો છો ?'

'બીજો છે કોણ જીવકકુમાર ! તમે કહો. આ હલ્લ – વિહલ્લ, મગધને વૈશાલીની તહેનાતમાં મૂકે તેમ છે. તમે તો રાજપદ જ ઇચ્છતા નથી. બીજા ભિખ્ખુ થઈ ગયા છે. અભયકુમાર હતા તે ભિખ્ખુપંથે પળ્યા છે. હા, હજી તમે એને જો પાછા વાળી શકો, તો હું તો એ ઇચ્છું. તમે એ પ્રયત્ન કરો. મારું વચન છે. રાજ અભયકુમારનું !'

વર્ષકાર જાણતો હતો. જીવકકુમારને માટે આ જેવું તેવું પ્રલોભન નથી. વર્ષકારે એ જાણી જોઈને મૂક્યું હતું. હવે રાજા બિંબિસાર બંધનમાં છે એટલે જીવકકુમાર ગમે ત્યાં જાય, પણ ત્યાંથી રાજગૃહ આવનાનો જ. હમણાં થોડા દિવસ અભયકુમારની પાછળ રખડે, તો અજાતશત્રુ સાથેનું એનું ઘર્ષણ અટકી જાય. દરમ્યાન અજાતશત્રુને રસ્તા ઉપર લાવી શકાય, અથવા આ વાતને નરમ બનાવી દેવાય.

'તમે જોયું કુમાર ! કે વૈશાલીમાં કોઈને અભયકુમારમાં એવો રસ નથી. એટલે આપણે બન્ને તો પ્રયત્ન માટે જાત. પણ આ સમાચાર આવી પડ્યા. બોલો શું કરવું છે ?'

'હું શ્રાવસ્તી જાઉં. શ્રમણ ગૌતમ ત્યાં છે.'

'હા, એ તો ત્યાં જ હોવાનો સંભવ છે !'

'તો હું રાજા પ્રસેનજિતને જોવા જાઉં !'

'હાં ભણે રાજકુમાર ! મારે પણ એ કહેવાનું હતું. પ્રસેનજિત રાજાને તમે મગધ લાવી શકો છો. ગમે તેમ પણ તેની શરમ, યુવરાજને પણ લાગશે. વળી એ કોશલ જેવા મહાન દેશનો રાજા છે. વૈશાલીનું યુદ્ધ માથે ગાજે છે : ત્યારે યુવરાજ એને મેળવી લેવા માગે. આ વાત પણ આપણા માટે ફાયદામાં

છે. એટલે તમે શ્રાવસ્તી જાઓ, ને હું રાજગૃહ પાછો ફરું. એથી એક બીજી વાત પણ સધાશે. બ્રાહ્મણ વિષેની શંકા ટાળી દેવાશે. એણે પ્રસેનજિત વિષે કાંઈક કહેલું હોવું જોઈએ, એ અનુમાન જ સહજ બની જશે !'

વર્ષકારે ને જીવકકુમારે નિર્ણય કર્યો ન કર્યો ત્યાં દ્વારપાલ દેખાયો : 'ભન્તે મહાઅમાત્યજી ! સેનાપતિ સિંહનાયક આવી રહ્યા છે !' તે કહીને તરત વળી ગયો.

'ભણે રાજકુમાર ! કેટલીક વખત રાજદ્વારમાં, ચહેરાને હૃદયમાં છુપાવવાની કલા કેટલાક સિદ્ધ કરે છે. એ વસ્તુ પણ સમજવા જેવી છે હો !'

જીવકકુમાર જાગ્રત થઈ ગયો. તેણે વેદના ખંખેરી નાખી. એટલામાં જ સિંહનયાકે પ્રવેશ કર્યો.

સિંહનાયકને મગધના કાંઈ સમાચાર મળ્યા છે ને એ આવ્યો છે, કે પેલો બ્રાહ્મણ કોણ હતો તે જાણવા માટે આવ્યો છે, કે સહજ જ આવ્યો છે, એ જાણવા માટે વર્ષકારે તેના ચહેરા ઉપર દૃષ્ટિ કરી. પણ એણે પોતે જ હમણાં કહ્યું હતું તેમ, રાજદ્વારીઓના ચહેરા હૃદયમાં છુપાઈ જાય છે. ને હૃદય વળી બીજા હૃદયમાં, કે જે હૃદય હોતું નથી. એટલે એને પણ સિંહનાયકના ચહેરામાંથી ખુશનુમા હવા સિવાય બીજું કાંઈ મળ્યું નહિ. પણ એટલામાં સિંહનાયક જ બોલ્યો : 'ભન્તે મહાઅમાત્ય ! કેમ વહેલા આવી ગયા ? હલ્લ – વિહલ્લ તો ફરવા નીકળી પડ્યા છે. સેચનક ગજરાજે વૈશાલીનો પ્રેમ જીતી લીધો છે !'

'નગરીને ગજરાજો પ્રત્યે પ્રેમ છે ભન્તે સેનાનાયક ! કોને ન હોય ?'

'સિંહનાયક જનગણમાંથી પરબારો આવતો જણાયો. જે વેશમાં મહાઅમાત્યે એને ત્યાં જોયો હતો તે જ વેશમાં એ હતો. પણ એણે એક ગુપ્તચરનું નાક સિફતથી ઉપડાવી લીધું હતું. આંહીં પેલા બ્રાહ્મણની વાત દ્વારપાલે કરી હોય એ વાત ઉપર જ આ આવેલો હોવો જોઈએ. વર્ષકાર વિચાર કરી રહ્યો.

એટલામાં સિંહનાયક બોલ્યો : 'મગધરાજને કેમ લાગે છે ?'

'મગધમહારાજ તો આ અમારા જીવકકુમારના ઔષધે વજ્જરદેહી બની ગયા છે ભન્તે નાયક ! પણ રાજા પ્રસેનજિતની ગંભીર માંદગી ગઈ છે, એટલે એ વિષે ચિંતા છે. રાજાની માંદગી એટલે લોકોમાં પણ અનેક અફવાઓ ઊડતી રહે. એવી જ કોઈક અમંગળ શંકા જીવકકુમારને હમણાં મળી ગઈ, ને એ ઉતાવળા થઈ ગયા છે !'

'શાને માટે ?'

'એમને શ્રાવસ્તી જવું છે. પ્રસેનજિત રાજાને જોવાને માટે.'

'આંહીં રોકાવું નથી ભન્તે રાજકુમાર ? હજી તમે નિર્ગ્રન્થ નાત્તપુત્રને એક વખત મળો તો ખરા. તમે ક્યાં મળ્યા છો. ? અમારો કૌમુદી મહોત્સવ ક્યાં જોયો છે ? આંહીં અમારે ત્યાં એક લોહકાર છે, શું લોહંને એ પાણી પાઈ શકે છે. તમારે ચિકિત્સાશસ્ત્રો માટે એની કારીગરી પણ જોવા જેવી છે. બે દિવસ રોકાઈ ને જજો !'

જીવકકુમારે હાથ જોડ્યા : 'ના, ભન્તે નાયક ! હું તો તરત જ જવા માગું છું. હું ભિષગ્વર છું. મારો સમય મારો નથી રહ્યો. એ રોગનો ને રોગીનો થઈ ગયો છે !'

સિંહનાયકને વાત સાચી લાગતી જણાઈ. પ્રસેનજિત રાજાની માંદગી વિષે એણે પણ સાંભળ્યું હતું. જીવકકુમારની ભિષગ્વરની કીર્તિ તો જાણીતી હતી. તેણે વર્ષકારની સામે જોયું. વર્ષકાર તરત બોલ્યો :

'તો પછી ભન્તે નાયક ! હું પણ જાઉં. અમે સાથે નીકળીએ. જીવકકુમાર શ્રાવસ્તીને પંથે પડશે. હું રાજગૃહ જઈશ !'

સિંહનાયકે આમ્રપાલી વિષે કાંઈ સંભાર્યું જ ન હતું. વર્ષકારે પણ એ વાત જ ન ઉખેળી.

'તમે પણ જવા માગો છો ? તમે એક વખત ભન્તે મહાઅમાત્ય ! નિર્ગ્રન્થ નાત્તપુત્રને તો મળો. તમારું અંતર એવી શાંતિ અનુભવશે કે બહારના પદાર્થો તો ઠીક, અંદરથી ઊભી થતી ઇચ્છાઓ પણ શમી જશે. શાંતિના સાગર સિવાય બીજું કાંઈ રહેશે જ નહિ !'

'ભન્તે સેનાનાયક ! મેં પણ વૈશાલીની આ પરમ વિભૂતિ વિષે બહુ સાંભળ્યું છે. પણ આપણે સામાન્ય માણસો, જુઓને, અમારા રાજકુમાર હલ્લ – વિહલ્લ, ક્યારના જીવકકુમારને કહી રહ્યા હતા, કે અમને તમે પેલું ચિરયૌવનનું રસાયન બતાવો. હવે તો એ માટે જીવકકુમારની સાથે સેચનક ઉપર ઔષધ લેવા જવા માટે ને જ્યાં એ જાય ત્યાં જવા માટે પણ, તૈયાર થઈ ગયા છે. ઇચ્છા જ આપણને ઘુમાવે છે. વાત તો તદ્દન સાચી છે !'

પણ સેનાનાયક વર્ષકારના બોલે ચમકી ગયો હતો. તેને એની ફિલસૂફીમાં રસ ન હતો. એ તો ગોખેલી હતી. એને ખબર હતી કે ઘણા મહાઅમાત્યો ફિલસૂફીનાં થોડાંક પડીકાં પણ સાથે રાખે છે, પ્રસંગે પ્રસંગે વાપરવા માટે, એવું જ આ એક પડીકું હતું. પણ હલ્લ – વિહલ્લને ચિરયૌવનની વાત ચોક્કસ જ સ્પર્શી જાય, જીવકકુમારની કીર્તિ જેવી તેવી ન હતી. એની શક્તિ પણ જેવી તેવી ન હતી. એણે આમ્રપાલી પાસેથી પણ એ સાંભળ્યું હતું. એ સમજી ગયો. આ ધૂર્ત બ્રાહ્મણ મંત્રી અભયકુમારનું તો બહાનું લાવ્યો હતો. એ હલ્લ – વિહલ્લને પાછા રાજગૃહ લઈ જવા માટે જ આવ્યો હતો. ને જીવકકુમારને પણ એટલા જ માટે લાવ્યો હતો, ભવિષ્યમાં કોશલનો સાથ મેળવી લેવા માટે. આ જીવકકુમાર ત્યાં જતો હોવો જોઈએ. એટલા માટે જ એ અવંતી ગયેલો હોવો જોઈએ. પણ એ જે હો તે, અત્યારે તો આ બંનેને તેણે તરત વિદાય કરી દેવાની જરૂરિયાત જોઈ. 'તો ભન્તે મહાઅમાત્ય ! એક વખત ફરી આવવાનું વચન આપો. તમે એકલા નહિ, રાજકુમાર જીવકકુમાર સાથે. તો તમારી વિદાય માટે હા પાડું. નહિતર હું હા ન પાડું. તમે બળ કરીને જાઓ તે જુદી વાત છે !'

વર્ષકાર હસી પડ્યો. પોતે ધાર્યું હતું તેમ જ થયું હતું. તેણે હસતાં હસતાં કહ્યું : 'ભન્તે સેનાનાયક ! જીવકકુમારનું વ્રત ઘણું આકરું છે. રોગ કે રોગી વિષે જાણ્યા પછી એક પળ પણ એ થોભી શકતા નથી. નહિતર મારે તો આંહીં બરાબર એક અઠવાડિયું ગાળવું હતું. બધી પુષ્કરિણીઓ જોવી હતી. પેલા એક નગનજોગંદર છે અચેલ કોરમટ્ટક, એને પણ મળવું હતું. હવે બીજી વખત આવીશ ત્યારે વાત !'

'પણ આવશો ક્યારે ?'

'તમે બોલાવશો ત્યારે !' વર્ષકારે દ્વિઅર્થી વાક્ય કહ્યું.

બંને રાજદ્વારીઓને આંહીં ફિલસૂફીનાં પડીકાં ઉડાડતા જોઈને જીવકકુમાર અધીરો થઈ ગયો : 'ભન્તે સેનાનાયક ! ભન્તે મહાઅમાત્યજી ! મારું જીવનવ્રત, હું ગમે તેવાને માન આપવા માટે પણ, એક પળ આમ કે તેમ કરતો નથી એ તમે જાણો છો. આપણે રથ મગાવો !'

સિંહનાયકે બે હાથે તાળી પાડી. દ્વારપાલ તરત હાજર થયો.

'મહાઅમાત્યજીનો રથ આવે. બે કમ્બોજ અશ્વારોહી આવે, ગંગાતટ સુધી સાથે જાય. ગંગા પાર કરવા માટે મહાઅમાત્યજી !'

સિંહનાયકે એ રાજમુદ્રા સામે ધરી.

૩૨. યુવરાજ અને અમાત્ય

માગધ બ્રાહ્મણ ડાહ્યો હતો. તેણે રાજા બિંબિસારના આપવા જેટલા જ સમાચાર આપ્યા હતા. વધુ વિગત તો વર્ષકાર રાજગૃહ પહોંચ્યો ત્યારે એને મળી. અજાતશત્રુએ લીધેલાં પગલાંથી પહેલાં તો એ ચમકી ઊઠ્યો. એને ભય લાગ્યો કે બધાં રાજ્યો હવે મગધ સામે ઊઠશે. શું બન્યું હતું ? વાત તદ્દન સાદી હતી. રાજા બિંબિસારની ગૌતમભક્તિ જાણીતી હતી.

એક વખત એણે રાજગૃહની તમામ રૈયતને શ્રમણ ગૌતમના સત્કારસમારંભમાં આવી જવા માટે મહાઘોષ કરાવ્યો હતો. અને બધા રાજગૃહવાસીઓ એમાં આવ્યા હતા. સૈનિકો ને સેનાપતિઓ પણ આવ્યા હતા; કારણ કે રાજાની આજ્ઞા હતી. બધાનાં મન એ પ્રમાણે ન હોય એ દેખીતી વાત હતી. છતાં એ ચાલ્યું ગયું. શ્રમણ ગૌતમને એણે વેણુવન આપ્યું હતું. *રાજાને શ્રમણ ગૌતમના સાન્નિધ્યમાં અપાર શાંતિ મળતી હતી. રાજાને એમાં આનંદ આનંદ જણાતો હતો. રાજા ભિખ્ખુપંથને ઉત્તેજી પણ રહ્યો હતો. એ પોતે પણ અરધોપરધો ભિખ્ખુ જેવો જ હતો.

શ્રમણ ગૌતમના ભિખ્ખુપંથની અસર રાજગૃહ નગરી ઉપર જેવી તેવી થઈ ન હતી. સૈનિકો ને સેનાપતિઓ અનેક ભિખ્ખુપંથે પળ્યા. રાજભવનમાં પણ એ દાખલ થઈ ગઈ. રાજા બિંબિસારની પોતાની એક રાણી ખેમા ભિખ્ખુણી બની ગઈ. કુમાર જયસેન શ્રમણ ગૌતમમાં આનંદ લેતો થઈ ગયો. એ ત્યાં વેણુવનમાં જ પડ્યોપાથર્યો રહેતો. કુમાર શીલાવત ભિખ્ખુ બની ગયો. કુમાર

---

* રાજા બિંબિસારનું આલેખન પણ બૌદ્ધ ગ્રંથોને આધારે છે.

અભયકુમાર ભિખ્ખુપંથે પળ્યો. કુમાર જીવકકુમાર શ્રમણ ગૌતમનો અનુયાયી હતો. મગધના અનેક શ્રેષ્ઠ સેનાપતિઓએ હથિયારો છોડ્યાં હતાં. શ્રેષ્ઠીઓએ ગૃહત્યાગ કર્યા હતા. શ્રમણ ગૌતમના શ્રેષ્ઠ અનુયાયીઓ પણ રાજગૃહની આસપાસમાંથી મળી આવ્યા હતા. આખી રાજગૃહ નગરીને એ મૂંડી નાખશે એવો ભય અનેકોને લાગ્યો.

મહાઅમાત્ય વર્ષકાર જેવા પોતાના અંતરમાં આર્યત્વનું અભિમાન રાખી રહ્યા હતા. એકચક્રી મહારાજ્યનાં સ્વપ્નાં સેવી રહ્યા હતા, છતાં એ પણ હવાને માન આપતા થઈ ગયા હતા. શ્રમણ ગૌતમને એ ઘણી વખત મળવા જતા. તેની વાતો સાંભળતા. રાજગૃહમાં આ હવા હતી. અજાતશત્રુને એ ભયંકર જણાતી હતી. આપઘાતી લાગતી હતી. એનાથી એ થાકી ગયો હતો. સેચનકનો બનાવ બન્યો. તે પાછો ફર્યો ને એ જ વખતે રાજા બિંબિસારે અચાનક એ આજ્ઞા કાઢી. રાજગૃહની વિખ્યાત રૂપસુંદરી નગરશોભિની સાલવતીને એક પુત્રી હતી. એના રૂપ પાસે અપ્સરાઓ પણ પાણી ભરે. એ રૂપરૂપના અંબાર સમી સરીમા અચાનક જ મૃત્યુ પામી. સૌન્દર્ય તમામ ક્ષણિક છે. છેવટે બધી જ સુંદરતા માટી છે. મહારાણી ખેમાને એની અનુપમ સુંદરતા માટે જે અભિમાન હતું તે શ્રમણ ગૌતમે શી રીતે ઉડાડી મૂક્યું હતું તે વાત રાજા બિંબિસારને હજી હૃદયમાં બેઠી હતી. ક્ષણે ક્ષણે જીવનની સુંદરતા ઘસાતી જ રહે છે. વૃદ્ધ અવસ્થા આવે છે. છેવટે સુંદરતાની માટી બને છે ! સુંદરતા માટી છે અને માટી પરમ સુંદરતા છે !

રાજા બિંબિસારે આ વાત લોકમાનસમાં સ્થિર કરવા માટે આ પરમ સુંદરીના મૃત્યુ સમયે એક મહાઘોષ કરાવ્યો. 'નગરની અનુપમ સુંદરી, નગરશોભિનીની પુત્રી સરીમા મૃત્યુ પામી છે. અપ્સરા જેવી સુંદરતા પણ છેવટે શું છે તે જોવા માટે નગરજનો તમામ, નગરની બહાર નીકળે. નગર બહાર તેનું શબ રાખવામાં આવ્યું છે. સુંદરતા કેવી ક્ષણિક છે તે જોવા માટેના આ પ્રસંગે તમામ નગરજનો એ જોવા નીકળે. જે નગરજન આજ્ઞા નહિ પાળે, *તેનો

*** Women in Baudhist literature. B. C. Law. 30. અને વૈશાલી અભિનંદન ગ્રંથ. 39. સરીમા. શ્રીમા, લક્ષ્મી.**

આઠ કાર્ષાપણ દંડ થશે, રાજઘોષ સાંભળજો હો નગરજનો ! રાજઘોષનું પાલન કરજો હો !'

અજાતશત્રુ એ વખતે અશ્વોના વ્યાપારી એક કમ્બોજ શ્રેષ્ઠી પાસે અશ્વમેધ યજ્ઞ માટેના યોગ્ય એવા એક નાના વછેરાને જોઈ રહ્યો હતો. એને આખે શરીરે સુંદર શ્યામ રૂંવાટી હતી. સાંગોપાંગ અશ્વમેધ યજ્ઞ માટે જેવો અશ્વ જોઈએ તેવો આ વછેરો હતો. એની નજરમાં એ બેસી ગયો. તેનું મૂલ્યાંકન ઠરાવવા માટે વાટાઘાટ ચાલી. એટલામાં રાજગૃહ નગરીના ડુંગરેડુંગરામાંથી આવતા મહાન પ્રતિઘોષે એને ચમકાવી દીધો.

'ભણે શોભિત ! આ શું છે ? શાનો ઘોષ છે ?' પાસે ઊભેલા શોભિતને તેણે પૂછ્યું.

'મહારાજ ! રૂપસુંદરી સરીમા મૃત્યુ પામી છે !'

'પણ તેમાં આ ઘોષ શાનો ?'

'ભન્તે યુવરાજકુમાર ! મહારાજની એવી આજ્ઞા થઈ છે.'

'પણ શા માટે ? હું એ પૂછું છું. આવી આજ્ઞા ? કોઈ નગરીમાં એ સાંભળી છે ? શું મુડદું જોવા માટે માણસોએ બહાર જવાનું ? રાજાની શ્રમણ ગૌતમ પાછળની ઘેલછાએ હવે હદ કરવા માંડી છે.'

તેના મનમાં સેચનક હાથી ઊપડી ગયાનો મહારોષ બેઠો હતો. એટલામાં આ ઘોષણા સાંભળીને એ આભો બની ગયો. તેને દેવદત્તના શબ્દો યાદ આવી ગયા. આમ તો દેશ આખો ભિખ્ખુઓથી ઊભરાઈ જાય. તે આવેશમાં આવી ગયો. તેણે એક દૂર ઊભેલા સિંહપાદ સૈનિકને બોલાવ્યો.

'સેનાપતિ સુનિધને બોલાવી લાવો !' તેણે તરત કહ્યું. શોભિત આભો બનીને સાંભળી રહ્યો. તેને લાગ્યું કે યુવરાજકુમાર કોઈક ભયંકર પગલું લઈ રહ્યો છે. તેણે બે હાથ જોડ્યા : 'ભન્તે યુવરાજકુમાર ! મહાઅમાત્ય અત્યારે રાજગૃહમાં નથી !'

'ભણે શોભિત ! સેચનક ગજરાજની વાત સંભારી લે. તેમાં તારી જવાબદારી કેટલી છે એ તો ધ્યાનમાં છે નાં ?'

શોભિત મૂંગો ઊભો રહી ગયો.

પણ પેલો કમ્બોજનો શ્રેષ્ઠી પોતાની વાત સાંભળી રહ્યો છે એ જોઈને અજાતશત્રુએ વાત મૂકી દીધી. તેણે તેને તરત કહ્યું : 'ભણે શ્રેષ્ઠી ! તમે ભાણ્ડારિકને મળો.'

શ્રેષ્ઠી ગયો કે તરત જ અજાતે કહ્યું : 'ભણે શોભિત ! આ તારો પે'લો જ દોષ છે. પણ તને ખબર છે કે તેં શું કર્યું છે ? તેં મગધને હતું ન હતું કરી નાખ્યું છે. મહાઅમાત્ય રાજગૃહમાં હોય કે ન હોય. રાજાને હવે છૂટા રાખવાના નથી. તું જા. સિંહપાદ સૈનિકોને કહે. રાજાના મહાલયને ઘેરી વળે. અને બંધનાગાર તૈયાર કરાવ !'

શોભિત ધ્રૂજી ઊઠ્યો : 'પણ પ્રભુ !..... કાંઈક ઉતાવળ.....'

'તારે મન એ ઉતાવળ થતી જણાતી હશે. મારે મન હવે ધીરજની અવધિ આવી ગઈ છે. જા.'

ધીમા શોકભરેલા પગલે શોભિત ત્યાંથી નીકળી ગયો.

વર્ષકાર આવ્યો ત્યારે તેને ખબર પડી કે રાજા બિંબિસાર બંધનાગારમાં છે. કોઈ એને મળી શકતું નથી. કોઈ એને જોઈ શકતું નથી. સિંહપાદ સૈનિકો ત્યાં ખડી ચોકી રાખી રહ્યા છે. મહારાણી વૈદેહી અન્નજળ ત્યાગીને બેઠાં છે.

એને મોટામાં મોટો ભય એ લાગ્યો કે, આ વાત ઉપર મદાર બાંધીને કોશલ, વૈશાલી, અવંતી, વત્સ એ બધાં એકી સાથે કદાચ મગધ ઉપર તૂટી પડશે.

બીજી બાજુ અતાજશત્રુએ જે પગલું લીધું હતું તે આ પહેલાં એણે લેવાનું કેટલીયે વાર કર્યું હતું. એટલે હવે એની પાસે એ પાછું ભરાવવું એ કેટલું મુશ્કેલ બને એ એ જાણતો હતો. વળી એમાં યુવરાજનું અપમાન પણ હતું. સેચનક હસ્તીરાજ ઊપડી ગયો એનો આ ભયંકર પ્રત્યાઘાત હતો. એ એને લીધે જ નિરંકુશ થયો હતો. એ હરકોઈ પરિણામ માટે તૈયાર હતો.

પણ એક રીતે એનું આ પગલું વર્ષકારને જરૂરી જણાયું. જે ઘોષણા રાજા બિંબિસારે કરાવી, તે શ્રમણ ગૌતમ પ્રત્યેની અતિ *ઘેલછાની સૂચક હતી. લોકોને એ જોવા માટે મોકલવા એ એને અર્થહીન લાગ્યું. મૃત્યુ છે, વૃદ્ધાવસ્થા છે; પરંતુ એટલા માટે શું અકાલવૃદ્ધ થઈને ફરવું ? તો યુવાવસ્થા પણ શા માટે ? અને આ સંસાર રાખવાનો જ ન હોય તો આ નગરો, નગરીઓ, સપ્તભૂમિપ્રાસાદો, રાજ્યો કોઈ વસ્તુ શા માટે ? એને શ્રમણ ગૌતમની શાંત, સુંદર, ભવ્ય પ્રતિમા ગમતી હતી. પણ એની વાતમાં એને કાંઈક અતિ લાગતું હતું. એમાં એને શ્રદ્ધા પણ ન હતી. રાજા બિંબિસાર હવે વધુ વખત મુક્ત હોય તે મગધ માટે ઠીક ન હતું. એક અજાત રહ્યો હતો. બીજો કોઈ તો રાજવંશી વારસ પણ ન હતો. હલ્લ – વિહલ્લ હતા, પણ એ વૈશાલી તરફ ઢળે તેમ હતા. એ રાજ મેળવવા દોડશે ત્યારે વૈશાલીને આગળ કરશે. એટલે હવે ત્વરા કરવાની હતી. એણે નિશ્ચય કરી લીધો. આ પગલાને ટેકો આપવો, છતાં પગલાને એવું નરમ બનાવી દેવું કે એ કલંકરૂપ ન બને !

કારણ કે હજી તો જીવકકુમાર આવવો બાકી હતો. એ આવશે ને આ જાણશે, ત્યારે વળી નવી જ મુશ્કેલી ઊભી થાશે. ત્યારે જોઈ લેવાશે કરીને તે વૈદેહી રાણી પાસે ગયો.

રાણી વૈદેહીને એ મળ્યો. એની વેદના અસહ્ય હતી. બે હાથ જોડીને વર્ષકારે કહ્યું : 'મહારાણીબા ! મેં આ જાણ્યું ને દોડતો આવ્યો છું. હું વૈશાલી હતો. આંહીં કુમારે આ ભયંકર કામ કર્યું છે. એની જાણ હમણાં થઈ. હું એને હમણાં જ મળવા જાઉં છું. હું સીધો જ તમારી પાસે આવ્યો છું ! મહારાણીબા ! તમે થોડી શાંતિ રાખો.'

'ભણે મંત્રીરાજ ! એમાં દોષ મહારાજનો નથી. કુમારનો નથી. કુમારે પોતે શું થવાનો છે એ ક્યાં જણાવ્યું ન હતું ? પણ હું સમજી નહિ.'

---

* મૃત શરીરને ફેંકી દેવાની પ્રથા પણ તે વખતે હતી. Besides Cremation and burial the custom of exposing the dead body to be devoured by animals seems to have been in existence in Vaishali. – B. C. Law. વૈ. અ. ગ્રં. 39.

'મહારાણીબા ! એ ગઈ *ગુજરી હવે શું કરવા સંભારો છો ? હવે તો જે ગણો તે, આ એક જ પુત્ર છે, જેના વડે મગધકુળ આગળ વધે. આપણે એને સમજાવી લેવાના છે.'

'આ પરિણામ જોઈને એ વાત સાંભરી ભણે મંત્રીરાજ ! મહારાજના દુઃખનો કોઈ પાર નહિ હોય. જેની પાસે રાત કે દિવસના કોઈ પણ ભાગમાં એક શત માનવસમૂહથી ઓછો માનવસમૂહ ક્યારે ય ન રહેતો, તે આજે એકલા, એકાકી, અશાંત બેઠા હશે. અન્નજળ એમણે પણ છોડી દીધાં હશે. ભણે મહાઅમાત્ય ! પળેપળ કીમતી છે. કુમારને મેં બોલાવ્યો, એ આવ્યો નહિ, મળવાનું કહેવરાવ્યું, ના આવ્યો. રાજગૃહ તજવાની વાત કરી, જવાબ ન આવ્યો. મહારાજ સાથે રાજકેદમાં જવા તૈયારી બતાવી, કોણ સાંભળે છે ? આંહીંની આ વાત છે ભણે મહાઅમાત્ય ! તમે વર્ષો સુધી મહારાજનું પડખું સેવ્યું છે. મહારાજને તમે જાણો છો. એના સ્વભાવને સમજો છો. મહારાજે બધું જ અજાતને સોંપી દીધું છે. આ રાજગૃહ પણ સોંપી દેશે. મહારાજને શું કરવું છે ? અમે ભિખ્ખુ થઈ જઈએ. પણ મહાઅમાત્ય ! મગધદેશ ઉપર આ કલંક શા માટે ? મહારાજને આવું દુઃખ શા માટે ?'

વર્ષકારે બે હાથ જોડ્યા : 'મહારાણીબા ! તમે જરાક શાંતિ રાખો. હું હમણાં જ કુમારને મળું છું. અત્યાર સુધીમાં મહારાજે એને શું શું નથી આપ્યું ? હું આ ચાલ્યો.'

વર્ષકાર રાજા બિંબિસારના બંધનાગાર પાસે પહોંચ્યો. ત્યાં તેણે ચારે તરફ સિંહપાદ સૈનિકોની ખડી ચોકી દીઠી. રાજા પાસે એક પંખી પણ ફરકી શકે તેમ ન હતું. અજાતશત્રુની પોતાની આજ્ઞા વિના કોઈ રાજાને મળી શકતું ન હતું. દૂર દૂર થોડાંક લોકોનાં ટોળાં ઊભાં હતાં. પણ એ તરફ એક-બે મસ્ત ગજરાજો રાજાએ ઊભા રાખ્યા લાગતા હતા.

વર્ષકાર આ બધું જોઈ રહ્યો. પછી તે ધીમેથી આગળ વધ્યો.

પણ એને આગળ વધતો જોઈને રાજાના સિંહપાદ સૈનિકોનો મુખ્ય સેનાપતિ પોતે જ સામે આવ્યો.

---

* અજાતશત્રુ જ્યારે ગર્ભમાં હતો ત્યારે રાણીને લોહી પીવાનો દોહદ થઈ આવ્યો હતો.

તે વર્ષકારની પાસે આવ્યો. નમીને ઊભો રહ્યો.

'આ બધું શું છે ભણે સેનાનાયક ? તમે બધા આંહીં કેમ ઊભા છો ?'

'ભન્તે મહાઅમાત્યજી ! મહારાજની એવી આજ્ઞા છે !' તેણે ટૂંકો જ જવાબ વાળ્યો. 'અમે મહારાજની આજ્ઞાથી આંહીં ઊભા છીએ !'

'ભણે દંડપતિ ! મારી સાથે તું ચાલ. મારે મહારાજા બિંબિસારને મળવું છે.'

દંડપતિ સ્તબ્ધ થઈ ગયો, શું જવાબ આપવો તેનો એ વિચાર કરવા લાગ્યો. એટલામાં વર્ષકાર આગળ વધ્યો.

દંડપતિ એની પાછળ દોડ્યો : પ્રભુ ! પ્રભુ !' તે બોલતો બોલતો સામે આવીને મહાઅમાત્યનો રસ્તો રોકીને ઊભો : 'ભન્તે મહાઅમાત્યજી ! મહારાજ અજાતશત્રુની આજ્ઞા વિના કોઈ જ મહારાજને મળી શકતું નથી. ખુદ મહારાણીબા પોતે પણ.'

વર્ષકારે સત્તાવાહી અવાજે કહ્યું : 'મહારાણી ન મળી શકે, દંડપતિ ! મગધનો મહાઅમાત્ય મળી શકે. એને કોઈ રુકાવટ ન હોય. તું આજકાલનું છોકરું, તને આ વાતની શી ખબર પડે ? ચાલ, આગળ થા.... ક્યાં છે મહારાજ બિંબિસાર ?'

'પણ ભન્તે મહાઅમાત્ય !..... તમે આગળ જઈ શકતા નથી.' દંડપતિ બોલી ગયો.

'શું કહ્યું ભણે દંડપતિ ? હું આગળ જઈ શકતો નથી ? લોહ જડ છે એ મને ખબર હતી. માણસ પણ જડ છે, એ આજે ખબર પડી !'

'તે હશે, પણ ભન્તે અમાત્યજી ! મહારાજની આજ્ઞા ઘણી સખ્ત છે. તમે આગળ જઈ શકતા નથી... કોઈ જઈ શકતું નથી.' દંડપતિ દૃઢતાથી સામે ઊભો.

વર્ષકારે એક એવી તો કડક, ભયંકર, તીક્ષ્ણ, સોંસરવી વીંધી નાખે એવી દૃષ્ટિથી તેની સામે જોયું કે દંડપતિ ઘડીભર પાણી પાણી થઈ ગયો. પણ તે માત્ર અજાતશત્રુની આજ્ઞા ઉઠાવવાને જ ટેવાયેલો હતો. તે વધુ મક્કમતાથી હતો ત્યાં જ ઊભો રહ્યો. ખસ્યો નહિ.

વર્ષકારે એક હાથ માત્ર ઊંચો કરીને તેને દઢતાથી કહ્યું : 'છોકરા ! મહાઅમાત્યના રસ્તામાં ખડક પણ ઊભી શકતા નથી, એ તને ખબર લાગતી નથી. ચાલ મારી સાથે ચાલ, આગળ થા.'

એ જ વખતે સામેથી સેનાપતિ સુનિધ ઉતાવળે આ બાજુ આવતો દેખાયો. વર્ષકારે મોટેથી કહ્યું : 'સુનિધ ! આ બધા સૈનિકો આંહીં શું કરવા છે ? એમને આંહીંથી ખસેડી લો. આંહીં એમને મૂક્યા છે કોણે ? આંહીં શું મોટા દુર્ગ પાડવાના હતા ? ખસેડો એમને !....'

સુનિધ એકદમ તેની પાસે આવ્યો : 'ભન્તે મહાઅમાત્યજી !' તે ધીમેથી બોલ્યો : 'રાજા બિંબિસાર આંહીં બંધનાગારમાં છે.....'

'તે મને ખબર છે સુનિધ !'

'મહારાજ અજાશત્રુની આજ્ઞા વિના કોઈ એમને મળી શકતું નથી !'

'તે પણ મને ખબર છે ભણે સેનાપતિ ! આ છોકરાએ હમણાં એ જ કહ્યું. બીજું કાંઈ તારે કહેવાનું છે ?' વર્ષકારનો કડક અવાજ વધુ કડક બની ગયો : 'પણ પહેલાં તો આ તમામને તું આંહીંથી ખસેડી લે, આંહીં મેદાનમાં ચારે તરફ એમને ઊભા રાખીને આ શો દેખાવ તમે માંડ્યો છે ? દેખાવનો કાંઈ અર્થ સમજો છો કે બસ ? એવો તે કયો મોટો જંગ તમે જીત્યા છો કે આ દેખાવ આદર્યો છે ? તમામને ખસેડી લો !'

પણ એ જ વખતે એક મોટો કડક દઢ અવાજ પાછળથી સંભળાયો : 'એમાંથી એક પણ સૈનિક એક તસુ પણ આઘેપાછે નહિ ખસે ભન્તે મહાઅમાત્ય !'

વર્ષકારે ચમકી જઈને તરત પાછળ જોયું, પાછળ હમણાં જ આવી ચડેલો યુવરાજકુમાર અજાતશત્રુ પોતે ઊભો હતો. તેની પાછળ એક છત્રધારી હતો. બંને બાજુ બે યોદ્ધાઓ હતા. વર્ષકારની દષ્ટિ સહેજે સહજ પાછળ જઈ ચડી. તેનો ગજરાજ રત્નપાલ પણ ત્યાં હતો. રત્નપાલનો આવેશ એના સ્વામી જેવો હતો. લોકસમૂહની સામે એ ઊભેલો જણાયો. વર્ષકારને અજાતશત્રુની નીતિ ઘણી જ વિઘાતક દેખાઈ. તે અત્યંત ગંભીરતાથી એક તીવ્ર દષ્ટિએ

અજાતશત્રુને પગથી માથા સુધી નિહાળી ગયો. તેણે મક્કમ, તીખા, કડક પણ ધીરા, સત્તાવાહી અવાજે કહ્યું :

'મહારાજ ! તમને ખબર નથી, તમે ક્યાં ઊભા છો !'

'ભન્તે મહાઅમાત્ય ! હું ક્યાં ઊભો છું એ મને ખબર નહિ હોય પણ હું સેચનક ગજરાજ પાસે ઊભો નથી. એટલું તો હું જાણું છું !'

'સેચનક ગજરાજ, સેચનક ગજરાજ, એનો શું જાપ જપો છો મહારાજ ? હું વૈશાલી જઈ આવ્યો. હું તમને કહું છું. સેચનક આંહીં નહિ આવે તો સેચનક, સેચનક નથી રહેવાનો. એથી વધારે તમારે શું જોઈએ છીએ ? પણ આંહીંનો આ દેખાવ એ કોણ કોણ જોઈ રહ્યા છે એ જાણો છો ? તમામ વિદેશી–પરદેશી શ્રેષ્ઠિઓ, પ્રવાસીઓ, ગુપ્તચરો, સાર્થવાહો, આખો દિવસ એ જોયા કરે છે. ત્યાં જુઓને કેવડો મોટો મેળો ભરાયો છે ? મહારાજ આ આપણે આદર્યું છે શું ? આ તો આપણે આપણને દાટવાનો ખાડો ખોદી રહ્યા છીએ. આ દેખાવ શા માટે ? દેખાવ વિના પણ વાત તો થઈ શકે છે, થઈ શકે છે શું, તમે કરી જ નાખી છે, અને તે બરાબર છે.'

અજાતશત્રુ વર્ષકારના શબ્દે આભો બની ગયો. તેણે વિરોધની આશા રાખી હતી. વર્ષકાર એ જોઈ શક્યો. તે આગળ વધ્યો.

'મહારાજ ! આ દેખાવ આ પળે જ બંધ કરી દ્યો. પહેલું એ કરો. આ દેખાવ કેવો ભયંકર છે તે તમારાથી હજી પણ અજાણ્યું છે ? મારે હવે એ તમને કહેવાનું હોય ? તમે બધું જાણો છો. દેખાવ વિના આપણે આપણું કામ કરીએ મહારાજ !'

અજાતશત્રુને લાગ્યું કે આ બ્રાહ્મણ કોણ જાણે શું છે, પણ જ્યારે બોલે છે ત્યારે દરેક વસ્તુને છેક તળેથી જોઈ શકે છે. એના અવાજમાં માનવી પડે તેવી આજ્ઞા જ આવીને બેસે છે. વાત તેની તદ્દન સાચી હતી. આટલી સાદી વાત પોતે કેમ જોઈ શક્યો નહિ તેની તેને પણ નવાઈ લાગી. આ તો એક જેવી વસ્તુ થઈ રહી કે જે વાત ન ફેલાતી હોય

તોપણ બધે ફેલાવી દે. ફેલાવી દે એટલું જ નહિ, બધાને ઉશ્કેરી પણ મૂકે. તેણે દંડપતિ તરફ જોયું :

'દંડપતિ ! સિંહપાદ સૈનિકો આંહીંથી હમણાં ભલે વિદાય લેતા !'

દંડપતિ ગભરાટમાં ને ગભરાટમાં બે હાથ જોડીને મહારાજ અજાતશત્રુને નમન કરતો કરતો, વર્ષકાર મહાઅમાત્યની દષ્ટિથી જાતને બચાવવા માટે એકદમ આઘો જ ખસી ગયો.

૩૩. માતા અને પુત્ર

જૂનો જમાનો નવાને ઓળખાતો નથી. નવો જમાનો જૂનાને સમજતો નથી. ભૂતકાળ વર્તમાનને નાનું છોકરું માને છે. વર્તમાન ભૂતકાળને અશક્ત વૃદ્ધ ગણે છે. કેવળ ભવિષ્યકાળ એક જ સમજે છે કે એ બંને મફતના લડે છે ! ખરી રીતે એ બંને બાળક છે. અને આ ધરતીમાં મહાવિજ્યી તો એક જ રહે છે : જય મહાકાળ ! મહાકાળ બધા કાળને સમજે છે ને સમજાવે છે.

મહાકાળના નિઃસીમ સાગર સમા લહેરાતા રૂપને જે જોઈ શકે છે, તે તો જાણે છે કે આંહીં ખરી રીતે તો કોઈ નથી. અને કાંઈ નથી. જે છે તે કેવળ મહાકાળમાં વહેતાં બુદ્‌બુદ છે. એ રંગ ધારે. રૂપ પ્રગટાવે. નૃત્ય કરે. ઉલ્લાસ જાણે. વિલાસ માણે. આનંદ કરે. સોનેરી–રૂપેરી વાઘા ધારે. અને છેવટે હોય નહિ કાંઈ ! જ્યાં પોતે જ હોય નહિ, ત્યાં એમનો પોતાનો વેશ તો ક્યાંથી હોય ?

પણ વર્તમાન–ભૂત એ જાણતા નથી. જૂનો જમાનો નવાને, નવો જમાનો જૂનાને, સમજતા નથી !

એમ એ સમજતા હોત તો ઇતિહાસ જુદો હોત. માનવ જુદો હોત. દુનિયા જુદી હોત.

રાજા બિંબિસારને અજાતશત્રુ ઓળખી શક્યો ન હતો. અજાતશત્રુને રાજા બિંબિસાર સમજી શક્યો ન હતો. પિતાની ઉદારતા, એ પુત્રને હંમેશાં મૂર્ખાઈ લાગતી. પુત્રની શક્તિ, એ પિતાને ઉચ્છૃંખલતા જણાતી. પિતાનો ભિખ્ખુપંથ, પુત્રને ભયંકર લાગતો. પુત્રની સત્તામહેચ્છા, પિતાને ભયંકર

જણાતી. પિતા, પુત્રની તેજસ્વિતાને ઓળખી શક્યો ન હતો. પુત્ર, પિતાની ઉદારતાને સમજી શક્યો ન હતો.

અણસમજણના આ મહાસાગરે બંનેને જુદી દિશામાં વાળ્યા. બિંબિસારને શ્રમણ ગૌતમનો ભિખ્ખુસંઘ આદર્શ જણાયો. અજાતશત્રુને એ જ મગધદેશ માટે ભયંકર લાગ્યો.

રાણી વૈદેહી, વચ્ચે કનકકડીની જેમ પિતાપુત્રને એક રાખવા મથી રહી હતી. એ સેતુ હતી. એના દ્વારા પિતાપુત્ર મળતા રહેતા. પણ સેચનક જેવો હસ્તીરાજ ઊપડી ગયો, અને તેમાં રાજા જ કારણરૂપ હોઈ શકે, એ શંકાએ અજાતશત્રુને આવેશમય કરી મૂક્યો. તેને લાગ્યું કે રાજા તો ભિખ્ખુ થઈ જશે, પણ એ મગધદેશને પણ ભિખ્ખુ કરી મૂકશે. મગધદેશ નામ નહિ રહે. ભિખ્ખુદેશ કહેવાશે. કોઈક દિવસ એંશી હજાર ગ્રામિકોના સંથાગારને એ મગધનું રાજ સોંપી દેશે. મગધની કાયાપલટ કરી નાખશે. રાજવૈભવનું નામનિશાન રહેવા નહિ દે. એ ખળભળી ઊઠ્યો. એવામાં *સરીમાનો પ્રસંગ બન્યો. પોતાને શ્રાવસ્તીમાં દેવદત્તે જે કહ્યું હતું તે તેને સાચું લાગ્યું. પૂજ્યભાવ નબળાઈ બને. પરંપરા નબળાઈ બને. ભાવના પણ નબળાઈ બને. નબળાઈ છોડે તે જીતે.

તેણે તરત નિર્ણય કરી લીધો. વર્ષકાર દૂર હતો. રાજાને એણે બંધનાગારમાં નાખ્યો. રાણી રોતી રહી. પ્રજાજનોને ડારી દીધા. રાજાને મળવાની જ ના પાડી દીધી.

વર્ષકાર એમાં અત્યારે ફેરફાર કરાવી શક્યો હતો. થોડી વારમાં સૈનિકો વિદાય થઈ ગયા. સુનિધ, રાજાના બંધનાગાર તરફ ગયો. વર્ષકાર ને અજાત બે એકલા રહ્યા.

વર્ષકારે જે બન્યું તે કાંઈ જ ન હોય તેમ શાંતિથી કહ્યું : 'મહારાજ ! રાજાની દરેકે દરેક હિલચાલ ઉપર તમે બંધન મૂકી દીધું, એ ભલે મૂક્યું. તે બરાબર છે. અને હવે તો જરૂરી પણ છે. પણ જે રીતે બંધન, લોકને દેખાડી રહ્યા છો, તે તમને જબરજસ્ત યુદ્ધમાં ધકેલી દેશે એ તમે

---

* શ્રી મા. લક્ષ્મી.

જાણો છો ? આપણે રાજાને બંધનમાં રાખો. ત્યાં દૌવારિકો ભલે રાત – દી ખડા રહે. પણ મહારાણીબા રાજાની સેવામાં હાજર રહે. મહારાણીબાને આપણે શબ્દ મોકલો !'

'ભન્તે મહાઅમાત્યજી ! આપણે ઘણી ધીરજ રાખી છે. હવે ધીરજ રાખવી નથી. હવેની ધીરજ આપણને હણી નાખશે.'

'તમારી તત્પરતા હું સમજી શકું છું ભણે રાજકુમાર ! પણ મારી નીતિ તમે સમજી શકતા નથી. એ નવાઈની વાત છે !'

'તમારાં શસ્ત્રો આ યુગમાં થાય તેમ લાગતું નથી, અને આવતા યુગમાં હું જીવવાનો નથી. પછી શું એ શસ્ત્રોને ધોઈ પીવાં છે ?'

'કેમ એમ બોલો છો ભણે રાજકુમાર ? પાટલીપુત્ર નગર આજ નહિ તો ભલે ત્રણ પેઢી પછી ઊભું થશે જ થશે. એ ઊભું થવાનું છે એ ચોક્કસ. એ ઊભું થઈ રહ્યું છે. એક ભારત ચક્રવર્તીશાસન ત્યાંથી જન્મ લેશે. મારું એ સ્વપ્ન છે. તમે એ સ્વપ્ન જાણ્યું છે. હવે આ નિરાશા શા માટે ? આપણને એ ખપ નહિ લાગે તો આપણા પછીનો વંશ એ વાપરશે. ભવ્યજીવન તો તે છે, જે ત્રણ-ચાર પેઢીની નોંધ રાખે છે. પરંપરા એક દિવસમાં ઊભી થતી નથી. શ્રમણ ગૌતમના ભિખ્ખુપંથમાં ભળી જવા જેવી એ સહેલી વાત નથી. યુદ્ધશસ્ત્રો આપણને ખપ નહિ લાગે, તો આપણી પછીની પેઢી એના વડે દુશ્મનોને ખાળશે. બાકી આવેશ ભણે રાજકુમાર ! બળ નથી, નિરાશા છે.'

'પણ રાજા તો ભન્તે મહાઅમાત્ય ! આખા મગધદેશને તે પહેલાં ભિખ્ખુદેશમાં ફેરવી નાખશે. તેનું શું ?'

'તેનો ઉપાય થઈ ગયો. રાજાને બંધનાગાર મળ્યું. એ હવે જરૂરી છે. આકરી કસોટી સમયે રાજધર્મને પિતા, પુત્ર, પત્ની, માતા અને ભાઈ કોઈ હોતાં નથી. ત્યારે રાજધર્મ જ પહેલો રહે છે. પણ આ દેખાવ તો ભણે રાજકુમાર ! આપણને જ હણી નાખશે. હું દેખાવ વિષે બોલી રહ્યો છું. રાજાને બંધનાગાર બસ છે. મહારાણીબા ત્યાં જશે – આવશે. આપણે સખ્ત બંદોબસ્ત રાખો એ બરાબર છે. મહારાણીબાને શબ્દ મોકલું ?'

અજાત વિચારમાં પડી ગયો. એના કાનમાં દેવદત્તના શબ્દોના ભણકારા આવતા હતા. ભાવના નબળાઈ છે. પૂજ્યભાવ નબળાઈ છે.

'ભન્તે ! મહાઅમાત્ય ! મા વૈદેહી સિવાય બીજી કોઈ રાણી મળી નહિ શકે.'

'ના, નહિ મળી શકે.'

'મા વૈદેહી મળીને તરત પાછાં જશે ? એમની સાથે કોણ હશે ?'

'એમની સાથે કોઈ નહિ હોય.'

'તો શબ્દ મોકલો, ભન્તે મહાઅમાત્ય !'

વર્ષકારે તરત શોભિતને જ મોકલ્યો.

થોડી વારમાં વૈદેહી રાણી આવતી દેખાઈ. તેણે ઘણે દૂર પોતાનો રથ ઊભો રાખી દીધો હતો. તે ચાલતી આવતી હતી. તેના પગમાં અપરંપાર ભાર હતો. ચહેરા ઉપર વેદના હતી. આંખમાંથી અવિરત અશ્રુધારા વહેતી હતી.

તે અજાતશત્રુ પાસે આવી. મહામંત્રી તેને બે હાથ જોડીને નમી રહ્યો : 'મહારાણીબા ! આપણે મહારાજ પાસે જવાનું છે એટલે તમને બોલાવરાવ્યાં છે.'

'અજાત હા પાડે છે, ભણે મહાઅમાત્યજી ?'

'એમણે મહારાણીબા ! મહારાજને બંધન આપ્યું નથી. મહારાજને બીજા માણસો મળીને, એમની વૃદ્ધાવસ્થાનો લાભ ઉઠાવે, મગધદેશને વધુ પડતો ભિખ્ખુધર્મનો સ્વાંગ સજાવી દે, તો આપણા રાજને મોટી હાનિ થાય. મહારાણીબા ! માટે મહારાજને એકાંતમાં રાખ્યા છે. એમનું એકાંત એમને બહુ સાલે નહિ, માટે તમે ત્યાં આવતાં – જતાં રહેજો. પણ મહારાણીબા ! વૈશાલી જઈ ને હું હમણાં જ આવ્યો છું. વૈશાલી મેં જોયું એટલે કહું છું કે હવે આપણે મગધને જીવતું રાખવું હોય તો આ રસ્તો છે. મહારાજની ઉદારતા, મહારાજનો સમાધાનમાર્ગ, ભિખ્ખુપંથ – પ્રેમ, એ બધાં આપણને પોસાય તેમ નથી. એટલે મહારાણીબા ! મહારાજ અજાતશત્રુ તમારો આશીર્વાદ માગે છે. એણે પિતાને બંધન આપ્યું જ નથી. એણે તો રાજાને બંધન આપ્યું છે.

મહારાણી વર્ષકારના શબ્દો સાંભળતાં ધ્રૂજી ગઈ. એણે એક વખત અજાતને વશ કર્યો હતો. રાજાને* ત્યારે વૈશાલી જવું હતું. પણ ત્યાર પછી તો એણે એની દરેક હિલચાલ ઉપર અંકુશ મૂક્યો હતો. અને બંધનાગાર આપીને તો હદ કરી હતી. એનો માતાનો શબ્દ પણ અફળ જતો હતો.

એટલે એણે વર્ષકારને જ્યારે વિવેકી શબ્દોમાં બંધનાગાર વિષે વાત કરતો સાંભળ્યો, ત્યારે તો તેની બધી જ આશા તૂટી પડી !

હવે અજાત પાછો નહિ વળે એની એને ખાતરી થઈ ગઈ. તેની આંખમાં નવાં આંસુ આવ્યાં. તે ધ્રૂજતે અવાજે બોલી : 'ભણે અમાત્ય ! તમે મગધના રાજા છો. મગધ માટે યોગ્ય હોય તે તમે ભલે કરો. પણ મહારાજને હવે ભિખ્ખુ થવા દો. મને ભિખ્ખુણી થવા દો. અમે એટલું જ માગીએ છીએ.'

'મહારાણીબા ! તમે આજ દિવસ સુધી મગધને પાળ્યું છે. દેશ તમારો છે. તમે દેશને મહાન બનાવ્યો છે. હવે તમે જ એનો ઉચ્છેદ કરશો ?'

'ઉચ્છેદ હું શું કરવા કરું, ભણે મંત્રીરાજ !'

'મહારાજ ભિખ્ખુ થશે, તો એની અસર આખા દેશ ઉપર, મહારાણીબા ! જેવી તેવી નહિ પડે. અત્યાર પહેલાં જ મગધે સેંકડો શ્રેષ્ઠ સૈનિકો ગુમાવ્યા છે. ઉત્તમોત્તમ સેનાપતિઓ મૂંડાઈ ગયા છે. રાજવંશમાં પણ કોઈ બાકી રહ્યું નથી, મગધના રાજવંશનો દીપક બુઝાવી નાખવો હોય તો ભલે બા ! તમે ભિખ્ખુણી બનો, મહારાજ ભિખ્ખુ બને !'

મહારાણીએ અજાતની સામે જોયું : 'અજાત ! બેટા ! મહારાજ એક વખત મગધપતિ હતા. તેમણે લાખોનાં સૈન્ય દોર્યાં છે. એમનું જીવન અને એ રંગ, એ તો આ પૃથ્વીને પણ ક્યારેય જોવા નહિ મળે. એમણે જે સૌન્દર્ય નિહાળ્યું છે તે પણ પૃથ્વી ઉપર હવે આવવાનું નથી. મહારાજના જીવનની પળેપળ એમણે સૌન્દર્યની દેવીને ચરણે ધરી હતી. તને ખબર છે તું એવા મહારાજની આ દશા કરે છે ?

'મહારાજના એક શબ્દે આખું ભારતવર્ષ હજી પણ એમની પડખે ઊભું રહેશે. આજે તું આ કરે છે, પણ મહાકાળની પાસે સમર્થોને પણ મેં પાણી

---

* જુઓ 'આમ્રપાલી'નું પ્રકરણ 'પ્રેમસાગરનો કિનારો'

ભરતા જોયા છે. મહાકાળ પોતાને ત્યાં નોંધ્યા વિનાની એકે વસ્તુ રહેવા દેતો નથી. અને એની નોંધ જેવી તેવી હોતી નથી. એ કદી કોઈ વાત અમસ્તી નોંધતો પણ નથી !'

'મા ! જ્યારે માણસ કાંઈ જ ન કરે, ને કેવળ નુકસાન કરે, ત્યારે એને માટે બંધનાગાર એ જેવો તેવો આરામ નથી. બંધનાગાર નહિ હોય તો મા ! મહારાજ પોતાને નુકસાન કરશે. દેશને નુકસાન કરશે. રાજવંશની સમાપ્તિ કરશે. તમે એક જ વાત મને કહો, આ રાજવંશની તમે સમાપ્તિ ઇચ્છો છો ? હા કે ના બોલી નાખો.'

'પણ બેટા......'

'પણ બણ કાંઈ નહિ મા ! મને એક જ જવાબ આપો. આ રાજવંશની તમે સમાપ્તિ ઇચ્છો છો કે રાજવંશ ચાલે એમ ઇચ્છો છો ? એક જવાબ વાળો, ચાલો. આપણે નિર્ણય કરી નાખીએ, તમે જે જવાબ આપો તે પ્રમાણે અમારે વર્તવું. અમારે એટલે – મારે, મહાઅમાત્યે, મહાસેનાપતિએ બધાએ. બોલો, આ મગધદેશનો રાજવંશ ચલાવવો છે કે હવે એની સમાપ્તિ કરવી છે ?'

'અરે ! પણ બેટા ! આમાં સમાપ્તિની ક્યાં વાત....'

'જુઓ મા ! તમે વાત સમજો. આમાં સમાપ્તિની જ વાત છે. મિથિલા તમારા દેખતાં સમાપ્ત થઈ ગયું. ચંપા તમારા દેખતાં સમાપ્ત થઈ ગયું. કાશી તમારા દેખતાં સમાપ્ત થઈ ગયું. રાજવંશો સમાપ્ત થવા બેઠા છે. કોઈ રહેવાના નથી. અત્યારે મહાકાળનો એ બોલ છે. અમને પણ લાગતું નથી કે રાજવંશ હવે રહે. આજે તો બધે ગણતંત્રોની બોલબાલા છે. અમે પણ મહાકાળની સાથે મફતની બાથ ભીડવા નીકળ્યા છીએ ! આ વંશની સમાપ્તિ કરવી હોય તો મહારાજ મુક્ત છે, અત્યારે જ મુક્ત છે. અમે મગધ તજી દઈએ. તમારી ચારે તરફ રાજવંશો હવે સમાપ્ત થઈ રહ્યા છે. તમારું કોશલ થોડા દીનું મહેમાન છે. ગાંધાર થોડા દીનું મહેમાન છે. વત્સ થોડા દીનું મહેમાન છે. મગધનું પણ એમ જ છે. વૈશાલી સાથે અવંતી લડી ખૂટશે. બોલો.....'

'મારે બીજું કાંઈ બોલવું નથી અજાત ! તું મહારાજને મુક્ત કરી દે.'

'મહારાજ તો મુક્ત જ છે મા ! તમે તેને મળી શકો છો. જઈ શકો છો. આવી શકો છો. મહારાજ મુક્ત છે. !'

'પણ મહારાજનો વાળ વાંકો નહિ થાય એની તું ખાતરી આપે છે ?'

અજાતે કાંઈ જવાબ વાળ્યો નહિ.

'કોનો, મગધપતિ રાજા બિંબિસારનો વાળ વાંકો થાય ? વાળ વાંકો કરવાવાળો કોઈ જન્મ્યો નથી મહારાણીબા !' વર્ષકારે વચ્ચેથી જવાબ વાળ્યો. તેને મહારાણીબા આટલું સ્વીકારે તે પણ ઘણું લાગતું હતું.

'પણ અજાતે કાંઈ કહ્યું નથી, ભણે મહાઅમાત્ય !'

'મેં તમને કહેવાનું કહી દીધું મા ! એથી વિશેષ કાંઈ કહેવાનું નથી. મગધદેશની મહત્તાની આડે આ બ્રાહ્મણ – મંત્રી આવે તો એનો પણ હું તો ઘાત કરું, મા ! તમને પણ હણી નાખું. અને મારી જાતને પણ વિલોપન કરી દઉં. મગધ માટે હું એ કરું. મને રાતદિવસ મા ! બળતો અગ્નિ દેખાય છે. હું આથી વિશેષ બીજું કાંઈ કહી શકતો નથી.'

મહારાણી વૈદેહી અજાતના શબ્દો સાંભળતાં જ ધ્રૂજી ઊઠી. પણ અત્યારે બ્રાહ્મણ – મંત્રીએ એને આટલો વાળ્યો છે એ વાત જ એને ઘણી લાગી. તેણે ધીમેથી કહ્યું :

'ચાલો, ભણે મંત્રીરાજ ! આપણે મહારાજને મળીએ. મહારાજ રાજમહેલમાં રહે કે આંહીં રહે..... એ બહુ મોટી વાત નથી. પણ મહારાજ શું કહે છે તે સાંભળીએ.'

'હા, મહારાણીબા ! ચાલો ચાલો ! યુવકરાજકુમાર ! સુનિધ તો ત્યાં જ હશે. ચાલો.'

૩૪. મહારાજ બિંબિસાર

કેટલાકને જીવનની અદ્ભુત સમજ હોય છે. એક જીવન થાકે છે, એમ એમને લાગે, તેની સાથે જ એમના મનમાં નવજીવન પણ પ્રગટે. એ જાણતા હોય છે કે જીવન ચેતન છે. એને થાક હોતો નથી. રાજા બિંબિસાર એક વાત ક્યારનો સમજી ગયો હતો. પોતાનો સમય પૂરો થયો છે. પણ એની સમજણ તો એમ હતી કે, માત્ર પોતાનો નહિ, રાજવંશીઓનો પણ સમય પૂરો થયો છે. મહાભારતના યુદ્ધે જેમ ભારતવર્ષને નવી જ કાયા આપી, એક યુગ પૂરો કરી નાખ્યો, તેમ જ આ સમય એવો હતો, જ્યારે કાયાપાલટ અનિવાર્ય હતી. એ આવી રહી હતી.

પણ અજાતશત્રુની તેજસ્વિતાએ એને ફરી વિચાર કરતો કરી મૂક્યો. એના એ સમર્થ પુત્રમાં લખલખતી તેજસ્વિતા હતી. તે સમર્થોની સૃષ્ટિ રચવામાં માનતો હતો. તો એની એ તેજસ્વિતામાં છુપાયેલી ભયંકરતાએ એને વધારે વિચારમાં નાખી દીધો.

વર્ષકાર મહાઅમાત્યનો એને જીવનભરનો પરિચય હતો. પણ એ ધૂર્ત બ્રાહ્મણે, હમણાં જે દર્શાવ્યું તે એને મોંએ એણે કોઈ દિવસ સાંભળ્યું ન હતું. તે પહેલાં તો એ પણ સમય પલટાયાની વાત કરતો હતો.

અને હવે એ સમયને પલટી નાખવાની વાત કરતો હતો.

સમય નહિ, સમર્થ પુરુષ, એને કાલવિધાયક લાગતો હતો.

ધૂર્ત બ્રાહ્મણે વૈશાલી જેવા સાથે મગધને અથડામણમાં આણ્યું હતું. કોશલને ખાઈ જવાની એની નેમ હતી. અવંતીને હંફાવવાની એને આશા હતી. એ પાટલીગ્રામ પાસે મહાદુર્ગ રચી રહ્યો હતો. બિંબિસાર કોઈ મહાનયુદ્ધની

શંકાથી ધ્રૂજી રહ્યો હતો. એને હવે યુદ્ધ જોઈતું ન હતું. જે યુદ્ધ આવે તે પાછળ કેવળ રાખ ને ખાખ રહેવા દે એવું ભયંકર હોવાનું. એ શાંતિ ઇચ્છી રહ્યો હતો. પોતાના અજાતશત્રુ માટે પણ શાંતિ ઇચ્છી રહ્યો હતો. બધાને માટે શાંતિ ઇચ્છી રહ્યો હતો.

તેનું બંધનાગાર ચારે તરફથી બંધ હતું. પવન આવવા માટેના ગોખમાં પણ લોહનલિકાઓ આડીઅવળી ગોઠવેલી હતી. બહારનો દેખાવ એવો લાગે કે જાણે આ તાપનગેહ છે.

રાણી વૈદેહી ત્યાં આવી. ત્યાં ગોખ પાસે જ મહારાજ બહાર દૃષ્ટિ રાખીને બેઠા હતા. રાણીએ એમને જોયા અને એ રડી પડી. એ અંદર જવા માટે દોડી. પણ દ્વાર પાસે દૌવારિકો ભાલો આડો રાખીને ઊભા હતા. અજાતશત્રુએ પાછળથી એક નિશાની આપી, અને દૌવારિક આઘા ખસી ગયા.

મહારાણી કોશલાદેવી વૈદેહી તરત અંદર દોડી ગઈ. તે મહારાજના ચરણમાં પડી ગઈ. તે મોટેથી રડી પડી. 'મહારાજ ! મહારાજ ! મહારાજ ! દોષ મારો છે. તમારો નથી. મેં આ પુત્રને તજ્યો નહિ. તજી શકી નહિ. તમે મને મારી નાખો પ્રભુ ! હું આંહીં તમારે હાથે મોત માગવા આવી છું. મને મારી નાખો. ભણે દૌવારિક ! મહારાજને એક તલવાર આપ !' તે ઉતાવળા રડતા અવાજે બોલી ગઈ.

એટલામાં વર્ષકાર, સેનાપતિ સુનિધ અને એમની પાછળ અજાતશત્રુ અંદર આવ્યા. હૃદય હલાવી દે એવું દૃશ્ય હતું. જેની પાછળ લાખોની તો સેના ચાલતી, તે મહારાજ બિંબિસાર, એક અનાથ બાળકની જેમ મહારાણીના માથા ઉપર હાથ મૂકીને બેઠા હતા. તેમની આંખમાંથી પણ આંસુ વહી રહ્યાં હતાં.

વર્ષકાર મહારાજની છેક પાસે આવ્યો. તેણે મહારાજને બે હાથ જોડ્યા : ધીમા, શાંત, સમજાવવા માટે હોય તેવા અવાજે તે બોલ્યો : 'ભન્તે મહારાજ ! તમે પણ આમ હિંમત ખોશો ? તમે, જેમણે રાજતંત્રો જોયાં છે, જાણ્યાં છે, અનુભવ્યાં છે. મારે વૈશાલી પાછું જવાનું જ છે મહારાજ ! ત્યાં સુધી આ છે એમ સમજોને ! ત્યાંથી હું પાછો આવું, ત્યારે આ બંધન નહિ

હોય. બંધનાગાર નહિ હોય. મહારાજ પોતે જ સેચનક હસ્તીરાજ ઉપર રાજગૃહ નગરીમાં ફરવા નીકળ્યા હશે.'

ધૂર્ત બ્રાહ્મણ પોતાને ખોટું આશ્વાસન આપી રહ્યો હતો એ તો મહારાજના ધ્યાનમાં આવી ગયું. તેમ જ સેચનક હાથીને લીધે આ થયું એવો ધ્વનિ પણ એણે પકડી લીધો. પણ એની કોઈ ભયંકર રાજનીતિમાં, આવું પગલું કુદરતી લાગે એ પણ એટલું જ સાચું લાગતું હતું. મહારાજને ધ્રુજારી આવી ગઈ. આ માણસ ક્યાંક અજાતને તો નહિ ઉડાવી દે ? અવંતીમાં એ થયું હતું. કોશલમાં એ હોવાનો સંભવ હતો. એણે અજાતશત્રુ ઉપર તલવાર લટકતી દેખી ને તરત જ સ્થિરશાંત થઈ ગયા. મહારાણીને એક હાથનો ટેકો આપી પગ પાસેથી એણે બેઠાં કર્યાં. 'વૈદેહી ! શાંત થાઓ. સાંભળો. આ બ્રાહ્મણ – મંત્રી વર્ષકાર બોલે છે તે સાંભળો. આશ્વાસનની જરૂર હોય તો એ શબ્દો ખોટા નથી. ભણે મંત્રી વર્ષકાર ! હું તને એક સવાલ પૂછું ?'

'પૂછો મહારાજ !'

પોતાની પાછળ અજાતશત્રુ, સુનિધ બધા ઊભા હતા. રાજાને આ આશ્વાસનના શબ્દો પોલા લાગ્યા હતા તે વર્ષકાર સમજી ગયો. ત્યાં રાજાએ કહ્યું : 'ભણે મંત્રી વર્ષકાર ! માણસ આખી દુનિયાને જુએ છે, ને પોતાને જોતો નથી, એ સાચું હશે ?'

'ભન્તે મહારાજ ! એ સાચું છે.'

'પણ તેં તો ભણે બ્રાહ્મણ ! તારી જાત નિહાળી છે નાં ? આ તારા ખોટા આશ્વાસનનો મારે શો ખપ હતો ? અને તે હવે ? હું તો કાંઠે આવ્યો છું. મેં જે જોયું છે તે તમે દશ ભવમાં પણ નહિ જુઓ. મારે આ તારા આશ્વાસનને શું કરવું છે ? તમે મને બંધનાગાર આપ્યું એ વિષે મેં એકે શબ્દ કહ્યો છે ખરો ? કોઈ ને કહ્યો છે ? આ આશ્વાસન ખોટું હોય તેનો પણ મને શોક નથી. પણ શોક તો આ વાતનો છે ભણે બ્રાહ્મણ – મંત્રી ! કે એમ જ જો તારાં શસ્ત્રો ખોટાં હશે, અને આ બધું ખોટું હશે, તો બીજું કાંઈ નહિ, આને ભિખ્ખુપાત્ર લેવાનો વખત આવશે.'

મહારાજ બિંબિસારે બોલીને અર્થવાહી દૃષ્ટિથી અજાતશત્રુ સામે જોયું. વર્ષકાર ચોંકી ગયો. મહારાજે તો મૂળમાં જ ઘા માર્યો હતો. અને ભયંકર. અજાતશત્રુના શંકાવાળા સ્વભાવને વધારે શંકા કરાવે તેવો. મહારાજ આગળ બોલ્યા : 'ભિખ્ખુપાત્ર ભણે બ્રાહ્મણ ! સમજીને લેવું, અને હારીને લેવું, એમાં લાખ ગાડાંનો ફેર છે, એ તારાથી ક્યાં અજાણ્યું છે ?'

વર્ષકારે તરત જ જવાબ વાળ્યો. તેણે બે હાથ જોડ્યા. એનો અવાજ પણ ફરી ગયો. 'ભન્તે મહારાજ ! મારી પાસે એક સ્વપ્ન છે. એને સ્વપ્નને બદલે ઘેલછા ગણો તો ઘેલછા. પણ હું એમાં ડૂબેલો છું. અત્યારે જે કેવળ પાટલીગ્રામ છે ત્યાં મહાનમાં મહાન નગરી ઊભી કરવી. એ ભારતવર્ષનું કેન્દ્ર. ભારતવર્ષનું એકચક્રી મહાનશાસન સ્થાપવું. આ સ્વપ્ન છે. એ ફળ્યું નથી. ફળવાની મને આશા છે. આ યુવરાજ અજાતશત્રુ તમારા તો મહારાજ ! એ પુત્ર છે, પણ મારું તો પ્રભુ ! એ જ છેલ્લું આશ્વાસન છે. એમના આધારે તો હું આ ચલાવી રહ્યો છું. આધાર એમના ઉપર છે. એમને જ જો હું ભિખ્ખુપાત્ર લેવરાવું, તો તે પહેલાં બે કાર્ષાપણની હળદીમાં મારાં કપડાં રંગી નહિ નાખું ? એ પણ મને આવડે છે. મારો તો એ લોહીનો વારસો પણ છે. મહારાજ ! નિશ્ચિંત બનો. જે અવંતીમાં થયું તે આંહીં થવાનું નથી. ત્યાં મંત્રીશ્વરે પોતાના પુત્રને રાજગાદીએ સ્થાપી દીધો. કોશલમાં થઈ રહ્યાના ભણકારા વાગે છે. તે પણ આંહીં થવાનું નથી. વર્ષકાર બ્રાહ્મણે તમારો પડછાયો વર્ષો સુધી લીધો છે. સ્વપ્નું મારું અફળ થશે તો ભિખ્ખુપાત્ર લઈ લેતાં મને વાર નહિ લાગે. પણ મેં સ્પષ્ટ શબ્દોમાં કહ્યું છે એ જ ફરીને કહું છું. મગધદેશ ભિખ્ખુઓનો દેશ નહિ બને. આંહીં ગણતંત્ર નહિ આવે. આંહીં કાં સમર્થ, ભવ્ય, ગૌરવભર્યો રાજવંશ હશે. અને તે પણ પરંપરા ચલાવે તેવો. શક્તિશાળી. દીવામાંથી દીવો પ્રગટે તેમ પિતામાંથી પુત્રની જ્યોત પ્રગટશે જ. કાં એવી ભવ્ય પરંપરા સ્થપાશે અથવા તો રાખોડી હશે. ત્રીજી કોઈ વાતને મગધમાં સ્થાન નથી. અને મહારાજ ! વૈશાલી માટે પણ નથી !'

રાજાના મનમાં એક વાતની તો નિરાંત થઈ ગઈ. આ મંત્રી અજાતશત્રુ સાથે તો દગો નહિ રમે. તેને હવે પોતાના બંધનાગારમાં અજાતશત્રુની ઉગ્રતા

જ કારણરૂપ જણાઈ. તે ધીમે ધીમે પોતાના મૂળ, શાંત સ્વભાવ ઉપર આવી ગયો. તેણે રાણીને આશ્વાસન આપ્યું : 'ભણે વૈદેહી ! તમે એ પણ જોતાં નથી કે માણસ જેમ એક પછી એક વસ્તુ છોડતો રહે, તેમ એ વધારે સમર્થ બનતો રહે ? આપણે ત્યાં રાજદરબારમાં કેટલાં પંખી હતાં ? પણ બધાં જ બિચારાં પાંજરે પડેલાં અને આંહીં ? કેટલાં બધાં પંખી છે ? અને બધાં જ મુક્ત ! આંહીં બેઠા પછી રાણી ! મને પંખીના ઉડ્ડયન વિષે બાળકના જેવો નવો જ આનંદ જીવનમાં ઉદ્ભવી રહ્યો છે ! એ કેવાં આકાશમાં ઊડે છે ! મને તો ઘણી વખત થાય છે, ભણે બ્રાહ્મણ – મંત્રી વર્ષકાર ! તને સાચું કહું છું, અજાતશત્રુએ મને આ જે આરામ આપ્યો તે એની શાણપણભરેલી રાજનીતિનું કામ છે. હું જાણું નાં, એને મારા ઉપર એ જ પ્રીતિ છે. પણ બ્રાહ્મણ – મંત્રી ! માનીશ તું ? મારો હાથ હવે ધ્રૂજે છે. એનાથી કાંઈ કામ થતું નથી, છતાં કોઈને કાંઈ ને કાંઈ આપી દઉં તો જ મને શાંતિ મળે છે. મને હવે આનંદ જ એમાં આવે છે. કોઈકને બધું આપી દેવામાં. તમે મને આંહીં ન મૂક્યો હોત તો મગધનો ભાણ્ડારિક તમારી પાસે રોતો આવત ! એક દિવસ કહેત કે રાજકોશમાં એક કાર્ષાપણ નથી. મને આપી દેવાનો રોગ લાગુ પડ્યો છે ભણે મંત્રી ! એનું ઔષધ તો જીવકકુમાર પાસે હશે નાં ? અરે ! પણ જીવકકુમારના કાંઈ સમાચાર ? એને હવે બોલાવો, બોલાવો, મને એની વાતમાં આનંદ આવે છે.'

'એ પણ હવે આવશે મહારાજ !' વર્ષકારે કહ્યું : 'આવંતીનાથને આરામ થઈ ગયો.'

'થઈ ગયો ? જીવકકુમાર તો જીવકકુમાર છે. ભણે અજાત !' એને તું ક્યારે ય દૂભવતો નહિ હો. એ મગધનું કુદરતી રત્ન છે.'

અજાતશત્રુએ બોલ્યા વિના જ માથું હલાવ્યું.

વર્ષકારને આ જોઈતું હતું. રાજા પોતાનો બંધનવાસ કુદરતી હોય તેમ સ્વીકારી લે, તો ઘણી બધી મુશ્કેલીઓનો અંત આવી જતો હતો.

'તો મહારાજ ! અમે જઈએ ? આંહીં મહારાણીબા રહેશે. આવશે – જશે. મહારાજને બીજું કોઈ મળી નહિ શકે.'

'ભણે બ્રાહ્મણ ! એ તેં ઠીક કર્યું. મને જે મળવા આવે છે એને પણ, હું કાંઈક આપી દઉં તો જ મને શાંતિ વળે છે. એક વખત ફરીને મન થઈ જાય છે કે એંશી સહસ્ર ગ્રામિકોને ભેગા કરીને કહી દઉં કે, આ રાજકોશમાં બધું તમારું છે. જેને જે જોઈ એ તે ઉઠાવી લ્યો ! બધું આપી દેવાની ઇચ્છા એ ભણે બ્રાહ્મણ ! બધું જ આંહીં મૂકીને ચાલ્યા જવાની વિદાયનો તો પહેલો પ્રારંભ ન હોય ? તારી જ્ઞાનવાર્તા શું કહે છે ? મને તો થાય છે કે જ્યાં દેહ આપણો નથી, ત્યાં હવે આપણું કાંઈ માનવું, એ અજ્ઞાન કે જડતા ન હોય તો ત્રીજું શું હોય ?'

'મહેચ્છા, મહારાજ ! આ ધરતીમાંથી એક પણ પાંદડું ઈશ્વર વાપરતો નથી. એને વાપરતાં આપણે જોયો નથી. છતાં એણે આંહીં વૈભવ કેટલો બધો રાખ્યો છે ? વૈભવ રાખવો ને સોંપવો એ પણ મહારાજ ! સંસારની એક અનોખી સુંદરતા છે !' વર્ષકાર બોલ્યો : 'એમ સોંપનારો તો જીવનકલા જાણે છે, પણ એવી સહસ્ર વર્ષોની પરંપરા સ્થાપનારો ને યોગ્ય જ વારસ મૂકી જનારો તો, જીવનની ભવ્યતા, પણ જાણે છે ! પ્રજા ભવ્યતા ખૂએ એટલે એ ઠીંગુજીઓમાં રાચે !'

'તને નહિ ગમે ભણે બ્રાહ્મણ મંત્રીરાજ ! પણ શ્રમણ ગૌતમ એવી એવી વાતો કરે છે. એક વખત તો તું ને અજાત બંને ત્યાં જાઓ !'

'ત્યાં જવું છે મહારાજ !'

'ક્યારે ?'

'જીવકકુમાર આવે ત્યારે.'

'પણ અવંતીનાથ તો સારા થઈ ગયા એમ તેં કહ્યું ને ? તો જીવકકુમાર હવે ક્યાં છે ? ક્યારે આનવાર છે ?'

'મહારાજ ! એ શ્રાવસ્તી ગયેલ છે. પિસ્તાળીશ જોજનનો જોખમ – ભર્યો લાંબો રસ્તો છે. જતાં – આવતાં વાર થાય. પણ ત્યાં રાજા પ્રસેનજિતની ખબર કાઢવા ગયા છે !'

'એને શું છે ? ભણે મંત્રી !'

'છે નહિ કાંઈ, પણ પોતે ભીમકાય છે. ભીમઆહારી પણ છે. *સોળ શેર શાલભાતમાંથી હવે એક નાળી ઉપર આવ્યા છે. પણ હવે અવસ્થા છે એટલે જીવકકુમાર ત્યાં જોવા ગયા છે, થોડા વખતમાં આવ્યા બતાવું મહારાજ !'

વાતાવરણ કાંઈક ઠીક સ્થપાઈ ગયું એ જોતાં જ વર્ષકાર ઊભો થઈ ગયો. બે હાથ જોડીને સૌએ જવાની અનુજ્ઞા માગી. સૌ બહાર નીકળ્યા. પણ અજાતને આ બહુ ગમ્યું નહિ. તેણે બહાર નીકળતાં જ વર્ષકારને કહ્યું : 'ભણે મંત્રીરાજ ! આમાં હવે આપણે અરધે વાત મૂકીશું તો કોઈક બેવકૂફ બનાવી જશે. વખતે જીવકકુમાર જ મૂરખ બનાવી જશે !'

'કાંઈ નહિ થાય મહારાજ ! અત્યારે તો મહારાજને બંધનાગાર છે, ને મહારાજ દુઃખી છે, ને મગધરાજ ઉપર જુલમ છે, એવી એવી વાતો તો શાંત થશે. પછી સમય પ્રમાણે જોઈ લેવાશે.'

દૌવારિકોને બરાબર જાગ્રત રહેવાની સૂચના અપાઈ ગઈ.

સુનિધનાં હવે તૈયાર થવા આવેલ શસ્ત્રઅસ્ત્ર જોવા માટે સૌ ગયા.

---

* દીઘનિકાય.

૩૫. જીવકકુમાર કોણ ?

કેટલાક દિવસો શાંતિમાં વીતી ગયા. અજાતશત્રુને એમાં પણ ભયના ભણકારા સંભળાતા રહ્યા હતા. પણ લોકના મનમાં ધીમે ધીમે પ્રશ્ન જૂનો થવા માંડ્યો. મહારાજ બિંબિસારને જેવા તેવા મકાનમાં રાખ્યા છે એટલી જ વાતની ચર્ચા રહી. વિદેશી શ્રેષ્ઠીઓને પણ એ જ વાત મળતી રહી.

પણ એક દિવસ જીવકકુમાર શ્રાવસ્તીથી આવ્યો અને વાતાવરણ ફર્યું. રાજા બંધનાગારમાં છે એ સાંભળીને જ એ ઉશ્કેરાઈ ગયો. મહારાજને એ બંધનાગારમાં મળવા જ માગતો ન હતો. 'મહારાજને હું તો રાજમહાલયમાં જ મળીશ' એવી વાત પણ તેણે પ્રગટ કરી દીધી.

છેવટે તો એ પણ રાજકુમાર ગણાતો હતો. મગધની રાજગાદીનો વારસ હતો. એ ફરી બેસે ને વૈશાલી ભાગી જાય તો મોટી મુશ્કેલી ઊભી થઈ જાય. હવે તો એને વૈશાલીનું આકર્ષણ પણ હતું. અરધે રસ્તે એ કોઈ વાતમાં ભેટે જ નહિ. એને મહારાજનું બંધન ભયંકર લાગતું હતું. તે પોતે મહાન ભિષગ્વર હતો. વળી શસ્ત્રાઘાતનો તો અદ્વિતીય ચિકિત્સક હતો. એને બંધનમાં નાખવો પોસાય તેમ ન હતું. જવા દેવો પોસાય તેમ ન હતું. આમ બોલ્યા કરે એ વાત પણ ભયંકર હતી. કોઈપણ દુશ્મન તેનો લાભ ઉઠાવી લે. વળી જો કોઈ મહામારી આવી પડે તો એ રાજાને છોડાવવાની વાત પહેલી મૂકે. એ વખતે એનું ધાર્યું કરવું જ પડે. એની અને અજાતશત્રુની વચ્ચે વૈમનસ્ય પણ વધતું જતું હતું. મંત્રી વર્ષકારને લાગ્યું કે આટલો તણખો છેવટે રાજગૃહ બાળી મૂકશે.

એનો તરત ઉપાય યોજવાની જરૂરિયાત એણે જોઈ લીધી. એક દિવસ એણે જીવકકુમારને બોલાવ્યો. પોતાના ગજરાજ વનરથ ઉપર તે તેને મળવા આવ્યો.

શ્રાવસ્તી નગરીથી આવ્યા પછી એમની આ પહેલી જ મુલાકાત થતી હતી. મહામંત્રીએ તરત પૂછ્યું : 'ભણે જીવકકુમાર ! તમે કેમ મળ્યા નહિ ? શ્રાવસ્તીના શા સમાચાર છે ? શ્રમણ ગૌતમ ક્યાં છે ? અભયકુમાર પાછા ફરી રહ્યા છે ? તો આપણે ગિરિસમજ્જ ગોઠવીએ.'

'ભન્તે મહાઅમાત્ય !' જીવકકુમારે ઠંડા ઉપેક્ષાભર્યા શબ્દોમાં કહ્યું : 'અભયકુમાર ભિખ્ખુ થઈ ગયા છે. એ હવે પાછા આવવાના નથી. રાજ હવે તમારું છે. પણ તમે મહારાજને બંધનાગાર આપ્યું છે તે મને આંહીં વાગે છે.' જીવકકુમારે પોતાની છાતી ઉપર હાથ મૂક્યો.

'અને આ વાત બીજાને ગમતી હશે એમ તમે માનો છો ?'

'ન ગમતી હોય તો કોઈએ પરાણે તમારી પાસે એ કરાવી હોવી જોઈએ !'

'ત્યારે એમ જ છે ભણે રાજકુમાર ! અમારે એ કરવી પડી છે. એ અનિવાર્ય થઈ પડી છે.'

'શી રીતે ભન્તે મહાઅમાત્ય ?'

'તે શું તમને સમજાવું.' વર્ષકારે અત્યંત શાંત અવાજે કહ્યું ; 'તમે મને સમજો. જુઓ રાજકુમાર ! મહારાજ મગધદેશને જ ટાળી નાખે એવો ભય આપણા ઉપર લટકતો થઈ ગયો હતો. તે ગમે તે વખતે મગધપતિનું સિંહાસન તજી દેત. તમને કોઈને પણ આપત નહિ. ગ્રામિકોનો સંથાગાર ઊભો કરત. મગધ એને સોંપી દેત. આ આપણે ચલાવી લેવું છે ?'

જીવકકુમાર વિચારમાં પડી ગયો. વર્ષકાર આગળ વધ્યો. 'ભલે મહારાજ એમ કરે, એનો પણ વાંધો ન હતો. આંહીં ગણતંત્ર સ્થપાઈ જાત. પછી આંતરયુદ્ધ કે જે થવું હોય તે થાત. પણ મગધદેશ દેશ તરીકે વેડફાઈ જાત. એ પણ ઠીક, પણ છેલ્લે છેલ્લે તો દેશ આખો ભિખ્ખુ બની જાય, એવી મહારાજની વાત થવા માંડી હતી. એ **'અતિ'** થતું હતું.'

જીવકકુમાર બોલ્યો : 'ભન્તે મહાઅમાત્ય ! હું શ્રાવસ્તી જઈ આવ્યો. આખો કોશલદેશ શ્રમણ ગૌતમના પંથે વળ્યો છે. એમ આ દેશ પણ વળે તો એમાં વાંધો શું ?'

'એમાં એક રીતે કાંઈ વાંધો નથી. પણ બીજી રીતે એ ભયંકર પણ છે. ભણે જીવકકુમાર ! શ્રમણ ગૌતમ મહાન છે. લોકો ભલે એને અનુસરે. પણ એમાંથી મગધરાજ હતું ન હતું થઈ જાય. એવી કોઈ વાત જ્યાં સુધી હું જીવું છું, ત્યાં સુધી નહિ થવા દઉં ! અને મહારાજ હવે એ પંથે હતા.'

'તો ભલે, ભન્તે મહાઅમાત્ય ! તમને ઠીક પડે તેમ કરો. મારે મગધમાં રહેવું નથી. મારે રાજ જોઈતું નથી. નવખંડ ધરતીમાં હું ગમે ત્યાંથી મારો ચારો મેળવી લઈશ. જે નગરીમાં હવે મારું કોઈ જ સ્વજન નથી, તે નગરીમાં રહીને હવે હું કરું શું ? આ નગરીમાં મારી મા કોણ છે એનો પણ મને પત્તો મળ્યો નહિ. આ નગરી હવે મને ખાવા દોડે છે. આખી નગરીમાં હું એકલો જ એવો, જે ગણાય રાજકુમાર, પણ રાજકુમાર નહિ. આખી નગરીમાં હું એકલો જ માતા વિનાનો. મારે આંહીં રહેવું નથી ભન્તે મહાઅમાત્ય !' જીવકકુમારના શબ્દોમાં ભારોભાર વેદના ભરી હતી.

વર્ષકારે તેના ખભા ઉપર પ્રેમથી હાથ મૂક્યો. શાંત, સ્વસ્થ પ્રેમભર્યા અવાજે તેણે કહ્યું :

'ભણે રાજકુમાર ! હું તમને તમારી માતા બતાવું !'

'ક્યાં ? કોણ છે એ ?'

જીવકકુમારની આ મનોવેદના ઉપર વર્ષકારે મદાર બાંધ્યો હતો. તેને તેની આખી વાત જાણમાં હતી. પણ આ પ્રસંગ એ બીજાના મોંથી સાંભળે તો એની અસરકારકતામાં ફેર પડે. એટલે એણે પંડિત તક્ષકદેવને આ પ્રસંગે ખાસ હાજર રાખ્યો હતો. તે પાસેના ખંડમાં બેઠો આ બધું સાંભળતો હતો.

જીવકકુમાર પ્રત્યે વર્ષકારે પ્રેમથી જોયું. ધીમેથી કહ્યું : 'તમારી જીવનકથા ભન્તે રાજકુમાર ! અભયકુમાર જેવી છે. પણ, મારી વાત તમે સમજો. આપણે મગધને મહાન રાજ્ય બનાવવું છે.'

'તે તમે બનાવો ભન્તે મહાઅમાત્ય ! મને એમાં લેશ પણ રસ નથી. મને રસ શ્રમણ ગૌતમમાં છે. ઔષધમાં છે. રસાયનમાં છે. તારા, ગ્રહો, નક્ષત્રો એમાં છે. મારી વાત જુદી છે. તમારી વાત જુદી છે.'

'ભણે રાજકુમાર ! ત્યારે તમે ભૂલો છો. આપણી વાત એક જ છે. તમારી વાત મારી વાતથી જુદી નથી. તમે તમામ ઔષધીઓ શોધી રહ્યા છો. તો

હું પણ દેશરચના માટે પ્રતિભાશાળી પ્રભાવવાળાં માણસોને શોધી રહ્યો છું. મહાન માણસ વિના દેશો મહાન બનતા ક્યાંય સાંભળ્યા નથી. સામાન્યોનાં ટોળાં કાંઈ દેશને અનોખી રીતે ઘડી ન શકે. તમે રસાયનમાં માનો છો ? હું જીવંત પરંપરા સ્થાપવા માગું છું. એ પણ જીવનનું જેવું તેવું રસાયન નથી. તમે તારા–ગ્રહોમાં રાચો છો. મગધની આવતી મહસત્તાના સ્વપ્નાં હું આકાશમાં જોઈ રહ્યો છું. મારી ને તમારી વાત એક જ છે. પણ તમારા મનનું સમાધાન થાય એટલા માટે જ મેં તમને બોલાવ્યા છે. તમે જ્યારે જન્મ્યા પણ ન હતા, તે વખતની આ વાત છે ભણે રાજકુમાર ! રાજગૃહના નિગમ* એક વખત વૈશાલીમાં ગયા હતા. ત્યાં એમણે નગરશોભિની આમ્રપાલીને જોઈ. એનો વૈભવ જોયો. એની સર્જનાત્મક સુંદરતા જોઈ. પ્રજાને દોરવનારી એની મહાશક્તિ દીઠી. એ છક્ક થઈ ગયા. આવીને એમણે મહારાજ બિંબિસારને વાત કરી. નગરશોભિની વિનાની મહારાજ ! નગરી કેવી ? આપણે આમ્રપાલીની તોલે આવે એવી નગરશોભિની રાખો. તે વખતે મહારાજ બિંબિસારની વાત જુદી હતી. તેમણે એ વાત ઉપાડી લીધી. રાજગૃહમાં એક અનુપમ વારવનિતા હતી. માત્ર એનું સૌન્દર્ય જોવા, એની એક ઝાંખી લેવા, ભલભલા પુરુષો ભારતભરમાંથી આંહીં આવતા, એવું એનું રૂપ હતું. કલાકૌશલ્ય અને ચાતુરી હતાં. એનું નામ સાલવતી. એને નગરશોભિનીપદે મહારાજે સ્થાપી. એ સાલવતી હવે નથી. પણ એ કોણ તમે જાણો છો ?'

'ના.' જીવકકુમારે જવાબ વાળ્યો.

'ત્યારે ભન્તે રાજકુમાર ! જેવી અભયકુમારની જીવનકથા છે, તેવી જ તમારી આ કથા છે. અભયકુમારે તમને કેમ ભાઈ તુલ્ય લેખ્યા એ હવે તમે સમજી શકશો. સાલવતી તમારી જનેતા. હવે એ નથી. એની એક પુત્રી છે. તમારી બહેન....'

'કોણ ? એ કોણ ? ભન્તે મહાઅમાત્ય ! મારે એને મળવું છે. જીવનની આટલી કેડી મને કોઈ અનોખી સૃષ્ટિમાં લઈ જાય છે. છેવટે હું કોઈકનો કાંઈક છું. કોઈક મારું પણ છે. ભન્તે મહાઅમાત્ય ! મને શું થાય છે એ હું તમને

---

* નગરશ્રેષ્ઠી.

શી રીતે સમજાવું ? મારી એ બહેન ક્યાં છે ? આંહીં છે ? મારે એને મળવું છે.' વર્ષકાર, જીવકકુમાર તરફ જોઈ રહ્યો. એના હૃદયમાં કૈં કૈં ભાવો આવતા એણે જોયા. એણે ધીમેથી એક તાળી પાડી. તરત જ પાસેના ખંડનું દ્વાર ખુલ્યું. પંડિત તક્ષકદેવ* દેખાયો. પંડિતને મહાઅમાત્યે રાજકારણથી તદ્દન અલિપ્ત રાખ્યો હતો. એ શસ્ત્રઅસ્ત્રનો આત્મા હતો. દ્રોણાચાર્ય, પરશુરામ, એ એના આદર્શ હતા. તે થોડું જ દેખાતો. થોડું બોલતો. પણ જ્યારે બોલતો ત્યારે એનો શબ્દ વિશ્વાસપ્રેરક બની જતો. આજે વર્ષકારે પંડિતને એટલા માટે જ બોલાવ્યો હતો. એનું કોઈ સ્થાન ન હતું. ને છતાં એનું એક અનોખું સ્થાન હતું. વર્ષકારે એને સામેના આસન ઉપર બેસવાની સંજ્ઞા કરી. પંડિત ત્યાં બેઠો. તે ધીર ગંભીર ગૌરવશાળી પુરુષ હતો. જીવકકુમાર ઉપર એના સમગ્ર દેખાવની ઊંડી છાપ હતી. વર્ષકારે પંડિતને કહ્યું :

'આજે કુમારને ભન્તે પંડિત ? અંદરની વેદના જાગી છે. પોતે પોતાની માતા વિષે કાંઈ જ ન જાણે ?'

'ભન્તે મહાઅમાત્ય ! રાજગૃહ નગરીમાં નગરશોભિની સાલવતી હતી. જીવકકુમારની એ માતા. રૂપમાં, કલાકૌશલ્યમાં એ અદ્વિતીય હતી. અને અદ્વિતીય રહી. મહારાજે, જીવકકુમારને પ્રગટ ન કર્યા, કારણ કે રાજમાં દ્વેષ વધે. ઇતિહાસ આ છે. તમારાથી એ ક્યાં અજાણ્યો છે ?'

'પણ ભન્તે ! પંડિત ! જીવકકુમારની એક બહેન છે ને ?' વર્ષકારે પૂછ્યું.

તક્ષકદેવ પંડિત વિચારમાં પડી ગયો. તે ધીમેથી બોલ્યો : 'ભન્તે મહાઅમાત્ય ! આપણા જેવા સામાન્યો માટે એનો ઇતિહાસ દુઃખ કરાવે તેવો છે. એ છે નહિ.... હતી.'

'હતી ?' જીવકકુમાર અસ્વસ્થતાથી બોલ્યો : 'પણ અત્યારે હવે ક્યાં છે ?'

'મહારાજે હમણાં જેના સૌન્દર્યની અંત અવસ્થા વિષે ઘોષણા કરાવી; ને ન જોવા માટે લોકદંડ મૂક્યો, એ જ ભણે રાજકુમાર ! તમારી પોતાની બહેન. હવે એને પણ મળવાનું ન બને ! એ બિચારી પણ ગઈ.'

---

* જુઓ 'આમ્રપાલી'નાં પ્રકરણ 'ફૂલમાં અગ્નિ', 'મગધનો યુવરાજકુમાર', 'રાજગૃહના વર્તમાન'

'કોણ સીરિમા ?' જીવકકુમાર ચમકી ગયો. 'અરે !.... ત્યારે તો મહારાજે.....'

તેના હૃદયમાં એક અસહ્ય ઘા થઈ ગયો. એની શબકથા એણે સાંભળી હતી. તે વેદનાને લીધે આંખો મીંચી ગયો. મહારાજ બિંબિસારના 'અતિ' વિષે વર્ષકારે કહેલી વાત તેને સ્પર્શી ગઈ. તે કેટલીયે વાર બોલ્યા વિના ધરતીને નિહાળી રહ્યો.

'ભણે રાજકુમાર !' તક્ષકદેવ બોલ્યો : 'હવે શોકનો કોઈ અર્થ નથી. બેમાંથી કોઈ તમને મળે તેમ નથી. પણ તમને માતાનો અપ્રતિમ વારસો મળ્યો છે. એક રીતે નહિ તો બીજી રીતે, કોઈને ન મળી હોય તેવી પ્રતિભા તમને મળી છે. કોઈ પાસે ન હોય તેવી શક્તિ તમારી પાસે છે. એ પ્રતિભા ભારતભરમાં વ્યાપે, અને એક અદ્‌ભુત જીવંત પરંપરા સ્થાપે. એ પરંપરા સેંકડો વર્ષો સુધી ચાલતી રહે. એની લોકકલ્યાણી શક્તિ અકુંઠિત રહે. ભણે રાજકુમાર ! મહાઅમાત્ય એ માટે પ્રયત્ન કરે છે. એ પણ એક જબરદસ્ત કામ છે. મહાન દુર્ગ ઊભો કરવા જેવું. મહાન નગરી સ્થાપવા જેવું કુમાર ! હવે તો તમે એમાં સાથ આપો. જ્યાં સુધી વર્ષકાર મહાઅમાત્ય આંહીં છે, ત્યાં સુધી એનું એક એક પગલું અર્થવાહી હશે. અર્થ વિનાનું નહિ. મહારાજ વિષે લીધેલું આ પગલું પણ એવું છે. મહારાજ બિંબિસારે શ્રમણ ગૌતમની વાતો ઉપર વધારે પડતો, અતિ કહેવાય તેવો, આધાર મૂક્યો હતો. પણ ભણે જીવકકુમાર ! વાતો સાંભળવી, તે એક વસ્તુ છે. એ વાતોનો વ્યક્તિએ, પોતાના જીવનમાં પોતાની પરિસ્થિતિને અનુરૂપ મેળ મેળવી લેવો, એ તો જીવનકલા ઘડવા જેવી જુદી જ વસ્તુ છે. તમે જે કરી રહ્યા છો તે જીવનકલા છે. શ્રમણ ગૌતમના પ્રેમધર્મને બધે ફેલાવી રહ્યા છો. પણ શી રીતે ? તમને મળેલી શક્તિ દ્વારા. ભણે રાજકુમાર ! મહાઅમાત્યને સાથ આપો. રાજગૃહ ન તજો ભારતભરમાં તમારી નામના થશે. મગધ અદ્વિતીય બનશે. તમે આંહીં હશો તો આ રાજકુમાર અજાતશત્રુને પણ હંમેશને માટે સંયમમાં રાખી શકાશે. એ લાભ મગધદેશ માટે જેવો તેવો નથી. એ યશ તમારો હશે. તમે આંહીં રહો. તમારા આમ્રવનમાં ઔષધીઓને બોલતી કરો. જીવનનો દ્રોહ, ભણે

રાજકુમાર ! આપઘાતથી પણ અધિક છે. તમે હશો તો મહારાજને પણ
આશ્વાસન રહેશે.'

જીવકકુમાર વિચારમાં પડી ગયો હતો. એની માતાનો એને પત્તો ન
હતો. આજે પત્તો મળ્યો, ત્યારે આવી રીતે. માતા, બહેન કોઈ ન હતાં. અને
બહેનનું તો મૃત્યુ પછી બિચારીનું શબ.... એમનો પત્તો આપનાર આ પુરુષો
નીકળ્યા. એને ધૂર્ત બ્રાહ્મણ પ્રત્યે ઘૃણા હતી.... પણ એની દરેક વાતમાં કાંઈ
ને કાંઈ અદ્ભુત યોજના રહેતી એણે જોઈ. તક્ષકદેવના શબ્દો વિશ્વાસપ્રેરક
હતા. મહારાજે જે પગલું લીધું તે એને ગમ્યું નહિ. છતાં હવે તો મહારાજ
બિંબિસાર એક જ એના સ્વજન હતા. એના સાન્નિધ્યમાં રહેવાનું મળે એ
એક જ આશ્વાસન હતું. તેણે ધીમેથી શાંત અવાજે કહ્યું : 'અત્યારે હું કાંઈ
બીજો વિચાર કરી શકતો નથી ભન્તે પંડિતજી ! હું મારા આમ્રવનમાં રહેવા
જાઉં છું. ભન્તે મહાઅમાત્ય ! પણ આ વાતને હવે આંહીં જ દાટજો. મહારાજને
પણ એ વાતની ગંધ ન મળે.'

'એ તો દટાયલી જ રહી છે ભણે રાજકુમાર ! તમારા મનને શાંતિ
આપવા માટે આજે અમે તમને એ કહી. પોતાના વિષે કાંઈ જ ન જાણવું એ
જેવું તેવું દુ:ખ નથી. તમે ખરેખર મગધરાજકુમાર છો, એ વારસો તમને તમારા
કામમાં હજારગણું બળ આપી રહેશે. અને અમારાં પગલાં વિષે પણ તમારા
મનમાં વસવસો નહિ રહે....'

થોડી વાર પછી જીવકકુમાર વિદાય થયો. પણ તેનો ગજરાજ પણ તેની
વેદના કળી ગયો હોય તેમ, ધીમે ધીમે ચાલી રહ્યો હતો.

૩૬. દેવદત્તે આપેલું વિષ

શ્રાવસ્તી નગરીમાં દેવદત્તે અજાતશત્રુને ઉશ્કેર્યો હતો. એટલાથી એને પોતાનું કામ થાય તેમ લાગ્યું નહિ. એને ભિખ્ખુ સંઘપતિ થવું હતું. એ પોતાને ઘણો શક્તિશાળી માનતો. ભ્રમણાત્મક દૃશ્યો ઊભાં કરવાં એ એને માટે રમતવાત હતી. એણે જ્યારે સાંભળ્યું કે રાજા બિંબિસારને અજાતે બંધનાગારમાં પૂર્યો છે, ત્યારે એની ભિખ્ખુ-સંઘપતિ થવાની મહત્ત્વાકાંક્ષા, પ્રબળ વેગમાં જાગી ઊઠી. એને લાગ્યું કે, જો અજાતશત્રુ એને માન આપતો થાય, તો એનો બેડો પાર થાય ! હવે વખત આવ્યો હતો. અજાતશત્રુ રાજગાદીની સંપૂર્ણ સત્તા હાથ ધરે તો એનો ભિખ્ખુસંઘપતિનો નવો સ્વાંગ શોભી ઊઠે. એક દિવસ તે રાજગૃહને પંથે ચાલી નીકળ્યો. શ્રાવસ્તીથી રાજગૃહ જવાનો સીધો રસ્તો તો હતો નહિ. લાંબે રસ્તે આવવું પડતું. કપિલવસ્તુ, કુશીનારા, હસ્તીગ્રામ, વૈશાલી, નાલંદા એમ એ રસ્તો ઘણો લાંબો થઈ પડતો. એટલે એ નૌકામાં પાટલીગ્રામ સુધી આવ્યો. ત્યાંથી સીધો રાજગૃહ આવ્યો. કોઈ ન દેખે તેમ એક સંધ્યાસમયે એ અજાતશત્રુને મળ્યો. એને જોતાં પહેલાં તો અજાત માની શક્યો નહિ કે આ એ જ દેવદત્ત હતો, જે એને શ્રાવસ્તીમાં મળ્યો હતો. એટલો બધો એ બદલાઈ ગયો હતો. એનો ચહેરો વધારે આકર્ષક ને નજર ખેંચી રાખે તેવો થઈ ગયો હતો. પણ તેની આંખ –

એ આંખમાં મહાવિષધરની ભયંકર તેજસ્વિતા આવી ગઈ હતી.

અજાતશત્રુએ એને શ્રમણ ગૌતમની વાત પૂછી. દેવદત્તે કહ્યું : 'ભણે રાજકુમાર ! શ્રમણ ગૌતમ કાંઈ હિસાબમાં નહિ, એટલી વાત આપણી પાસે પડી છે. શ્રમણ ગૌતમનો સંઘ તો તૂટવા માંડ્યો છે. અમે કૌશામ્બી નગરીમાં

હતા, ત્યારે જ એક ભિખ્ખુએ શ્રમણ ગૌતમનું પોટલું પણ ઉપાડવાની ના પાડી દીધી ! શ્રમણ ગૌતમ આઠ દિવસ સુધી તો ભિખ્ખુસંઘ તજીને ચાલ્યા ગયેલા !'

'એ સંઘ કાશી નહિ પહોંચે ભણે રાજકુમાર ! સારિપુત્ર મૌદગલ્યાયન જેવા મારી પ્રશંસા કરે છે. શ્રમણ ગૌતમને એ ગમતી નથી. પણ પાંચ સો, ભિક્ષુઓ મારી સાથે આવવા તૈયાર થયા છે. એમને લઈને હું વૈશાલી જઈશ. ત્યાં નવો ભિખ્ખુસંઘ સ્થપાશે. પણ મેં તમને કહ્યું હતું તે ફરી કહું છું. ભાવના તમામ નિર્બળતા છે. પથ્થરમાં કઠિનતા છે તો અડગ દુર્ગો બને છે. માણસ અડગ હોવો જોઈએ. તમે આંહીં આ શું કર્યું છે ભણે રાજકુમાર ? એક મૂર્ખ માણસ પોતાની બેસવાની ડાળ કાપતો હતો એ જૂની વાત છે. પણ એ મૂર્ખ કરતાં એક મોટો મૂર્ખ હતો. એ કાચા સૂત્રથી પોતાને માથે તલવાર લટકાવીને નીચે સૂતો હતો !'

અજાતશત્રુ હસી પડ્યો : 'અરે મૂરખો ! એ તો તલવાર માથે પડે !'

દેવદત્તે તેની સામે જોયું : 'હસવાની વાત નથી ભણે રાજકુમાર ! તમે અત્યારે એ જ કર્યું છે !'

'કોણે, મેં ? કેમ ? શી રીતે ?'

'તમે જ વિચારોને ! તમે રાજાને બંધનાગારમાં તો રાખ્યા. પણ એ બંધનાગારમાં રહેશે ને તમે મુક્ત રહેશો એમ ? કોને ખબર છે. વૃદ્ધ પુરુષ કેટલું જીવશે ? ગલઢાઓ તો તમે રાહ જોઈ જોઈને થાકી જાઓ છતાં ઘણી વખત મરતા નથી. તે પહેલાં તો તમે જ ચાલી નીકળો છો ! અને એવામાં જીવકકુમાર જો કાંઈક રસાયન આપી દેશે તો ? તો તો થઈ રહ્યું. તમે રાહ જોયા જ કરો. તમે વૃદ્ધ થશો, ને એ જવાન હશે ! વચ્ચે કોઈ રાજપલટો થયો તો તમે રખડી પણ પડશો. ફરી વાર રાજા જ એ થઈ જશે. આ ભાવના તો મહારાજ ! મૂર્ખાઈની પરિસીમા છે. વૃક્ષ ખોખડધજ થાય, માણસો એને પાડી નાખે. જાનવર વૃદ્ધ થાય, માણસો એને તજી દે. કેવળ કારણ વિના માણસ, માણસને જ ઘરમાં એક જગ્યાએ બેસાડી રાખે છે. પછી એની આસપાસમાં કાં ભાવનાને બેસાડે છે ને હેરાન થાય છે, કાં નિર્માલ્ય વાતો ગૂંથે છે ને કષ્ટ

ઊભું કરે છે. ડોસાઓ માટે વાનપ્રસ્થનું ગોઠવનારા ઘણા બુદ્ધિશાળી હતા. પણ હવે તો જુવાનો ભિખ્ખુ થઈ ને લહેરપાણીમાં પડી ગયા. તેમાંથી આ અવ્યવસ્થા ઊભી થઈ છે. શ્રમણ ગૌતમે એ ઊભી કરી છે. પણ આપણો ભિખ્ખુસંઘ નવી જ વાત ઊભી કરશે. પરંતુ આ રાજા બિંબિસારનું બંધનાગાર જો લંબાશે તો તેનો પક્ષ લેનારા નીકળી પડશે. પ્રસેનજિત જેવા એનો પક્ષ લેશે. તમે મહારાજ ! રખડી પડશો. હું શ્રાવસ્તીથી આવું છું. ત્યાંની વાત જાણું છું.'

'શું છે ત્યાંની વાત ? ત્યાં તો કહે છે બધા રાજકુમારો ભિખ્ખુપંથે પળ્યા છે !'

'તે ભલે ને પળ્યા. રાજા પ્રસેનજિત મથામણ કરી કરીને થાકી ગયા, પણ કુમાર વિડૂડભ એકનો બે થયો નથી. એ શ્રમણ ગૌતમનો પડછાયો લેવા ગયો નથી. અને હવે તો મહારાજ ! તમારે ચેતવા જેવી વાત બની રહી છે....'

'શું ? શું વાત બની રહી છે....'

'પ્રસેનજિતનો મંત્રીશ્વર દીર્ઘકારાયણ જ એક દી એને ઉઠાડી મૂકશે. અને વિડૂડભ રાજ લઈ લેશે.'

'હેં ?'

'હેં નહિ, હા. તમને આંહીં એની નવાઈ લાગે છે. પણ તમારે ત્યાં પણ એ જ બનવાનું છે. આ વૃદ્ધ પુરુષને તમે રાખી મૂકશો, તો તમને કોઈક ઉઠાડી મૂકશે !'

અજાતશત્રુ વિચાર કરતો થઈ ગયો. વાત દેવદત્તની તદ્દન સાચી હતી. મગધની ચારે તરફ એના દુશ્મનો હતા. તે આ બહાને કે તે બહાને લડવા માટે તૈયાર હતા. એને વિચાર કરતો જોઈને દેવદત્તે વિશ્વાસ ભરેલા બળવાન શબ્દોમાં કહ્યું : 'મગધપતિ ! વિચાર કરવા માટે થોભો મા. જ્યારે નિર્ણયની જરૂર હોય ત્યારે વિચાર કરનારા બધું ખોઈ બેસે છે. અને ન માનતા હો તો આ સામે જુઓ.'

દેવદત્ત પોતાની સામેની હવામાં જોઈ રહ્યો હતો. અજાતશત્રુએ એ દિશામાં નજર કરી. અને એ ચમકી ગયો. પોતે મોખરે ને સેંકડો ગજરાજોની

સેના પાછળ ચાલી રહેલી, એવું દશ્ય એની દષ્ટિએ પડ્યું. જરાક વધારે ઝીણવટથી એણે જોયું તો ત્યાં અવંતીનાથ ચંડપ્રદ્યોતની જબરદસ્ત સેના જાણે આવી રહી હતી !

એ આભો બની ગયો. શ્રાવસ્તીમાં પણ દેવદત્તે એને આવું કોઈ દશ્ય બતાવ્યાનું યાદ આવ્યું. પળ બે પળ પછી એણે જોયું તો ત્યાં કાંઈ હતું નહિ.

'મહારાજ ! હજી સમજો. રાજ તમારું છે, પણ તમારું નથી. તમે મગધપતિ છો ને મગધપતિ નથી.'

'ભન્તે દેવદત્ત ! પિતૃહત્યા હણી નાખે છે, માત્ર કરનારને નહિ એના વંશવેલાને પણ.'

'ભણે રાજકુમાર ! પિતૃહત્યા તો કલંક આપે. પિતૃહત્યા કરવાનું તમને કોણ કહે છે ?'

'તે વિના રાજા શી રીતે જાય ?'

'ઘણી વખત માણસો મૃત્યુને આવતું જુએ છે, ત્યારે બધું જ તજવા માંડે છે. અન્ન પણ તજે છે. એ ધર્મ પણ છે. મહાન રાજાઓ ઘણી વખત ધર્મપંથે પળે છે. પિતૃહત્યા કરાય નહિ ભણે કુમાર ! અન્નત્યાગ, એ તો માણસના પોતાના દિલમાંથી આવતી વસ્તુ છે. એને તમે શી રીતે અટકાવો ? અને એમાં તમે શું કરો ?'

દેવદત્તના શબ્દેશબ્દમાં ભયંકર ધ્વનિ હતો. અજાતશત્રુને એનો શબ્દેશબ્દ મનમાં બેસી ગયો. પોતે રાજાને હણે એ પાતક હતું. પણ રાજા અન્નત્યાગ કરે, અન્નત્યાગને રસ્તે એ જાય, એમાં શું થાય ? દેવદત્ત હજી આગળ બોલી રહ્યો હતો :

'ભણે રાજકુમાર ! મારું આ રાજકુમાર તરીકેનું તમને છેલ્લું સંબોધન હો ! આપણે પાછા મળીએ ત્યારે તમે મગધપતિ હો. હું સંઘપતિ ! પાંચ સો સ્થાલીપાક સ્વાદિષ્ટ ભોજન મોકલવાનું તમે શરૂ કરશો ને હું સંઘપતિ બની જઈશ. હા, એક બીજી વાત. શ્રમણ ગૌતમ રાજગૃહ આવનાર છે. એ આવે તે પહેલાં તમે વિચાર કરી લેજો. આ કામ કરી લેજો. ચાલો, મારે તો મારું કામ હતું. હું આંહીં રહેવા માટે આવ્યો નથી !'

દેવદત્તે અજાતશત્રુ સામે જોયું. તેના મોં ઉપર નિશ્ચયની રેખાઓ આવતી હતી. તે દેવદત્તને વિદાય આપવા ઊભો થયો.

દેવદત્તે તેના ખભા ઉપર હાથ મૂક્યો. આંખમાં આંખ પરોવી. દૃઢ નિશ્ચય પ્રેરે તેવા વિશ્વાસથી તેની અનોખી ઢબમાં તે બોલ્યો : 'મહારાજ ! નિર્બળતા છોડી દો. એકચક્રી શાસનની દિશામાં આગળ વધવું હોય તેને નિર્બળતા ન ખપે. નિર્બળતા જ મહાન પાપ છે. અનિશ્ચય નિર્બળતા છે.'

દેવદત્તે તેના મનમાં હલાહલ મૂકી દીધું હતું. હવે તો એનું પોતાનું મન જ એનો પરિપાક આણે તેમ હતું. તે ત્વરાથી રાત્રિના અંધારામાં અદૃશ્ય થઈ ગયો.

૩૭. રાજભંડાર પણ લીધો

હવામાં શું છે અને શું નથી એની પૂરી જાણ માણસજાતને ક્યારેય મળવાની નથી. હવામાં માણસ છે. ને માણસમાં હવા છે. હજાર વર્ષ પહેલાં બોલાયલા શબ્દો હવામાં ફરતા હશે કે નહિ તે તો કોણ કહી શકે ? પણ બુઢ્ઢો ઇતિહાસ એક વાત નોંધતો આવ્યો છે, એ જરાક આશ્ચર્યકારક છે.

એ વૃદ્ધ ડોસો કહે છે કે હું તો વાંરવાર એનો એ આવ્યા જ કરું છું. બહુ બહુ તો મારું બહારનું ખોળિયું બદલાય. બાકી હું તો એનો એ ! રાણી કોશલાદેવીએ રાજા બિંબિસારને જે સાથ આપ્યો તે આશ્ચર્યજનક હતો. પણ જ્યાંથી એ પોતે આવી, તે વિદેહ દેશની હવામાંથી જ એને આ વાત મળી હતી. એ ખૂબી હવાની હતી.

નહિતર અજાતશત્રુ જેવા ઉગ્ર પુત્રની સામે એણે અનશનવ્રત આદરીને પ્રાણ તજી દીધા હોત.

પણ ના, એ તો મહારાજનાં દુ:ખમાં સાથે રહેવા માગતી હતી. હરેક યાતનામાં સાથ આપવા માગતી હતી. એને યાતના સહેવી હતી.

દેવદત્તની સાથેના મેળાપ પછી અજાત વધુ બદલાઈ ગયો હતો. મહારાજ પોતાની મેળે અન્નત્યાગ કરી બેસે માટે અપમાનોની પરંપરા પણ તેણે શરૂ કરી હતી.

પણ એ બધી અવગણનાને પી જઈને રાણી કોશલાદેવીએ બિંબિસારના બંધનાગારને હળવું કરી નાખવા માટે જે તપશ્ચર્યા આદરી તે જોઈને તો મહાઅમાત્ય વર્ષકાર જેવાનું પણ હૃદય ડોલી ગયું.

એને એમ પણ થઈ ગયું કે પોતાના જૂના રાજાનું બંધનાગાર જોવા કરતાં, પાટલીગ્રામના વિકાસ માટે ત્યાં જ ધામા નાખવા એ વધારે સારું છે. એટલે એક દિવસ એ ઊઠીને પાટલીગ્રામ ચાલ્યો ગયો.

અજાતશત્રુના કાનમાં દેવદત્તના શબ્દોના ભણકારા રાતદિવસ વાગી રહ્યા હતા. તે તક શોધતો હતો. રાજાને અન્ન છોડાવી દેવા માટે એ અનેક યુક્તિઓ ગોઠવી રહ્યો હતો.

એને અચાનક સાંભરી આવ્યું. ઘણા ડોસા – ડોસીઓ ધન નાશ પામતાં નાશ પામે છે. જલસમાધિ લે છે. ભૂમિમાં દટાય છે. પર્વત ઉપરથી પડે છે. સમુદ્રમાં ખાબકે છે. લક્ષ્મીનો એ પ્રભાવ છે. લક્ષ્મી વિનાનો માણસ પોતાને ઢેફાથી પણ નીચો ગણે છે. બિંબિસાર રાજા પણ જબરો હતો. એણે રાજ છોડ્યું. સત્તા છોડી, રાજગૃહનગરી પણ તજી. પણ એનો રાજકોશ ? જે રાજકોશ ભાંડારિક પાસે હતો, એ તો મૂળ કોશનો શતાંશ પણ નહિ હોય. મૂળ કોશ તો કોણ જાણે ક્યાં ડુંગરામાં સંતાઈ બેઠો હતો. રાણી વૈદેહીને પણ એની જાણ નહિ હોય.

અજાતશત્રુએ એ રાજકોશ હાથ કરવાનો નિર્ણય કર્યો. એક દિવસ તેણે પોતાની જાંઘે નાની નાની તલવારો બાંધી લીધી. ઉપર સાદો વેશ રાખ્યો. સંધ્યા સમયે જ્યારે રાણી વૈદેહીએ રાજા પાસેથી વિદાય લઈ લીધી ત્યારે એ એકલો બંધનાગારમાં ગયો.

રાજા બિંબિસાર એને આવતો જોઈ રહ્યો. તે ધ્રૂજી ઊઠ્યો. પોતાના મૃત્યુના વિચારથી નહિ, આ અજાતશત્રુ પોતાને હણવા આવે છે, એ પિતૃઘાતક કહેવાશે, પોતાનો વંશવેલો પિતૃઘાતક બનશે, મગધદેશનું નામ ભારતભરમાં તિરસ્કારપાત્ર થઈ રહેશે, દેશની પ્રતિષ્ઠા જશે, રાજકુળનું ગૌરવ જશે, એ વિચારથી એ ધ્રૂજી ગયો. એને વિચાર પણ થઈ આવ્યો કે અજાતશત્રુ પોતાને હણે, એવા નિંદ્યકામમાં પડે તે પહેલાં પોતે જ જો પોતાની મેળે કાલકૂટ વિષ લઈ લે, તો એને માથે કલંક ન આવે, એ નિંદ્યકામમાં ન પડે. એણે પહેરેલી રાજમુદ્રામાં હલાહલ કાલકૂટ છુપાયેલું હતું.

અજાતશત્રુ તેની પાસે આવ્યો, ત્યારે રાજા વિચારમાં હતો. અજાત એને થોડી વાર નિહાળી રહ્યો. પિતા પણ પુત્રને જોઈ રહ્યો.

'કેટલો તેજસ્વી.... અને કેવો ભયંકર ?' એને વિચાર આવી ગયો : 'એક રેખા માત્ર એના ચિત્તમાં કોમળતા હોત ! પણ કોઈક દિવસ એ પ્રગટશે, ત્યારે એ અદ્વિતીય બની રહેશે. પણ એ દિવસ.... કોણ જાણે ક્યારે હશે ?'

'ભણે અજાત ! કેમ તું અત્યારે આવ્યો ? તારે હવે કાંઈ વધુ જોઈએ છે બેટા ? મને બધું જ આપી દેવાની ઇચ્છા જન્મી છે. ભણે કુમાર ! તું માગી લે. મારી પાસે કાંઈ રહે, તે મને પોતાને જ હવે ગમતું નથી.'

'મહારાજ ! એ તમારી મહત્તા છે.' અજાતશત્રુ બોલ્યો.

'મહત્તા હો કે લઘુતા, જે હો તે, પણ ભણે અજાત ! હવે તારે રાજકોશ જોઈએ છીએ નાં ? તું એટલા માટે આવ્યો છે ને ?'

'મહારાજનું અનુમાન બરાબર છે. હું એટલા માટે જ આવ્યો છું.'

'તો એ પણ તું લઈ લે.'

'પણ એ છે ક્યાં ? ક્યાંથી લેવાનો ?'

'ભાણ્ડારિક પાસેથી. હું ભાણ્ડારિકને શબ્દ મોકલાવી દઉં.'

'એ કોશ તો હું લઈ શકું છું. એ કોશની વાત નથી મહારાજ ! જે કોશ કોઈએ જોયો નથી, તે કોશ માટે હું આવ્યો છું.'

મહારાજ બિંબિસારને વિચાર આવી ગયો. અજાતશત્રુ કોશ લેવા માટે આવ્યો છે. એ કોશ પોતે ધારે તો ન બતાવે. અજાતશત્રુ કેટલી હદે જઈ શકે છે, એનું માપ અત્યારે જ કાઢી લેવા જેવું લાગ્યું.

'ભણે કુમાર ! એ કોશ તો કેવળ મારા મૃત્યુ વખતે તું પામીશ તે પહેલાં નહિ. તે વખતે તું આંહીં આવજે.'

'મહારાજ ! મારે એ કોશ અત્યારે જ જોઈએ છે.'

'અત્યારે તો ન મળે.'

'હું મગધદેશની રાજઆજ્ઞા તમને આપું છું. મગધદેશ માટે એ રાજકોશ જોઈએ છે.'

'ભણે અજાત ! મગધદેશ માટે જોઈતો હોય કે ગમે તેને માટે જોઈતો હોય, રાજકોશ મૃત્યુની પળે જ સોંપાય છે. તે પહેલાં નહિ. એ તને નહિ મળે. હમણાં નહિ મળે. અને જો હું સ્પષ્ટ કહી દઉં. બહુ કરીશ તો કોશ ધરતીમાં જ રહેશે.'

અજાતને વિચાર આવ્યો કે ડોસો આ રહસ્ય પ્રગટ નહિ કરે. પણ હવે જ્યારે એણે આ જાણ્યું છે, ત્યારે તો જો તત્કાળ વાત કઢાવવામાં નહિ આવે, તો એ રાતમાં કોણ જાણે શુંનું શું કરી નાખશે. પોતાના હાથમાં રાજભંડાર ન આવે એટલા માટે વખતે જાતને જ હણી નાખશે. અને તો સેંકડો વર્ષોની અઢળક લક્ષ્મી ધરતીમાં દટાઈ જશે. કોઈ નિધિઉદ્ધારણ* મંત્રવાદી મળશે તો એ એમાંથી ઠીક ઠીક ભાગ પડાવી લેશે.

તેણે હવે વાત અધૂરી મૂકવી ન જોઈએ. એ તત્કાળ મેળવવી જોઈએ. અને નહિતર એ ગઈ. પોતે રાજા ખરો, પણ ભિખારી રાજા !

એણે પોતાની જાંઘે હાથ મૂકયો. ત્યાંથી એક નાની તલવાર કાઢી. બિંબિસાર હજી આશ્ચર્યમાં, આ શું કરી રહ્યો છે, એ જાણી શકે, તે પહેલાં જ અજાત એની સમીપ આવી ગયો. તેના ઉપર ભયંકર હુમલો કર્યો.

લેશ પણ ગભરાયા વિના મહારાજ બિંબિસારે શાંતિથી કહ્યું : 'બસ, બસ, ભણે અજાત ! બસ. તારે રાજકોશની તમન્ના છે નાં ? જો હું તને એ બતાવું !' રાજા બિંબિસારના શબ્દો સાંભળતાં અજાત જરાક લેવાઈ ગયો. તે બે ડગલાં પાછળ હઠી રહ્યો.

રાજાએ પ્રેમથી તેના ખભા ઉપર હાથ મૂક્યો : 'અજાત ! ભાઈ ! તું નાહકનું આ નિંદ્યકામ કરવા નીકળ્યો છે. મને પોતાને પણ બેટા ! હવે આંહીં ગમતું નથી. આંહીં હવે મારા સાથીદાર કોઈ ક્યાં છે ? એ બધા ચાલી નીકળ્યા. મારે પણ હવે જવું છે. ઘણી વખત અજાત ! જવામાં પણ ઓર આનંદ હોય છે. એ તને હમણાં નહિ સમજાય. પણ તું કોઈ નિંદ્યપરંપરા સ્થાપવી રહેવા દે. મને તું શાંતિથી જવા દે. જો સાંભળ, પેલો ભંડાર ક્યાં છે....'

બિંબિસાર રાજા તેના કાનમાં કેટલીયે વાર સુધી વાતો કરતો રહ્યો.

---

* પૃથ્વીમાં ક્યાં ધન છે એ કહેવાવાળો.

થોડી વાર પછી અજાત ત્યાંથી બહાર નીકળ્યો. તેણે દૌવારિકોને કહ્યું : 'આજે રાત આખી, એક પળ પણ રાજાને નજર બહાર થવા દેતા નહિ. એની દરેકે દરેક હિલચાલ જોતા રહેજો. હાથને મોં પાસે લઈ જાય, રાજમુદ્રામાંથી કાંઈક ચૂસવાનું કરે, તો તરત દોડીને એ અટકાવી દેજો.'

અજાતને શંકા હતી. વખતે રાજભંડારની ખોટી માહિતી રાજાએ આપી હોય.

તે પોતાના ચુનંદા વિશ્વાસુ સિંહપાદ સૈનિકો સાથે નિધિની તપાસમાં નીકળી ગયો.

૩૮. વિદાયવેળાએ

રાજકોશ મળી ગયા પછી અજાતશત્રુને રાજા બિંબિસારનું બંધનાગાર લંબાય તે ભયંકર લાગ્યું. એમાંથી તો વહેલેમોડે, દેવદત્તે કહ્યું હતું તેમજ થાય. રાજા જીવતો હોય તો ગમે ત્યારે એ રાજા થઈ બેસે. એટલે ધીમે ધીમે રાજાને ભોજનના સાંસા પડવા મંડ્યા. પહેલાં ભોજન અનિયમિત થયું. પછી બે–ત્રણ દિવસે આવવા માંડ્યું. પછી આવતું બંધ થયું.

પણ રાણી વૈદેહીએ એક યુક્તિ કરી. પોતાનાં પોલાં કલ્લાંમાં એ શર્કરાસુગંધયુક્ત દૂધ લઈ જવા મંડી.

રાજા બિંબિસારે એ જોયું ને એની આંખમાં આંસુ આવી ગયાં : 'રાણી ! વૈદેહી ! હજી પણ તમે મને રોકવા માગો છો ? મને હવે આંહીં ગમતું નથી રાણી ! આંહીં હવે શું છે ? કાંઈ નથી. હવે તમે મને નાહકનો શા માટે રોકી રહ્યાં છો ? મેં એટલા વૈભવ નિહાળ્યા છે, મારા જમાનાના એટલા એટલા મહાન પુરુષો મેં જોયા છે, એવાં એવાં રણ ખેલ્યાં છે, એટલા પ્રવાસો ખેડ્યા છે, એટલો આનંદ કર્યો છે, એટલી પરમ સુંદરીઓનો પ્રેમ જોયો છે, કે રાણી ! હવેની એક એક પળ, એ મારી મધુર જીવનસ્મૃતિને ટાળનારું વિષ થઈ પડે છે. હવે આંહીં છે શું ? આજે તમે જે જુઓ છો, એ તો મેં જે જોયું છે, તેનો ભંગાર પણ નથી ભણે રાણી !' હવે મને વિદાય આપો. મને હવે આંહીં ગમતું નથી, આંહીં મારે રહેવું નથી. આંહીં બેઠાં બેઠાં પણ મને થાય છે એમ જ, કે મારાં પસાર થયેલાં સ્વપ્નાં હું નિહાળું, નિહાળ્યા જ કરું, ને નિહાળતો નિહાળતો જ સ્થિર, શાંત, ચેતનહીન બની જાઉં ! મને સુખદમાં સુખદ મૃત્યુ એ લાગે. હું સ્વપ્નાં નિહાળતો નિહાળતો શમી જાઉં. ધરતીમાં

ધરતીરૂપ બની જાઉં. માટી, છેવટે મહારાણી ! માટી, એ માણસ કરતાં મહાન છે. ધૂળમાં સૂઈ જવાની મજા, એક શિશુને આવે છે. બીજી જ્ઞાનીને આવે છે. ત્રીજી જેણે તમામ જોઈ લીધું છે, તેને આવે છે. મને હવે એ આનંદ માણવાનું મન થઈ આવ્યું છે. ધરતીની ગોદમાં કેટલો પ્રેમ ભર્યો હશે એ કોને ખબર છે ? એ અનુભવ તો જીવનની ટોચ છે. એ અનુભવ જ જીવન છે. રાણી ! હવે તમે મને રોકો મા અને હું તો કહું છું, અજાતને આપણે બોલાવીને કહી દઈએ કે ભાઈ ! અમારે હવે જવું છે. અમને હવે તું વિદાય દે. અમારા દિવસો પૂરા થયા છે. ઢળતી સંધ્યામાં માળા ઉપર દોડતાં પંખીઓને જોઈને મને પણ મન થઈ જાય છે કે હવે હું ઊડી જાઉં. મારે માળે પાછો પહોંચી જાઉં !'

મહારાજના એક એક શબ્દે મહારાણી વૈદેહીનું ચિત્ત વીંધાઈ રહ્યું હતું, તેની આંખમાં આંસુ સમાતાં ન હતાં.

તેણે બે હાથ જોડીને કહ્યું: 'મહારાજ ! હવે તો જ્યાં તમે, ત્યાં હું ! મારા પિયરની એ પરંપરા મહારાજ ! મને જાળવવા દો. મહારાજને જાણી જોઈને અનશન અપાયું છે. પહેલાં તો મેં નિર્ણય કર્યો હતો કે, હું પણ અન્નજળ તજી દઉં, પણ ના મહારાજ ! છેવટની પળ સુધી હું તમારા સાન્નિધ્યમાં, તમારી સેવામાં જ રહેવા માગું છું. મારી આટલી વાત મહારાજ રાખે !'

'રાણી ! વૈદેહી ! ભલે, તમારા મનને સંતોષ થાય તો એમ કરો પણ આ વાત હવે કેટલા દી નભશે ? એ વાત પણ બે-ચાર દીની જ છે !'

રાણી વૈદેહી એ પ્રમાણે હમેશાં કલ્લાંમાં સુગંધી શર્કરાયુક્ત દૂધ લાવે.

પણ એક દિવસ દૌવારિકોએ જોઈ લીધું મહારાજ અનશન ઉપર છે, છતાં કેમ ટકી રહ્યા છે તેનો ભેદ મળી ગયો.

તરત જ અજાતશત્રુએ વૈદેહીને અંદર જવાનું બંધ કરાવી દીધું. એને તો મહારાજને પોતે હણ્યા નથી એવો દેખાવ કરવાનો હતો. મહારાજ વધુ વખત ન ટકે એ એની ઇચ્છા હતી.

બહાર ઊભાં ઊભાં રાણી મહારાજની ક્ષમા માગતી બોલી રહી : 'મહારાજ ! મને ક્ષમા કરો. હવે હું તમારી પાસે આવી શકતી નથી.'

મહારાજ બિંબિસાર બોલ્યા : 'વૈદેહી ! તમે નાહકનાં જીવ બાળો છો. આંહીંથી બધાને જ જવાનું છે. આ વિદાય કાંઈ ઓછી ભવ્ય છે ? અજાત હણવાને પંથે ગયો હોત તો ? તો મગધદેશ ઉપર કલંક આવત, મગધરાજ ઉપર લોકતિરસ્કાર વરસત, જે પરંપરા આપણે સ્થાપી તે આપણે માટે ઉચ્છેદાઈ જાત. વિદાય વેળાએ એ વેદના જેવી તેવી ન હોત. આજે આ મહત્ત્વાકાંક્ષી રાજકુમાર જે જોઈ શકતો નથી, તે એક દિવસ જોઈ શકશે.

'અને એ જોશે ત્યારે જેવું તેવું નહિ જુએ. એની તેજસ્વિતા જેવી તેવી નથી. પણ અત્યારે તો આપણને એ જે વિદાય આપે છે, એ વિદાયને આપણે વધાવવી રહી. મહારાણી ! તમે મને વિદાય આપો. હું તમને વિદાય આપું. ઓ હો હો ! રાણી ! શું આપણા દિવસો હતા ?'

'અને આજે આ સંધ્યા, એ પણ કેટલી સુંદર છે !'

'આવી સંધ્યા કોઈકને જ મળે છે. જીવનસંધ્યા, ભવ્ય કોઈની જ હોય છે.'

રાણીની આંખમાંથી અશ્રુધારા ચાલી નીકળી. મહારાજે છેલ્લા વિદાય-બોલ માંડ્યા; રાણી રોતી રહી : 'પણ કોઈક વખત રાણી ! કોઈક ચાંદની રાતે, અજાતને આ વાત યાદ આવી જશે અને એ મને સંભારીને બાળકની પેઠે રડી પડે, તો તમે એને કહેજો, એને આશ્વાસન આપજો, એને દિલાસો દેજો, કે તેં જે કર્યું હતું તે બરાબર હતું. મહારાજ પોતે પણ એ જ કરત. એને ઠપકો ન દેતાં. એના અગ્નિમાં એ ભસ્મ થઈ જશે. હું એની તેજસ્વિતા જાણું છું રાણી ! એ મહાવિજયી થશે. પણ એના શોકને તમે પ્રેમવાણીથી શમાવજો. તમે એને કહેજો રાણી ! કે મેં પોતે આ વાત કહી છે. એ નાના બાળકની માફક રડી પડશે. એને પ્રેમહવા આપજો. એને કહેજો કે, હવે તો તું મગધની પરંપરા સ્થાપી દે બેટા ! પસ્તાવો કરવો છોડી દે.'

મહારાણી વૈદેહીએ બે હાથ જોડીને મહારાજને છેલ્લું છેલ્લું નમન કર્યું. તે આંખો મીંચી ગઈ. એટલામાં કાંઈક અવાજ થયો. મહારાજે બંધનાગારના ખુલ્લા દ્વાર તરફ જોયું. ઉઘાડી તલવારે અજાતશત્રુ પોતે આવી રહ્યો હતો. રાજા વિચારમાં પડ્યો.

'આ મને હણવા આવતો લાગે છે. પણ એ થવા દેવું નથી. તો મગધ સિંહાસન કલંકિત બને. એ થશે તો આને પિતૃહત્યા લાગશે. આનું નામ બદનામ થઈ જશે. આને લોક-તિરસ્કાર મળશે. આને લોક વખતે હણી નાખશે. આને રાજ ખોવું પડશે. ભવ્ય પરંપરા આથમી જશે. એ જીવશે, તો કોઈક દિવસ, કોઈક દિવસ, જીવનસંધ્યા ટાણે પણ કોઈક દિવસ, મને સંભારશે ! અને આપણને કોઈક દિવસ કોઈક સંભારે, એ આનંદ વળી કાંઈક ઓર હશે !'

રાજાએ પોતાની રાજમુદ્રિકાનું ઉપલું ઢાંકણું ઉઘાડ્યું. અંદર હલાહલ કાલકૂટ ઝેર હતું. તે મુદ્રિકાને પ્રેમથી ચુંબન કરી રહ્યો. તેણે વૈદેહીને બોલાવી. વૈદેહીએ આંખ ઉઘાડીને તેની સામે જોયું તો મહારાજે બે હાથ જોડ્યા. બે હાથ જોડીને મહારાજ તેને નમી રહ્યા. તેના મોંમાં પેલી વિષમુદ્રિકા હતી.

વૈદેહી બે હાથે મોં ઢાંકી ગઈ. તે ધ્રુસકે ધ્રુસકે રડી ગઈ.

અજાતશત્રુ કલંકમાંથી બચી જવા માટે ત્વરાથી પાછો ફરી ગયો.

*

સંધ્યા નમતી જતી હતી. પંખીઓ ઉતાવળે માળામાં પાછાં ફરી રહ્યાં હતાં. રાજગૃહમાં રસ્તા ઉપર પશુઓ ઘેર જવાની ઉતાવળમાં હતાં.

વૃક્ષોને શાંત નિદ્રા આવતી હતી. જળને સ્વપ્નાં જોવાં હતાં. ડુંગરાઓ નિદ્રસ્થ સૌન્દર્યની સમાધિમાં પડી રહ્યા હતા. તારાઓ પુષ્પની ગોદમાં સૂવા આવતા હતા. આકાશ, ધરતી ઉપર વિસ્મરણની ચાદર પાથરવા દોડતું હતું.

એક આખો યુગ આથમી રહ્યો હતો. યુગે યુગે એક મહાપ્રાણ અપાતો આવે છે. એક મહાપ્રાણ જાગતો આવે છે. આજની એ સંધ્યા હતી.

મહારાજ બિંબિસાર કાલકૂટ વિષના મહાઆનંદમાં કોઈ અનેરી સૃષ્ટિ નીરખતા હોય તેમ, ધરતીમાતાની ગોદમાં ધીમે ધીમે ઢળી રહ્યા હતા !

●●●

આના અનુસંધાનમાં

મગધપતિ

STAR BOOKS
55, Warren St., London W1T 5NW
Ph. : (020) 7380 0622
E-mail : indbooks@aol.com